Chính luận Trần Trung Đạo

CHÍNH LUẬN
TRẦN TRUNG ĐẠO

Tập I

- Hiểm Họa Trung Cộng
- ●● Bản Chất Của Cuộc Chiến Việt Nam

Nhà xuất bản Cổ Loa

CHÍNH LUẬN TRẦN TRUNG ĐẠO I
Tác giả: Trần Trung Đạo

Cổ Loa xuất bản lần thứ hai tại Hoa Kỳ, 2025
Biên tập: Khánh Kim, Nguyễn Phú Nhuận,
Đặng Hoàng Lân, Trần Trung Tín
Trình bày nội dung: Minh Quân
Bìa: Uyên Nguyên
Tranh trừu tượng: Jessica Thục Vy Trần
ISBN: 979-8-3492-5568-7

Tặng vợ, Trần Thiếu Phụng,
để nhớ những ngày có nhau trong cuộc đời này.
Thương gởi đến ba con, Thảo, Hiếu, Vy và các cháu.

Tặng tuổi trẻ Việt Nam

Chúng ta có nhiều quá khứ nhưng đất nước chỉ có một tương lai, đó là tương lai tự do, dân chủ, nhân bản và khai phóng cho những ai, sau những điêu tàn đổ vỡ còn biết nhận ra nhau, còn biết yêu thương mảnh đất thiêng liêng, vinh quang và thống khổ Việt Nam.

ĐỌC CHÍNH LUẬN CỦA TRẦN TRUNG ĐẠO ĐỂ LẠC QUAN VỚI TIỀN ĐỒ ĐẤT NƯỚC

Gs Nguyễn Ngọc Bích (1937-2016)

Salvador Dali là một họa-gia lớn của nhân-loại. Có lần ông được mời đến nói chuyện ở trường Columbia, nơi vợ chồng tôi đi học ở New York cách đây cũng đã hơn một nửa thế-kỷ. Đến giờ khai mạc, người ta bỗng thấy một người chạy hớt hơ hớt hải từ cánh gà sân khấu ra la lớn: "Salvador Dali (ông ta ngưng một lúc để cho cái tên kia thấm vào người nghe, vào cử-tọa), Salvador Dali... is the greatest, is the greatest." "*Salvador Dali... là số 1, là số 1!*" Người ta phải ngỡ ngàng một lúc rồi mới nhận ra, đó là cách ông tự giới-thiệu... rất kịch-tính, không muốn để cho ai mất thì giờ ra giới-thiệu ông ta một cách dông dài!

Thiết tưởng Trần Trung Đạo không cần phải làm gì kịch-tính như vậy, người ta vẫn biết anh là ai, và sự hiện diện của Quý Vị ở đây ngày hôm nay cũng đủ nói lên sự quý mến mà anh đã giành được trong lòng không ít độc-giả Việt-nam hôm nay.

Anh là một con người hiền hòa, khá điềm đạm, ôn tồn nhưng thuyết phục! Đó là một người tin ở lẽ phải, tin ở sự thật, tin ở lẽ tất-yếu của cuộc đời, và nhất là tin ở lịch-sử mấy nghìn năm của dân-tộc! Anh cũng còn có một niềm tin sắt đá vào tuổi trẻ Việt-nam. Anh thuyết phục bởi không bao giờ anh mất những niềm tin đó.

Một cuộc đời không ít chuyện bất hạnh

Mà lạ. Bởi không thể bảo được là anh may mắn gì nhiều trong đời anh. Mất mẹ từ rất sớm, mồ côi cha từ tuổi 13, anh sớm phải ra đời lăn lộn với cuộc sống, đi ở chùa, đi làm đủ mọi thứ việc, gặp không ít chuyện bất bình nhưng không bao giờ anh bỏ cuộc. Vào Sài-gòn, gặp một người như mẹ nuôi rất tốt với anh, ra ngoại-quốc anh đã viết nên một bài thơ tuyệt-tác, bài *Đổi cả thiên thu tiếng mẹ cười* mà ta chỉ cần đọc qua một lần, không thể quên được.

Với mỗi chặng đường trong cuộc sống của anh, anh đã ghi lại được những trải nghiệm, những bài học, đôi khi đắt giá nhưng rất thân thương như trong cuốn sách anh viết chung với

Thượng-tọa, nay đã lên Hòa-thượng, Thích Như Điển của chùa Viên Giác bên Đức khi hai người còn là đồng-môn trẻ tuổi trong một ngôi chùa ở Đà-nẵng.

Là một người Việt-nam, anh cũng rất gắn bó với quê hương, nơi anh sinh ra và lớn lên. Sinh ra ở đất "ngũ phụng tề phi," anh rất ý-thức về quê hương Quảng-Đà của anh. Lớn lên với những gương sáng của các bậc tiền-nhân, không riêng gì của đất Quảng, anh lại còn đặc-biệt thích sử và được hun đúc trong tình yêu nước nồng nàn bởi mấy thầy dạy sử ở trung-học của anh.

Lịch-sử Việt-nam trong bảy mươi năm qua để lại cho chúng ta nhiều kỷ-niệm chua xót và đau buồn. Đặc-biệt, trong những năm gần đây đất nước chúng ta lại còn gặp cái nạn Hán-hóa có thể đi đến thảm-họa Bắc-thuộc gần kề như chúng ta có thể chứng-kiến qua những vụ lấn lướt của Trung-Cộng ở Biển Đông mà nạn-nhân trực-tiếp là những ngư-dân Việt-nam ở ngay vùng quê hương của Trần Trung Đạo, những người như ở Cù lao Ré (Lý-sơn) ra đi mà đôi khi không có ngày về trước sự dã-man và hung hãn của kẻ thù truyền kiếp. Những người phải âm thầm chịu đựng, chôn trong những "mộ gió" vì sự bất lực của chính-quyền, để lại vợ trẻ con thơ nheo nhóc. Những người mà "nỗi đau mất mát" đã phải làm động lòng cả một ngoại-nhân là anh André Menras, có tên Việt là Hồ Cương Quyết.

Có lẽ tình-hình Việt-nam trong những ngày gần đây đang đi đến một nút kết nào đó, buộc chính-sách ở quê nhà phải chuyển hướng nếu không muốn đi vào ngõ cụt, vào chỗ chết. Không chỉ nguy ngập mà lần này chết có thể là chết cả nút chứ không phải chỉ là chuyện ảnh-hưởng đến một nhóm người mà thôi, tóm lại không phải là chuyện địa-phương hay chuyện giỡn.

Có lẽ cũng vì thế mà ta thấy như nở rộ một số sách mà tác-giả gom lại từ các bài viết, các tiểu-luận mình viết đó đây, nhằm đáp ứng những nhu-cầu bình-luận thời-sự nóng bỏng, phản ảnh một tấm lòng thiết tha, sôi nổi với đất nước, quê hương và dân-tộc. Chẳng thế mà Trần Trung Đạo vừa tung ra tập *Chính Luận* của anh thì nhà xuất bản Tiếng Quê Hương của Uyên Thao ở Virginia cũng gần như cùng lúc tung ra thị-trường cuốn *Chính Luận 2013* của Phạm Chí Dũng, viết từ Sài-gòn. Mà cuốn này cũng lại đến liền ngay sau cuốn *Những sự thật cần biết* của Đặng Chí Hùng, người vừa thoát được sang Canada từ những nanh vuốt của công an Cộng Sản Việt Nam thò tay sang đến tận Thái-lan để nhờ Interpol giữ anh lại và trục-xuất anh về Việt Nam. Tất cả đều là những tập tiểu-luận để giúp chúng ta nhìn lại, điều chỉnh hướng đi trước khi phóng tới... trong một tương-lai đầy u ám.

Một quyển sách với nhiều cách nhìn mới

Thường đọc một tập tiểu-luận, độc-giả có quyền nhảy từ chương này sang chương khác, không nhất thiết đọc một mạch từ đầu đến cuối. Vậy mà chính tôi đã làm việc ngược đời là đọc tập tiểu-luận của Trần Trung Đạo từ trang đầu cho đến trang cuối, không bỏ sót một trang nào. Đủ tỏ là cuốn sách được sắp xếp khá khéo, thành một trật-tự lô-gích dẫn ta từ vấn-đề lớn này sang đề-mục lớn kia, mở mang tri-thức của ta bằng nhiều điều mới lạ, và ngay cả khi đề-tài là một đề-tài quen thuộc như về Việt Nam (Mậu Thân ở Huế, Cải cách ruộng đất hay kinh-nghiệm đi tù Cộng-sản), tác-giả cũng đưa ra được những lập-luận hay nhận-định thật mới mẻ làm cho ta giật mình hay thống khoái. Đúng như Jean Cocteau kể chuyện khi anh còn trẻ, có lần nhà biên-đạo vũ người Nga, Diaghilev, đã nói với anh: "Etonne-moi!" ("*Anh hãy làm cho tôi ngỡ ngàng đi!*").

Cuốn sách của Trần Trung Đạo, cũng như cuốn *Đèn Cù* của Trần Đĩnh mới ra gần đây, đúng là có cái hiệu-ứng đó! Gần như trang nào ở trong hai cuốn sách của Trần Trung Đạo và Trần Đĩnh, dù tuổi tác hai người khá xa nhau, nhưng đều làm cho ta ngạc-nhiên, thích-thú, không ít lần ta tự thấy gật gù với tác-giả, để công-nhận sự sâu-sắc ở trong anh.

Đọc Trần Trung Đạo làm tôi nhớ đến ngày tôi mới ra trường với bằng Cử-nhân Chính-trị-học ở Princeton, một trường nổi tiếng về ngành này. Là một người trẻ mới 20, tôi nghĩ lại khi sang Đại học Columbia: Là một người Việt-nam ở phương Đông, tôi biết khá nhiều về nước Pháp, văn-học Pháp, rồi văn-minh văn-hóa Mỹ và Anh, thậm chí đến cả thơ tiếng Đức tôi cũng thuộc một số. Nhưng rồi tôi tự hỏi tôi có mất gốc không khi tôi biết nhiều về Âu-châu hơn những nước láng giềng của Việt Nam như Trung-quốc cận-hiện-đại hay Nhật-bản, Cao-ly, nói gì đến những nước nhỏ hơn dù rất gần ta như Miên, Lào, Thái... Do đó mà sang Đại học Columbia, tôi đã phải đi tìm về nguồn bằng cách học tiếng rồi lịch-sử, văn-học Trung-hoa để dần dần lan sang văn-học Nhật, tiếng Cao-ly và một số môn gần gũi với đất nước ta hơn.

Khác hẳn tôi, trẻ hơn tôi, Trần Trung Đạo đã nhìn được ra ngay là một sự hiểu biết về Trung-quốc là then chốt đối với một người Việt Nam hôm nay luôn quan-tâm đến vận-mệnh nước nhà. Do vậy mà gần một nửa cuốn sách là viết về Trung-Cộng, so sánh nó với chế-độ Phát-xít của Hitler, tương-phản nó với nước Mỹ, đào sâu những âm-mưu của Bắc-Kinh với những nơi xa xôi như Phi-châu, Congo, thậm chí cả cái nguy-cơ của chủ-nghĩa sô-vanh Đại-Hán móc nối với dân-tộc chủ-nghĩa cuồng tín của Sam Rainsy ở Campuchia để bao vây hay cầm chân Việt Nam. Và mỗi trang, anh không khỏi làm ta giật mình vì cái hiểu biết rộng lớn của anh, nhất là cái nhìn thật xa, thật sâu, nhìn phía sau hiện-tượng như quan-niệm "*sức mạnh mềm*" ("soft power") do cả Hồ Cẩm Đào, rồi bây giờ là Tập Cận Bình, lẫn Obama đem ra áp-dụng trong một khung-cảnh quốc-tế mới.

Tôi không rõ anh Trần Trung Đạo học chính-trị-học hay quan-hệ quốc-tế hồi nào nhưng phải công-nhận là anh có một đầu óc phân-tích rất chi ly và anh biết dùng những nguồn đáng tin cậy để rút tỉa ra được những nhận-xét và kết-luận có giá trị. Người Mỹ có câu để khen tặng người giỏi mà không làm cho ta khó chịu, đó là câu: "He carries his scholarship lightly," có nghĩa là "*anh ta uyên bác nhưng gánh cái uyên bác đó thật nhẹ nhõm*." Và tôi cho câu này áp-dụng vào Trần Trung Đạo có lẽ không sai!

Tôi là người được cho là đã đi nhiều, ấy vậy mà so với anh, có lẽ tôi chỉ là người mới bén gót được một phần của anh thôi. Tỷ như tôi vẫn mê đi Ấn-độ nên đã đọc khá nhiều sách về đủ mọi phương-diện của xứ huyền-diệu này song cho tới nay, tôi vẫn chưa đặt chân được đến xứ này. Song anh, vì nghề chuyên-môn, đã có dịp đi nhiều nơi ở Ấn-độ, đặc-biệt là Bangalore, nơi được coi như một Silicon Valley của xứ này.

Thành thử đọc Trần Trung Đạo là ta đi từ khám phá này sang khám phá khác. Và vì tính-cách lương-thiện của anh, tính-cách mà Võ Phiến ở Bình-định nói là "*thàng*," tính-cách không lên gân lên cốt của anh nên ta dễ đem lòng tin anh. Bởi ta thấy anh không có lý-do gì lừa lọc ta, trái lại anh lúc nào cũng muốn như chia sẻ với ta những điều hay của lạ anh học được, không chỉ ở những nước lớn mà còn ở cả một nước nhỏ như Sierra Leone, nhỏ nhưng mà lại tiến-bộ, lại dân-chủ hơn nước đã từng tự-hào là "*đỉnh cao trí tuệ loài người.*"

Rồi thử đọc hai chương anh viết về ông Nelson Mandela của Nam-Phi. Thật là một gương tranh đấu phi thường, ông Mandela không chỉ thắng được lên trên sự khác biệt màu da, thắng được lên tất cả những tội ác mà người da trắng đã dành cho cá-nhân ông và đồng-loại da màu của ông, ông thắng vượt được cả chính ông để đổi cách đấu tranh từ đấu tranh vũ-lực sang đấu tranh bất bạo-động, bắt tay cả với kẻ thù để tránh, không còn đổ máu nữa và đem lại sự hòa hợp hòa giải đích-thực cho nước ông, cho dân-tộc ông. Tóm lại, biết bao nhiêu điều gợi hứng để cho chúng ta có thể học hỏi. Thử hỏi, có bao nhiêu người Việt trong chúng ta chân-thành nghĩ rằng ta có thể học hỏi được gì từ một người da đen Phi-châu, dù như tổ tiên của loài người, tức là của tất cả chúng ta, gần như chắc chắn là đã xuất phát từ Đông Phi.

Một niềm tin sắt đá vào tuổi trẻ và tương-lai dân-tộc

Cái làm cho Trần Trung Đạo đáng yêu là không bao giờ anh mất niềm tin đối với tuổi trẻ Việt Nam và tương-lai dân-tộc, tiền-đồ Việt Nam. Hơi giống Ngô Nhân Dụng, tức nhà văn, bình-luận-gia Đỗ Quý Toàn, trong sách *Đứng vững ngàn năm*, đối với cả hai anh thì dù như hiện-tại xem ra đen tối cả hai anh đều vững một niềm tin vào tuổi trẻ và vào truyền-thống dân-tộc, như dòng nước chảy cuồn cuộn trong mạch máu của ta.

Đọc Trần Trung Đạo là ta thấy niềm tin đặt vào tuổi trẻ, một sự vững lòng là không có khó khăn nào mà tuổi trẻ không thể vượt qua, không trở ngại nào mà tuổi trẻ không thể đạp đổ. Tại sao? Tại vì chính anh là một gương mặt trẻ, chắc bẩm là tương-lai thuộc về lớp các anh, nói như người Pháp, dù rằng "*tuổi già có khôn ngoan, có biết*" thật đó song vẫn không bằng tuổi trẻ còn dư sức lực, với những kỹ-năng cập nhật, chuyên-hóa, với những bộ óc còn tươi mát, với những mạng xã-hội đan kết lại thành một khối không thể đập tan được. Với những người hướng dẫn sáng suốt như Trần Trung Đạo thì ta có thể nói: "*Tuổi trẻ Việt Nam, hãy bình tâm tiến bước!*"

Giáo sư Nguyễn Ngọc Bích

Viết xong tại Đồng Xuân, Bang Trinh Nữ, Hoa Kỳ Quốc và Ottawa, Đêm Trung-thu 16 Giáp Ngọ & Mồng 3 tháng 12, 2014

TỰA

Trong tác phẩm *Three Days in Moscow*, ký giả Bret Baier kể lại khi vừa đến Moscow sau chuyến bay dài vào cuối tháng 5, 1988, Tổng thống Ronald Reagan thay vì nghỉ ngơi, đã cùng phu nhân dành thời gian ngoài nghị trình viếng thăm chính thức để ra phố thăm những người dân Nga bình thường.

Tổng thống Ronald Reagan có thể là vị tổng thống Mỹ đã bị bộ máy tuyên truyền Liên Xô bôi đen hơn nhiều tổng thống khác vì chính ông năm năm trước đã gọi chế độ Cộng Sản Liên Xô là "đế quốc tội ác" (The evil empire). Thông tấn xã TASS qua nhiều bài bình luận sau đó đã tố cáo tổng thống Reagan là người "chống Cộng điên cuồng".

Nhưng thay vì bị khinh thường, sỉ vả hay thờ ơ, chiều 31 tháng 5, 1988, vị tổng thống thứ bốn mươi của Mỹ đã được dân chúng Moscow hoan hô nồng nhiệt. Sau bảy mươi năm tranh đấu trong âm thầm, trong chịu đựng, nhận thức của người dân Nga cuối cùng đã thắng bộ máy tuyên truyền Cộng Sản (CS). Trước mặt họ không phải là người "chống Cộng điên cuồng" mà lãnh đạo của một cường quốc tự do, dân chủ.

Ánh sáng tự do đã thắng bóng tối độc tài và cuộc cách mạng dân chủ đang đến. Thật vậy, chỉ một năm sau, hệ thống toàn trị CS rạn nứt và ba năm sau, chế độ CS chính thức cáo chung.

Chế độ CS có hai cánh tay: tuyên truyền và khủng bố. Trong lúc người dân không thể nhất thời chống lại được bạo lực khủng bố CS, họ có khả năng thắng trong trận chiến tuyên truyền. Đúng như họa sĩ Ý Maurizio Nannucci viết "*Thay đổi nơi chốn, thay đổi thời gian, thay đổi nhận thức, thay đổi tương lai*" (Changing place, changing time, changing thoughts, changing future).

Sự sụp đổ của Liên Xô được giải thích, biện luận, phân tích từ các góc độ kinh tế, chính trị, quân sự khác nhau nhưng đều là những góc bên ngoài. Reagan, Thatcher đều là người ngoại quốc. Chính góc bên trong nơi gần 300 triệu nạn nhân của chế độ CS đã kiên trì chống đỡ và vượt qua mới là điểm bắt đầu quyết định. Đó là góc nhận thức.

Một anh bán rượu kể chuyện cười mỉa mai chế độ, các nhà văn, nhà thơ âm thầm phổ biến các tác phẩm cổ xúy quyền tự do, chị bán hàng rong một mình chống chính sách thuế đánh vào giới tiểu thương, các bạn thanh niên sinh viên phát động phong trào mặc quần jeans xanh theo lối Mỹ trong thập niên 1960... đã góp phần tẩy chay chế độ CS. Chế độ dù ba đầu sáu tay trăm con mắt cũng không thể chống cự hay ngăn cản được đội quân phản kháng hữu hình nhưng cũng rất vô hình, vô dạng kia.

Những nỗ lực của họ không được thấy và có khi còn không được ghi nhận nhưng chính những mạch nước chảy ngầm đó mới thật sự xói mòn chế độ.

Các lực tác động từ bên ngoài sẽ không thể nào làm sụp bức tường dày CS nếu cơ chế CS đã không bị đục rỗng từ trước bằng những bàn tay nhỏ, bàn chân yếu, bằng những chịu đựng, hy sinh, tranh đấu của bao thế hệ người dân 15 nước thuộc Liên bang Xô Viết từ năm 1917.

Tối ngày 25 tháng 12, 1991, hàng triệu người khắp năm châu hồi hộp chờ đợi trước máy truyền hình để xem Mikhail Gorbachev đọc diễn văn từ chức Chủ tịch Liên Xô. Quả là một biến cố vượt sự tưởng tượng của con người.

Làm thế nào một cường quốc với dân số gần 300 triệu sống trên một phần sáu quả địa cầu được trang bị với 45 ngàn đầu đạn nguyên tử và được bảo vệ bởi một đạo quân vào khoảng 5 triệu người, đã phải sụp đổ?

Không ít người vẫn khó mà tin vào mắt mình ngay cả khi nhìn Gorbachev đọc diễn văn từ chức.

Nhưng đa số người dân Liên Xô thì không.

Họ rất lạnh lùng và bàng quan. Ngoài phố, không một cuộc biểu tình phản đối hay ủng hộ Gorbachev và cũng không có pháo bông mừng cách mạng dân chủ thành công. Không. Cách mạng dân chủ đã diễn ra trước đó rồi. Không phải diễn ra trên đất nước mà diễn ra trong nhận thức của người dân.

Liên Xô quá lớn, hãy chọn một quốc gia thật nhỏ để chứng minh sức mạnh vô biên của nhận thức.

Lithuania là một trong ba quốc gia nhỏ bên bờ biển Baltic. Năm 1990 dân số cả nước chỉ vào 3.7 triệu người và là một trong 15 nước "Cộng hòa Xã hội Chủ nghĩa" của Liên Xô.

Hôm đó là ngày 3 tháng 6, 1988. Một nhóm 35 người tập trung tại Viện Hàn Lâm Khoa Học Lithuanian để bàn chuyện giành độc lập Lithuania khỏi khối CS Liên Xô. Trong số 35 người này có 17 người cựu đảng viên CS và 18 người không CS.

Những người gốc CS như bà Kazimira Prunskiene và những người không CS đến từ nhiều thành phần khác nhau như ca sĩ nhạc Rock Algirdas Kauspedas, diễn viên sân khấu Regimantas Adomaitis… Họ thành lập phong trào có tên là Sajudis (phong trào cải cách) và bầu Vytautas Landsbergis, một giáo sư âm nhạc không CS, làm lãnh đạo.

Từ con số 35 người đó, chỉ trong vòng hai năm, phong trào đã thu hút sự tham gia của hàng trăm ngàn người và cuộc vận động độc lập cho Lithuania đã dẫn tới thành công. Lithuania tuyên bố độc lập khỏi Liên Xô ngày 3 tháng 11, 1990, một năm trước khi Liên Xô chính thức sụp đổ.

Dư luận quốc tế thường chú tâm vào tên tuổi, biểu tượng thời đại nhưng trong số họ không có ai lỗi lạc, tên tuổi hay tầm vóc thế giới.

Trước ngày 3 tháng 6, 1988 không ai biết đến Vytautas Landsbergis, ngoại trừ những người sinh hoạt trong ngành nhạc và học trò âm nhạc của ông ta. Cuộc đấu tranh của nhóm 35 người này lúc đầu cũng chẳng được quốc tế quan tâm mấy.

Dù dân ít, thế cô, họ không ngồi chờ dư luận thế giới hay các cường quốc quan tâm. Họ đã chọn con đường đúng để đi và cuối cùng đã đến.

Đừng quên, Mỹ không phải là một trong những quốc gia đầu tiên công nhận Cộng hòa Lithuania mà là nước thứ 45. Moldavia là nước CS đầu tiên công nhận Cộng hòa Lithuania vào tháng 5, 1990 và Iceland là nước dân chủ đầu tiên công nhận Cộng hòa Lithuania vào tháng 2, 1991. Cả hai đều là nước nhỏ. Mỹ, trong vai trò tế nhị một cường quốc và để bảo vệ quan hệ với Gorbachev, đã chờ tới tháng 9, 1991 mới công nhận Cộng hòa Lithuania.

So sánh tiến trình dân chủ hóa của hai dân tộc Nga với dân số 149 triệu người vào năm 1991 và Lithuania với dân số 3.7 triệu người, chúng ta thấy dù lớn hay nhỏ cũng đều đã phát xuất cùng những nguyên nhân: (1) thôi thúc bởi truyền thống độc lập tự chủ dân tộc, (2) có thái độ chính trị dứt khoát chống CS, (3) có mục đích cụ thể trong mỗi thời kỳ.

Từ những bài học đó, Việt Nam như một dân tộc đang đứng trước ba thách thức chính, hai khách quan và một chủ quan: (1) ngoại xâm Trung Cộng, (2) nội thù Cộng Sản và (3) phân hóa trong nội bộ những người quan tâm đến tiền đồ đất nước. Các thành phần vô cảm, xu thời, cơ hội không cần thiết phải bàn ở đây.

Trong ba thách thức, thách thức thứ ba nguy hiểm nhất, mang đặc tính chủ quan nhưng không khó khăn lắm để nhận diện. Nếu thắng được thách thức thứ ba, dân tộc Việt sẽ thắng thách thức thứ hai một cách dễ dàng và có khả năng cao sẽ thắng được thách thức thứ nhất.

Để nhận diện ra thách thức thứ ba, mỗi người chỉ cần tự trả lời cho mình một câu hỏi "Anh (chị) thật sự muốn gì cho đất nước?"

Câu hỏi thoạt có vẻ rất đơn giản, ngô nghê nhưng ít ai có thể trả lời cho chính mình một cách thông suốt.

Hầu hết, nếu không muốn nói là tất cả đều đồng ý, con đường duy nhất hiện nay là tập trung sức mạnh dân tộc, gạt bỏ mọi bất đồng, vận dụng các điều kiện quốc tế thuận lợi để đẩy mạnh cuộc vận động dân chủ tại Việt Nam đến thành công, xóa bỏ chế độ độc tài toàn trị CS, thiết lập một chế độ dân chủ pháp trị, hiện đại hóa đất nước toàn diện làm nền tảng cho việc phục hồi chủ quyền đất nước, mở đường cho một Việt Nam thăng tiến lâu dài.

"Đúng thế. Không có con đường nào khác", nhiều người có thể thét to lên.

Tuy nhiên, không phải ai cũng sống và hành xử ngoài cộng đồng, ngoài xã hội đúng với tinh thần của câu trả lời mình đồng ý. Không ít người vẫn thích nguyền rủa hơn khuyên răn, thích dạy khôn hơn học hỏi lẫn nhau, thích kết án vội vàng hơn tìm hiểu lý do.

Nhận thức đúng không chỉ dành riêng những người có kiến thức rộng, đọc nhiều biết nhiều, đi nhiều hay ngay cả ở tù CS nhiều mà từ những người biết vượt qua hay luôn tìm cách vượt qua những tiêu cực, tị hiềm, hẹp hòi để sống vì cái chung của đất nước.

Cuộc chiến dài và hành trình tị nạn đầy hiểm nguy gian khổ đã để lại những vết thương, những vết hằn cá nhân sâu đậm trên thân thể và trong nhận thức của nhiều người, nhưng phải cố gắng vượt qua. Sinh mệnh của dân tộc lớn hơn, quan trọng hơn nỗi đau nhức riêng tư.

Tiền đề của cách mạng dân chủ

Thách thức thứ ba này cũng chính là tiền đề cách mạng dân chủ, và do đó, chưa thể có cách mạng dân chủ nếu những người đang tranh đấu không đồng thuận được ở những bước tiền đề.

Phong trào đối đầu với đảng CS Nga nói riêng và đảng CS Liên Xô nói chung trước 1991 cũng chứa đựng nhiều phân hóa, hận thù, nghi kỵ với đủ loại người từ một cựu ủy viên Bộ Chính trị Boris Yelstin cho tới nhà vật lý nguyên tử Andrei Sakharov. Tuy nhiên, họ đã đoàn kết dựa trên những mục tiêu cụ thể, giới hạn, rõ ràng và dứt khoát.

Phong trào dân chủ Nga biết muốn thắng đảng CS Liên Xô họ không thể đấu tranh bí mật, lén lút mà cần phải có cần một "sân chơi dân chủ" công khai và muốn có "sân chơi dân chủ" công khai họ phải đẩy đảng CS Nga vào chỗ chấp nhận "trò chơi dân chủ".

Điểm bắt đầu của mục tiêu tranh đấu của họ, do đó, là "xóa bỏ điều sáu hiến pháp" trong đó quy định "đảng Cộng sản Liên Xô là lực lượng lãnh đạo và dẫn dắt xã hội Xô Viết, là hạt nhân của hệ thống chính trị, của nhà nước và các tổ chức xã hội" mở đường cho bầu cử quốc hội tự do. Kết quả, phong trào dân chủ Nga thắng.

Các tiền đề cách mạng dựa trên các điều kiện tương tự cũng đã được áp dụng tại ba nước vùng Baltic trong cuộc vận động "thoát Liên Xô" trước 1990 qua ngã bầu cử quốc hội dân chủ và các quốc gia đó đã "thoát Liên Xô".

Điều kiện lịch sử của thế giới tại mỗi thời điểm mỗi khác nhưng khát vọng tự do như hơi thở của con người, dù Nga, Mông Cổ, Latvia, Miến Điện hay Việt Nam cũng giống nhau.

Đất nước Việt Nam không gì khác hơn là một tập hợp của những con người có cùng lịch sử, cùng địa lý, cùng văn hóa và hôm nay đang cần có cùng một ước mơ tự do dân chủ. Nếu mỗi người Việt quan tâm, trả lời đúng và nỗ lực theo đuổi mơ ước tự do dân chủ của mình một cách chân thành, rồi đất nước sẽ đổi thay.

Đối diện Việt Nam, vì thế, là đối diện với cuộc chiến tranh mới, những thách thức mới, khó khăn và tế nhị hơn nhiều so với cuộc chiến bằng súng đạn trước đây. Cuộc chiến ngày nay không giới hạn bởi lằn ranh, vĩ tuyến, hiệp định; kẻ thù của nhân dân Việt Nam không phải ở bên này hay bên kia sông Bến Hải, mà ở bất cứ nơi nào.

Đối diện Việt Nam, vì thế, là đối diện với một cuộc chiến tranh giữa trí tuệ và tăm tối, giữa lòng bao dung dân tộc và tính bảo thủ hẹp hòi, giữa tình thương và thù hận, giữa khai phóng và lạc hậu, giữa nghèo nàn và thịnh vượng, giữa tự do dân chủ và CS độc tài, giữa các giá trị truyền thống dân tộc nhân bản và ý thức hệ ngoại lai vong bản nô dịch.

Con người Việt Nam trong thời đại mới, ngoài đầu mình, tay chân và các bộ phận cần thiết, còn phải có thêm đôi cánh để bay qua các vực thẳm của hoài nghi, thù hận, chia rẽ trong lòng dân tộc, cũng như bay qua những ao tù nước đọng của tính ganh tị, tự ái và mặc cảm cá nhân.

Mỗi chúng ta tuy có hoàn cảnh sống khác nhau, quá khứ khác nhau, tôn giáo khác nhau và có thể mang trên thân thể những thương tích khác nhau nhưng đất nước chỉ có một tương lai. Không ai có quyền bắt đất nước phải đau giống cái đau của cá nhân mình hay bắt cả dân tộc phải chịu đựng, phải hy sinh từ đời này sang đời khác cho quyền lợi của đảng phái mình. Sinh mệnh của dân tộc Việt Nam không nằm trong tay thiểu số người, dù là đảng CS hay là ai, mà phải do chính nhân dân Việt Nam quyết định.

Trần Trung Đạo

Boston, 3 tháng 6, 2024

• HIỂM HỌA TRUNG CỘNG

TỪ HITLER ĐẾN ĐẶNG TIỂU BÌNH, TÁC HẠI CỦA CHỦ NGHĨA DÂN TỘC CỰC ĐOAN

Sự sụp đổ của hệ thống CS trong phạm vi thế giới từ cuối thập niên 1980 đã tạo điều kiện cho các dân tộc vùng Đông Âu tìm về bản sắc văn hóa và cội nguồn lịch sử của mình. Sự phục hưng và phát triển vượt bực của Slovakia, Estonia, Czech, Slovenia, Latvia và Lithuania hiện nay cho thấy yếu tố văn hóa không những là động lực chính của phong trào độc lập mà còn là nguồn thúc đẩy cho phát triển kinh tế dù đó là những nước chật hẹp về đất đai và rất ít về dân số. Sức sống dân tộc và đôi cánh tự do dân chủ đã giúp cho các quốc gia này ngày càng thịnh vượng.

Nhưng không phải lãnh đạo nào cũng đức độ như Vaclav Havel của Czech hay tài ba như bà Vaira Vīķe của Latvia, từ Hitler với đảng Quốc Xã Đức đến Đặng Tiểu Bình với đảng CS Trung Quốc, nhân loại đã chịu đựng nhiều tai họa chỉ vì giới lãnh đạo độc tài tại các quốc gia này đã sử dụng chủ nghĩa dân tộc như một phương tiện phục vụ cho mục tiêu bành trướng bá quyền.

Khi Đặng Tiểu Bình chết, 17 tháng Hai, 1997, nhiều lãnh đạo quốc gia, chính khách ca ngợi y như là một thiên tài kinh tế, nhà chính trị lỗi lạc, can đảm và cũng là người giúp ngăn Trung Cộng khỏi rơi vào hố thẳm. Tuy nhiên, các thành tựu kinh tế của Trung Cộng được đổi bằng sự chịu đựng, hy sinh, mồ hôi, xương máu của nhiều dân tộc khác và ngay tại Trung Cộng hàng trăm triệu dân thiểu số vẫn phải tiếp tục sống trong độc tài, nghèo đói, bất công và bạc đãi. Nhiều học giả so sánh giữa Hitler và Stalin, Hitler và Mao nhưng rất ít người so sánh giữa Hitler và Đặng Tiểu Bình bởi vì họ chỉ nhìn những điểm sáng của Đặng Tiểu Bình mà bỏ qua phía tối của y.

Các điểm giống nhau giữa Hitler và Đặng Tiểu Bình

Hitler và Đặng Tiểu Bình có nhiều chủ trương rất giống nhau: (1) Cả hai đều dùng yếu tố chủng tộc để kích động lòng yêu nước cực đoan; (2) cả hai đều triệt để khai thác hận thù trong quá khứ giữa các quốc gia; (3) cả hai đều tận dụng các kỹ thuật tuyên truyền tinh vi để tẩy não, đầu độc, vận dụng và điều khiển nhận thức người dân; (4) cả hai đều chủ trương bành trướng, mở rộng biên giới để chiếm đoạt tài nguyên nhằm phục vụ cho các mục đích kinh tế và bá quyền nước lớn.

Yếu tố chủng tộc ưu việt: Giống như quan điểm của Hitler đề cao chủng tộc Aryan, Đặng Tiểu Bình và các lãnh đạo kế thừa y đề cao chủ nghĩa dân tộc cực đoan Đại Hán. Edward Friedman, một chuyên viên về Trung Cộng tại đại học Wisconsin phát biểu "*Khi Đặng Tiểu Bình nắm quyền 1977, chủ nghĩa dân tộc và tinh thần chống Nhật đã trở thành chất keo giữ chặt xã hội lại với nhau*". Ngoài 1.2 tỉ người gốc Hán đang sống tại lục địa còn có 22 triệu người gốc Hán tại Đài Loan, 6 triệu người gốc Hán tại Hong Kong, 10 triệu người gốc Hán tại Nam Dương, gần 4 triệu người gốc Hán tại Singapore và hầu như khắp nơi trên thế giới nước nào cũng có người gốc Hán. Đặng Tiểu Bình khi đề cao chủng tộc Hán, y cũng không chỉ nhắm tới nhân dân Trung Hoa lục địa mà ở bất cứ nơi nào trên thế giới. Theo họ Đặng "bất cần người Hoa mặc áo quần màu gì hay có quan điểm chính trị gì" mà chỉ cần "yêu Trung Quốc".

Khai thác hận thù trong quá khứ giữa các quốc gia: Giống như chủ trương của Hitler khai thác nội dung trừng phạt Đức nặng nề trong hiệp ước Versailles, Đặng Tiểu Bình từ 1977 đề cao chủ nghĩa dân tộc cực đoan bằng cách khích động lòng thù hận với các nước Tây phương qua các hiệp ước bất bình đẳng dưới thời nhà Thanh. Đặng Tiểu Bình nhiều lần nhắc đến "100 năm sỉ nhục", thời gian Trung Quốc bị các đế quốc khinh thường. Y nói: "*Tôi là người Trung Hoa, và tôi quen thuộc với lịch sử chịu đựng dưới sự xâm lược của ngoại bang*". Phần dẫn nhập của hiến pháp Trung Cộng 1982 nhấn mạnh đến những vết nhục trong thời gian bị nước ngoài chia năm, xẻ bảy và công lao thống nhất đất nước của đảng CS. Quá khứ "100 năm sỉ nhục" để lại dấu ấn sâu đậm trong nhận thức của người dân và được đảng CS khai thác tận tình. Bất cứ hành động nào trong quan hệ ngoại giao quốc tế, bất lợi cho Trung Cộng, câu chuyện "100 năm sỉ nhục" lại được nhắc đến. Ngay cả việc chính phủ các nước tiếp đức Đạt Lai Lạt Ma, bán võ khí cho Đài Loan, chỉ trích chính sách ngăn chặn Internet của Trung Cộng, cũng được bộ máy tuyên truyền CS giải thích cho nhân dân Trung Quốc đó là những hành động khơi dậy "100 năm sỉ nhục" và xúc phạm đến danh dự của Trung Quốc.

Tận dụng các kỹ thuật tuyên truyền để đầu độc nhân dân: Giống như Hitler chủ trương "*Một dân tộc, một quốc gia, một lãnh tụ*", bộ máy tuyên truyền của Trung Cộng lặp đi lặp lạirằng chỉ có đảng CS mới là cứu tinh để phục hồi Trung Quốc như một cường quốc vốn từng vang danh năm ngàn năm. Một trong những lý luận quan trọng trong Lý thuyết Đặng Tiểu Bình là việc thay đổi khái niệm từ "trung thành với giai cấp" sang "trung thành với quốc gia" nhưng "trung thành với quốc gia" trước hết phải "trung thành với đảng Cộng Sản".

Thực chất của chủ nghĩa dân tộc cực đoan trong quan điểm họ Đặng là một hình thức khác của chế độ độc tài toàn trị Cộng Sản trong thời đại toàn cầu. Tại Trung Cộng không có báo chí đúng nghĩa để chuyển tải tin tức giữa hai nguồn một cách khách quan nhưng chỉ là phương tiện truyền truyền độc quyền của đảng. Không giống như giai đoạn đầu của chính sách đổi mới chỉ có vài tờ báo đảng, năm 2005, Trung Cộng có trên hai ngàn tờ báo, chín ngàn tạp chí nhưng tất cả tập trung vào mỗi một mục tiêu là củng cố vai trò lãnh đạo của đảng CS. Trang đầu của các báo gần như giống nhau với khuôn mặt tươi cười của các lãnh đạo đảng và nhà nước CS, với những thành tựu kinh tế chính trị. Không có tờ báo nào có bộ phận tin quốc tế độc lập và tất cả đều trích từ bản tin thế giới tổng hợp hàng ngày của Tân Hoa Xã. Bản tin quan trọng quốc nội và quốc tế lúc 7 giờ tối của hệ thống truyền hình cũng đọc lại tin của Tân Hoa Xã. Để tiết giảm chi phí, sau này nhà nước tư hữu hóa các đài truyền hình, tuy nhiên, các tin tức quan trọng ảnh hưởng đến chính sách đối nội và đối ngoại vẫn bị kiểm duyệt và chi phối bởi một cơ quan thông tin trực thuộc trung ương đảng CS.

Bành trướng, mở rộng biên giới để chiếm đoạt tài nguyên nhằm phục vụ cho các mục đích kinh tế và bá quyền nước lớn: Giống như Hitler chiếm các nguồn tài nguyên năng lượng để nuôi dưỡng bộ máy chiến tranh, Đặng Tiểu Bình mở rộng biên giới, độc chiếm tài nguyên để nuôi dưỡng sự phát triển kinh tế.

Song song với phát triển kinh tế, Trung Cộng, nơi cư ngụ của một phần năm nhân loại, cũng chuyển mình từ một một nền kinh tế tự túc xã hội chủ nghĩa để dần dần trở thành một xã hội tiêu thụ. Nhu cầu năng lượng, vì thế, trở nên bức thiết.

Tại Phi châu, Trung Cộng khai thác mọi bất đồng giữa các nước phương Tây và các quốc gia nghèo nhưng giàu tài nguyên. Trung Cộng ngày nay thay thế vai trò của các đế quốc Anh, Pháp, Bồ Đào Nha đã từng đóng tại Châu Phi thế kỷ 19. Để hút cạn nguồn dầu hỏa châu Phi, Trung Cộng không những nuôi dưỡng các tầng lớp lãnh đạo độc tài mà còn tiếp tay cho chúng để đàn áp các thành phần đối lập, tàn sát các tầng lớp nhân dân da đen thiếu học, không một tấc sắt trong tay bằng những phương tiện vô cùng ác độc. Giống như chế độ thực dân đế quốc trước đây, Trung Cộng bao che giới lãnh đạo, cung cấp cho chúng tiền bạc, súng đạn, che chở an ninh cá nhân và bảo vệ chế độ bằng quyền phủ quyết trong các cơ quan quốc tế như Liên Hiệp Quốc.

Đối với các nước Á Châu, trong giai đoạn từ 1979 và sau chiến tranh biên giới với Việt Nam, Trung Cộng tập trung mọi nỗ lực để theo đuổi Bốn Hiện Đại Hóa. Cuối thập niên 1980, Đặng Tiểu Bình thực hiện chính sách hòa hoãn và quan hệ ngoại giao tốt đối với các nước láng giềng Á Châu qua việc tái lập quan hệ ngoại giao với hàng loạt quốc gia như Ấn Độ (1988), Mongolia (1989), Indonesia (1990), Singapore (1990), Brunei (1991). Trung Cộng cũng tái lập quan hệ với CSVN năm 1991. Như vậy vào thời điểm 1991, Trung Cộng đã thiết lập quan hệ ngoại giao với cả mười quốc gia thuộc khối ASEAN.

Về mặt ngoài, Đặng Tiểu Bình chủ trương mở rộng quan hệ láng giềng tốt chỉ vì y không muốn các quốc gia nhỏ cảm thấy bị đe dọa và kết thành một khối chung quanh Mỹ như họ đã làm trước đây trong thời kỳ Chiến tranh lạnh giữa Mỹ và Liên Xô, nhưng đối với từng quốc gia, Đặng Tiểu Bình áp dụng một chính sách riêng biệt tùy thuộc vào điều kiện chính trị, thế mạnh thế yếu của quốc gia đó. Phía sau của chính sách hòa hoãn, ổn định để phát triển, giới lãnh đạo Trung Cộng luôn xem các nước nhỏ trong vùng thuộc vòng đai kiểm soát của họ. Trung Cộng cũng dùng các nước Á Châu nhỏ như là hàng rào an ninh bao bọc lục địa Trung Hoa và sẵn sàng dùng võ lực để bảo vệ vòng đai an ninh này như trường hợp đối với Việt Nam từ 1974 đến nay.

Đặng Tiểu Bình và chủ nghĩa dân tộc cực đoan tại Trung Cộng

Giai đoạn đổi mới 1978: Sau khi nắm toàn bộ quyền hành sau Hội Nghị Ban Chấp Hành Trung Ương Đảng Lần vào tháng 12, 1978, Đặng Tiểu Bình vận dụng chủ nghĩa dân tộc để đẩy mạnh Bốn Hiện Đại Hóa (Công Nghiệp, Nông Nghiệp, Quốc Phòng, và Khoa Học Kỹ Thuật). Từ sau hội nghị Lư Sơn và rõ nhất là sau Hội Nghị Trung Ương Đảng tại Bắc Kinh 1961, quan điểm của Đặng Tiểu Bình gần giống với Lưu Thiếu Kỳ, dùng mọi cách để nâng cao sản xuất bất chấp các nguyên tắc kinh tế xã hội chủ nghĩa tập trung. Câu nói "*Mèo đen hay mèo trắng không quan trọng miễn là nó bắt được chuột*" của Đặng Tiểu Bình thật ra chỉ lập lại một câu châm ngôn trong văn hóa Trung Quốc nhưng phản ảnh không những về đường lối, chính sách hiện đại hóa mà cả quan điểm của y về học thuyết Mác. Theo Bác sĩ Lý Chí Thỏa, bác sĩ riêng của Mao Trạch Đông, giai đoạn kinh hoàng 1959 đến 1962, Đặng Tiểu Bình chủ trương "không quan tâm mèo đen hay mèo trắng, công khai ủng hộ cho bất cứ chính sách gì miễn là gia tăng sản xuất nông nghiệp". Đặng Tiểu Bình nổi tiếng qua câu nói lịch sử này nhưng cũng nhiều lần khổ sở vì nó. Cây gậy "mèo đen mèo trắng" được phe Giang Thanh và Khang Sinh dùng để đánh họ Đặng trong Cách Mạng Văn Hóa khi Mao còn sống, đã được cánh tả khuynh dùng để đánh y lần nữa sau khi Mao qua đời.

Sau cái chết của Mao, Đặng Tiểu Bình lần nữa đối đầu với một thử thách có tính quyết định không chỉ sự nghiệp chính trị mà cả mạng sống. Y liên minh với Hoa Quốc Phong và các lãnh đạo thuộc thế hệ già trong nội bộ đảng để chống lại "*Lũ bốn người*" gồm Giang Thanh, Trương Xuân Kiều, Diêu Văn Nguyên và Vương Hồng Văn. Họ Đặng thắng. Sau khi dẹp tan "*Lũ bốn người*", cô lập Hoa Quốc Phong, nhận sự ủng hộ trung thành của thành phần lãnh đạo mới lên như Hồ Diệu Bang, Triệu Tử Dương, lôi kéo được nhóm lãnh đạo thời Vạn Lý Trường Chinh như Diệp Kiếm Anh, Bành Chân, Lý Tiên Niệm, Uông Đông Hưng, Đặng Tiểu Bình không còn đối thủ nào đủ tầm vóc, thâm niên đảng tịch và tài năng hơn y. Trong cương vị Chủ tịch Quân Ủy Trung Ương, họ Đặng trong thực tế là lãnh tụ tối cao của đảng Cộng Sản và nước Cộng Hòa Nhân Dân Trung Hoa.

Chiến dịch Mùa xuân Bắc Kinh và Bức tường dân chủ: Đặng Tiểu Bình phát động chiến dịch *Mùa xuân Bắc Kinh* trong đó cho phép hình thành một diễn đàn chưa bao giờ có trong xã hội Cộng Sản: Bức tường dân chủ. Bức tường dân chủ là bức tường gạch ở phố Tây Đơn, quận Tây Thành, Bắc Kinh. Đây là nơi để người dân nêu lên các ý kiến có tính phản biện các chính sách của nhà nước. Nhiều bài thơ ca ngợi tự do dân chủ cũng được dán lên đây. Chủ nghĩa dân tộc cực đoan được họ Đặng khơi dậy trong giai đoạn này nhằm lôi kéo quần chúng về phía mình, thu hút sự tham gia của các tầng lớp nhân dân gia tăng sản xuất, tấn công vào tầng lớp tả khuynh bảo thủ đang cản trở các thay đổi kinh tế chính trị của y.

Bức tường dân chủ của Đặng là con dao hai lưỡi. Những người góp ý kiến trong Bức tường dân chủ không chỉ tấn công vào tàn dư của phe nhóm Giang Thanh hay tham vọng tôn thờ cá nhân của Hoa Quốc Phong mà dần dần tiến đến việc phê bình các chính sách của họ Đặng. Nhà vận động dân chủ Wei Jingsheng vào ngày 5 tháng 12 năm 1978 đã dán lên bức tường lời kêu gọi "*Hiện đại hóa thứ năm*" tức Dân Chủ Hóa.

Ý thức sự đe dọa của ngọn lửa dân chủ bắt đầu nhen nhúm trong dân chúng, Đặng Tiểu Bình chỉ thị di chuyển Bức tường dân chủ vào bên trong một công viên nhỏ, và cuối cùng hủy bỏ. Dù sao, các ý kiến được dán lên Bức tường dân chủ đã cho thấy sự hiện diện của hai trường phái tư tưởng đối lập tại Trung Cộng: dân chủ và độc tài, Mác và không Mác. Đây là nguồn gốc sâu xa dẫn tới phong trào Thiên An Môn mười năm sau đó.

Mùa xuân Bắc Kinh đã tàn nhưng hạt mầm dân chủ gieo trồng vào ý thức người dân Trung Hoa, nhất là giới trẻ đã dần dần lớn lên. Các cuộc biểu tình của sinh viên xuất hiện từ 1985, 1986 tại các thành phố lớn như Thượng Hải, Bắc Kinh với các khẩu hiệu "*Dân chủ muôn năm*", "*Luật pháp chứ không phải độc tài lãnh đạo*". Lễ tưởng niệm dành cho Hồ Diệu Bang, lãnh tụ CS có đầu óc đổi mới qua đời ngày 15 tháng Tư, 1989 đã biến thành cuộc tuần hành đòi dân chủ lớn nhất trong lịch sử Trung Quốc hiện đại. Sáng ngày 22 tháng Tư, hàng trăm ngàn người thuộc nhiều giới, trong đó có các đảng viên Cộng Sản trẻ, các nhóm Cộng Sản có khuynh hướng cải cách tập trung để thương tiếc cựu tổng bí thư và phản đối chính sách trung ương tập quyền của đảng, đòi hỏi các cải cách chính trị, kinh tế.

Dù gây một tiếng vang lớn, phong trào Thiên An Môn của sinh viên Trung Quốc đã không đạt được mục đích như đề ra trong tuyên bố bảy điểm và để lại cho các phong trào dân chủ trẻ thế giới nói chung và tại các quốc gia Cộng Sản nói riêng. Chế độ CS lần nữa sống sót sau trận bão dân chủ thổi qua Liên Xô và các nước Đông Âu đầu thập niên 1990.

Những cây cột chống đỡ chế độ Cộng Sản tại Trung Cộng hiện nay

Tiếp tục củng cố tính chính danh của đảng CS: Đặng Tiểu Bình và các lãnh đạo Trung Cộng biết rõ hơn ai hết, cây cột duy nhất có thể giữ chế độ CS khỏi sụp đổ trước mắt là xây dựng tính chính danh lãnh đạo của đảng CS. Giáo sư Peter Hays Gries, một chuyên gia về Trung Quốc, viết "*Thiếu vắng tính hợp luật dựa theo thủ tục để bầu ra các chính phủ theo các nguyên tắc dân chủ, và đối phó với sự sụp đổ của hệ tư tưởng Cộng Sản, đảng Cộng Sản Trung Hoa gia tăng phụ thuộc vào các tiêu chuẩn dân tộc để cai trị đất nước*".

Đặng Tiểu Bình bảo vệ yếu tố chính danh: "*Hình ảnh một Trung Quốc hiện đại không phải được tạo ra bởi nhà Thanh hay bởi các lãnh chúa quân phiệt, và cũng chẳng phải do Tưởng Giới Thạch hay con trai của ông ta. Chính là do Cộng Hòa Nhân Dân Trung Hoa đã thay đổi hình ảnh của Trung Quốc*".

Khác với lý thuyết kinh điển CS trong đó giải thích các yếu tố giai cấp là nguyên nhân của hình thành đảng CS và đấu tranh giai cấp, các quan điểm CS ngày nay giải thích sự có ra đời của đảng CS Trung Quốc, trước hết phát xuất từ lòng yêu nước. Giáo sư Liu Kang, Duke University, nhận xét rằng hiện nay tại Trung Cộng, chủ nghĩa dân tộc trở thành một yếu tố chính danh mạnh mẽ.

Giới lãnh đạo Trung Cộng tận dụng mọi cơ hội để tiêm nhiễm chủ nghĩa dân tộc cực đoan vào nhận thức người dân. Trong các sách vở, tài liệu, kể cả trong đại lễ kỷ niệm 60 năm thành lập Cộng Hòa Nhân Dân Trung Hoa hay trong lễ khai mạc Thế Vận Hội, tinh thần Đại Hán được biểu dương đến mức cao nhất. Việc tổ chức vô cùng rầm rộ Thế Vận Hội 2008 về mục đích cũng chỉ là một cách bắt chước dụng ý của Hitler trong việc tổ chức Thế Vận Hội 1936 với cả hệ thống truyền hình và truyền thanh đạt tới 41 quốc gia. Cả hai đều là cơ hội để chế độ độc tài củng cố quyền lực và hợp thức hóa vai trò cai trị của họ.

Để tập hợp toàn dân sau lưng đảng và hoán chuyển đối tượng đấu tranh của tuổi trẻ sang mục tiêu khác hơn là cơ chế độc tài đảng trị, bộ máy tuyên truyền của đảng CS luôn nhấn mạnh đến các "thế lực thù địch" đe dọa sự sống còn của Trung Cộng. Bộ máy tuyên truyền cũng làm tất cả những gì cần thiết để "thế lực thù địch" luôn hiện diện không chỉ trong suy nghĩ, nhận thức mà cả trong đời sống của người dân.

"Thế lực thù địch" là ai?

Trước hết là Mỹ. Đối với Mỹ, mặc dù giữa hai quốc gia có một mối quan hệ kinh tế phụ thuộc vào nhau một cách phức tạp và sâu xa, Trung Cộng, về đối nội, luôn vẽ một hình ảnh Mỹ đầy đe dọa trong nhận thức của nhân dân Trung Hoa. Mỹ là thị trường lớn nhất cho hàng hóa Trung Cộng, tuy nhiên trong thống kê do BBC thực hiện vào 2009, 58% dân Trung Cộng có cái nhìn tiêu cực về Mỹ. Trong *Sách Trắng Quốc Phòng Trung Quốc 2002* (China Defense White Paper 2002), Trung Cộng cho rằng việc tăng cường đồng minh giữa Mỹ với các nước đồng minh Á Châu là "yếu tố của bất ổn" trong khu vực này.

Ngày 8 tháng Năm, 1999, một máy bay Mỹ ném bom lầm vào tòa đại sứ Trung Cộng tại Belgrade làm thiệt mạng 3 nhân viên tòa đại sứ và bị thương một số người khác. Biểu tình bùng nổ khắp Trung Cộng để tố cáo Mỹ "xâm phạm thô bạo chủ quyền Trung Quốc". Trên internet, các hacker tấn công trang web của tòa đại sứ Mỹ tại Bắc Kinh và dán ngay trong trang đầu hàng chữ "Đả đảo bọn người dã man". Tức khắc sau tai nạn, chính phủ Mỹ làm tất cả những gì họ nghĩ ra để chứng tỏ sự hối tiếc kể cả việc hạ cờ thấp nửa cột tại tòa đại sứ Mỹ ở Belgrade. Trung Cộng cũng từ chối cho phép Đại Sứ Mỹ Sasser tham dự lễ tiễn đưa cũng như không cho phép một phái đoàn cao cấp của chính phủ Mỹ đến tận Bắc Kinh để xin lỗi.

Giới lãnh đạo Trung Cộng cố tình trì hoãn việc công bố lá thư xin lỗi của Tổng Thống Clinton để nhân dân Trung Cộng có dịp trút căm thù lên "thế lực thù địch" đế quốc Mỹ. Các trường đại học cung cấp xe bus để chở sinh viên đến bao vây tòa đại sứ Mỹ. Tất cả mười ngàn tờ báo tại lục địa Trung Hoa đăng những bài bình luận có tính khiêu khích lòng tự ái dân tộc và kết luận tai nạn làm chết ba người Hoa tại Belgrade là "hành động cố ý". Ba người chết trong tai nạn thâm chí còn được tôn vinh là ba "thánh tử đạo". Các báo đảng được tự do kết tội Mỹ. Vài tờ báo so sánh hành động máy bay Mỹ ném bom lầm tàn ác không thua gì tội ác chiến tranh do Đức Quốc Xã gây ra. Trang đầu của *Nhân Dân Nhật Báo*, cơ quan ngôn luận chính thức của nhà nước Cộng Hòa Nhân Dân Trung Hoa, phân tích các điểm giống nhau giữa việc Mỹ ném bom với cuộc tấn công của các đế quốc sau Loạn Quyền Phỉ (Boxer Rebellion). Nhưng quá khích nhất là tờ *Tuổi Trẻ Bắc Kinh* với những bài bình luận với nội dung khích động bầu máu nóng của thanh niên. Ban Tuyên Huấn Trung Ương Đảng sau đó đã trao giải thưởng đặc biệt cho tờ báo này. Các phản ứng mang tính kích động hận thù Mỹ cũng được thể hiện qua nhiều biến cố khác như trường hợp máy bay thám thính U.S. EP-3 có thể bay lạc vào không phận Trung Cộng vào tháng Tư 2001 chẳng hạn.

Thái độ quá khích của giới lãnh đạo Trung Cộng phát xuất từ một lý do khác: nỗi sợ bị bao vây. Từ thập niên 1990 đến nay, Trung Cộng luôn chống đối mọi sự liên minh theo dạng "khối quân sự" ám chỉ sự liên kết giữa Mỹ và các nước Đông Á cũng như sự có mặt của quân đội Mỹ tại Nhật Bản, Nam Hàn và mới đây tại Trung Á. Hiện nay, các quốc gia Đông Á vẫn là đồng minh với Mỹ về mọi mặt, từ kinh tế chính trị và cả quân sự. Do đó, mối lo lớn nhất của Trung Cộng là bị bao vây và thật sự nước Cộng Sản này đang bị bao vây. Để đối phó lại các liên minh quân sự khối, Trung Cộng cố gắng phát triển mối quan hệ đa phương với Nga và các quốc gia nhỏ khác vùng Trung Á như Kazakhstan, Kyrgyzstan, Tajikistan, Uzbekistan qua Tổ Chức Hợp Tác Thượng Hải (SCO), tuy nhiên tổ chức này chưa phải là đối lực của các khối thân Mỹ. Tuy mặt ngoài thân thiện, các cơ quan truyền thông của đảng Trung Cộng cho rằng Mỹ và các nước Tây Phương âm mưu làm cản trở đà tiến của Trung Cộng. Một số lãnh đạo Trung Cộng còn tố cáo rằng Mỹ đang lừa Trung Cộng vào cuộc Chiến Tranh Lạnh như Mỹ đã từng áp dụng với Liên Xô để cuối cùng dẫn đến cả hệ thống Liên Xô tan rã.

"Thế lực thù địch" thứ hai là Nhật. Không thể và cũng không ai phủ nhận chính sách hà khắc của các chế độ quân phiệt Nhật với Trung Cộng và Triều Tiên. Những biến cố như vụ Tàn Sát Nam Kinh (Nanking Massacre) hay còn gọi Hiếp Dâm Nam Kinh (Rape of Nanking) sau khi thành phố này rơi vào tay Nhật trong chiến tranh Hoa Nhật lần thứ hai (1937 - 1945) được thế giới biết qua nhiều sách vở, phim ảnh. Từ 1950 đến 2010, lãnh đạo các chính phủ Nhật đã 52 lần xin lỗi về các tội ác do quân đội Nhật gây ra.

Thái độ chống đối hay ngay cả thù ghét, căm hận Nhật trong tình cảm của nhân dân các nước bị xâm lăng trước đây là một phản ứng tình cảm tự nhiên. Theo thống kê 2010, 24 phần trăm người dân Nam Hàn nghĩ rằng Nhật chưa bao giờ xin lỗi và 58 phần trăm tin rằng Nhật không xin lỗi một cách thành thật. Tuy nhiên, chánh phủ Nam Hàn không trộn lẫn các tình cảm chống Nhật vào các chính sách kinh tế, chính trị và bang giao quốc tế. Tại Trung Cộng thái độ chống Nhật là một loại vũ khí tuyên truyền của đảng CS.

Giới lãnh đạo Trung Cộng kiểm soát tuyệt đối không chỉ đời sống vật chất mà cả đời sống tình cảm, tinh thần thương ghét của người dân. Quá nhiều phim ảnh, sách báo tập trung vào một cuộc chiến đã chấm dứt 60 năm trước. Một đứa bé Trung Cộng khi mới bắt đầu tập đọc sách đã được dạy căm thù Nhật Bản. Việc đi thăm viếng và học hỏi tư liệu từ các viện bảo tàng tội ác Nhật là một phần trong chương trình học của học sinh trung học. Phóng viên tạp chí *Time* đã phỏng vấn một nữ sinh 15 tuổi sau khi em vừa viếng thăm Viện Bảo Tàng Chiến Tranh Chống Nhật và em trả lời "*Xem xong, em thù Nhật hơn bao giờ hết*".

Năm 2005, khi Nhật Bản vận động để trở thành hội viên thường trực của Hội Đồng An Ninh Liên Hiệp Quốc, lãnh đạo Trung Cộng lại lần nữa xúi giục hàng vạn sinh viên Trung Cộng xuống đường phản đối. Các thành phố lớn, sinh viên tấn công các tòa lãnh sự, các cơ sở thương mại, siêu thị, nhà hàng Nhật kể các công ty hàng hóa Nhật do người Hoa làm chủ. Giới lãnh đạo CS biết, tội ác của Nhật càng nặng bao nhiêu thì vai trò cứu rỗi dân tộc của đảng CS Trung Quốc càng to lớn bấy nhiêu. Hầu hết các nhà phân tích chính trị thế giới đều đồng ý việc tuyên truyền công lao của đảng CS trong cuộc chiến tranh giải phóng dân tộc chỉ nhằm biện hộ cho vai trò lãnh đạo lâu dài của đảng.

Chủ nghĩa dân tộc cực đoan đe dọa sự sống còn của đảng CS

Chủ nghĩa Đại Hán là con dao hai lưỡi: Giáo sư Susan L. Shirk, nguyên Phụ tá Bộ Trưởng Ngoại Giao đặc trách Trung Cộng nhận xét trong lúc ảnh hưởng của Trung Cộng ngày càng mạnh trên trường quốc tế, quốc gia này lại rất mong manh trong nội bộ. Sau biến cố Thiên An Môn, để mua chuộc giới trung lưu có quyền lợi mâu thuẫn với đảng, giới lãnh đạo đảng CS gia tăng tiền lương, nâng cao mức sống của giới này, cung cấp công ăn việc làm trong hệ thống nhà nước, thu hút họ gia nhập đảng CS. Mức lợi tức bình quân đầu người tại Thượng Hải vào khoảng 9.000 Dollar, cách quá xa so với các khu vực ngoại ô nghèo nàn. Sự khác biệt giàu và nghèo, thành phố và thôn quê đang báo hiệu một tai họa. Ngoài ra, như lịch sử đã chứng minh sự phát triển của giai cấp trung lưu là nguồn thúc đẩy của cách mạnh dân chủ vì đó là giai cấp có học thức, có phương tiện và có nhiều nhu cầu vật chất cũng như tinh thần cần được thỏa mãn. Tại Trung Cộng, giới lãnh đạo đảng CS đến nay thành công trong việc cầm chân giới trung lưu nhưng không thể nào giữ được lâu dài. Đối với các dân tộc thiểu số, chỉ riêng ba tháng đầu năm 2009, Trung Cộng có 50 ngàn vụ xung đột có tính bạo động lớn nhỏ giữa dân thiểu số và lãnh đạo CS tại địa phương. Các cuộc nổi dậy chống chính sách Hán hóa tại 5 khu vực tự trị Tân Cương (Xinjiang), Ninh Hạ (Ningxia), Nội Mông Cổ, Tây Tạng và Yining (thủ phủ khu tự trị dân tộc Kazakh Ili) cũng như với 50 nhóm thiểu số khác khắp Trung Cộng ngày càng gia tăng. Lợi thế của các dân tộc thiểu số tuy ít về dân số nhưng sở hữu những vùng đất rộng mênh mông rất dễ gây khó khăn cho chính quyền trung ương.

Cũng trong tác phẩm *Trung Quốc, siêu cường dễ vỡ* (China Fragile Superpower), Giáo sư Susan L. Shirk nhận xét giới lãnh đạo Trung Cộng luôn sống trong tình trạng bất an khi nghĩ về ngày vĩnh biệt không thể tránh khỏi của chế độ CS tại lục địa Trung Hoa. Chủ nghĩa dân tộc cực đoan phát triển đến một giai đoạn không còn kiểm soát được đang trở thành mối đe dọa cho sự tồn tại của đảng CS và bộ máy độc tài.

Chủ nghĩa Đại Hán làm gia tăng bất hòa, thù địch với các nước láng giềng và sẽ đẩy các nước nhỏ không có chọn lựa nào khác hơn là liên minh quân sự: Từ thập niên 1990 đến nay, Trung Cộng luôn chống đối mọi sự liên minh theo dạng "khối quân sự" ám chỉ sự liên kết giữa Mỹ và các nước Đông Á cũng như sự có mặt của quân đội Mỹ tại Nhật Bản, Nam Hàn và mới đây tại Trung Á. Phần lớn các quốc gia vùng Đông Á vẫn là đồng minh với Mỹ về mọi mặt, từ kinh tế chính trị và cả quân sự. Mối lo lớn nhất của Trung Cộng là bị bao vây và thật sự nước Cộng Sản này đang bị bao vây. Để đối phó lại các liên minh quân sự khối, Trung Cộng cố gắng phát triển mối quan hệ đa phương với Nga và các quốc gia nhỏ khác vùng Trung Á như Kazakhstan, Kyrgyzstan, Tajikistan, Uzbekistan qua Tổ chức Hợp tác Thượng Hải (SCO), tuy nhiên tổ chức này chưa phải là đối lực của các khối thân Mỹ. Tuy mặt ngoài thân thiện, các cơ quan truyền thông của đảng được chỉ thị phải liên tục tố cáo Mỹ và các nước Tây Phương âm mưu làm cản trở đà tiến của Trung Cộng. Một số lãnh đạo Trung Cộng còn nghĩ rằng Mỹ đang dẫn dắt Trung Cộng vào cuộc Chiến Tranh Lạnh như Mỹ đã làm với Liên Xô để cuối cùng dẫn đến cả hệ thống Liên Xô tan rã.

Chiếc mặt nạ chủ nghĩa dân tộc sớm muộn sẽ rớt xuống: Trung Cộng mặt ngoài rất hung hăng, cứng rắn, ăn hiếp láng giềng qua các đụng độ quân sự nhỏ nhưng rất sợ chiến tranh quốc tế hay khu vực bởi vì như nhà ngoại giao kỳ cựu Ngô Kiến Dân cảnh cáo "*Rất nhiều người cho rằng cứ tiến hành chiến tranh để giành chiến thắng là ổn. Thực ra không phải vậy, mà ngược lại, sẽ chỉ làm tình hình xung quanh Trung Cộng rơi vào hỗn loạn*". Nhà ngoại giao Ngô Kiến Dân cũng so sánh giữa chủ nghĩa dân túy của Hitler và chủ nghĩa dân tộc cực đoan tại Trung Cộng hiện nay "*Hitler có yêu nước Đức không? Dĩ nhiên có, nhưng hắn theo chủ nghĩa dân túy. Thanh niên ngày nay cần có tầm nhìn rộng mở, phải có trái tim bao dung thiên hạ. Thứ chủ nghĩa dân túy, chủ nghĩa dân tộc cực đoan, chủ nghĩa yêu nước hẹp hòi là không thể được. Một quốc gia chỉ biết cái lợi riêng mình thì sẽ mất hết bạn bè, sẽ bị cô lập. Thời nay, cô lập là tai họa… Trong thời đại toàn cầu hóa, tin học hóa khiến lợi ích các nước gắn kết chặt chẽ với nhau như hiện nay, đã đến lúc chúng ta không thể đóng cửa lại để tuyên truyền thứ chủ nghĩa yêu nước hẹp hòi.*"

Giới lãnh đạo Trung Cộng không phải không ý thức hiểm họa đó, tuy nhiên, để kéo dài sự sống, họ không có chọn lựa nào khác hơn là tiếp tục giương cao ngọn cờ chủ nghĩa dân tộc và xoay xở bằng mọi cách để phát triển kinh tế. Cả hai điều kiện đều bất khả thi. Không một nền kinh tế nào có thể duy trì được mức phát triển cao một cách liên tục và không sự thật nào được che giấu mãi mãi. Sự phẫn nộ của dân chúng trước các suy thoái kinh tế xã hội sẽ trút lên đầu đảng CS. Sắc dân Hán tuy đông nhưng sẽ không cứu được đảng CS. Lịch sử đã chứng minh, không phải ngày nay sắc dân Hán mới chiếm đa số mà đã là đa số trong nhiều ngàn năm trước nhưng vẫn bị các sắc dân nhỏ uy hiếp, tấn công và ngay cả cai trị. Sự suy yếu bên trong và áp lực bên ngoài là những mối đe dọa thường trực và trực tiếp cho quyền cai trị của đảng CS.

Bài học Tiệp Khắc trước chủ nghĩa dân tộc cực đoan Đại Hán ngày nay

Chủ trương bành trướng về phía Đông Âu của Hitler để làm bàn đạp chinh phục Âu châu cũng không khác gì nhiều so với chủ trương bành trướng Đông Nam Á làm bàn đạp chinh phục Á châu của giới lãnh đạo Trung Cộng hiện nay.

Sau khi sáp nhập Áo không có một phản ứng mạnh nào từ phía các cường quốc Âu Châu, Hitler đòi vùng Sudetenland trù phú với đa số dân nói tiếng Đức từ Tiệp Khắc. Anh Pháp nhượng bộ. Hiệp ước Munich được ký kết bất chấp sự chống đối của chính phủ Tiệp. Không lâu sau đó, Hitler chiếm luôn Tiệp Khắc. Tháng Chín 1939, Đức tấn công Ba Lan. Anh và Pháp cam kết ủng hộ Ba Lan và tuyên chiến với Đức. Thế chiến thứ hai thật sự bùng nổ. Hậu quả, khoảng 60 triệu người trên thế giới đã chết trong sáu năm kinh hoàng nhất trong lịch sử nhân loại.

Trường hợp Tiệp Khắc là bài học lớn cho dân tộc Việt Nam và sẽ được phân tích trong bài viết đầy đủ hơn sau này. Tuy nhiên một cách vắn tắt, lý do chính làm Tiệp Khắc bị xóa tên trên bản đồ thế giới ngay cả trước khi Thế chiến thứ hai bùng nổ, chưa hẳn vì Anh và Pháp đã bán đứng cho Hitler tại hội nghị Munich như nhiều sử gia đồng ý. Chính sách nhân nhượng (appeasement policy) của các lãnh đạo chủ hòa châu Âu đứng đầu là Thủ tướng Anh Neville Chamberlain chỉ là nguyên nhân khách quan, nằm ngoài vòng kiểm soát chủ động của chính phủ và nhân dân Tiệp. Tiệp Khắc rơi vào tay Hitler nhanh chóng chỉ vì Tiệp Khắc là một quốc gia ô hợp, phân hóa, suy yếu, có nhiều chính khách làm tôi mọi ngoại bang và không có quyết tâm bảo vệ chủ quyền đất nước. Hitler nhắm vào Tiệp Khắc vì y biết Tiệp Khắc là một quốc gia nhưng không có nội lực của một dân tộc thống nhất.

Như người xưa nhắn nhủ muốn thắng kẻ thù trước hết phải chiến thắng chính mình. Trong phạm vi dân tộc cũng thế, trước khi thắng được ngoại xâm một dân tộc phải biết vượt qua mọi bất đồng, biết hy sinh, biết đoàn kết thành một mối, và nếu cần phải biết chết cho các thế hệ tương lai của dân tộc được sống còn.

Tham khảo:

Susan L. Shirk, China Fragile Superpower, Oxford University Press, 2007.

Center for Strategic and International Studies and the Peter G.

Peterson Institute for International Economics, China: The Balance Sheet, Public Affairs 2007

Wenfang Tang and Gaochao He, Separate but Loyal: Ethnicity and Nationalism in China, East-West Center 2010, Hawaii University 2010.

Roderick MacFarquhar, Michael Schoenhals, Mao's Last Revolution, Cambridge, MA, Belknap Press of Harvard University 2010.

The Democracy Wall Movement and the Variations of Socialist Democracy, Department of Contemporary History. The 7th Biennial Nordic Conference on Chinese Studies, Helsinki 7-9 June 2005

Jayshree Bajoria, Nationalism in China, Council on Foreign Relations, April 23, 2008

Wei Jingsheng: *China's Spirit of Democracy*

Tiananmen Square, 1989. The Declassified History

Robert Kagan, *The End of History, The New Republic*, April 23, 2008

Joshua Kurlantzick, *Nonstop party, The surprising persistence of Chinese communism*, Boston Globe, November 22, 2009.

Maria Hsia Chang, *Thoughts of Deng Xiaoping*, The Regents of the University of California 1996

Peter Hitchens, *How China has created a new slave empire in Africa*, Mail, 28th September 2008

Matthew Forney, *Why China Loves to Hate Japan*, Time, Dec 10 2005

Austin Ramzy, *Bao Tong on Deng Xiaoping*, ON THE WEB, 30 December 2008

Ngô Kiến Dân *Vũ lực không giải quyết được tranh chấp ở Biển Đông*, Tiền Phong, 15/07/2012

HIỂM HỌA TRUNG CỘNG VÀ BÀI HỌC THỔ NHĨ KỲ

Chiến tranh sẽ đến. Không cần phải là nhà tiên tri hay nhà khoa học xã hội cũng có thể đoán được. Lịch sử loài người đã chứng minh chiến tranh và hòa bình là hai mặt biện chứng trong tiến trình phát triển của xã hội loài người. Vegetius trong tác phẩm nổi tiếng *Quan tâm về các vấn đề quân sự* (De Re Militari) xuất bản vào thế kỷ thứ năm viết "*Muốn có hòa bình, hãy chuẩn bị chiến tranh*". Từ chiến tranh bộ lạc sang chiến tranh thuộc địa, chiến tranh khu vực, chiến tranh thế giới, chiến tranh giải phóng dân tộc, chiến tranh lạnh, chiến tranh giữa những người cùng chủng tộc, trong từng giờ, từng phút máu của nhân loại đã và đang đổ xuống tại nhiều nơi trên trái địa cầu ngày càng chật hẹp này.

Trong lúc chiến tranh là một sự kiện khó thể tránh khỏi, trong đó, nhiều nhân tố nằm ngoài tầm kiểm soát và quyết định của giới lãnh đạo và nhân dân các quốc gia nạn nhân, những nhà lãnh đạo khôn ngoan, có tầm nhìn xa, biết chọn đúng thế đứng chính trị, không những tránh được chiến tranh mà còn vận dụng các xung đột quốc tế để đem về các lợi ích lâu dài cho quốc gia họ.

Mustafa Kemal Atatürk nhìn về tương lai Thổ Nhĩ Kỳ

Thổ Nhĩ Kỳ dưới sự lãnh đạo của Mustafa Kemal Atatürk từ năm 1923 đến năm 1938 và các chính phủ về sau là một bài học lớn cho nhiều quốc gia vừa thoát khỏi chế độ phong kiến và thuộc địa. Trong số đó, hai bài học quan trọng:

Sự kết hợp hài hòa giữa tinh hoa văn hóa của dân tộc và hướng phát triển dân chủ của thời đại.

Người lãnh đạo phải có tầm nhìn xa và khi cần phải biết chọn lựa dứt khoát một thế đứng trong bang giao quốc tế có lợi cho sự phát triển lâu dài của đất nước.

Mustafa Kemal Atatürk, thường được gọi Mustafa Kemal, sinh năm 1881 tại Salonika trong một gia đình theo Hồi Giáo, thuộc Đế Chế Ottoman. Ông vào trường chuyên quân sự khi tuổi mới 12. Mustafa Kemal được nhận vào học viện quân sự năm 1902 và tốt nghiệp đại học quân sự năm 1905. Khi thế chiến thứ nhất bùng nổ, Đế Chế Ottoman liên minh với Đức và Hung. Mustafa Kemal chỉ huy sư đoàn 19 thuộc binh đoàn 2 và đưa quân vào hành lang Đông Âu. Ông là một sĩ quan xuất sắc, dạn dày trận mạc, chiến đấu dũng cảm và được tặng thưởng 24 huân chương chiến công. Mặc dù những năm cuối của thế chiến thứ nhất, liên quân Đức-Hung thua nhiều trận lớn nhưng binh đoàn 16 dưới quyền Mustafa Kemal liên tục đánh bại quân Nga. Khi Cách Mạng Cộng Sản 1917 bùng nổ, Nga rút quân.

Sau thế chiến thứ nhất, Đế Chế Ottoman sụp đổ, lãnh thổ bị chia cắt và phần Thổ Nhĩ Kỳ ngày nay bị đồng minh dưới quyền của Anh chiếm đóng. Tướng Mustafa Kemal thoát ly khỏi chế độ Ottoman để phát động một phong trào võ trang đòi độc lập cho Thổ Nhĩ Kỳ. Mặc dù bị kết án tử hình vắng mặt, Mustafa Kemal vẫn được bầu vào quốc hội Ottoman. Khi quốc hội này bị Anh giải tán, Mustafa Kemal kêu gọi bầu quốc hội khác và đặt trụ sở tại bản doanh của phong trào độc lập ở Ankara. Quốc hội mới được bầu ra qua danh xưng Đại Nghị Quốc Gia (Grand National Assembly) gọi tắt là GNA. Ngày 5 tháng 8 năm 1921, Mustafa Kemal được GNA phong làm Tổng Tư Lịnh quân đội phong trào giành độc lập Thổ Nhĩ Kỳ. Quân khởi nghĩa dưới quyền Mustafa Kemal đánh bại liên quân Anh, Pháp, Ý, Hy Lạp tại nhiều nơi. Kết quả, hiệp ước Lausanne ra đời ngày 24 tháng 7 năm 1923 công nhận nền độc lập của Cộng Hòa Thổ Nhĩ Kỳ.

Tức khắc sau khi trở thành tổng thống đầu tiên của nền cộng hòa non trẻ, Mustafa Kemal đặt mục tiêu hiện đại hóa đất nước lên hàng đầu. Trung tâm quyền lực chính trị của Thổ Nhĩ Kỳ trong giai đoạn này là GNA trong đó đảng Cộng Hòa Nhân Dân do Mustafa Kemal thành lập giữ gần như đa số tuyệt đối. Hiện đại hóa không chỉ được tiến hành trong lãnh vực kinh tế nhưng quan trọng hơn trong chính trị, văn hóa, giáo dục. Trong suốt thời gian lãnh đạo quốc gia, Mustafa Kemal thực hiện hàng loạt các biện pháp cấp tiến bao gồm việc giải tán các cơ sở giáo dục Hồi Giáo, bỏ tiếng Á Rập và thay bằng ngôn ngữ Thổ dùng mẫu tự La-Tinh, thành lập các ủy ban nghiên cứu sự thành công của hệ thống kinh tế Pháp, Ý, Thụy Sĩ, Thụy Điển để áp dụng một cách hữu hiệu vào điều kiện một quốc gia Hồi Giáo như Thổ. Mùa hè 1924, Mustafa Kemal còn mời nhà giáo dục Mỹ John Frederick Dewey thuộc trường đại học Columbia, đến Thổ để cố vấn chính phủ về cải cách giáo dục.

Cơ sở lý luận Kemal

Để định hướng lâu dài cho đất nước, Mustafa Kemal xây dựng cơ sở lý luận Kemal (Kemalism) đặt căn bản trên ba thành tố chính: Cộng Hòa (Republicanism), Dân Túy (Populism) và Thế Tục (Secularism). Về thành tố Cộng Hòa, Mustafa Kemal thay thế các nguyên tắc lãnh đạo quân chủ bằng các nguyên tắc dân chủ pháp trị trong đó các quyền dân sự do chính nhân dân quyết định qua hình thức dân chủ đại diện. Quốc hội là cơ quan quyền lực cao nhất và được bầu lên qua một cuộc đầu phiếu phổ thông. Về thành tố Dân Túy (Populism), Mustafa Kemal quan niệm cách mạng dân tộc dân chủ của Thổ Nhĩ Kỳ là một cuộc cách mạng xã hội nhằm phục vụ cho lợi ích của toàn dân. Ông đề cao các giá trị văn hóa lịch sử Thổ và xem đó như hành trang lên đường hướng tới một tương lai xán lạn cho dân tộc Thổ Nhĩ Kỳ. Về thành tố Thế Tục (Secularism), Mustafa Kemal chủ trương tách tôn giáo ra khỏi nhà nước. Ngay cả câu "Nền tảng tôn giáo của quốc gia Thổ Nhĩ Kỳ là Hồi Giáo" trước đó được xem như là tự nhiên trong một nước với 99.8% dân số theo đạo Hồi, cũng bị gạch bỏ khỏi hiến pháp. Thái độ dứt khoát của Mustafa Kemal về tôn giáo không nhằm xóa bỏ tôn giáo hay thù địch tôn giáo nhưng nhằm mở rộng tự do tư tưởng và nâng cao vai trò độc lập của chính phủ trong một xã hội vốn đã bị ảnh hưởng tôn giáo đè nặng suốt sáu thế kỷ dưới thời Đế Chế Ottoman.

Chính sách Thổ Nhĩ Kỳ trong thế chiến thứ hai

Về đối ngoại, vài năm trước khi qua đời vào ngày 10 tháng 11 năm 1938, Mustafa Kemal tìm cách cải thiện mối quan hệ ngoại giao với Anh để cân bằng cán cân ảnh hưởng với Liên Xô.

Tổng thống thứ hai của Thổ Nhĩ Kỳ Mustafa İsmet İnönü, người kế vị Mustafa Kemal ý thức sự chịu đựng của nhân dân Thổ trong suốt 14 năm chiến tranh từ 1908 đến 1922 nên quyết tâm bằng mọi cách tránh đưa đất nước vào vòng chiến một lần nữa. Khi thế chiến thứ hai bùng nổ, Mustafa İsmet İnönü tuyên bố Thổ Nhĩ Kỳ trung lập. Nhờ thế, trong lúc phần lớn châu Âu chìm trong biển lửa, Thổ Nhĩ Kỳ dù là vị trí trái độn giữa hai khối, không bị ảnh hưởng gì.

Tuy nhiên, cuối tháng 2 năm 1945, khi số phận của khối trục chỉ còn tính bằng ngày, Tổng thống Mustafa İsmet İnönü khôn khéo chọn lựa đứng về phía đồng minh. Dù không có một người lính Thổ nào ra trận, theo quyết định của hội nghị Yalta, Thổ Nhĩ Kỳ vẫn được xem là quốc gia đồng minh và là một trong những hội viên thành lập đầu tiên của Liên Hiệp Quốc. Cả Tổng thống Mỹ Franklin Roosevelt và Thủ tướng Anh Winston Churchill đều muốn Thổ Nhĩ Kỳ, quốc gia có vị trí chiến lược ngay sân sau của Liên Xô, đứng về phía họ nên đã khuyến khích Thổ tham gia phe đồng minh. Tương tự, Joseph Stalin cũng đánh giá cao vị trí chiến lược của Thổ và mặc dù không tin tưởng hẳn, y vẫn nghĩ chính phủ Thổ sẽ tiếp tục ủng hộ chính sách đối ngoại của Liên Xô như trước đây nên đồng ý đề nghị của Thủ tướng Churchill.

Liên Xô tham vọng độc chiếm Eo biển Thổ Nhĩ Kỳ

Ngay sau khi thế chiến thứ hai vừa chấm dứt, tham vọng bành trướng về phía đông của Stalin đang trên đà chiến thắng lộ rõ nhất là qua xung đột Eo biển Thổ Nhĩ Kỳ (The Turkish Straits) gồm hai eo biển Bosphorus và Dardanelles nằm giữa Bắc Hải và Địa Trung Hải. Eo biển Thổ là nguồn hải lưu huyết mạch và là chiếc cầu biển nối hai châu Âu và Á. Eo biển là trái tim của Thổ Nhĩ Kỳ. Bất cứ quốc gia nào làm chủ Eo biển sẽ giữ vị trí quân sự và chính trị quyết định trong toàn vùng Biển Bắc và khu vực Balkans.

Ngày 19 tháng Ba năm 1945, Ngoại trưởng Liên Xô Vyacheslav M. Molotov thông báo cho đại sứ Thổ Nhĩ Kỳ tại Liên Xô biết Liên Xô đơn phương hủy bỏ Hiệp Ước Cam Kết Không Xâm Lược (Non-Aggression Pact) giữa Liên Xô và Thổ được ký kết ngày 17 tháng Giêng năm 1925. Tham vọng bành trướng của Liên Xô không phải chỉ là chính sách riêng của Stalin nhưng là một bước kế tục truyền thống khống chế các nước nhỏ chung quanh có từ thời các Sa Hoàng Nga.

Khi chính phủ Thổ tìm cách làm dịu mối quan hệ, Liên Xô đưa ra hàng loạt điều kiện bao gồm việc chia quyền điều hành eo biển Thổ Nhĩ Kỳ, Hồng quân Liên Xô có trách nhiệm bảo vệ an ninh eo biển, và ngoài ra, Thổ phải trao trả cho Liên Xô hai vùng đất Kars và Ardahan đang thuộc lãnh thổ Thổ Nhĩ Kỳ. Chính phủ Thổ Nhĩ Kỳ từ chối.

Thổ Nhĩ Kỳ chọn gia nhập NATO

Trước sự đe dọa của Liên Xô và sự phân cực rõ nét của chính trị thế giới sau thế chiến thứ hai, Tổng thống Thổ Nhĩ Kỳ Mustafa İsmet İnönü ý thức rằng để bảo vệ chủ quyền, sự toàn vẹn lãnh thổ và hiện đại hóa đất nước, Thổ Nhĩ Kỳ phải từ bỏ chính sách đối ngoại hợp tác theo kiểu bình đẳng cùng có lợi với mọi quốc gia để đứng về một phía có triển vọng phục vụ tốt nhất cho quyền lợi trước mắt cũng như lâu dài của Thổ. Thổ Nhĩ Kỳ dứt khoát đứng về phía Mỹ trong cuộc chiến tranh lạnh với Liên Xô.

Ngày 22 tháng 5 năm 1947, Tổng thống Truman ký quyết định viện trợ cho Thổ Nhĩ Kỳ và Hy Lạp. Năm 1948, các cố vấn quân sự Mỹ bắt đầu giúp đỡ chính phủ Thổ tái trang bị và hiện đại hóa quân đội.

Mỹ và Anh muốn dùng đất Thổ như một tiền đồn và quân đội Thổ như một đơn vị tiền phương để làm chậm sức tấn công của bộ binh Liên Xô một khi chiến tranh giữa hai khối bùng nổ trong lúc chờ đợi không lực Anh Mỹ mở các cuộc phản công phát xuất từ các căn cứ không quân đặt tại Ai Cập. Dĩ nhiên, chính phủ Thổ biết rõ thâm ý của Anh và Mỹ nhưng đó là cái giá phải chọn vì nền an ninh và sự thịnh vượng của quốc gia Thổ.

Theo tổng kết được ghi lại trong tài liệu *Tương lai chính sách đối ngoại của Thổ Nhĩ Kỳ* (The future of Turkish Foreign Policy) của hai tác giả Lenore G. Martin và Dimitris Keridis, trong năm 1948, Mỹ viện trợ cho Thổ Nhĩ Kỳ 180 phi cơ chiến đấu F-47, 30 phi cơ oanh tạc B-26 và 86 phi cơ vận tải C-47. Trong thời điểm 1948, đó là một viện trợ quân sự lớn. Với số vũ khí mới, quân đội Thổ không những có thể ngăn chặn mà nếu cần còn có khả năng oanh tạc các nguồn dầu khí của Liên Xô tại Romania và trong vùng Caucasus.

Tuy nhiên súng đạn không phải chỉ là những gì Thổ Nhĩ Kỳ muốn nhưng quan trọng hơn là sự bảo đảm bằng một liên minh quân sự quốc tế. Nói rõ hơn, Thổ muốn trở thành hội viên chính thức của Tổ Chức Minh Ước Bắc Đại Tây Dương (NATO). Tổng thống Mustafa İsmet İnönü tin tưởng hỏa lực hùng hậu của NATO và Hạm đội Địa Trung Hải của Mỹ là bức tường thành vững chắc nhất để bảo vệ Thổ Nhĩ Kỳ chống lại Liên Xô xâm lược. Để chứng tỏ thiện chí, Thổ Nhĩ Kỳ gởi quân tham chiến bên cạnh các lực lượng Mỹ trong chiến tranh Triều Tiên.

Ngày 18 tháng 2 năm 1952, Thổ Nhĩ Kỳ chính thức trở thành hội viên của NATO.

Thổ Nhĩ Kỳ sau khi gia nhập NATO

Sau khi gia nhập khối dân chủ tây phương, Thổ Nhĩ Kỳ phát triển một cách nhanh chóng trong mọi lãnh vực. Thổ Nhĩ Kỳ có nền kinh tế lớn hạng thứ 17 thế giới với lợi tức bình quân đầu người trên 10 ngàn Dollar và là thành viên của G-20. Từ một nước phải chịu nhún nhường trước Liên Xô và sau đó lệ thuộc vào vũ khí của Mỹ, Thổ Nhĩ Kỳ trở thành một quốc gia tự sản xuất và xuất cảng võ khí tối tân. Không quân Thổ là một trong những lực lượng không quân lớn nhất của NATO. Thổ Nhĩ Kỳ là một trong năm quốc thành viên của Chính Sách Sử Dụng Nguyên Tử trực thuộc NATO. Hiện nay có 90 bom nguyên tử loại B61 được đặt tại căn cứ quân sự Incirlik trên đất Thổ. Nếu có một chiến tranh nguyên tử, không lực Thổ Nhĩ Kỳ với sự chấp thuận của NATO có quyền sử dụng các vũ khí nguyên tử đó. Các phi đoàn chiến đấu F-16C tối tân của không quân Thổ Nhĩ Kỳ do chính công ty Công Nghiệp Không Gian Thổ (Turkish Aerospace Industries) sản xuất. Thổ Nhĩ Kỳ còn là thành viên của chương trình sản xuất phi cơ chiến đấu F-35, một trong những đề án kỹ thuật cao cấp và đắt giá nhất.

Trước các thành tựu về kinh tế, chính trị và quốc phòng của Thổ Nhĩ Kỳ, không cần phải phân tích, mọi người đều có thể hiểu, chính hạt mầm dân chủ quý giá mà những người thành lập cộng hòa Thổ Nhĩ Kỳ gieo trên mảnh đất đầy phân hóa vì độc tài phong kiến lớn lên thành cây xanh, trái ngọt cho các thế hệ Thổ Nhĩ Kỳ hôm nay. Mười năm sau ngày độc lập, Tổng thống Mustafa Kemal phát biểu "*Cộng hòa có nghĩa lãnh đạo một quốc gia dân chủ. Chúng ta thành lập chế độ Cộng Hòa đã mười năm, nó phải thỏa mãn các đòi hỏi của một chế độ dân chủ khi cần đến".*

Sự chọn lựa nào mà chẳng có hy sinh. Con đường dẫn đến dân chủ của Thổ Nhĩ Kỳ không phải bằng phẳng. Với một quốc gia mang truyền thống quân sự từ thời Đế Chế Ottoman, trong suốt mười năm đầu sau độc lập, nước Thổ vẫn còn chịu đựng nhiều biến cố đảo chánh, ám sát, lật đổ, treo cổ, tranh chấp giữa chính quyền dân sự và các tướng lãnh, nhưng tất cả đều không rung chuyển được nền tảng dân chủ tại Thổ.

Và cũng không cần phải phân tích nhiều, mọi người đều hiểu sự chọn lựa dứt khoát của cấp lãnh đạo Thổ sau thế chiến thứ hai đã có ảnh hưởng quyết định trong việc đưa đất nước vượt qua hẳn quá khứ chậm tiến lạc hậu để trở thành một quốc gia dân chủ tiến bộ duy nhất trong khối các quốc gia Hồi Giáo. Thật vậy, nếu 1945, các lãnh đạo Thổ Nhĩ Kỳ chấp nhận các yêu sách của Stalin và trở thành một chư hầu không Cộng Sản của Liên Xô, nước Thổ vẫn là một nước Hồi Giáo nghèo nàn, lạc hậu và yếu kém như nhiều quốc gia Hồi Giáo Á Phi khác hiện nay.

Trung Cộng muốn gì ở Việt Nam?

Mặc dù có những thay đổi chiến thuật trong từng thời kỳ, về căn bản, mục tiêu của chủ nghĩa bành trướng Trung Cộng từ khi bắt đầu can dự vào cuộc chiến Việt Nam đến nay vẫn không thay đổi. Một cách vắn tắt như đã viết trong các bài trước, Trung Cộng muốn Việt Nam:

Hoàn toàn lệ thuộc vào Trung Cộng về chế độ chính trị.

Một phần không thể tách rời trong toàn bộ chiến lược an ninh châu Á của Trung Cộng.

Trung Cộng độc chiếm toàn bộ các quyền lợi kinh tế vùng biển Đông bao gồm cả các vùng biển đảo Hoàng Sa, Trường Sa đang tranh chấp.

Về mặt chính trị. Hai nỗi lo lớn của giới lãnh đạo Trung Cộng là sợ bị bao vây từ bên ngoài và diễn biến hòa bình bên trong nội bộ Trung Cộng. Nhìn quanh, họ chỉ thấy kẻ thù. Thật vậy, hầu hết các quốc gia dân chủ trong vùng từ Ấn Độ đến Nhật Bản, Đài Loan, Nam Hàn, Thái Lan, tuy mức độ khác nhau nhưng đều là các quốc gia đang có những mâu thuẫn căn bản với Trung Cộng, không những về quyền lợi kinh tế mà cả chế độ chính trị. Mặc dù không công khai tuyên bố, giới lãnh đạo Trung Cộng cũng biết hiện nay chỉ còn năm quốc gia theo một loại chủ nghĩa mà giáo sư sử học Roderick Macfarquhar, thuộc đại học Harvard, gọi là chủ nghĩa Lê Nin không có Mác, tức một nhà nước chuyên chính sắt máu nhưng không còn dựa trên nền tảng triết lý duy vật. Hai cơ chế chính trị Cộng Sản Trung Quốc và Cộng Sản Việt Nam (CSVN) có một mối quan hệ hữu cơ mật thiết với các yếu tố tương quan và phụ thuộc vào nhau. Sự lệ thuộc về chính trị của Việt Nam vào Trung Cộng không chỉ giúp giữ an toàn phòng tuyến phía nam mà còn tránh sự sụp đổ dây chuyền trong trường hợp cách mạng dân chủ tại Việt Nam diễn ra trước. Không giống như điều kiện chính trị thời điểm hội nghị Thành Đô, các phát triển chính trị và quân sự vùng Á Châu và Thái Bình Dương đang diễn ra cho thấy cuộc cách mạng dân chủ có nhiều khả năng diễn ra tại Việt Nam sớm hơn Trung Cộng.

Về mặt kinh tế. Hơn ai hết, giới lãnh đạo Trung Cộng biết chế độ CS như người đi trên dây, ngồi trên lưỡi dao cạo. Sự ổn định tại Trung Cộng hiện nay chỉ là sự ổn định tạm thời vì cơ chế chính trị Trung Cộng vốn được xây dựng trên một nền tảng bất ổn. Trong suốt 40 năm từ khi chương trình hiện đại hóa của Đặng Tiểu Bình ra đời, các thế hệ lãnh đạo đảng tập trung vào việc phát triển kinh tế để vừa thỏa mãn nhu cầu vật chất của người dân và vừa hợp thức hóa vai trò lãnh đạo của đảng Cộng Sản. Hai yếu tố hàng đầu của một nền kinh tế sản xuất là lao động và nguyên liệu. Lợi thế của Trung Cộng là nguồn lao động rẻ nhưng trong điều kiện một quốc gia có mức độ lãng phí nguyên vật liệu cao trong các nước đang phát triển như Trung Cộng, việc đáp ứng nhu cầu nguyên liệu cho một nền kinh tế khổng lồ nhưng lạc hậu về quản trị là một thách thức lớn cho giới lãnh đạo.

Hàng hóa của Trung Cộng xuất cảng phần lớn là hàng hóa tiêu dùng nhưng đây cũng là những loại sản phẩm mà quốc gia nào cũng có thể sản xuất được. Sự lớn mạnh của khối được gọi là các Nền Kinh Tế Đang Hứa Hẹn (Emerging Economies) trong đó Ấn Độ, với dân số 1.2 tỉ và mức xuất cảng cùng loại hàng hóa như Trung Cộng tăng 100 phần trăm trong vòng 10 năm qua là mối đe dọa lớn cho hàng hóa Trung Cộng. Để duy trì giá thành sản phẩm thấp, Trung Cộng không thể mua nguyên liệu theo giá trên các thị trường quốc tế London, New York hay nhập từ các nước châu Âu nên tìm cách khai thác các nguồn nguyên liệu rẻ qua chính sách thực dân đỏ bất nhân như đang diễn ra tại nước châu Phi, như trường hợp Congo.

Riêng với Á châu, khu vực này không chỉ là thị trường tiêu thụ mà còn là nguồn cung cấp nguyên liệu quan trọng cho nền kinh tế Trung Cộng. Miếng mồi ngon nhất, hấp dẫn nhất, đủ tiêu chuẩn kinh tế, chính trị, quân sự nhất không đâu khác hơn là Việt Nam. Chủ trương muốn Việt Nam là phần không thể tách rời trong toàn bộ chiến lược châu Á của Trung Cộng quá rõ ràng, không cần phải một nhà phân tích chính trị cỡ Carlyle Thayer mới thấy mà ngay trong tác phẩm *Sự Thật Về Quan Hệ Việt Nam - Trung Cộng Trong 30 Năm Qua*, Nxb Sự Thật, Hà Nội tháng 10, 1979, giới lãnh đạo Cộng Sản Việt Nam cũng đã tự thú điều này "*Việt Nam là một đối tượng quan trọng cần khuất phục và thôn tính để dễ bề đạt được lợi ích chiến lược của họ*".

Điểm giống nhau và khác nhau giữa Việt Nam và Thổ Nhĩ Kỳ

Về mặt địa lý chính trị và quân sự, Việt Nam và Thổ Nhĩ Kỳ có nhiều điểm giống nhau. Tham vọng thiên triều của các triều đại phong kiến Trung Hoa đối với các quốc gia nhỏ vùng Đông Nam Á, đặc biệt với Việt Nam, thâm độc không khác gì truyền thống nước lớn của các Sa Hoàng Nga đối với các nước Đông Âu. Hoàng Sa và Trường Sa, đôi mắt của Việt Nam nhìn ra Thái Bình Dương quan trọng không kém gì Eo biển Thổ Nhĩ Kỳ, trái tim Thổ Nhĩ Kỳ trong vùng Địa Trung Hải. Khát vọng của dân tộc Việt Nam mong được sống trong tự do, thanh bình, thịnh vượng sau bao nhiêu năm chiến tranh tàn phá cũng sâu thẳm như ước vọng tự do, dân chủ và thịnh vượng của dân tộc Thổ sau nhiều năm chiến tranh dưới thời Đế Chế Ottoman, thế chiến thứ nhất và chiến tranh giành độc lập.

Sau thế chiến thứ hai và nhất là sau sự sụp đổ của hệ thống Cộng Sản, lục địa châu Âu hiện nay được xem là ổn định. Hầu hết các quốc gia vừa thoát khỏi chế độ Cộng Sản, kể cả Nga, vẫn còn trên đường phục hồi kinh tế, chính trị và phục hưng các giá trị văn hóa lịch sử của dân tộc họ. Xung đột thế giới tới đây được các nhà phân tích kinh tế chính trị nhận xét sẽ là xung đột Á Châu, nơi đang tồn tại các hệ thống chính trị đối nghịch, các quyền lợi kinh tế đối nghịch và các chính sách phát triển đối nghịch. Vì lý do địa lý chính trị, Việt Nam được xem là một trong những điểm nóng nhất và có thể sẽ là ngòi nổ của cuộc xung đột châu Á và Thái Bình Dương.

Liệu Việt Nam có thoát khỏi chiến tranh châu Á như Thổ Nhĩ Kỳ đã đứng bên ngoài biển lửa châu Âu?

Liệu giới lãnh đạo CSVN có khả năng hóa giải các nguồn ngoại lực và biết vận dụng vị trí chiến lược của bán đảo Việt Nam một cách khôn ngoan để phục vụ cho lợi ích lâu dài của đất nước như các lãnh đạo Thổ Nhĩ Kỳ đã làm?

Trước mắt, không có dấu hiệu gì cho thấy giới lãnh đạo CSVN có một nhận thức chính trị quốc tế sáng suốt và cũng không có khả năng nào cho thấy họ có thể từ bỏ các quyền lợi của đảng Cộng Sản vì sự sống còn của dân tộc như các lãnh đạo đảng Cộng Hòa Nhân Dân Thổ. Những chờ đợi mỏi mòn, những van xin tha thiết, những thỉnh nguyện thư trang trải hết ruột gan đều không mềm lòng những kẻ mà tham vọng quyền lực và quyền lợi đã thấm vào máu, ăn sâu vào xương tủy.

Ngay cả khi Thổ Nhĩ Kỳ nhận viện trợ của Liên Xô để tái thiết đất nước trong những năm đầu sau độc lập, Tổng thống Mustafa Kemal cũng công khai cam kết với nhân dân Thổ: "*Quan hệ hữu nghị với Liên Xô không có nghĩa là chấp nhận ý thức hệ Cộng Sản. Chủ nghĩa Cộng Sản là một vấn đề xã hội. Các điều kiện xã hội, tôn giáo và truyền thống dân tộc của đất nước chúng ta khẳng định chủ nghĩa Cộng Sản không thể áp dụng tại Thổ Nhĩ Kỳ*". Việt Nam thì khác, từ ngày thành lập đảng, mặc cho bao đổi thay trên thế giới, các cấp lãnh đạo CSVN vẫn suốt ngày ra rả "*Chủ nghĩa xã hội là con đường tất yếu*" và quan hệ giữa hai đảng

CS Việt Nam và CS Trung Quốc vẫn là quan hệ "như môi với răng", "vừa là đồng chí vừa là anh em" như những năm trước 1975.

Còn lại gì hôm nay?

Giống như Adolf Hitler lợi dụng chính sách đối ngoại Nhân nhượng (Appeasement) của Thủ tướng Anh Neville Chamberlain trước thế chiến thứ hai để chiếm đoạt Sudetenland, lãnh thổ chiến lược và giàu tài nguyên nhất của Cộng Hòa Tiệp Khắc, Trung Cộng cũng đang lợi dụng sự bất ổn kinh tế thế giới và chính sách đối ngoại Nhân nhượng của Barack Obama để củng cố bộ máy quân sự và mở rộng ảnh hưởng tại Á Châu. Dân tộc Việt Nam phải đối diện với thách thức về cả hai mặt, bên trong, một giới lãnh đạo tham quyền cố vị, ươn hèn, và bên ngoài, một chủ nghĩa xâm lược dã man nhất trong lịch sử loài người.

Yếu tố duy nhất còn lại là sức mạnh tổng hợp của các thành phần dân tộc. Chính các thành phần dân tộc Việt Nam trong và ngoài nước là lực duy nhất nằm ngoài sự kiểm soát của hai đảng Cộng Sản và cũng là lực duy nhất có khả năng đưa Việt Nam ra khỏi bờ vực chiến tranh và đưa đất nước tới một tương lai xán lạn cho con cháu mai sau. Các thành phần dân tộc không chỉ là những người đang công khai chống đảng, những người đứng ngoài cơ chế lãnh đạo, những người không Cộng Sản nhưng là bất cứ ai nhận thức được manh tâm của chủ nghĩa bành trướng Trung Cộng, bản chất sai lầm trong cơ chế độc tài đang thống trị Việt Nam và chọn lựa dứt khoát đứng về phía dân tộc. Thấy được con đường dân tộc phải đi và dâng hiến tình yêu cho đất nước không bao giờ quá trễ. Không ai chiêu hồi ai. Không ai tha tội ai. Không ai sách động ai. Hành trang là tinh thần độc lập, tự chủ của tổ tiên dòng giống Việt. Chọn lựa của thời đại không chỉ là chọn lựa giữa dân chủ hay độc tài nhưng quan trọng hơn thế nữa, là mất hay còn, tồn tại hay diệt vong của một dân tộc.

Từ vùng Balkans cho đến châu Phi, lịch sử nhân loại để lại vô số bài học, chỉ vì giới lãnh đạo sai lầm và thiển cận, chỉ vì dân tộc chia rẽ và phân hóa mà nhiều quốc gia, vương quốc, đế quốc, một thời hưng thịnh đã vĩnh viễn bị xóa tên. Tất cả sẽ trở thành vô nghĩa khi Việt Nam không còn có mặt trên bản đồ thế giới. Nhạc sĩ Việt Khang đặt ra một câu hỏi nhức nhối không phải cho bộ máy công an đang giam cầm em, cho lãnh đạo đảng Cộng Sản mà cho toàn dân tộc "*Cội nguồn ở đâu, khi thế giới nay đã không còn Việt Nam*".

HIỂM HỌA TRUNG CỘNG VÀ BÀI HỌC TIỆP KHẮC

Áo và Tiệp Khắc là hai quốc gia bị Đức cưỡng chiếm đầu tiên ngay cả trước khi Thế chiến thứ hai bùng nổ. Trong lúc Đức chiếm Áo không gây nhiều phản ứng vì Áo có nhiều liên hệ với Đức về lịch sử, ngôn ngữ, văn hóa và chính bản thân Hitler vốn là người Áo, việc cưỡng chiếm Tiệp Khắc là một biến cố lớn vì Tiệp Khắc là một nước độc lập, chủ quyền, toàn vẹn lãnh thổ và được xem là một trong số mười cường quốc châu Âu thời đó.

Suốt thời gian dài hơn sáu năm dưới ách thống trị của Đức Quốc Xã, nhân dân Tiệp chịu đựng vô số thương vong, thiệt hại. Hàng trăm ngàn người bị giết và hàng trăm ngàn người khác bị đày ải trong các trại tập trung. Thế nhưng phải chăng ngày đó Tiệp Khắc yếu đến mức không bắn được phát súng nào?

Không. Trước Thế chiến thứ hai, thừa hưởng các thành tựu kỹ thuật của thời đế quốc Áo Hung, Tiệp Khắc là một trong sốt ít quốc gia có một quân đội đông đảo nhất và được trang bị tối tân nhất châu Âu. Việc Tiệp Khắc rơi vào tay Đức nhẹ nhàng như chiếc lá mùa thu phát xuất từ ba lý do chính. Hai lý do khách quan:

Bành trướng về hướng đông là chủ trương truyền thống của Đức.

Chính sách nhân nhượng (appeasement policy) của các lãnh đạo chủ hòa châu Âu đứng đầu là Thủ tướng Anh Neville Chamberlain, và một lý do chủ quan:

Tiệp Khắc là một quốc gia ô hợp, phân hóa, suy yếu, có nhiều chính khách làm tôi mọi cho ngoại bang và giới lãnh đạo chính phủ không có quyết tâm bảo vệ chủ quyền đất nước.

Bành trướng về hướng đông là chủ trương truyền thống của Đức

Sau giai đoạn cách mạng 1848, Đức trở thành cường quốc. Sức mạnh của Đức thể hiện không chỉ trong các lãnh vực kinh tế, quân sự, dân số mà cả khoa học. Tổng số giải Nobel các khoa học gia Đức được tặng thưởng trong giai đoạn 47 năm tồn tại nhiều hơn tổng số giải Nobel của các khoa học gia Anh, Pháp, Nga và Mỹ cộng lại. Năm 1871, Đế Quốc Đức bao gồm 27 khu vực, dưới sự lãnh đạo của Otto von Bismarck đã vượt qua đế quốc Anh. Giống như mọi đế quốc khác trong lịch sử, để tiếp tục lớn mạnh cần phải có tài nguyên thiên nhiên.

Đức là quốc gia nằm ngay giữa châu Âu và về mặt địa lý chính trị, suốt nhiều thế kỷ, các chế độ quân chủ Đức cũng chủ trương các quốc gia phía Đông trong đó có Tiệp Khắc, Ba Lan, Hungary là hàng rào an ninh của Đức để đương đầu với hai nước lớn khác là Pháp và Nga.

Sau khi sáp nhập Áo vào tháng Ba năm 1938 không cần dùng đến võ lực, Hitler tập trung vào chiến lược chiếm Tiệp Khắc bất chấp sự chống đối của nhiều tướng lãnh cao cấp trong đó có tướng Ludwig Beck, Tổng Tham Mưu Trưởng quân đội

Đức. Bản thân của Hitler cũng đánh giá Tiệp rất cao nên không dám công khai đưa quân vượt biên giới xâm lăng quốc gia này. Vì vùng Sudetenland có đông dân Đức và có nguồn dự trữ nguyên liệu lớn nhất của Tiệp Khắc, Hitler nghĩ đến việc chiếm vùng Sudetenland trước và dùng khu vực giàu có này làm bàn đạp thôn tính toàn bộ Tiệp Khắc.

Chính sách nhân nhượng (appeasement policy) của các các lãnh đạo Anh, Pháp đứng đầu là Thủ tướng Nevill Chamberlain "khuyến khích" Đức chiếm Tiệp Khắc

Sau Thế chiến thứ nhất, dù thắng hay bại, các quốc gia đều phải chịu đựng một thời kỳ suy thoái kinh tế trầm trọng. Khuynh hướng chủ hòa chế ngự trong sinh hoạt chính trị tại các cường quốc dân chủ và lãnh tụ hàng đầu của khuynh hướng này là thủ tướng Anh, Nevill Chamberlain. Thủ tướng Nevill Chamberlain tìm cách hòa giải mối thù địch với Đức. Khi Đức sáp nhập Áo, Chamberlain không có phản ứng cụ thể nào.

Khi Hitler công khai bày tỏ ý định sáp nhập vùng Sudetenlan của Tiệp Khắc đang có hơn ba triệu người gốc Đức, vào lãnh thổ Đức, vấn đề trở nên phức tạp vì Tiệp Khắc có liên minh quân sự với Pháp và Pháp có liên minh quân sự với Anh. Thủ tướng Anh Nevill Chamberlain qua trung gian của Sir Horace Wilson chuẩn bị đàm phán với Đức và qua trung gian của Lord Runciman thuyết phục Tiệp Khắc nhượng bộ. Trong lúc Hitler thông đồng với các nước nhỏ như Hungary và Ba Lan để xẻ thịt Tiệp, Tổng thống Mỹ Franklin Roosevelt tuyên bố chủ trương trung lập của Mỹ về tranh chấp Sudetenland.

Ngày 15 tháng Chín năm 1938, Thủ tướng Nevill Chamberlain bay sang Đức để thương thuyết với Hitler. Các cuộc thương thuyết giằng co cho đến sáng sớm 30 tháng 9 năm 1939, thỏa hiệp Munich được ký kết giữa Đức, Anh, Pháp và Ý, trong đó, cho phép Đức sáp nhập vùng Sudetenland trù phú và chiến lược vào lãnh thổ Đức.

Tiệp Khắc không được mời tham dự hội nghị và chỉ được Anh Pháp thông báo kết quả. Chính phủ Tiệp nghĩ rằng Tiệp Khắc không có hy vọng gì thắng được Đức bằng sức mạnh của riêng mình, đã đồng ý với nội dung của thỏa hiệp Munich. Theo thỏa hiệp này, tướng Đức Wilhelm Keitel được cử vào chức thống đốc quân sự vùng Sudetenland. Những người dân Tiệp không phải gốc Đức phải rời Sudetenland trong vòng 10 ngày và không được mang theo bất cứ một món sở hữu nào. Câu Phản bội Tiệp Khắc để chỉ sự phản bội của đồng minh đối với Tiệp ra đời từ đó.

Mất Sudetenland, Tiệp Khắc không chỉ bỏ trống biên giới chiến lược phía nam mà còn mất 70% dự trữ sắt thép, 70% điện và 3 triệu công dân Tiệp. Trong lúc hiệp ước Munich là một thành quả ngoại giao lớn của Nevill Chamberlain, đối với Hitler lại là một bước lùi. Mục tiêu của Hitler không phải chỉ chiếm vùng Sudetenland mà cả nước Tiệp như Wilson Churchill tiên đoán. Đầu năm sau, Hitler lần lượt chiếm các vùng Bohemia, Moravia và phần còn lại của Tiệp Khắc.

Cả hai lý do trên không thể làm Tiệp Khắc mất một cách nhanh chóng nhưng chính sâu mọt và phản bội ngay trong lòng nước Tiệp và một chính phủ phân hóa, yếu kém, thiếu quyết tâm mới là những lý do chính làm tan rã Tiệp Khắc.

Rất nhiều sâu mọt trong nội bộ Tiệp và đứng đầu là Konrad Henlein lãnh đạo của đảng Sudeten gốc Đức.

Konrad Henlein một thầy giáo bậc trung học, lúc đó đang hoạt động dưới danh nghĩa đảng Sudeten quy tụ đa số dân Tiệp gốc Đức. Konrad Henlein sinh tại Bohemia, Tiệp Khắc có cha là người Đức và mẹ là người Czech. Đảng Sudeten của Konrad Henlein thông đồng với đảng Quốc Xã Đức và được đảng này tài trợ và huấn luyện. Mỗi tháng đảng Sudeten nhận 15 ngàn Đức Mã để trang trải các chi phí hoạt động. Ngày 28 tháng Ba năm 1938, Hitler gọi Konrad Henlein sang Đức và đích thân ra chỉ thị cho tên Tiệp gian này phải đưa ra những điều kiện mà Tiệp Khắc không thể thỏa mãn được. Mặt khác, Joseph Goebbels, Bộ trưởng Tuyên truyền của Đức Quốc Xã, tung một chiến dịch tuyên truyền ồ ạt về việc chính phủ Tiệp bạc đãi, đàn áp dân gốc Đức trong vùng Sudetenlan và xúi dục người dân Tiệp gốc Đức đứng lên đòi quyền tự trị.

Về lại Tiệp, Tiệp gian Konrad Henlein đòi chính phủ Tiệp phải để vùng Sudetenlan hoàn toàn tự trị, thay đổi chính sách đối ngoại của chính phủ Tiệp và toàn quyền phổ biến lý thuyết Quốc Xã. Dĩ nhiên, đòi hỏi tự trị còn có thể đàm phán được nhưng việc tự do tuyên truyền tư tưởng Quốc Xã khó có thể chấp nhận. Khi đàm phán bắt đầu, Tiệp gian Konrad Henlein và đảng của y lại tạo nhiều xáo trộn bạo động trong vùng và tiếp tục làm khó dễ chính phủ trung ương cho đến khi hiệp ước Munich được ký kết. Ngày 1 tháng Mười năm 1938, các đơn vị tiền phương của quân đội Đức vượt qua biên giới Tiệp giữa tiếng hò reo ủng hộ của các đảng viên đảng Sudeten, và cũng trong lúc đó hàng chục sư đoàn Tiệp được trang bị đầy đủ được chính phủ ra lịnh rút lui. Phía sau đoàn quân Đức là các đơn vị mật vụ Gestapo và lực lượng anh ninh SS. Chỉ trong thời gian ngắn 10 ngàn người dân Tiệp, kể cả dân nói tiếng Đức nhưng chống Hitler, bị đày vào các trại tập trung vừa mới xây ở Sudetenland.

Konrad Henlein gia nhập lực lượng an ninh Đức và tham gia vào đảng Quốc Xã. Mặc dù sinh ra, lớn lên trên đất Tiệp, Konrad Henlein góp phần quan trọng trong việc rước voi Đức giày lên Tiệp Khắc. Y được thưởng nhiều chức vụ và được cho phép làm công dân Đức. Sau khi Tiệp Khắc được đồng minh giải phóng, tên Tiệp gian phản quốc Konrad Henlein bị bắt và y đã tự sát bằng cách cắt gân máu ở cổ tay.

Kẻ phản bội thứ hai là tổng thống bù nhìn Emil Hacha. Sau khi Edvard Benes, tổng thống thứ hai của Tiệp Khắc từ chức, tân tổng thống Emil Hacha là một người nhu nhược. Buổi tối ngày 11 tháng Ba năm 1939, Hitler cho triệu Hacha đến Bá Linh và thông báo cho ý định chiếm toàn bộ Tiệp Khắc bằng võ lực và hứa nếu Hacha chịu hợp tác, Tiệp Khắc sẽ được hưởng quyền tự trị rộng rãi còn nếu nghịch sẽ bị đoàn quân Hitler tấn công Tiệp bằng mọi phương tiện trong đó có cả việc không quân của Đức cày nát thủ đô Prague. Emil Hacha quy thuận Hitler. Dưới thời Đức Quốc Xã chiếm đóng y được giữ chức vụ tổng thống bù nhìn nhưng buộc phải tuyên thệ trung thành trước Hitler. Mặc dù có nhiều tài liệu cho thấy Emil Hacha trong thời gian phục vụ Hitler cũng lén lút giúp cho phong trào kháng chiến chống Đức thuộc chính phủ lưu vong của Edvard Benes nhưng công không đủ để chuộc tội cho y. Sau khi Prague được giải phóng vào tháng Năm năm 1945, Emil Hacha bị bắt và chết hơn hai tháng sau đó trong hoàn cảnh bí mật. Y được chôn trong một ngôi mộ không đề bia tại nghĩa trang Vinohrady. Hiện nay, tại nghĩa trang Vinohrady có một tấm bảng ghi dấu nơi chôn của Emil Hacha.

Jozef Tiso là một kẻ phản quốc đội lốt tôn giáo. Mặc dù thụ phong linh mục nhưng y cũng là một trong những đảng viên nòng cốt của đảng Nhân Dân Slovak. Lợi dụng sự suy yếu của Tiệp Khắc sau hiệp ước Munich, đảng Nhân Dân Slovak do Tiso lãnh đạo tuyên bố Slovak tự trị trong vòng Tiệp Khắc. Vào 13 tháng Ba năm 1939, giống như vừa đe dọa Emil Hacha vài hôm trước đó, Hitler triệu Jozef Tiso đến Bá Linh và buộc y phải tuyên bố Slovak độc lập, tách rời khỏi Tiệp Khắc, nếu không Hitler sẽ thúc giục Hungary và Ba Lan chiếm đóng phần lãnh thổ còn lại của Slovakia. Jozef Tiso cũng tuân phục Hitler và trở nên một cộng tác viên trung thành cho chế độ Quốc Xã. Từ năm 1939 đến năm 1945, Tiso là tổng thống bù nhìn Slovakia chư hầu của Đức. Đảng Nhân Dân Slovak do y lãnh đạo liên kết chặt chẽ với đảng Quốc Xã Đức và chia sẻ quan điểm diệt Do Thái. Khi hồng quân Liên Xô tiến vào chiếm Slovakia tháng Tư năm 1945, Tiso bị bắt và bị kết án phản quốc. Jozef Tiso bị treo cổ ngày 18 tháng Tư năm 1947. Chính phủ Tiệp Khắc chôn y tại một nơi bí mật.

Chính phủ Tiệp Khắc nhu nhược không quyết tâm bảo vệ đất nước. Phân hóa và thiển cận trong thành phần lãnh đạo của hai sắc dân Slovak và Czecho trong chính phủ Tiệp đã làm thượng tầng kiến trúc lãnh đạo sụp đổ nhanh chóng.

Tiệp Khắc trong giai đoạn năm 1938-1939 đứng trước những khó khăn và áp lực quá lớn không những từ quốc tế mà ngay cả tại trong nội bộ Tiệp, nhưng thay vì đoàn kết để đương đầu với ngoại xâm, các sắc dân Tiệp phân hóa, chia rẽ và tiếp tay làm yếu khả năng đối đầu với Đức.

Xét về tương quan quân sự. Theo tổng kết của Giáo sư Sử học Carroll Quigley, đại học Georgetown dựa theo các tài liệu thuộc văn khố quân sự Mỹ sau Thế chiến thứ hai, trong giai đoạn đầu thù địch Đức Tiệp bùng nổ, Đức có 36 sư đoàn nhưng không được trang bị đầy đủ trong lúc Tiệp Khắc có 35 sư đoàn thiện chiến và được trang bị một trăm phần trăm hỏa lực. Vào tuần lễ thứ ba của tháng Chín năm 1939, quân đội Tiệp Khắc có 34 sư đoàn tinh nhuệ trong lúc toàn bộ quân Đức để phối trí tại hành lang châu Âu chỉ có từ khoảng 31 đến 36 sư đoàn. Về không quân, vào tháng Chín năm 1938, Đức trội hơn Tiệp Khắc chút ít. Đức có 1500 máy bay trong lúc Tiệp có gần 1000 chiếc nhưng nếu tính cả Anh, Pháp số lượng phi cơ của ba nước cộng lại vượt xa Đức. Liên Xô ủng hộ Tiệp nên cũng gởi 36 phi cơ chiến đấu đến Tiệp qua ngã Rumania. Về chiến xa, tăng của Đức còn yếu hơn tăng của Tiệp Khắc. Ngoại trừ loại tăng thuộc thế hệ Mark III có trang bị pháo 37 li, phần lớn tăng thế hệ Mark II của Đức chỉ trang bị đại liên. Tiệp Khắc có mấy trăm tăng hạng nặng 38 tấn trang bị pháo 75 li hiện đại nhất thời đó.

Nếu đánh nhau với Đức trong một cuộc chiến tranh quy ước, chưa chắc Tiệp thua. Mà dù có thua, Tiệp Khắc cũng kéo dài cuộc chiến được một hai năm đủ thời gian cho quốc tế can thiệp hay tìm cách lôi kéo các nước châu Âu vào ván cờ sinh tử. Khi tràn ngập Tiệp Khắc vào tháng Ba năm 1939, Đức tịch thu của Tiệp 469 xe tăng, 1500 phi cơ chiến đấu đủ loại, 43 ngàn súng máy và nhiều triệu súng trường. Số lượng vũ khí đó Đức phải tốn nhiều năm mới sản xuất được.

Tiệp Khắc, một quốc gia có điều kiện kỹ thuật tiên tiến nhất châu Âu và từng là một phần của đế quốc Áo Hung hùng mạnh đã bị Hitler xóa tên khỏi bản đồ thế giới không tốn một viên đạn. Với một quân lực cả triệu người và phương tiện đầy đủ nhưng chỉ vì sự yếu hèn của cấp lãnh đạo, Tiệp Khắc trở thành đĩa thịt bò tươi trong bữa cơm chiều của nhiều khách lạ.

Sau khi Tiệp bị Hitler cưỡng chiếm, hàng ngàn người dân Tiệp yêu nước phải tự phát rút vào chiến tranh du kích chỉ bằng vài tạc đạn và vài khẩu súng ngắn. Nguồn tiếp tế quá xa và kho súng đạn khổng lồ bị tịch thu, họ phải chiến đấu trong điều kiện hết sức khó khăn. Hàng trăm ngàn người Tiệp đã chết dưới bàn tay sắt của tử thần SS Reinhard Heydrich. Tướng SS Reinhard Heydrich, cai trị Bohemia và Moravia (vùng đất Tiệp sau khi sáp nhập vào Đức) được các sử gia đánh giá là tên tướng độc ác nhất trong hàng tướng lãnh công an mật vụ SS Đức. Y là một trong những kiến trúc sư của kế hoạch tiêu diệt dân Do Thái Holocaust. Hitler ca ngợi Heydrich là "con người có trái tim bằng sắt". Y bị kháng chiến quân Tiệp ám sát tại Prague vào cuối tháng Năm năm 1942. Đức trả thù tàn bạo. Hai làng Lidice và Lezaky, tình nghi che giấu kháng chiến quân, bị đốt thành tro, tất cả đàn ông đều bị bắn chết, chỉ còn một ít phụ nữ và trẻ em bị đày vào các trại tập trung.

Sự chịu đựng của nhân dân Tiệp đã để lại nhiều bài học cho Việt Nam khi đương đầu với chủ nghĩa bành trướng Trung Cộng.

Tương tự như Đức Quốc Xã đối với Tiệp Khắc, Trung Cộng chủ trương bành trướng xuống vùng Đông Á

Như trình bày trong bài "Hiểm họa Trung Cộng và bài học Thổ Nhĩ Kỳ", vì các lý do an ninh, chính trị, kinh tế, Trung Cộng phải tìm mọi cách khống chế biển Đông. Hai nỗi lo lớn của giới lãnh đạo Trung Cộng là sợ bị bao vây từ bên ngoài và diễn biến hòa bình bên trong nội bộ Trung Cộng. Nhìn quanh, họ chỉ thấy kẻ thù. Thật vậy, hầu hết các quốc gia dân chủ trong vùng từ Ấn Độ đến Nhật Bản, Đài Loan, Nam Hàn, Thái Lan, tuy mức độ khác nhau nhưng đều là các quốc gia đang có những mâu thuẫn căn bản với Trung Cộng, không những về quyền lợi kinh tế mà cả chế độ chính trị. Sự lệ thuộc về chính trị của Việt Nam vào Trung Cộng không chỉ giúp giữ an toàn phòng tuyến phía nam mà còn tránh sự sụp đổ dây chuyền trong trường hợp cách mạng dân chủ tại Việt Nam diễn ra trước. Tuy nhiên, khác với Đức Quốc Xã, Trung Cộng không dám tung một cuộc tấn công toàn lực như Hitler chuẩn bị cho Tiệp mà chủ trương gặm nhấm từng phần đất, từng ngọn núi và từng hải lý của Việt Nam.

Nắm được yếu điểm của CSVN, trong lúc tiếp tục phát triển kinh tế, mở rộng ngoại giao với hầu hết các quốc gia từ năm 1978, Đặng Tiểu Bình vẫn tiếp tục phát động chiến tranh xoi mòn biên giới Việt Nam như trận Cao Bằng năm 1980, Lạng Sơn và Hà Tuyên năm 1981, Vị Xuyên Hà Tuyên năm 1984, Lão Sơn Hà Giang năm 1984, Vị Xuyên lần nữa vào năm 1985 và năm 1986. Trên mặt biển Trung Cộng tiếp tục xâm phạm chủ quyền Việt Nam, bắn thủng ghe tàu, thành lập thành phố Tam Sa, đưa hàng ngàn tàu đánh cá ra khơi, tàn sát ngư dân Việt Nam.

Lãnh đạo Trung Cộng biết những hành động lấn ép đó không đủ mạnh, đủ lớn để làm quốc tế lưu tâm. Không một Hội Đồng An Ninh Liên Hiệp Quốc nào rảnh rỗi để bàn chuyện vài chiếc ghe đánh cá của ngư dân Việt Nam bị "tàu lạ" húc ngoài Quảng Ngãi hay đặt vấn đề tại sao các tàu đánh cá Trung Cộng cứ tiếp tục thả lưới trong vùng biển Việt Nam. Những sự kiện ghe tàu đó đối với các cường quốc là chuyện vặt nhưng với một nước nhỏ như Việt Nam nơi có nhiều triệu dân gắn liền với ngư nghiệp lại là chuyện lớn. Đặc tính hèn hạ, nhỏ mọn đó của Trung Cộng là sản phẩm của chế độ độc tài CS và đừng ai hy vọng gì các đặc tính đó thay đổi một khi chế độ sinh ra chúng còn tồn tại.

Đàm phán với Trung Cộng ư? Đàm phán đa phương quốc tế Trung Cộng không tham dự nhưng đàm phán song phương là rơi vào chiếc bẫy của Trung Cộng. Nếu ai theo dõi chuyện Trung Cộng và Liên Xô tranh cãi nhau về chủ quyền của các đảo Trân Bảo, Ẩn Long và Hắc Hạt Tử trong khu vực sông Ussuri sẽ thấy. Các phiên họp tranh cãi chủ quyền kéo dài tới 20 năm, từ thập niên 1970 cho đến 1990 nhưng không đem lại kết quả nào. Mỗi lần có một cuộc họp giữa hai nước, phái đoàn Trung Cộng chở theo một toa xe lửa chứa đầy tài liệu và đồ vật để chứng minh chủ quyền Trung Cộng trên các đảo này. Trung Cộng biết dù chở cả xe bằng chứng cũng chưa hẳn thuyết phục được Liên Xô nhưng chỉ muốn kéo dài thời gian đàm phán để chờ đợi thời cơ.

Tương tự như Hitler, lãnh đạo Trung Cộng lợi dụng chính sách ngoại giao mềm của Mỹ

Trong bài viết Tranh chấp Mỹ - Trung, một cảnh giác cho lòng yêu nước tôi có dịp trình bày chính sách Mỹ hiện nay là sự bước tiếp nối của chính sách ngăn chặn thời Chiến tranh lạnh trong điều kiện toàn cầu hóa. Nhiều người Việt lầm lẫn nghĩ rằng hàng không mẫu hạm George Washington hùng mạnh thả neo ngoài khơi Đà Nẵng là để bảo vệ Việt Nam. Thật ra, cả Trung Cộng và Mỹ đều biết dù áp dụng chính sách nào hay dù có thái độ nào, xung đột võ trang giữa hai cường quốc lớn nhất thế giới có phụ thuộc quá sâu, quá phức tạp về kinh tế không thể xảy ra trong một giai đoạn ngắn tới đây.

Về phía Trung Cộng, không giống Đức Quốc Xã cần chiến tranh để phục hồi và phát triển, Trung Cộng phải đương đầu với hàng loạt khó khăn trên trong cũng như bên ngoài, việc phát động một cuộc chiến tranh quy mô ở Á châu và Thái Bình Dương như Hitler đã làm với Tiệp Khắc là một điều giới lãnh đạo Trung Cộng không dám thực hiện. Hơn ai hết, giới lãnh đạo Trung Cộng biết họ phải cần nhiều chục năm kỹ thuật và một ngân sách hải quân khổng lồ mới mong đuổi kịp Mỹ. Ngoài ra, chủ nghĩa Cộng Sản đã chết, Trung Cộng hiện đang sống nhờ vào chủ nghĩa dân tộc cực đoan và Thế chiến thứ nhất 1914-1918 dẫn đến tự sụp đổ của Đế Quốc Đức, Đế Quốc Áo Hung, Đế Quốc Ottoman đã dạy họ một bài học: Các đế quốc gây chiến trên nền tảng của chủ nghĩa dân tộc cực đoan chẳng những không thắng mà đều tan rã từ bên trong.

Về phía Mỹ, ngoài các lý do kinh tế, riêng trong lãnh vực quân sự cũng không phải dễ dàng. Chính phủ Mỹ trong lúc muốn duy trì ảnh hưởng trong vùng, cũng không muốn bị cuốn vào các xung đột mang màu sắc chủ nghĩa dân tộc đối đầu với chủ nghĩa dân tộc như trường hợp Trung Cộng và Việt Nam. Tháng Giêng 2011, Tổng thống Barack Obama trải thảm đỏ tiếp đón Chủ tịch Trung Cộng Hồ Cẩm Đào như quốc khách với 21 phát đại bác chào mừng. Trong buổi tiếp tân, TT Obama ca ngợi "sự hợp tác tốt đẹp giữa hai nước". Khi trả lời buổi phỏng vấn dành cho tờ Wall Street Journal, Hồ Cẩm Đào công nhận sự quan trọng trong quan hệ tốt giữa Trung Cộng và Hòa Kỳ. Họ Hồ cũng nhấn mạnh đến việc hai quốc gia phải "*hành động phù hợp với quyền lợi căn bản của nhân dân hai nước, và tôn trọng quyền lợi chung của hòa bình và phát triển thế giới*".

Dân biểu Ileana Ros-Lehtinen, thuộc đảng Cộng Hòa, Chủ tịch Ủy ban Ngoại Giao Hạ Viện trong một văn bản công bố cho báo chí sau đó, đã nghiêm khắc phê bình Trung Cộng không xứng đáng là một cường quốc vì nhiều lý do và một trong những lý do, Trung Cộng ngang nhiên xem Biển Đông như là "quyền lợi chính" và xem thường quyền hàng hải và lãnh thổ của các quốc gia vùng Đông Nam Á. Các lãnh đạo Cộng Hòa cũng tố cáo TT Obama đang thực thi chính sách "Nhân nhượng" của Nevill Chamberlain để đối phó với Trung Cộng. Dĩ nhiên, TT Barack Obama phủ nhận những lời kết án này.

Tương tự như Đức Quốc Xã đối với Tiệp Khắc, Trung Cộng nắm chắc các thành phần lãnh đạo CSVN cam thân làm nô bộc cho ngoại bang và không quyết tâm bảo vệ chủ quyền đất nước

Trung Cộng biết rất rõ tham vọng cố bám vào chiếc ghế quyền lực của giới lãnh đạo CSVN. Chủ trương "hợp tác hỗ tương bình đẳng và cùng có lợi với tất cả các quốc gia" của lãnh đạo CSVN chỉ là một khẩu hiệu tuyên truyền che đậy sự sợ hãi trước đàn anh Trung Cộng. Ngay cả các cường quốc Anh, Nhật, Pháp cũng không chủ trương như vậy đừng nói chi là những nước mang số phận sân sau như Việt Nam. Các nước nhỏ như Phần Lan, Thổ Nhĩ Kỳ, Thụy Điển, Đài Loan, Nam Hàn vượt qua được những nhược điểm khách quan và chủ quan của đất nước họ bởi vì họ biết cách vận dụng chính sách đối ngoại của các cường quốc để phục vụ cho sự phát triển của đất nước. Không chỉ Thổ Nhĩ Kỳ cần Anh Quốc mà Anh Quốc cũng cần Thổ Nhĩ Kỳ và tương tự không chỉ Đài Loan cần Mỹ nhưng Mỹ cũng cần Đài Loan.

Quan hệ Trung Cộng và CSVN không giống như quan hệ giữa Mỹ và Philippine hay Mỹ và Nam Hàn. Giới lãnh đạo CSVN không có vị trí độc lập về chính sách đối ngoại. Mọi chính sách trước khi đưa ra đều phải đo lường phản ứng từ phía Trung Cộng. Trung Cộng và CS Việt Nam chia sẻ nhau một lịch sử lâu dài từ ngày đảng Cộng sản hai nước được thành lập. Hai đảng gắn bó về cả vật chất lẫn tinh thần. Câu nói của Mao "Nhiệm vụ trung tâm và hình thức cao nhất của cách mạng là nắm lấy quyền lực thông qua đấu tranh võ trang và giải quyết vấn đề bằng chiến tranh" là tư tưởng chỉ đạo của đảng CSVN trong khi vạch định đường lối suốt hai cuộc chiến. Năm 1950, Trung Cộng là nước đầu tiên công nhận Việt Nam Dân Chủ Cộng Hòa. Cả hai nước đã thừa nhận sự đóng góp của và người của Trung Cộng vào mục đích thiết lập chế độ Cộng sản tại Việt Nam. Nợ máu xương chồng chất. Tuy không dính dáng gì đến dân tộc Việt Nam nhưng nhân dân Việt Nam đã và đang phải trả bằng máu của bao nhiêu thế hệ từ trước năm 1975 cho đến nay và chưa biết ngày nào mới trả hết.

Bài học từ chủ nghĩa dân tộc cực đoan

Bài học lớn nhất mà nhân loại học được từ Thế chiến thứ hai là sự thụ động, tiêu cực của con người trước hiểm họa của chủ nghĩa dân tộc cực đoan.

Những kẻ chịu trách nhiệm cho cái chết của 70 triệu người không chỉ là Adolf Hitler, Benito Mussolini và Kideki Tojo nhưng còn là Thủ tướng Anh Neville Chamberlain và Tổng thống Pháp Édouard Daladier. Chính người dân Đức đã bỏ phiếu cho Hitler và người dân Anh đã nhảy nhót vui mừng khi lãnh thổ Tiệp rơi vào tay của Đức. Trong một thời gian ngắn trước Thế chiến thứ hai, không chỉ Đức thôi mà cả nước yếu kém hơn Tiệp như Ba Lan, Hungary cũng dự phần vào bữa tiệc nấu bằng thịt xương Tiệp Khắc. Thế chiến thứ hai có thể đã không xảy ra hay xảy ra với mức độ tác hại thấp hơn nếu số lớn nhân loại ngày đó không thỏa hiệp, không đồng lõa với cái ác.

Từ đó để thấy, việc ngăn chặn chủ nghĩa dân tộc cực đoan Trung Cộng ngày nay phải là trách nhiệm hàng đầu của nhân loại yêu chuộng hòa bình và công lý bởi vì lịch sử chứng minh chủ nghĩa dân tộc cực đoan dẫn đến chiến tranh ngay cả trong trường hợp các kẻ chủ trương cực đoan không muốn. Chưa từng có một trường hợp nào ngược lại. Giới lãnh đạo Trung Cộng là những người nhúm lên ngọn lửa dân tộc cực đoan nhưng lửa cháy mạnh hay yếu tùy thuộc vào nhiều yếu tố có khi không nằm trong vòng kiểm soát của họ.

Các chủ trương đồng hóa và diệt chủng các dân tộc yếu thế là phó sản của chủ nghĩa dân tộc cực đoan. Từ giai đoạn sau cách mạng Pháp 1789 đến Thế chiến thứ nhất rồi Thế chiến thứ hai cho tới các cuộc chiến đẫm máu vùng Balkans giữa các nước thuộc liên bang Nam Tư cũ, máu nhân loại đã đổ liên tục vì chủ nghĩa dân tộc cực đoan. Sau cực tả là cực hữu, bản đồ thế giới chưa bao giờ thay đổi nhanh chóng như trong vòng một phần tư thế kỷ vừa qua.

Các nhà phân tích thường dựa vào hậu quả hơn là tìm hiểu nguyên nhân nên không lấy làm lạ ít người so sánh Hitler với Đặng Tiểu Bình. Đa số vẫn đánh giá họ Đặng như một nhà lãnh đạo CS tiến bộ, mở cửa hiện đại hóa, làm dịu căng thẳng giữa hai khối. Tuy nhiên, quan điểm của Hitler và Đặng Tiểu Bình có nhiều điểm giống nhau hơn cả giữa Hitler và Stalin, Hitler và Mussolini hay Hitler và Mao bởi vì cả hai đã dùng chủ nghĩa dân tộc như một phương tiện để kích thích "niềm kiêu hãnh quốc gia", vẽ lên trong nhận thức con người về "một loại đất nước huy hoàng tưởng tượng", làm gia tăng nhất thời sức mạnh kinh tế và tạo áp lực thường xuyên trên các nước yếu hơn trong vùng.

Nhân loại nguyền rủa Hitler, kết án Mao và phỉ nhổ Stalin, tuy nhiên, nếu chiến tranh bùng nổ tại Á Châu, với dân số 1.3 tỉ người mà bầu nhiệt huyết được đun sôi bằng ngọn lửa hận thù, hậu quả của chủ nghĩa dân tộc cực đoan Trung Cộng do Đặng Tiểu Bình nhóm lên từ năm 1978 sẽ khủng khiếp đến dường nào. Giữa Hitler và Đặng Tiểu Bình ai tàn ác hơn ai, chưa biết được.

Có hy vọng nào cho dân tộc Việt Nam?

Nhìn lại Việt Nam, chưa bao giờ dân tộc lại phải chịu đựng sự phân hóa, chia rẽ trầm trọng như hôm nay. Một người Việt quan tâm đến tiền đồ dân tộc nào cũng đau lòng nhận ra điều đó. Tuy nhiên, dù có thể còn khác nhau trong cách trả lời, chúng ta không thể không đồng ý rằng, để cứu đất nước, trước hết phải tháo gỡ chiếc gông độc tài chuyên chính ra khỏi cổ người dân và trả lại cho họ những quyền bẩm sinh mà ai cũng có, đó là quyền làm người, quyền quyết định sinh mệnh của chính mình và của dân tộc mình. Bởi vì, chỉ có một Việt Nam đoàn kết dưới ngọn cờ dân chủ, tự chủ, cường thịnh mới mong thắng được chủ nghĩa bá quyền Trung Cộng.

Tham khảo:

David Faber, *Munich, 1938 Appeasement and World War II*, Simon & Schuster, New York 2009

William L. Shirer, *The Rise and Fall of the Third Reich*, 1995

Mark Mazower, *Hitler 's Empire, How The Nazis Ruled Europe*, The Penguin Press, New York 2008

Carl K. Savich, *Nationalism and War*, MarkNews. com, 2008

Richard J. Evan, *The Third Reich in power*, The Penguin Press, New York 2005

History of Germany, Wikipedia, the free encyclopedia

Interview with Dr. Carroll Quigley, Georgetown University, The Courier, December 12, 1952

Hitler's Plan for Eastern Europe, Selections from Janusz Gumkowski and Kazimierz Leszczyński

World War II database, Munich Conference and the Annexation of Sudetenland

Yang Kuisong, *Changes in Mao Zedong's Attitude toward the Indochina War*, 1949-1973, Woodrow Wilson International Center for Scholars, 2002

HIỂM HỌA TRUNG CỘNG VÀ BÀI HỌC "PHẦN LAN HÓA" (FINLANDIZATION)

Trong bài viết Việt Nam đối diện với việc "Phần Lan hóa" từ Trung Quốc (Vietnam Faces 'Finlandization' from China) trên báo Asia Sentinel, cuối tháng Năm, 2014, David Brown một cựu nhân viên ngoại giao Hoa Kỳ, viết: "*Như vậy, trong khi Washington dường như đã sẵn sàng vẽ một lằn ranh quanh Nhật Bản, Hàn Quốc và cũng có thể Singapore và eo biển Malacca, Hải quân Hoa Kỳ đang từ bỏ việc đương đầu tại một khoảng xa cách từ bờ biển Việt Nam.*" Tác giả viết tiếp "*Điều đó có thể được hiểu rằng, Mỹ đang dự định chấp nhận nhìn Việt Nam bị "Phần Lan hoá.*"

Tháng 9 năm 2010, trong một bài viết trên tờ *The Wall Street Journal*, Andrew Krepinevich, Chủ tịch Trung tâm Định ước Chiến lược và Ngân sách (Center for Strategic and Budgetary Assessments) cảnh báo Trung Cộng đang tiến hành "Phần Lan hóa" Thái Bình Dương: "*Liên Xô chưa bao giờ thành công 'Phần Lan hóa' Châu Âu. Nhưng sự đe dọa từ phía Trung Cộng, lộ ý định quốc gia này đang cố gắng 'Phần Lan hóa' Tây Thái Bình Dương. Cách phát triển quân sự của một quốc gia mở ra cánh cửa cho thấy ý định của nó, và Trung Cộng rõ ràng đang tìm kiếm để gây hiệu quả tuần tự nhưng quyết định vào cán cân quân sự Mỹ-Trung. Mục đích của Trung Cộng là ngăn chặn Mỹ trong việc bảo vệ các quyền lợi lâu dài trong khu vực - và để lôi kéo các đồng minh dân chủ của Hoa Kỳ vào quỹ đạo của nó."*

Trong chính luận *Tranh chấp Mỹ-Trung, một cảnh giác cho lòng yêu nước* trên talawas tháng Tám, 2010, người viết cũng có bàn tổng quát về trường hợp các quốc gia đệm như Thổ Nhĩ Kỳ và Phần Lan. Để có thể tồn tại trong thời kỳ Chiến tranh Lạnh các nước này đã phải áp dụng nhiều chiến lược đối ngoại và đối nội khác nhau. Trong lúc Thổ Nhĩ Kỳ chủ trương cứng rắn chống Liên Xô, đứng hẳn về phía Tây phương, Phần Lan chủ trương các chính sách đối ngoại và đối nội nhượng bộ Liên Xô. Người viết cũng đã phân tích chọn lựa của Thổ Nhĩ Kỳ trong chính luận Hiểm họa Trung Cộng và bài học Thổ Nhĩ Kỳ cách đây hai năm và lần này bàn đến trường hợp Phần Lan.

Với chủ trương bành trướng theo kiểu các Nga Hoàng của Vladimir Putin và ngọn lửa chủ nghĩa dân tộc cực đoan Đại Hán của Tập Cận Bình đang cháy rộng, khái niệm "*Phần Lan hóa*" lại lần nữa được nhắc nhở khá nhiều: "*Phần Lan hóa*" *Ukraine, "Phần Lan hóa" Đài Loan và cả khả năng* "Phần Lan hóa" Việt Nam.

Trước khi bàn đến việc liệu Việt Nam có thể sẽ bị "*Phần Lan hóa*" với sự thỏa thuận ngầm của Mỹ như David Brown phân tích hay thực tế đã bị "*Phần Lan hóa*" sau mật ước Thành Đô, cần tìm hiểu các điều kiện địa lý chính trị, lịch sử và quốc phòng của Phần Lan trong quan hệ với Liên Xô trước và sau Thế Chiến thứ Hai cũng như sự ra đời củ a khái niệm này.

"*Phần Lan hóa*" là gì?

"*Phần Lan hóa*" (Finlandization) có nghĩa "để trở nên Phần Lan" là một khái niệm chính trị để chỉ ảnh hưởng của một cường quốc trên các chính sách đối nội, đối ngoại và quốc phòng của một quốc gia láng giềng nhỏ, bị cô lập, không phải là thành viên của một liên minh quân sự và không nhận được sự bảo vệ của các cường quốc. Khái niệm vẫn còn nhiều tranh cãi, mang nặng cảm tính này bắt nguồn từ chính sách của chính phủ Phần Lan trong thời kỳ Chiến tranh Lạnh từ 1947 đến 1990 để đáp ứng với thực tế chính trị và bảo vệ được chủ quyền đất nước, hay vắn tắt là để tồn tại.

Phần Lan trước Thế Chiến thứ Hai

Năm 2013 dân số Phần Lan có 5.5 triệu, tuy nhiên trong giai đoạn "Phần Lan hóa" trong những năm 1940 quốc gia này chỉ có khoảng 4 triệu dân, đa số sống ở các khu vực miền nam, nhiều nhất tại thủ đô Helsinki và vùng phụ cận. Vì là một nước quá nhỏ chia sẻ biên giới với các nước lớn nên Phần Lan cũng gặp nhiều lận đận. Suốt 600 năm, Phần Lan bị Thụy Điển đô hộ.

Các viên chức Thụy Điển được cử đến cai trị Phần Lan. Dù đương đầu với hiểm họa bị đồng hóa, Phần Lan vẫn giữ được bản sắc văn hóa, ngôn ngữ và tiếng nói riêng. Khi phong trào cải cách tôn giáo của Martin Luther lan rộng đến Thụy Điển và Phần Lan, Tân Ước được dịch sang tiếng Phần Lan và đóng vai trò quan trọng trong đời sống tinh thần của người dân. Sau chiến tranh giữa Nga và Thụy Điển vào cuối thế kỷ 17, Nga chiếm Phần Lan.

Năm 1912, vua Nga, Alexander I nâng cấp Phần Lan từ hàng tự trị lên cấp quốc gia đặt thủ đô tại Helsinki. Cũng vào thời điểm đó tinh thần quốc gia Phần Lan, do Tiến sĩ Johan Vilhelm Snellman nuôi dưỡng, bắt đầu phát triển mạnh. Để chống lại chính sách đồng hóa của Nga Hoàng, Johan Vilhelm Snellman kêu gọi người dân Phần Lan tuyệt đối không dùng tiếng Nga.

Cách Mạng CS Nga 1917 bùng nổ dẫn tới việc Phần Lan tuyên bố độc lập. Tuy nhiên bị ảnh hưởng chính trị Nga, cánh tả trong chính phủ Phần Lan rất mạnh và thực hiện một cuộc đảo chánh. Quân chính phủ do tướng Gustaf Mannerheim chỉ huy phản công và đánh bại quân phiến loạn.

Phần Lan chính thức trở thành nước Cộng Hòa năm 1919 với K.J. Ståhlberg là tổng thống đầu tiên. Biên giới giữa Nga và Phần Lan được công nhận theo hiệp ước biên giới Tartu ký kết năm 1920. Quan hệ giữa Phần Lan và Liên Xô rất căng thẳng, và quan hệ giữa Phần Lan và Đức cũng không tốt đẹp gì hơn.

Tháng Tám 1939, Hitler và Stalin ký thỏa hiệp không xâm phạm nhau trong đó có điều khoản Hitler đồng ý nhường Phần Lan cho Stalin. Khi Phần Lan từ chối việc cho phép Liên Xô xây dựng căn cứ quân sự trên lãnh thổ Phần Lan, Stalin tấn công Phần Lan vào tháng 11 năm 1939. Chiến tranh Mùa Đông (Winter War) bùng nổ. Tuy Phần Lan thua nhưng đã gây thiệt hại trầm trọng cho phía Liên Xô. Sau Chiến tranh Mùa Đông (1939) là Chiến tranh Tiếp Tục (Continuation War, 1941-1944).

Trong thời gian này Phần Lan đứng về phía Đức và đem quân tấn công Liên Xô để chiếm lại các phần đất bị mất trong Chiến tranh Mùa Đông và nhiều phần đất khác của Liên Xô. Chính Anh Quốc cũng đã tuyên chiến với Phần Lan năm 1941. Năm 1944, Phần Lan ký hiệp ước đình chiến với Liên Xô.

Phần Lan sau Thế Chiến thứ Hai

Tại hội nghị Paris 1946, Đồng Minh ân xá cho Phần Lan và các nước đã đứng về phía phe Trục như Romania, Bulgaria, Hungary và cho phép các nước này trở thành hội viên Liên Hiệp Quốc. Phần Lan và Liên Xô ký các hiệp ước hòa bình lần nữa vào những năm 1947 và 1948. Trong giai đoạn này Phần Lan quá yếu về khả năng quân sự so với Liên Xô nên đã buộc phải nhường vùng đất phía nam cho Liên Xô. Đứng trước sự phân cực đang hình thành trong sinh hoạt chính trị thế giới, Phần Lan đối diện với một thực tế chính trị thế giới hoàn toàn bất lợi. Đức Quốc Xã, đối trọng với Liên Xô sụp đổ, không có đồng minh quân sự, bị cô lập về địa lý chính trị, các quốc gia trong vùng Đông Âu lần lượt trở thành chư hầu CS của Liên Xô, các quốc gia vùng Baltic như Estonia, Latvia, Lithuania đều bị sáp nhập hẳn vào Liên Xô. Ưu tiên hàng đầu của chính phủ Phần Lan, vì thế, bằng mọi giá để khỏi bị trở thành một "Cộng hòa Xã hội Chủ nghĩa" trong Liên Bang Xô Viết.

Quá sợ Liên Xô nuốt sống như trường hợp các nước vùng Balkan, Phần Lan lấy lòng Liên Xô bằng cách từ chối viện trợ Mỹ trong kế hoạch viện trợ kinh tế Marshall. Tuy vậy, Phần Lan ngấm ngầm thiết lập quan hệ kinh tế với Anh, Mỹ và các chính phủ Anh, Mỹ cũng tìm cách yểm trợ Phần Lan để hy vọng nuôi dưỡng chế độ dân chủ non trẻ tại quốc gia nhỏ ở Bắc Âu này. Chính sách "Phần Lan hóa" ra đời.

Nội dung của "*Phần Lan hóa*":

- Về đối ngoại. Phần Lan theo đuổi một chính sách đối ngoại rất mềm dẻo, nhân nhượng, không làm mất lòng Liên Xô, trung lập. Liên Xô trong thực tế không xem Phần Lan như là một nước Trung Lập đúng nghĩa mà luôn xem quốc gia này phụ thuộc vào các chính sách đối ngoại phát xuất từ điện Kremlin. Chẳng hạn, khi đại sứ Phần Lan Max Jakobson được đề cử vào chức vụ Tổng Thư Ký Liên Hiệp Quốc, Liên Xô chẳng những không ủng hộ mà còn dùng quyền phủ quyết để bác bỏ vì không muốn thấy một chính khách Phần Lan đóng vai trò quan trọng trong tổ chức chính trị thế giới.

- Về đối nội. Loại trừ các thành phần lãnh đạo quốc gia có khuynh hướng chống Liên Xô và ủng hộ các thành phần thân Liên Xô. Theo tài liệu của CIA, Liên Xô duy trì mối quan hệ mật thiết với các chính khách thân Liên Xô đứng đầu là Tổng thống Juho Kusti Paasikivi (1870-1956) và sau đó là Tổng thống Urho Kekkonen (1900-1986). Liên Xô có quyền phủ quyết các chính sách của Phần Lan và can dự vào nội bộ Phần Lan qua trung gian đảng CS Phần Lan, Liên Đoàn Dân Chủ Nhân Dân, Quốc Hội Phần Lan với đa số thuộc cánh tả.

- Về văn hóa giáo dục. Để vừa lòng Liên Xô, Phần Lan áp dụng chính sách tự kiểm duyệt, tự kiểm soát và thân Liên Xô. Chính phủ Phần Lan ngăn chặn các phương tiện truyền thông có cái nhìn tiêu cực về Liên Xô. Trên 1700 cuốn sách có nội dung chống Liên Xô trước đó bị xếp vào thể loại "sách bị cấm." Các phim ảnh không có lợi cho Liên Xô như *The Manchurian Candidate*, *One day in the Life of Ivan Denisovich* v.v... đều không được phép chiếu.

- Về quốc phòng. *Hiệp ước Hữu Nghị Hợp Tác Phần Lan - Liên Xô 1948* (Finno-Soviet Pact of Friendship, Cooperation and Mutual Assistance) quy định Phần Lan phải có trách nhiệm chống lại các lực lượng thù địch của Liên Xô khi các lực lượng này tấn công Liên Xô ngang qua ngả Phần Lan và nếu cần sẽ kêu gọi sự giúp đỡ quân sự của Liên Xô. Phần Lan không được liên minh quân sự với một quốc gia thứ ba. Điều này do Liên Xô đặt ra để ngăn Phần Lan gia nhập NATO giống như trường hợp Đan Mạch và Na Uy. Trước đó, trong hiệp ước ký kết giữa hai nước, Phần Lan đã nhường 10 phần trăm lãnh thổ cho Liên Xô.

Nhắc đến "Phần Lan hóa" không thể bỏ qua vai trò của Tổng thống Phần Lan Urho Kekkonen, người lèo lái chính sách này trong suốt 26 năm làm tổng thống. Những người phê bình Urho Kekkonen cho rằng ông ta là con cờ của Liên Xô trong khi những người ủng hộ xem ông như là một trong những anh hùng của Phần Lan vì đã bảo vệ được chủ quyền Phần Lan trong một hoàn cảnh chính trị thế giới vô cùng khó khăn.

Công tâm mà nói, trong suốt dòng lịch sử, lãnh thổ Phần Lan là bãi chiến trường cho các tham vọng bành trướng của Thụy Điển và sau đó là Nga Hoàng. Sau Thế Chiến thứ Hai, hầu hết các quốc gia vùng Baltic và Balkan đều nằm trong quỹ đạo Liên Bang Xô Viết. Lịch sử, văn hóa, ngôn ngữ của quốc gia này đều bị xóa bỏ. Ý thức được điều đó, mục tiêu hàng đầu của Kekkonen là bảo vệ chủ quyền Phần Lan, bảo vệ nền Cộng Hòa Phần Lan bằng mọi giá, không thể để Phần Lan trở thành một xứ tự trị như thời Nga Hoàng hay một "Cộng hòa Xã hội Chủ nghĩa" của Stalin. Mặc dù nhân nhượng Liên Xô rất nhiều trong các lãnh vực chính trị, quốc phòng Phần Lan cũng có lợi về kinh tế vì Liên Xô là quốc gia nhập cảng lớn nhất sản phẩm của Phần Lan. Sự sụp đổ của Liên Xô đã gây ra những suy thoái kinh tế trầm trọng tại Phần Lan. Sau giai đoạn phục hồi, Phần Lan đã phát triển một cách vượt bực. Ngày nay Phần Lan hội nhập cao vào nền kinh tế thế giới và là một trong những quốc gia phát triển nhanh nhất thế giới.

Trở lại với quan hệ Trung Cộng và CS Việt Nam trong cái nhìn so sánh giữa Liên Xô và Phần Lan.

Trung Cộng sau Thiên An Môn

Chính sách đối ngoại của Trung Cộng trong thời gian 1990 nhằm mục đích thoát khỏi sự cô lập quốc tế và ổn định chính trị nội bộ sau biến cố Thiên An Môn. Những thành tựu kinh tế của chính sách bốn hiện đại hóa từ đầu thập niên 1980 đã đạt một số thành tích đáng kể nhưng tất cả đều rất mong manh, yếu kém. Các cường quốc dân chủ vẫn còn trừng phạt kinh tế sau khi Đặng Tiểu Bình ra lệnh tàn sát nhiều ngàn sinh viên Trung Quốc yêu dân chủ tại Thiên An Môn đầu tháng 6, 1989.

Như hầu hết các quốc gia CS, kế hoạch chung của cả nước luôn chế ngự và đồng thời duy trì tính cân đối của các chính sách đối ngoại cũng như đối nội trong mỗi thời kỳ. Để thoát khỏi sự cô lập và phục hồi vị trí của Trung Cộng trong bang giao quốc tế, Đặng Tiểu Bình theo đuổi chính sách đối ngoại mềm dẻo trong đàm phán biên giới với hàng loạt các nước lân bang trong đó có Việt Nam. Chính sách của họ Đặng được gọi là chính sách 20 nét chữ "bình tĩnh quan sát, giữ vững trận địa, bình tĩnh ứng phó, giấu mình chờ thời" (*lengjing guancha, chenzhuo yingfu, wenzhu zhenjiao, taoguang yanghui, yousuo zuowei*). Sự sụp đổ của hệ thống Liên Xô làm Trung Cộng không còn lo ngại vòng vây Liên Xô từ hướng Việt Nam nhưng lại có mối lo mới nguy hiểm và hùng mạnh hơn nhiều, đó là Mỹ. Như người viết đã trình bày trong các bài trước, thời điểm 1990 đối tượng cạnh tranh của Trung Cộng là Mỹ và Nhật chứ không phải Liên Xô hay chư hầu của nó là CSVN và mục tiêu bành trướng của họ Đặng không chỉ giới hạn ở các cù lao trên biển, vài ngọn núi đất ở Hà Giang mà cả Thái Bình Dương. Và để giới hạn sự đe dọa của Mỹ, Trung Cộng đã làm hòa với CSVN. Hai bên đã mở các cuộc đàm phán vào năm 1991 và đạt đến thỏa hiệp vào năm 1993 sau mật ước Thành Đô.

Việt Nam sau Liên Xô

Sau khi hệ thống CS tại châu Âu sụp đổ, nền kinh tế của các nước CS còn lại của khối COMECON trong đó có Lào, Cu Ba và CSVN trở thành đàn gà mất mẹ. Trong bài bình luận nhân dịp kỷ niệm 20 năm bức tường Bá Linh đổ, tạp chí The Economist nhận xét chung rằng khi chế độ thực dân ra đi, các nước cựu thuộc địa ít ra còn hưởng được các phương pháp quản trị, hệ thống tư pháp và nhiều trường hợp cả ngôn ngữ nhưng chế độ CS ra đi không để lại gì ngoài nghèo đói, ngục tù và lạc hậu.

Số phận của đảng CSVN như chỉ mành treo chuông. Trong giờ phút sinh tử đó, lãnh đạo CSVN xem dấu hiệu hòa hoãn của Đặng Tiểu Bình như chiếc phao giữa biển. Họ vui mừng bám lấy. Dĩ nhiên, với bản chất thâm độc, đầu óc tính toán của lãnh đạo Trung Cộng, món lễ vật của đàn em CSVN dâng lên trong ngày quy phục thiên triều lần nữa phải là một lễ vật đắt giá. Món nợ máu xương từ năm 1979 trở về trước hẳn được Đặng Tiểu Bình đòi cả vốn lẫn lời.

Hội nghị bí mật tại khách sạn Kim Ngưu, Thành Đô, thủ phủ tỉnh Tứ Xuyên diễn ra trong hai ngày 3 và 4 tháng 9 năm 1990 giữa phía Việt Nam gồm Phạm Văn Đồng, Đỗ Mười, Nguyễn Văn Linh và phía Trung Quốc gồm Giang Trạch Dân và Lý Bằng thực chất là lễ cam kết một loại "công hàm" khác, trầm trọng hơn nhiều so với "công hàm Phạm Văn Đồng." Chiều ngày 7 tháng 11 năm 1991 tại Nhà khách Chính phủ Điếu Ngư Đài Bắc Kinh, Giang Trạch Dân tuyên bố "Nhưng chúng tôi hy vọng giữa Trung Quốc và Việt Nam có thể khôi phục mối quan hệ mật thiết giữa hai Đảng và hai nước do những người lãnh đạo thuộc thế hệ lão thành xây dựng nên." Họ Giang muốn nhắc nhở lãnh đạo CSVN về thời kỳ mà đảng CSVN thở bằng bình oxyen Trung Cộng trong các thập niên 1950, 1960.

Trung Cộng muốn có từ Việt Nam những gì Liên Xô muốn có từ Phần Lan và nhiều hơn nữa:

- Giống như Liên Xô áp dụng với Phần Lan, Việt Nam phải "trung lập" trên danh nghĩa. Phần Lan luôn tuyên bố trung lập và Liên Xô ủng hộ vị trí trung lập của Phần Lan nhưng thực chất có quyền phủ quyết hầu hết các chính sách đối ngoại của Phần Lan. CSVN cũng thế. Họ luôn tuyên bố "quan hệ hợp tác bình đẳng cùng có lợi" với mọi quốc gia trên thế giới nhưng thực chất chỉ "hợp tác" với sự đồng ý của Trung Cộng. Bất cứ khi nào có dấu hiệu làm trái ý, Trung Cộng sẽ dùng mọi biện pháp hèn hạ nhất để trừng phạt như trường hợp giàn khoan HD981 vừa qua, bất chấp dư luận thế giới khinh khi.

- Giống như Liên Xô áp dụng với Phần Lan, các chính sách an ninh quốc phòng của Việt Nam không được đi ngược với chính sách quốc phòng của Trung Cộng, không được độc lập trong toàn bộ chiến lược an ninh châu Á của Trung Cộng. Để thỏa mãn Trung Cộng, Việt Nam theo đuổi một chính sách quốc phòng "ba không" tự sát: (1) không tham gia các liên minh quân sự, (2) không là đồng minh quân sự của bất kỳ nước nào, (3) không cho bất cứ nước nào đặt căn cứ quân sự ở Việt Nam và không dựa vào nước này để chống nước kia. Các điều khoản này tương tự các điều khoản của hiệp ước mà Phần Lan phải ký với Liên Xô năm 1948.

- Giống như Liên Xô đã cướp đất của Phần Lan, CSVN đã chấp nhận vị trí đặc quyền, đặc lợi của Trung Cộng trong Biển Đông. Như đã viết, khi thỏa hiệp bán nước Thành Đô vừa ký kết xong, ngày 25 tháng 2 năm 1992, Quốc vụ viện Trung Cộng thông qua "Luật Lãnh hải và vùng tiếp giáp" quy định lãnh hải rộng 12 hải lý, áp dụng cho cả bốn quần đảo ở Biển Đông trong đó có quần đảo Tây Sa (Hoàng Sa) và Nam Sa (Trường Sa). Ba tháng sau đó, Trung Cộng ký hợp đồng khai thác dầu khí với công ty năng lượng Crestone, cho phép công ty này thăm dò khai thác dầu khí trong thềm lục địa Việt Nam và hứa sẽ bảo vệ công ty Creston bằng võ lực. Ngoài ra, Trung Cộng còn ra lịnh cấm đánh cá, thành lập các đơn vị hành chánh cấp huyện tại Hoàng Sa và Trường Sa.

- Giống như Liên Xô đã gây áp lực với lãnh đạo Phần Lan, Việt Nam cũng thực hiện các chính sách tự kiểm duyệt các tin tức gây mất lòng Trung Cộng, giới hạn các phim ảnh, sách báo có nội dung tiêu cực về chế độ CS tại Trung Quốc, ngăn chặn mọi ý kiến, phản ứng dù rất ôn hòa của người dân trước các hành động gây hấn, xâm lược lộ liễu của Trung Cộng. Tháng Sáu vừa qua, các báo *VnExpress, Thanh Niên, Người Lao Động, Tiền Phong, Giáo Dục* đã phải đồng loạt lấy xuống các hình ảnh và tin tức liên quan đến ngày kỷ niệm Tàn Sát Thiên An Môn. TS Nguyễn Quang A, một trong những thành viên chủ trương Diễn đàn Xã hội Dân sự phát biểu với RFA: "*Điều đó chứng tỏ rằng những thế lực trong Đảng Cộng sản Việt Nam còn gắn rất chặt với Trung Quốc. Tôi tin chắc chắn là họ nghe theo lệnh của Bắc Kinh để họ làm như vậy.*"

- Bên cạnh các điểm giống nhau nêu trên, một điểm khác biệt có tính quyết định đối với tương lai của dân tộc Việt Nam:

Trung Cộng quyết tâm bảo vệ đảng CSVN. Làm gì thì làm, nói gì thì nói, lãnh đạo CSTQ cũng biết hiện nay chỉ còn năm đảng cầm quyền mang nhãn hiệu búa liềm. Nắm giữ Việt Nam về mặt lý luận tư tưởng không chỉ để bảo vệ cơ chế mà còn tránh sự sụp đổ dây chuyền trong trường hợp cách mạng dân chủ tại Việt Nam diễn ra trước. Và do đó, bị "*Phần Lan hóa*" trong quỹ đạo Trung Cộng cũng có nghĩa ngày nào Trung Cộng còn do đảng CS cai trị ngày đó nhân dân Việt Nam lại cũng sẽ tiếp tục chịu đựng dưới ách chủ nghĩa độc tài toàn trị Lê Nin không có Mác. Tổng thống Phần Lan Urho Kekkonen phải khuất phục Liên Xô chỉ vì để bảo vệ chế độ cộng hòa và chủ quyền đất nước, lãnh đạo CSVN bám vào chiếc phao Trung Cộng chỉ vì quyền lực và quyền lợi riêng của đảng CS.

Những phân tích trên cho thấy có khả năng cao Việt Nam đã bị "*Phần Lan hóa*" qua mật ước Thành Đô. Và Việt Nam, như một dân tộc, chỉ có thể tự thoát khỏi quỹ đạo Trung Cộng tức tránh khỏi nạn bị "*Phần Lan hóa*" bằng (1) dân chủ trước Trung Cộng, (2) đoàn kết dân tộc để vượt thoát và thăng tiến, (3) chủ động chiến lược hóa vị trí quốc gia trong tranh chấp Thái Bình Dương, (4) sát cánh với láng giềng cùng hoàn cảnh và tham gia các liên minh tin cậy như đã trình bày trong chính luận *Để thắng được Trung Cộng*.

Tham khảo:

"Finlandization" in Action: Helsinki's Experience with Moscow. (1972, August 20). *CIA Intelligence Report*.

Krepinevich, A. (2010, September 11). China's 'Finlandization' Strategy in the Pacific. *The Wall Street Journal*.

Brown, D. (2014, May 22). Vietnam Faces 'Finlandization' from China. *Asia Sentinel.*

Solsten, Meditz. (1988, December). Finland, a country study. Library of Congress.

Laar. (2011, January 31). The Power of Freedom – Central and Eastern Europe after 1945. Unitas Foundation.

Ross, Whiting, Harding. (1990, December). China's Foreign Relations After Tiananmen: Challenges for the U.S. The NBR Analysis.

Fravel, M.T. (2005). Regime Insecurity and International Cooperation. International Security, 30(2), pp. 46–83.

Molotov–Ribbentrop Pact. https://en.wikipedia.org/wiki

Finland. https://en.wikipedia.org/wiki/Finland

Barry, M. (2012, June 11). Korean Reunification Would Cast Off China's. World Policy.

HIỂM HỌA TRUNG CỘNG VÀ BÀI HỌC CONGO

Những tuổi thơ trong mỏ quặng

Em Adon Kalenga làm việc cho một hãng thu mua quặng. Công việc của em mỗi ngày là vác những bao quặng nặng gần 100 kí lô từ những hầm sâu, ẩm thấp đi rửa sạch và vác trở về cho chủ hãng thầu. Như em tả, cả thân thể em đều cảm thấy đau nhức và cả mười ngón tay trầy trụa sau một ngày dài rửa quặng. Em Adon Kalenga chỉ mới 13 tuổi. Trong lúc hầu hết thiếu niên cùng tuổi em trên thế giới đang đến trường thì em phải làm việc không ngưng nghỉ suốt bảy ngày mỗi tuần. Em không đủ tiền để đóng học phí, trung bình khoảng 6 Dollar một tháng. Em không có nhà ở. Đêm về, em ngủ nhiều nơi trên đường phố và cũng có khi tìm đến tạm trú trong các trại mồ côi. Cha của Adon chết khi em mới 9 tuổi. Mẹ em sau đó cũng bỏ nhà ra đi. Bà con thân thích không ai nhận nuôi dưỡng em khi chính họ còn không đủ sức nuôi con của họ. Em trở thành đứa bé mồ côi. Sau khi lang thang bụi đời một thời gian, các bạn của em gợi ý nên đi đào quặng bán lại cho các công ty thu mua Trung Cộng. Thế là em cùng các bạn đi đào quặng để kiếm sống.

Trong năm đầu tiên em có lần suýt chết khi trời mưa lớn làm đất sụp thành bùn đè lên những người đang làm dưới hầm sâu. Bốn người bạn của em, Fabrice, Jean, Patient and Patrick đều bị bùn chôn sống trong tai nạn đó. Em may mắn sống sót nhưng thương tích đầy mình. Adon nói "*Cuộc sống của em rất khó khăn. Em không hiểu tại sao*".

Một người bạn của Adon tên là Carlito Muamba, cũng chỉ mới 15 tuổi nhưng mỗi ngày phải chui vào những hố sâu trong lòng đất để đào bằng tay và chiếc xẻng nhỏ. Phía trên hầm không có gì che, mỗi khi đào, đất và bụi rớt xuống phủ kín chiếc đầu không tóc của em. Áo quần em biến thành màu đỏ nhưng em vẫn tiếp tục đào. Mồ hôi trộn lẫn vào bụi đỏ. Không có thang để trèo. Mỗi khi muốn vào hay ra khỏi hầm, em phải bò bằng chân tay. Và đến cuối ngày em cũng được chủ thầu phát một số tiền tương đương với 3 Dollar. Khi được hỏi lý do em làm việc cực nhọc, Carlito trả lời "*em cần tiền để mua thức ăn*". Rất đông các bạn cùng tuổi em đi đào quặng.

Mặc dù trên giấy tờ Congo có ký vào hiệp ước quốc tế nghiêm cấm lao động trẻ em vị thành niên, trong thực tế chẳng bao giờ được áp dụng. Ở châu Phi giá trị của mạng sống con người rất rẻ. Nhiều chuyện còn quan trọng hơn như việc hàng trăm người trong đó có bốn trẻ em bạn của Adon, bị đất sụp chôn sống cũng chẳng được ai quan tâm nói chi là chuyện trẻ em đi làm. Bà Wangari Maathai, người phụ nữ Phi châu đầu tiên được trao giải Nobel Hòa bình năm 2004, quy trách nhiệm không chỉ lên chính phủ Congo mà cả các công ty đầu tư cũng đã vi phạm luật lạm dụng lao động trẻ em: "*Tại những quốc gia, nơi nhân quyền không được tôn trọng và người dân không thể buộc chính phủ để chịu trách nhiệm thì chính phủ của các công ty đầu tư phải đề ra những điều kiện lao động*". Chính phủ mà bà muốn nói là Trung Cộng và các công ty thu mua quặng cũng là các công ty Trung Cộng tại Congo, nhưng phía chính phủ Trung Cộng bao giờ họ cũng trả lời "*đó là vấn đề của Congo, không liên quan gì đến công ty hay chính phủ Trung Quốc*".

Adon và Carlito là hai trong số 67 ngàn người Congo đang sống bằng nghề đào quặng tại tỉnh Katanga, phía nam Congo, và câu chuyện cảm động về hai em Adon Carlito do một nhóm phóng viên của hãng Bloomberg thực hiện.

Cuối tháng Tám 2008 trên báo *Daily Mail* ở Anh, nhà báo Peter Hitchens trong phóng sự *Làm thế nào Trung Cộng dựng nên một đế quốc nô lệ mới tại Phi Châu* (How China has created a new slave empire in Africa), mô tả đời sống của những người dân Congo mà tác giả gọi là "nghèo khổ, vô vọng, giận dữ" khi phải chui vào những hố sâu 25 mét trong những mỏ quặng bỏ hoang để tìm những mảnh quặng đồng còn sót lại, rửa sạch từ những vũng nước dơ và chất thành những kiện nặng tới hàng trăm kí-lô trên những chiếc xe đạp già nua để đem bán cho các thương gia Trung Cộng đang cần nguyên liệu. Nhiều trong số họ đã chết khi những hầm đất sụp hay bị thương nhưng không có thuốc men. Phần lớn đều có con nhỏ. Nhưng nếu họ may mắn sống sót và sau một ngày thu nhặt quặng thành công, họ kiếm được 3 Dollar để nuôi sống bản thân và gia đình trong những thôn xóm tồi tàn đầy bịnh tật. Và cũng theo phóng sự của Peter Hitchens, đời sống một người dân Congo hôm nay không khác gì của ông bà họ ở thế kỷ 18, nếu có khác chăng họ phải làm việc nhiều lần khổ hơn trong một điều kiện cũng tệ hại hơn nhiều.

Dù sao, công việc đào quặng đó cũng chỉ là một phần của các công ty thu mua tư doanh Trung Cộng, thỏa hiệp kinh tế được ký kết giữa chính phủ Congo và Trung Cộng đầu năm 2008 lớn hơn nhiều. Hiệp ước kinh tế trị giá hàng chục tỉ Dollar, có ảnh hưởng gần như hầu hết các mặt trong đời sống xã hội tại Congo không phải chỉ trong vòng 10 năm tới mà trong một thời gian rất dài và cũng không chỉ ảnh hưởng về mặt kinh tế mà cả xã hội, văn hóa, truyền thống.

Để cảm thông với số phận Congo, có lẽ nên đi ngược dòng lịch sử tìm hiểu thêm về vùng đất giàu tài nguyên nhất nhưng là một đất nước chịu đựng nhiều thiệt thòi và bất hạnh nhất trên lục địa Phi châu.

Tội ác diệt chủng bị lãng quên

Cộng hòa Dân chủ Congo (Democratic Republic of the Congo, thời Mobutu được gọi là Zaire, thường dễ bị lầm lẫn với Cộng hòa Congo hay Congo-Brazzaville) là một quốc gia vùng trung Phi, có diện tích 2.3 triệu kilô mét vuông và dân số 64 triệu theo thống kê 2008, thủ đô là Kinshasa. Congo có nhiều nguồn tài nguyên phong phú như đồng, vàng, kim cương, cao su, cobalt nhưng lợi tức đầu người hàng năm chỉ có 140 Dollar. Congo tập hợp của khoảng 200 sắc dân. Về căn bản, Congo vẫn là một quốc gia nông nghiệp nhưng từ 1985 việc đô thị hóa ngày càng gia tăng. Về mặt chính trị, chính phủ Congo hiện nay chi phối bởi hiến pháp 2006. Để đạt được một xã hội tạm yên như hiện nay, nhân dân Congo cũng đã phải trả một giá bằng máu của nhiều triệu dân Congo.

Không giống chế độ thực dân tại các nước khác được mở đầu bằng võ trang xâm lược, chế độ thực dân Bỉ có mặt tại Congo được diễn ra dưới hình thức mua bán, trao đổi giữa Henry M. Stanley, đặc sứ của vua Bỉ Leopold đệ nhị và các lãnh đạo Congo địa phương sống dọc sông Congo. Cuối năm 1884,

Stanley ký 450 hiệp ước thay mặt cho vua Leopold. Kết quả, Congo trở thành một nước có tên gọi mỉa mai "Nước Congo Tự do" dưới quyền sở hữu cá nhân của vua Leopold với thủ đô đặt tại Boma, một quận nằm bên bờ sông Congo.

Dưới sự bóc lột sức lao động tàn nhẫn để phục vụ cho túi tham không đáy của vua Bỉ Leopold đệ nhị, người dân Congo trải qua gần một thế kỷ trong địa ngục trần gian. Nhân loại nhắc nhiều về Holocaust, diệt chủng Armenian nhưng so với tội ác của Bỉ tại Congo, số người Do Thái bị Hitler giết hay Armenian bị Thổ Nhĩ Kỳ tiêu diệt còn thấp hơn nhiều. Khoảng một nửa dân số Congo thời bấy giờ, 10 đến 15 triệu dân, bị quân đội và tay sai dưới quyền của vua Leopold tàn sát. Mặc dù chưa bao giờ đặt chân đến Congo, đất nước là phần tài sản của ông ta. Vua Leopold đệ nhị thành lập một hệ thống lao động khổ sai trong đó con người đơn giản chỉ là một dụng cụ sản xuất. Những năm giá cao su lên cao, Leopold chỉ thị cho phu đồn điền phải tăng giờ làm việc. Những ai không làm việc được bị hành hạ bằng nhiều cách như đánh roi, tra tấn và giết chết. Nhiều cuộc nổi dậy của dân chúng bị quân đội riêng của vua Leopold được gọi là Lực lượng Công cộng (Force Publicque) tàn sát không thương tiếc. Quân lính trong Lực lượng Công cộng có thông lệ mỗi khi giết một kẻ chống đối, họ chặt một cánh tay mang về trình lên cấp chỉ huy để làm chứng cho số lượng đạn dược đã dùng. Nhiều lính của Leopold thích đi săn khỉ, để giải thích cho số đạn bắn ra, chúng chặt tay thường dân để đem về trình thượng cấp. Viêc chặt tay không chỉ bị xảy ra cho người lớn mà cả trẻ em vô tội. Hình phạt chặt tay này còn tồn tại đến hôm nay tai Sierra Leone là vết tích của chế độ thực dân mà vua Bỉ Leopold đã để lại tại châu Phi. Mặc dù được các nước thực dân châu Âu cố tình che đậy và dìm vào quên lãng, tội ác diệt chủng của vua Leopold đã được ghi lại trong một số tác phẩm, tiểu thuyết, hồi ký và sử học, trong đó có sử liệu *Tội ác tại Congo* (The crime of the Congo) của Arthur Conan Doyle xuất bản tại London ngay trong năm Leopold chết, 1909, và *Bóng ma của vua Leopold* (King Leopold' Ghost) của sử gia Adam Hochschild được xuất bản năm 1999.

Congo độc lập trong nhiễu nhương, phân hóa (1960 - 1965)

Trước áp lực dư luận quốc tế và cả quốc hội Bỉ, sau 1908, Congo bị sáp nhập vào Bỉ lần nữa. Quốc gia gọi là "Nước Congo Tự do" do Leopold lập ra dần dần bị giải tán nhưng điều kiện sống của người dân Congo không phải nhờ đó mà tốt đẹp hơn. Dân Congo vẫn một nước thuộc địa, không có một chút quyền hành gì trong bộ máy hành chính từ cấp trung ương đến địa phương. Đến 1955, ngọn lửa đòi độc lập được nhen nhúm từ các nhà ái quốc Phi châu lan rộng đến nhiều nước. Tại Congo nổi bật nhất là Patrice Emery Lumumba. Sau lời hứa trao trả độc lập dành cho các quốc gia thuộc địa Pháp của Tổng thống Pháp Charles de Gaulle nhân chuyến viếng thăm Trung Congo (nay thuộc Congo) đã kích thích việc đòi hỏi tự do của quốc gia trong lục địa Phi châu. Cuối cùng, Bỉ quyết định trao trả độc lập cho Congo vào ngày 30 tháng 6 1960. Patrice Emery Lumumba, 35 tuổi, trở thành Thủ tướng đầu tiên. Chính sách ngu dân và cô lập Congo với thế giới bên ngoài của vua Leopold và thực dân Bỉ để lại một hậu quả vô cùng trầm trọng về mọi mặt trong đời sống xã hội Congo sau khi được trao trả độc lập. Bản thân Thủ tướng Lumumba cũng chỉ học được bốn năm tiểu học và một năm huấn luyện làm nhân viên bưu chính. Dù ít học, Lumumba là một người rất thông minh, có lòng yêu nước sâu sắc, có tài ăn nói và giàu năng lực làm việc. Năm 1958, Lumumba và một nhóm thanh niên có học thành lập Phong trào Quốc gia Congo (Movement Natioal Cogolais, MNC) và là tổ chức chính trị có nhiều ảnh hưởng trong quần chúng nhất lại Congo lúc bấy giờ. Giành được độc lập là một chuyện nhưng điều hành đất nước lại là chuyện khác. Vào 1960, cả nước Congo chỉ có 30 thanh niên là tốt nghiệp đại học và 136 học sinh hoàn tất chương trình trung học. Congo không có ngay cả một bác sĩ, không có thầy hay cô giáo và sĩ quan quân đội. Cấp cao nhất trong quân đội mà một người Congo được thăng là thượng sĩ và người đó không ai khác hơn là Joseph Mobutu, nhà độc tài sắp xuất hiện trong lịch sử Congo.

Để thay thế quân đội Bỉ, Lumumba phong Mobutu lên chức tham mưu trưởng của quân đội Congo. Trước một đất nước có chủ quyền mà coi như vô chủ với hơn 50 phe nhóm chính trị được hình thành trong giai đoạn chuyển tiếp, Thủ tướng Lumumba vốn không có thiện cảm với các đế quốc thực dân, kể cả Mỹ, đã trở nên cực đoan trong cách giải quyết những xung đột nội bộ Congo. Ông kêu gọi Liên Hiệp Quốc giúp ổn định trật tự tại Congo. Sau khi quân đội Liên Hiệp Quốc đổ bộ xuống Congo, Lumumba còn đi xa hơn khi đòi trục xuất toàn bộ quân đội Bỉ chưa rút hết khỏi Congo, nếu không ông ta sẽ cầu cứu Liên-Xô. Trong thời kỳ chiến tranh lạnh đang ở cao điểm, việc Lumumba cầu cứu Liên-Xô là một thách thức lớn đối với Mỹ. Sự có mặt của Liên-Xô ngay trong trái tim của Phi châu đối với Mỹ là một sự kiện không thể chấp nhận được. Tổng thống Eisenhower không muốn thấy một Cuba tại Phi châu nên đã quyết định loại trừ Lumumba bằng mọi cách, kể cả ám sát nếu cần. Mỹ mua chuộc được Joseph Mobutu, một phụ tá tin cẩn Lumumba và cũng là đương kim tổng tham mưu trưởng quân đội để thực hiện cuộc đảo chánh không đổ máu. Một trong những hành động đầu tiên của Mobutu là trục xuất các nhà ngoại giao Liên-Xô và các quốc gia thuộc khối cộng sản ra khỏi Congo. Lumumba bị bắt, bị tù và cuối cùng bị phe Katanga thù địch thân Bỉ giết chết lúc 10 sáng 17 tháng Giêng 1961.

Việc thiếu tin tưởng vào Tây phương và Mỹ đã dẫn Lumumba đến những quyết định sai lầm, không thực tế trong thời gian ngắn lãnh đạo Congo và bản thân Lumumba cũng chịu trách nhiệm một phần không nhỏ cho tình trạng xáo trộn của Congo, tuy nhiên, không thể phủ nhận tinh thần yêu nước, lập trường chống thực dân kiên quyết mà ông theo đuổi từ những ngày còn nhỏ. Sau khi Lumumba bị giết hàng trăm cuộc biểu tình chống Bỉ được phát động khắp thế giới. Patrice Emery Lumumba trở thành biểu tượng cho khát vọng độc lập của nhân dân Congo và nhiều chính đảng tại Congo hiện nay mang tên ông. Từ đó cho đến ngày 17 tháng 5 1997, Congo nằm trong tay của nhà độc tài tham nhũng Joseph Mobutu.

Mobutu Sese Seko Nkuku Ngbendu wa Za Banga (1965 - 1997)

Mobutu Sese Seko Nkuku Ngbendu wa Za Banga hay viết gọn là Mobutu Sese Seko, với tên trong khai sinh là Joseph Mobutu sinh ngày 14 tháng 10 1930 tại Lisala, một tỉnh Congo thuộc Bỉ. Cha mất sớm nhưng Mobutu đã xoay xở để theo học trong các trường đạo cho đến khi bị trục xuất vì lý do hạnh kiểm. Mobutu đăng lính. Với trình độ học vấn sẵn có và nói thạo tiếng Pháp, trong quân đội Mobutu được huấn luyện nghề thư ký kế toán tại tổng hành dinh của Lực lượng Công cộng.

Mobutu được phong tới chức thượng sĩ, chức vụ cao nhất mà một người lính Congo được phong. Sau khi trở về đời sống dân sự Mobutu đi làm báo. Với tính thông minh, lanh lợi, Mobutu quen biết nhiều người, nhiều phe nhóm trong đó có cả nhà cách mạng chống thực dân Patric Emery Lumumba lẫn các nhân viên tình báo CIA. Mặc dù chưa bao giờ trực tiếp tham gia chống thực dân hay các phong trào cách mạng giành độc lập Mobutu vận dụng sự quen biết để tạo một vị trí chính trị lẫn quân sự vững chắc cho mình trong giai đoạn chuyển tiếp tranh tối tranh sáng tại Congo.

Sau khi chính thức nắm toàn quyền lãnh đạo Congo từ 1965, Mobutu lần lượt loại bỏ ra ngoài vòng pháp luật tất cả đảng phái, ngoại trừ Phong trào Nhân dân Cách mạng (Movement Populaire de la Revolution, MPR) do chính ông ta lập ra. Trong suốt 32 năm cai trị Congo, Mobutu dành dụm cho mình một tài sản được ước tính khoảng 5 tỉ Dollar trên sự nghèo đói cùng cực của đại đa số dân Congo. Con số 5 tỉ này tương đương với toàn bộ số nợ mà Congo phải vay mượn thế giới.

Những lời tung hô lãnh tụ đầy tính nịnh bợ, các khẩu hiệu tuyên truyền dối trá nhưng rất êm tai Mobutu nghe được trong những dịp viếng thăm các quốc gia cộng sản như Trung Cộng, Bắc Hàn, Rumania, hấp dẫn y đến nỗi khi về nước một trong việc làm đầu tiên của Mobutu không phải xây cầu, đắp đập mà là hình thành ngay một tư tưởng Mobutu. Mobutu ra lịnh thay đổi tên đường, tên phố, quốc kỳ, quốc ca, và tháng 10-1971 thay cả tên nước. Báo chí quốc doanh ca tụng Mobutu như một bậc tiên tri. Mobutu, người bị tố cáo giao nộp Lumumba cho phe Katanga giết để tránh tiếng sát nhân, phục hồi danh dự cho Lumumba. Y làm việc này không phải phát xuất từ sự kính phục lòng yêu nước của Lumumba, mà để giải tỏa dư luận, và đồng thời để tự phong mình là nhân vật số hai trong lịch sử Congo, sau Lumumba, có công giành độc lập.

Bạn thân nhất của Mobutu là nhà độc tài Nicholas Ceauşescu của Romania. Quan hệ của hai nhà độc tài không chỉ giới hạn ở cấp đảng, nhà nước mà cả cá tính thích sùng bái cá nhân cùng cực. Mobutu cũng thán phục chính cá tính độc lập của Nicholas Ceauşescu đối với Liên-Xô. Sự thân thiết của giữa Mobutu và Nicholas Ceauşescu phổ biến đến mức trong các câu chuyện trào phúng tại Congo, Mobutu Sese Seko được gọi thành Mobutu Sesesescu. Tháng 11-1996, Laurent-Desire Kabila với sự yểm trợ của Burundi, Uganda, Rwanda, đã phát động chiến tranh được gọi là chiến tranh Congo thứ nhất nhằm lật đổ Mobutu. Mobutu đang bị bịnh ung thư tiền liệt tuyến vào giai đoạn cuối, không chống trả nổi, phải lưu đày sang Morocco và chết một thời gian ngắn sau đó.

Laurent-Desire Kabila (1997 - 2001)

Một trong những kẻ thủ thuộc loại kỳ cựu của Mobutu là Laurent-Desire Kabila, một lãnh tụ cộng sản hoạt động từ thời Lumumba. Trong thời gian Lumumba làm Thủ tướng, Laurent-Desire Kabila là một lãnh tụ thanh niên có trình độ đại học của một đảng nhỏ liên minh với Phong trào Quốc gia Congo của Lumumba trong quốc hội. Khi Lumumba bị giết, Kabila trốn vào rừng và thành lập Đảng Nhân dân Cách mạng Congo. Với sự yểm trợ võ khí của Trung Cộng, Kabila dù chỉ mới 24 tuổi, tuyên bố thành lập chính phủ ly khai theo chế độ cộng sản tại tỉnh Nam Kivu, phía tây hồ Tanganyika.

Năm 1965, Kabila liên kết với một trong những người cộng sản nhiều huyền thoại nhất của Mỹ châu là Che Guevara. Che nhận xét, trong số những người ông ta gặp, Kabila là nguòi có nhiều điều kiện để lãnh đạo quần chúng. Kabila có tương lai vì tuổi còn rất trẻ và từng theo học triết học tại đại học ở Pháp. Tuy nhiên, cách sống xa hoa, chìm đắm trong rượu chè và chỉ biết quanh quẩn với gái của lãnh tụ cộng sản Kabila đã làm Che thất vọng và cuối cùng bỏ đi vào cuối năm 1965. Nhà nước cộng sản nhỏ nhoi nầy bị Mobutu càn quét và tan vỡ. Báo chí và cả Mobutu đều nghĩ rằng Kabila đã chết, nhưng không, ba mươi năm sau, Kabila lại xuất hiện và lần nầy lãnh đạo một liên minh quân sự của nhiều nước dưới danh nghĩa Liên minh Các Lực lượng Dân chủ Giải phóng Congo (Alliance des Forces Democratiques pour la Liberation du Congo-Zaire). Quân đội của liên minh đánh bại quân đội của Mobutu chỉ trong vòng vài tháng, và Kabila chiếm thủ đô Kinshasa ngày 20 tháng 5 năm 1997.

Sau khi đánh bại Mobutu, Kabila tự phong là chủ tịch nước đứng đầu một chính phủ cứu nguy dân tộc và đổi tên nước là Cộng hòa Dân chủ Congo như đang được gọi hiện nay. Cuộc đời 30 năm sống trong bí mật của Laurent-Desire Kabila cho đến nay cũng còn nhiều huyền bí vì khi còn sống Kabila thường đánh trống lảng khi được hỏi về quá khứ của mình. Tuy nhiên theo các phóng viên điều tra trong đó có ABC News, lãnh tụ cộng sản Kabila và phe phiến loạn của ông đã sống bằng việc giết voi để lấy ngà, đào mỏ, buôn vàng, kim cương qua ngã Burundi, một nước nhỏ trên biên giới phía đông của Congo và cả bắt cóc người để tống tiền, trong đó ít nhất một người là Mỹ. Nhân dân Congo tránh vỏ dưa gặp phải vỏ dừa vì tham vọng của nhà độc tài Maoist Laurent-Desire Kabila không kém gì của Mobutu. Các nhóm dân chủ thật sự đều rút ra khỏi liên minh hay bị loại bỏ. Laurent-Desire Kabila bị một cận vệ ám sát ngày 18 tháng Giêng 2001. Con trai Laurent-Desire Kabila là Joseph Kabila được trao quyền Tổng thống thay cha.

Joseph Kabila và quan hệ Trung Cộng (từ 2001)

Joseph Kabila lên kế vị cha nắm chức vụ Tổng thống Cộng hòa Dân chủ Congo khi chỉ mới 29 tuổi. Tuổi thơ ấu của ông ta cũng có nhiều huyền bí. Joseph Kabila sinh khoảng tháng 4-1971 tại một nơi nào đó hoặc miền đông Congo hay tại Tanzania. Mẹ của ông ta là vợ thứ ba của Laurent-Desire Kabila. Tuy còn trẻ nhưng Joseph Kabila tỏ ra khôn khéo về ngoại giao hơn cha. Trong chuyến thăm viếng Mỹ theo lời mời của Tổng thống George Bush sau khi được quốc hội Congo giao quyền Tổng thống, Josehp Kabila mong muốn có một Congo hòa bình sau khi đã trải qua hai cuộc chiến, Congo thứ nhất từ 1996 đến 1997 và Congo thứ hai từ 1998 đến 2003, với trên 4 triệu người chết. Trong buổi tiếp xúc Ngoại trưởng Mỹ Colin Powell, Joseph Kabila cũng hứa hẹn sẽ có những cải cách dân chủ và nhân quyền tại Congo. Tháng 12-2005, một cuộc trưng cầu dân ý Congo chấp thuận một hiến pháp mới. Josehp Kabila ghi danh ứng cử với tư cách độc lập. Đối thủ của Joseph Kabila là Jean-Pierre Bemba, cựu phó Tổng thống và cũng là bạn chiến đấu của cha ông ta. Vì vòng đầu cả hai đều không đạt tỉ lệ trên 50 phần trăm như luật bầu cử quy lịnh, cuộc bầu cử phải tiến vào vòng hai, và lần nầy Kabila đắc cử Tổng thống với 58.5 phần trăm tổng số phiếu bầu. Còn khá sớm để đánh giá Joseph Kabila liệu có trở thành một Mobutu hay Laurent-Desire Kabila hay không, nhưng có nhiều dấu hiệu cho thấy Joseph Kabila đã có nhiều thay đổi như việc sắp xếp lại cơ cấu hành chánh và cho về hưu các viên chức quá già trong hệ thống công quyền. Joseph Kabila có quan hệ mật thiết với Trung Cộng. Khi vào tuổi 25, Joseph Kabila từng là tư lịnh binh đoàn Kadogos nổi tiếng đánh chiếm thủ đô Kinshasa. Sau khi cha làm Tổng thống, Joseph Kabila được gởi sang Trung Cộng để theo học quân sự tại Đại học Quốc phòng Quân Giải phóng Nhân dân Trung Hoa tại Bắc Kinh. Xa hơn nữa, quan hệ mật thiết giữa Trung Cộng và gia đình Kabila bắt đầu từ khi Joseph Kabila chưa ra đời. Bản thân Kabila cha là một Maoist và công khai bày tỏ lòng kính phục đối Mao Trạch Đông. Trong chuyến viếng thăm Trung Cộng của Joseph Kabila vào 22 tháng 3-2002, chủ tịch Trung Cộng Giang Trạch Dân cũng nhắc lại tình hữu nghị cố cựu giữa cha con Kabila và Trung Cộng. Uống nước nhớ nguồn, Josheph Kabila cũng bày tỏ lòng biết ơn đối với Trung Cộng vì đã hết lòng ủng hộ cha con ông ta trong giai đoạn khó khăn dài trước đó.

Chủ nghĩa bành trướng của Trung Cộng tại Phi châu

Sau khi thiết lập chế độ cộng sản tại lục địa Trung Hoa, Đảng Cộng sản Trung Cộng bắt đầu tìm cách tạo ảnh hưởng tại Phi châu thể hiện qua các chuyến viếng thăm châu Phi ba tuần của Thủ tướng Chu Ân Lai và ngoại trưởng Trần Di vào đầu năm 1964. Tuy còn rất nghèo nàn nhưng đối với các phong trào du kích tại nhiều nước Á, Phi, Trung Cộng được xem như là ngọn hải đăng cho lý tưởng giải phóng dân tộc, giải phóng giai cấp. Trung Cộng sử dụng lý luận cách mạng để tạo ảnh hưởng và củng cố vị trí quốc tế qua việc khuyến khích các cuộc nổi dậy võ trang dưới hình thức cách mạng nhân dân tại các quốc gia đang đấu tranh vì độc lập hay vừa được trao trả độc lập nhưng chưa ổn định. Trong thập niên 50 và đầu thập niên 60, ngoài một số vũ khí phần lớn là chế tạo rập theo khuôn mẫu của Liên-Xô, Trung Cộng là một nước lạc hậu về kinh tế kỹ thuật. Vốn liếng và võ khí mạnh nhất của Trung Cộng là lý luận cách mạng chống thực dân đế quốc.

Tại đại hội Ban Chấp hành Trung ương Đảng tháng 9-1962, Mao nhấn mạnh sự liên hệ giữa đấu tranh giai cấp trong nước phải được tiến hành đồng thời với việc yểm trợ các cuộc tranh đấu võ trang của các nước khác. Về mặt chính trị, Trung Cộng tích cực tham gia Hội nghị Bandung lịch sử, diễn ra từ 18 đến 24 tháng Tư 1955 tại thành phố Bandung, Nam Dương và sau đó một thời gian ngắn là sự ra đời của Phong trào các Quốc gia không Liên kết.

Về mặt quân sự, các phong trào Maoist được Trung Cộng võ trang hình thành khắp nơi, không những trong các quốc gia đang là thuộc địa, các quốc gia đã được trao trả độc lập mà cả những quốc gia chưa từng bị thuộc địa. Trung Cộng huấn luyện du kích quân thuộc phong trào FRELIMO tại Mozambique, PAIGC tại Guinea, ZANU in Rhodesia (Zimbabwe), ANC tại Nam Phi. Năm 1963, Trung Cộng gởi quân dụng và vũ khí đến các lực lượng du kích đang hoạt động tại miền đông Congo dưới sự lãnh đạo của Antoine Gizenga, nguyên là một bộ trưởng trong chính phủ Lumumba, chống lại Mobutu thân Mỹ. Điểm đặc biệt, khác với Liên-Xô và Mỹ, Trung Cộng nhắm vào các mục đích đầu tư dài hạn nên võ khí tặng cho các phong trào Maoist phần lớn đều dưới hình thức cho không.

Cuối thập niên 50, lý luận "giương cao ngọn cờ giải phóng dân tộc" không còn hiệu quả vì phần lớn các nước đã giành được hay được trao trả độc lập, Trung Cộng chuyển hướng đấu tranh sang việc phát động phong trào chống thực dân mới và đế quốc Mỹ. Trung Cộng cảnh cáo các nước Á, Phi, độc lập chính trị chỉ là bước đầu trong tiến trình giải phóng đất nước, quan trọng là phải có độc lập về kinh tế. Một số thỏa hiệp kinh tế, dù rất tượng trưng, đã được ký kết giữa Trung Cộng và các quốc gia như Ghana, Guinea, Mali, Tanzania. Trong nội bộ phong trào cộng sản thế giới Trung Cộng tấn công vào chủ nghĩa xét lại Khrushchev.

Để chứng tỏ Trung Cộng không chỉ là một mớ lý luận và những võ khí thô sơ, giới lãnh đạo Trung Cộng không ngần ngại thực hiện vài đề án lớn với một số nước Phi châu như trường hợp đề án đường rầy xe lửa Tanzam nối liền Zambia và bờ phía đông của Tanzania năm 1970. Đề án Tanzam được xem như là một đề án lớn nhất của Trung Cộng thời bấy giờ với kinh phí 500 triệu Dollar để xây dựng một hệ thống đường xe lửa dài 1870 kí lô mét từ Dar es Salamm đến khu vực mỏ quặng chính của Zambia. Số nhân công được sử dụng gồm 50 ngàn tuyển mộ từ Tanzania và 25 ngàn được đưa sang từ Trung Cộng. Bất chấp nắng mưa, chết chóc, 75 ngàn người làm việc suốt 5 năm dài, bắt 300 cầu, đào thông 23 hầm và đặt 147 trạm xe lửa. Đề án được Trung Cộng ca ngợi như một thành công vĩ đại vào năm 1975 mặc dù Trung Cộng biết cả vốn lẫn lời có thể đều không thu lại được. Trung Cộng thực hiện đề án Tanzam không nhằm theo đuổi mục đích lợi nhuận kinh tế nhưng qua đó thiết lập một đầu cầu quan trọng cho việc đổ bộ ồ ạt vào Phi châu trong đầu thiên niên kỷ này và đồng chứng tỏ cho các lãnh đạo các nước Phi châu thấy không chỉ có Mỹ hay Liên-Xô mới khả năng thực hiện các đề án lớn.

Các chính sách đổi mới kinh tế của Đặng Tiểu Bình bắt đầu thập niên 80, về mục tiêu có nhiều thay đổi, nhưng một số điểm trong chính sách đối với châu Phi thời Mao vẫn được duy trì. Giới lãnh đạo Trung Cộng sử dụng và khai thác lịch sử như một vũ khí chiến lược để phục vụ cho mục tiêu bành trướng. Trung Cộng vẫn lặp đi lặp lại khẩu hiệu hợp tác hữu nghị, tình đồng chí anh em thắm thiết giữa các quốc gia cùng cảnh ngộ được như Chu Ân Lai tuyên bố từ Hội nghị Bandung hơn nửa thế kỷ trước, có khác chăng các lãnh tụ phiến loạn ngày xưa nay đã là những tổng thống và Trung Cộng, lãnh tụ của thế giới thứ ba nghèo khổ, nay là một siêu cường.

Các mục tiêu của chủ nghĩa bành trướng Trung Cộng

Thỏa mãn nhu cầu năng lượng và nguyên liệu

Phát triển kinh tế đòi hỏi trước hết là nguyên liệu. Sự thất thoát và lãng phí nguyên vật liệu trong sản xuất đã làm nhu cầu nguyên liệu của Trung Cộng vốn thiếu hụt lại càng thiếu hụt trầm trọng hơn. Để đuổi kịp các nước tư bản phát triển và vượt qua những khiếm khuyết trong sử dụng nguyên liệu, giới lãnh đạo kinh tế Trung Cộng không áp dụng các phương pháp kinh doanh truyền thống mà Mỹ và các nước Tây Âu đã và đang áp dụng. Các chuyên viên đặt hàng của các công ty Trung Cộng không ngồi trong các phòng có gắn máy lạnh, trước máy vi tính và mua nguyên vật liệt từ các thị trường nguyên liệu quốc tế mà đến tận nơi, mua tận gốc và mua với giá rẻ nhất. Tệ hại hơn cả các chế độ thực dân trước đây, Trung Cộng vơ vét đủ cách, đủ kiểu, chính thức qua các hợp đồng nhà nước và không chính thức qua trung gian các công ty thầu thu mua do người bản xứ điều hành. Các công ty Trung Cộng bất chấp các nguyên tắc, luật lệ lao động và họ không quan tâm các bao quặng kia do ai đào ra, dù từ bàn tay của một phụ nữ Congo đang cõng trên lưng một đứa bé sơ sinh hay một em Adon Kalenga chỉ mới 13 tuổi.

Giải quyết nạn thặng dư dân số tại Trung Hoa lục địa

Nội dung của chủ nghĩa bành trướng thế giới của Trung Cộng không chỉ giới hạn về kinh tế mà đồng thời để giải quyết được nạn thặng dư dân số tại nội địa Trung Cộng. Dân số Trung Cộng theo thống kê tháng 7-2008 là 1 tỉ 330 triệu người. Trong 20 năm qua, việc thực thi chính sách kiểm soát dân số mỗi gia đình một con khá hữu hiệu đã giúp mức gia tăng dân số chậm lại tại mức 0.65 phần trăm mỗi năm. Nếu cứ tiếp tục duy trì chính sách hạn chế sinh đẻ như hiện nay, nghĩa là cứ hai người lớn tuổi mới có một em bé, số lượng người già trong dân số Trung Cộng theo tỉ lệ sẽ tăng nhanh hơn số lượng trẻ em. Theo các nhà phân tích dân số, nếu mức phát triển dân số không thay đổi, trong tương lai không xa Trung Cộng sẽ là một viện dưỡng lão khổng lồ.

Việc thỏa mãn các nhu cầu an sinh, xã hội, y tế cho nhiều trăm triệu người già không còn khả năng lao động, là một viễn ảnh đầy lo sợ của giới lãnh đạo Trung Cộng Theo *Sunday Times* xuất bản tại Anh số tháng Hai 2008, một chuyên viên về Trung Cộng ước lượng rằng chính phủ Trung Cộng cần phải đưa ra khỏi Trung Hoa lục địa 300 triệu người mới có thể giải quyết nạn thặng dư dân số. Đưa đi đâu? Bất cứ nơi nào, nhưng nơi di dân thích hợp nhất của thời đại ngày nay không đâu khác hơn là Phi châu đất rộng, người thưa, tài nguyên phong phú. Trung Cộng cũng tìm cách truyền bá tiếng phổ thông sang các nước Phi châu. Mặc dù rất khó học, các lớp dạy tiếng Trung Quốc được mở khắp mọi nơi. Chính phủ Trung Cộng ước lượng sẽ có 100 triệu người nước ngoài, hẳn nhiên đa số sẽ từ châu Phi, nói tiếng Trung Quốc. Tại Kenya còn có một học viện mang tên Viện Khổng Tử chuyên dạy về văn hóa và ngôn ngữ Trung Quốc.

Theo phân tích của các tác giả tại Trung tâm Nghiên cứu Quốc tế và Chiến lược (the Center for Strategic and International Studies) trong tổng kết *China the Balance Sheet*, Trung Cộng là một nước già, và vào giữa thế kỷ này Trung Cộng sẽ có 349 triệu cao niên. Hệ thống dưỡng lão tại Trung Cộng ngày nay vẫn còn theo kiểu con cái phụng dưỡng cha mẹ già nhưng 30 năm nữa một người trẻ phải phụng dưỡng bốn người già. Tình trạng mất cân đối giới tính trong dân số Trung Cộng cũng là một mầm mống khác cho những bất ổn xã hội tương lai. Mặc dù trên giấy tờ chính phủ Trung Cộng nghiêm cấm việc phá thai dựa theo giới tính nhưng tình trạng phá thai một cách bất nhân khi đã biết bào thai là con gái vẫn xảy ra rất phổ biến tại Trung Cộng. Điều đó dẫn đến tình trạng trai thừa gái thiếu. Phương pháp để giải quyết tình trạng đó là mua vợ từ các nước Á châu khác.

Xuất cảng hàng hóa tiêu dùng

Không giống các quốc gia Tây phương, viện trợ và đầu tư được tính toán một cách cân đối dựa trên nhu cầu ngắn hạn và dài hạn của một quốc gia, trong đó có đầu tư về giáo dục, huấn luyện nghề nghiệp, khoa học kỹ thuật, các đầu tư của Trung Cộng nhắm nhiều nhất vào các mục đích tiêu dùng và dịch vụ như phi trường, sân vận động. Tập sang nghiên cứu *China Monitor* của Trung tâm Nghiên cứu Trung Cộng tại Congo cho rằng việc Trung Cộng xây dựng các công trình chẳng khác mang cá đến cho người dùng mà không chỉ cho họ cách để tự đánh cá.

Như một nước nông nghiệp với nhiều triệu dân là những người tỵ nạn chiến tranh vừa mới hồi cư, sản phẩm công nghiệp Congo không phải là đối thủ cạnh tranh với hàng hóa Trung Cộng. Đường phố Lubumbashi, thủ phủ tỉnh Katanga, là một phố Tàu lớn với các cơ sở thương mại Trung Cộng, từ các ngân hàng, các công ty lớn cho đến các nhà hàng, tiệm ăn, tiệm tạp hóa và cả tiệm thuốc bắc. Về hàng hóa, không chỉ đồng hồ, TV, radio, điện thoại mà ngay cả loại vải truyền thống nhiều màu mà phụ nữ Phi châu ưa chuộng, vốn là đặc sản Congo, cũng được may từ Trung Cộng đem sang. Ngoài việc đánh gục hàng nội địa, các công ty Trung Cộng còn cạnh tranh với cả hàng nhập cảng. Công ty điện thoại di động Congo Chinese Telecomps (CTT) bán các điện thoại phẩm chất không thua kém các công ty lớn thế giới nhưng giá rất thấp so với các sản phẩm nhập từ Mỹ hay châu Âu.

Mua chuộc và bao che cấp lãnh đạo để khai thác lâu dài

Các lãnh đạo Phi châu không phải là không biết thâm ý của Trung Cộng nhưng họ vẫn muốn hợp tác kinh tế với Trung Cộng hơn là các nước Tây phương. Như đã trình bày, hợp tác với Trung Cộng, các lãnh đạo Phi châu không phải bận tâm về các vấn đề tự do, dân chủ, nhân quyền vì chính sách của Trung Cộng không can thiệp vào nội bộ của các nước khác. Trong khi các vấn đề nhân quyền đã đẩy các công ty phương Tây ra khỏi châu Phi thì Trung Cộng trở thành nước độc quyền đầu tư và khai thác kinh tế. Ngoài ra, hợp tác với Trung Cộng không phải thông qua các thủ tục, các điều kiện phức tạp như khi vay tiền của IMF (Quỹ Tiền tệ Quốc tế). Thảo luận hay ký kết các hợp đồng thương mại với các công ty Trung Cộng cũng chẳng khác gì ký kết với chính phủ Trung Cộng và do đó không cần phải thông qua sự chấp thuận của chính phủ hay quốc hội, nếu có cũng chỉ là vấn đề thủ tục. Trung Cộng ưu đãi, bao che và nếu cần sẽ sẵn sàng tiếp tay cho giới lãnh đạo để đàn áp các thành phần đối lập, các tầng lớp nhân dân. Giống như chế độ thực dân đế quốc trước đây, Trung Cộng nuôi dưỡng, bao che, cung cấp cho giới lãnh đạo Phi châu tiền bạc, súng đạn, an ninh cá nhân và bảo vệ chế độ bằng sử dụng quyền phủ quyết trong các cơ quan quốc tế như Liên Hiệp Quốc.

Trung Cộng và Congo

Riêng với Congo, năm 1964, Mao Trạch Đông tuyên bố "*Nếu chúng ta có được Congo, chúng ta sẽ có được cả Phi châu*". Về mặt lịch sử, người Trung Quốc có mặt ở Congo từ lâu lắm. Các nhà khảo cổ học tìm thấy dấu tích người Trung Quốc có mặt tại Phi châu từ thế kỷ thứ sáu. Trong thế kỷ 18, thời kỳ vua Leopold cai trị Congo, nhiều ngàn người Hoa bị đưa tới để làm đường rầy xe lửa. Đa số đã bị chết vì đói khát hay kiệt sức lao động, một số ít sống sót đã chạy về các thành phố. Tức khắc sau khi Bỉ trao trả độc lập cho Congo, Thủ tướng Trung Cộng Chu Ân Lai đã gởi điện văn chúc mừng Thủ tướng Lumumba và công nhận Congo độc lập. Tuy nhiên hai quốc gia sau đó đã có xung đột ngoại giao khi Tổng thống Kasavubu thiết lập quan hệ ngoại giao với Đài Loan. Để trả đũa, Trung Cộng gởi võ khí cho quân đội của Gizenga đang chống lại chính quyền Congo trung ương của Kasavubu và Mobutu.

Sau khi loại bỏ Tổng thống Kasavubu, siết chặt quyền lãnh đạo tại Congo, Mobutu bắt đầu có tham vọng lãnh đạo cả lục địa Phi châu. Để làm được điều đó nhà độc tài xứ Congo cần phải hòa hoãn với Trung Cộng, quốc gia có ảnh hưởng nhất trong Phong trào các Quốc gia không Liên kết. Congo và Trung Cộng chính thức thiết lập quan hệ ngoại giao 1972. Cũng trong năm này, Mobutu công nhận đàn em thân tín của Trung Cộng là Bắc Hàn. Mobutu thăm Trung Cộng 5 lần trong khoảng thời gian từ 1973 đến 1994. Đáp lại, từ 1973, các lãnh đạo đảng và nhà nước Trung Cộng viếng thăm Congo, đầu tiên với Ngoại trưởng Hoàng Hoa thăm Congo 1978, đến phó Thủ tướng Lý Tiên Niệm đến Congo 1979. Trung Cộng nắm lấy cơ hội các quốc gia dân chủ Tây phương và Mỹ dưới thời Tổng thống Jimmy Carter bắt đầu tẩy chay chế độ độc tài Mobutu để gây ảnh hưởng với Mobutu. Năm 1983, Trung Cộng tuyên bố hủy bỏ số nợ 100 triệu Dollar Congo vay của Trung Cộng, ngoài ra còn gởi khoảng 1 ngàn chuyên viên Trung Cộng sang làm việc trong các đề án nông và lâm nghiệp tại Congo.

Khi nhà độc tài Mobutu bị Laurent-Desire Kabila lật đổ, quan hệ hai quốc gia chẳng những không gián đoạn mà còn được củng cố vững chắc thêm. Quan hệ giữa Tổng thống Laurent-Desire Kabila và Bắc Kinh không chỉ là quan hệ giữa hai nước mà còn là quan hệ đồng chí anh em vì Laurent-Desire Kabila vốn là một nhà Maoist và đã từng được Mao yểm trợ võ khí khi còn ở trong rừng. Chỉ một thời gian ngắn sau khi lật đổ Mobutu, Tổng thống Congo Laurent-Desire Kabila lên đường viếng thăm Bắc Kinh. Khi Laurent-Desire Kabila bị ám sát, con trai của ông ta lên làm Tổng thống cũng đã thăm Trung Cộng để xin viện trợ, và đổi lại Trung Cộng được hưởng nhiều đặc quyền khai thác quặng mỏ, nhất là đồng và cobalt. Trung Cộng bắt đầu xây dựng hệ thống đường sá, khách sạn, phi trường, nhà máy điện, cơ sở giáo dục cho Congo, cũng như khai thác gỗ và dần dần lan đến các đề án nông nghiệp, ngay cả cà-phê, đường, cây trái.

Cuối tháng 9-2007, Trung Cộng ký với Congo một hợp đồng được xem là lớn nhất từ trước đến nay với một quốc gia Phi châu. Tổng giá trị của hợp đồng lên đến 9.25 tỉ Dollar. Ngân hàng Xuất nhập Cảng Trung Quốc Exim (Export-Import Bank of China) đồng ý cho Congo vay để tân trang hệ thống đường sá tại Congo. Đổi lại, Trung Cộng được quyền khai thác 10.6 triệu tấn đồng và 626,619 tấn cobalt. Theo nội dung của hiệp ước khai thác quặng, được đàm phán tại Bắc Kinh giữa luật sư Pual Fortin thay mặt cho công ty quốc doanh Gecamines của Congo và chính phủ Trung Cộng, số tiền sẽ được chi thành 3 giai đoạn, mỗi giai đoạn 3 năm phù hợp với tiến trình xây dựng và khai thác quặng mỏ. Sau thời gian 10 năm, vai trò độc quyền của Trung Cộng sẽ chấm dứt và hai quốc gia sẽ hợp tác với 2 phần 3 thuộc về Trung Cộng và 1 phần 3 thuộc về Congo, để tiếp tục khai thác quặng mỏ. Hiệp ước được Quốc hội Congo chấp thuận tháng 5 năm 2008.

Một số nhà phân tích cho rằng đây là một hiệp ước hai bên cùng có lợi vì Congo sẽ có một số cơ sở xây dựng mà họ chưa từng có như Tổng thống Joseph Kabila tuyên bố: "*Lần đầu tiên trong lịch sử, nhân dân Congo có thể thấy những quặng đồng, kẽm của Congo đem về những kết quả tốt*". Tuy nhiên theo luật sư Georges Kapiamba, một trong số ít người đọc được nội dung của thỏa hiệp, cho rằng thỏa hiệp ký kết vào năm 2008 cũng chẳng khác gì "thỏa hiệp" mà Congo phải ký dưới thời vua Leopold đệ nhị của Bỉ. Cộng hòa Dân chủ Congo, trên thực tế sẽ bị thực dân hóa lần nữa. Có khác chăng, vua Leopold chưa bao giờ đặt chân đến Congo nhưng người Hoa sẽ tràn ngập Congo. Congo sẽ được Trung Cộng xây dựng 176 bịnh viện, hai trường đại học, một cảng, 500 chung cư. Đó là những công trình xây dựng lớn, tuy nhiên so sánh giữa gì sẽ nhận về và những gì sẽ mất đi, Congo sẽ bị thiệt hại nhiều hơn. Đừng nói gì đến chủ quyền đất nước và tài nguyên thiên nhiên, chỉ riêng về thu nhập tiền lời, với giá quặng mỏ vẫn còn cao, các nhà phân tích ước lượng, sau thời hạn 10 năm Trung Cộng sẽ thu lại từ 42 tỉ Dollar đến 90 tỉ Dollar.

Trung Cộng trong vai trò thực dân của họ, hơn ai hết mong được thấy một Cộng hòa Dân chủ Congo ổn định để khai thác tài nguyên của quốc gia này, nhưng liệu ước muốn đó có là một hiện thực hay không là điều khó ai biết trước. Lịch sử đã chứng minh Mỹ, Pháp, Anh không bao giờ nhường Phi châu cho Trung Cộng một cách dễ dàng. Khi thỏa hiệp được trình lên Quốc hội Congo tháng 5-2008, 105 nghị sĩ thuộc các đảng đối lập Congo bước ra khỏi phòng để phản đối. Tháng 10-2008, lực lượng Tutsi dưới quyền của tướng Laurent Nkunda đánh bại các lực lượng chính phủ Cộng hòa Dân chủ Congo và có ý định tiến về phía khu hầm mỏ Congo. Tướng Nkunda tuyên bố một trong những điều kiện đàm phán giữa ông ta và chính phủ của Tổng thống Joseph Kabila là Congo phải hủy bỏ hiệp ước 9 tỉ Dollar với Trung Cộng. Mặc dù tướng Nkunda vừa bị bắt cách đây 3 tháng nhưng các thành phần chống chính phủ vẫn còn rất mạnh. Thỏa hiệp kinh tế 9 tỉ Dollar vì thế đã trở thành con tin cho cuộc tranh chấp giữa nhiều phe phái. Máu có thể sẽ đổ lần nữa trên đất Congo và giống như hàng trăm năm qua, giọt máu đầu tiên hay cuối cùng cũng chỉ là máu của nhân dân Congo vô tội.

Và Việt Nam?

Bên cạnh nhiều điểm khác nhau về mức độ phát triển kinh tế, khoa học kỹ thuật, địa lý chính trị, hai dân tộc Congo và Việt Nam có chung nhiều điểm bất hạnh giống nhau. Cobalt Congo và Bauxite Việt Nam đều là bước đầu của chủ nghĩa bành trướng của thực dân đỏ Trung Cộng, và viễn ảnh đen tối bị lệ thuộc lâu dài vào Trung Cộng là điều có thực.

Giống như Congo, dân tộc Việt Nam cũng trải qua một cuộc chiến tranh dài, với số người chết gần bằng nhau, và cả hai dân tộc đều nằm dưới sự cai trị của một giới lãnh đạo tự nguyện đặt mình dưới sự bảo hộ của Trung Cộng. Bởi vì, chỉ có Trung Cộng mới làm ngơ trước các hành động bỏ tù, tra tấn, chặt tay, bịt miệng người dân, chỉ có Trung Cộng mới im lặng khi giới cầm quyền sống xa hoa, phung phí trên máu xương, mồ hôi nước mắt của nhân dân, và chỉ núp dưới bóng của Trung Cộng giới lãnh đạo có mới thể kéo dài quyền cai trị đất nước. Giống như Congo, Việt Nam cũng có tài nguyên phong phú, nhân lực dồi dào, lẽ ra hôm nay đã thành một con rồng, con phụng ở Á châu, nhưng không, Việt Nam vẫn còn là một nước nghèo về kinh tế và có một cơ chế chính trị còn lạc hậu hơn cả Congo.

Dân tộc Việt Nam, sau 34 năm nguyền rủa, van xin, đánh thức lương tâm của giới lãnh đạo cộng sản bằng bao nhiêu bức tâm thư, bao nhiêu lời thỉnh nguyện. Tất cả chỉ là những giọt nước rơi vào biển cả, không tạo được âm vang, không gây nên chút sóng. Đảng Cộng sản đã chọn lựa cho họ một con đường riêng để tồn tại thì dân tộc Việt Nam cũng phải biết đứng lên để thay đổi vận mệnh của chính mình. Lịch sử nhân loại chứng minh, những kẻ độc tài thường không bước xuống theo nguyện vọng nhân dân, họ chỉ chết già trong quyền lực hay bị lật đổ.

Tham khảo

Richard Dowden, *Africa, Altered States, Ordinary Miracles*, Public Affairs, New York 2008

Adam Hochschild, *King Leopold's Ghost: A Story of Greed, Terror, and Heroism in Colonial Africa*, Mariner Books 1999.

Arthur Conan Doyle, *The Crime of the Congo*, London Hutchinson & Co, 1909

Martin Meredith, *The Fate of Africa*, Public Affairs 2005

Princeton Lyman, Director of Africa Policy Studies, Council on Foreign Relation, *China's Rising Role in Africa*, July 2005

Center for Strategic and International Studies and the Peter G. Peterson Institute for International Economics, *China: The Balance Sheet*, Public Affairs 2007

David Pugh, *Chinese Foreign Policy during the Maoist Era and its Lessons for Today*

Peter Hitchens, *How China has created a new slave empire in Africa*, Mail 28th September 2008

Wenran Jiang, *Chinese Inroads in DR Congo: A Chinese "Marshall Plan" or Business?* , The Jamestown Foundation, Jan 12 - 2009.

Amb David H. Shinn, *China's Relations with Zimbabwe, Sudan, and the Democratic Republic of the Congo*

Hannah Edinger & Johanna Jansson, *Center for Chinese Studies, China and the Democratic Republic of Congo:Partners in Development?* October 2008

Simon Clark, Michael Smith and Franz Wild, *China Lets Child Workers Die Digging in Congo Mines for Copper*, Bloomberg, July 22 - 2008.

Richard Behar, *Mineral Wealth of the Congo*, June 1 2008

F William Engdahl, China's US$9bn hostage in the Congo war, Asia Times, Dec 2 - 2008

Jon Swain, Africa, China's new frontier Time, February, 10-2008

Hình ảnh từ mục chinaafrica của website paolowoods.net

HIỂM HỌA TRUNG CỘNG VÀ BÀI HỌC LATVIA

Ngân sách quốc phòng của Trung Cộng khác nhau tùy theo nguồn ước lượng. Theo công bố chính thức của Trung Cộng, ngân sách quốc phòng năm 2014 là 131.5 tỷ Mỹ kim nhưng theo Stockholm International Peace Research Institute năm 2013 Trung Cộng đã dành 188 tỷ Mỹ kim cho chi phí quốc phòng. Trung Cộng có quân đội hiện dịch 2.3 triệu quân với 500 ngàn quân trừ bị. Trung Cộng có kho vũ khí và phương tiện chiến tranh tối tân và hiện đại hơn tất cả các quốc gia khác ở Á Châu. Cho dù tối tân và đông đảo bao nhiêu cũng không thể so với 27 ngàn đầu đạn nguyên tử, các hạm đội hùng mạnh và 250 sư đoàn bộ binh trang bị tận răng của Liên Xô trước ngày 25 tháng 12 năm 1991. Nhưng Liên Xô đã đổ, rồi Trung Cộng cũng phải đổ.

Bao giờ Trung Cộng đổ?

Gordon Chang, nhà phân tích kinh tế chính trị đã làm việc 20 năm tại lục địa Trung Quốc, trong tác phẩm *The Coming Collapse of China*, xuất bản 2001, tiên đoán Trung Cộng sẽ đổ vào năm 2011.

Lý do, theo Chang trong phần hỏi đáp về tác phẩm của ông, đã viết: "*Mao Trạch Đông, người sáng lập ra Trung Cộng, xây dựng một xã hội bất bình thường và cô lập chính nó từ các quốc gia khác. Hệ thống đó có thể tồn tại mãi cho đến khi Trung Cộng biệt lập từ thế giới, nhưng những người kế tục Mao đã tìm cách mở cửa ra thế giới bên ngoài. Khi một quốc gia trở nên hội nhập nhiều hơn với các quốc gia khác, một lực đẩy áp dụng cho toàn thế giới - chính trị, kinh tế và xã hội - cũng ảnh hưởng Trung Cộng. Tại một điểm trong tiến trình này, hệ thống bất bình thường của Mao sẽ bị bỏ rơi vì về căn bản không thích hợp với vai trò mà Trung Cộng tìm kiếm trong hệ thống quốc tế. Một thời gian ngắn, chính phủ Trung Cộng sẽ không còn khả năng để đáp ứng với các thách thức của một xã hội mở rộng và năng động."*

Trung Cộng không đổ như Gordon Chang dự đoán.

Thận trọng hơn Gordon Chang, công ty Strafor, một công ty thông tin tình báo chiến lược toàn cầu hiện do George Friedman làm Chủ tịch Chấp hành, trong Dự đoán Thập niên công bố ngày 21 tháng Giêng, 2010 cho rằng nền kinh tế Trung Cộng sẽ đổ trong vòng 10 năm tới. Trả lời thay mặt cho Stratfor, Peter Zeihan, phó chủ tịch công ty, giải thích lý do: "Chúng tôi đã phân tích vấn đề này trước đây về một hệ thống kinh tế Trung Quốc bất ổn và chúng tôi nghĩ sự bất ổn đó đạt điểm vỡ khi các mâu thuẫn nội tại của Trung Quốc bùng ra và tan nát."

Bước vào năm thứ năm của thập niên, Trung Cộng vẫn chưa đổ theo ước tính của Stratfor.

Tuy nhiên, dù không xảy ra như Gordon Chang dự đoán hay chưa xảy ra như Stratfor ước tính, cả hai và rất đông các nhà phân tích kinh tế chính trị đều có một nhận xét căn bản rất giống nhau rằng Trung Cộng sớm muộn cũng sẽ đổ vì phải đương đầu với những khó khăn không thể vượt qua.

Những vấn đề của Trung Cộng

Dân số già nua

Dân số tại các quốc gia tiên tiến có khuynh hướng tăng chậm và điều này có nghĩa tỉ lệ người cao tuổi ngày tăng cao so với thế hệ vừa sanh. Thế nhưng, tại Trung Cộng mức độ chênh lệch đó cao nhất trên thế giới. Giai đoạn hòa bình sau năm 1949 với chính sách kiểm soát dân số còn tương đối lỏng lẻo là cơ hội cho một số rất đông dân được sinh ra. Lớp người này sau đó trở thành lực lượng lao động chính trong giai đoạn hội nhập vào thế giới đầu thập niên 1980, giúp thúc đẩy nền kinh tế và giữ chi phí y tế an sinh xã hội thấp. Người dân trong giai đoạn này làm nhiều nhưng tiêu ít. Điều kiện đó đang bị đảo ngược. Hiện nay Trung Cộng là xã hội tiêu thụ nhưng có ít trẻ con hơn người già.

Theo ước tính của đề án Pew Research Global Attitudes Project, năm 2050 Trung Cộng sẽ chỉ tăng 25 triệu so với 400 triệu của Ấn Độ. Các phân tích dân số ước tính Trung Cộng đang trở nên quốc gia không chỉ già nhất thế giới mà còn già nhanh nhất thế giới. Trong thời gian vài năm nữa, Trung Cộng sẽ là viện dưỡng lão khổng lồ. Một quốc gia già nua có nghĩa các chi phí an sinh xã hội, dịch vụ y tế cũng gia tăng một cách tương ứng và là một gánh nặng không chịu nổi cho đất nước 1.4 tỉ dân. Lực lượng lao động phần lớn được dùng trong giai đoạn sản xuất dây chuyền, thiếu sáng tạo kỹ nghệ mang tính tiên tiến và khai phá. Phần lớn hàng hóa, dù tiêu dùng hay kỹ thuật cao cấp cũng được phát minh, sáng chế từ nước khác.

Tham nhũng

Tham nhũng xảy ra ở mọi quốc gia trên thế giới nhưng tại các nước do đảng CS cai trị tham nhũng không chỉ trầm trọng mà còn có tính đảng.

Gọi là tính đảng bởi vì tình trạng tham nhũng phát sinh ngay trong lòng cơ chế chính trị, do cơ chế nuôi dưỡng, tràn lan sang các bộ phận của hệ thống và dần dần làm hư thối toàn xã hội. Từ Giang Trạch Dân đến Hồ Cẩm Đào đều đưa mục tiêu chống tham nhũng lên hàng đầu nhưng cả hai đều biết tham nhũng sẽ tồn tại cùng với sự tồn tại của đảng CS. Các chương trình chống tham nhũng "đầu voi đuôi chuột" được phát động ồn ào và đầu hàng chỉ sau 18 tháng. Lý do, bệnh ung thư tham nhũng lan quá rộng và quá sâu đến các bộ phận sinh tử của đất nước, nhất là trong quân đội và công an.

Sự phân cách giàu nghèo xảy ra tại hầu hết các nước phát triển, trong đó, một vài phần trăm người dân sở hữu một nguồn lớn của cải xã hội. Tại Trung Cộng, chỉ một phần trăm trong tổng số trên một tỉ người sở hữu 40 phần trăm của cải. Điều khác giữa Trung Cộng và các quốc gia tư bản là số tài sản mà một phần trăm nắm giữ tại Trung Cộng là do tham ô, hủ hóa, là do bóc lột máu xương, mồ hôi nước mắt của người dân làm ra.

Thiếu tính chính danh lãnh đạo đất nước

Theo tác giả Ross Terrill trong tác phẩm The New Chinese Empire tại Trung Cộng chủ quyền của con người không tồn tại ngay cả trong lý thuyết chứ đừng nói chi là thực tế. Mọi quyền hạn đều tập trung trong tay đảng nhưng không ai bầu đảng CS, không ai trao cho đảng quyền lãnh đạo. Trong thời kỳ mới mở cửa, người dân tập trung xây dựng cuộc sống sau khi vừa bước ra khỏi thời tem phiếu nên có khuynh hướng chấp nhận hay không quá quan tâm đến việc ai lãnh đạo mình nhưng thái độ đó đang thay đổi nhanh chóng.

Tại Trung Cộng không có một cơ quan, đoàn thể xã hội nào mà không đặt dưới sự lãnh đạo của đảng CS. Mặc dù quốc gia có nhiều ngàn tờ báo nhưng không có tờ báo nào đưa vấn đề chính sách ra bàn cãi. Khi mức độ hội nhập vào thế giới gia tăng, sự bất mãn trong quần chúng đối với đảng và nhà nước CS cũng gia tăng. Theo giáo sư David Shambaugh, đại học George Washington, mức độ trấn áp hiện nay tại Trung Cộng lên cao nhất kể từ năm 1989.

Bất ổn xã hội

Theo *Gini Index*, tiêu chuẩn đo lường mức độ mất cân xứng trong việc phân phối lợi tức gia đình, Trung Cộng là một trong số mười phần trăm mất cân xứng nhất trên thế giới. Hiện nay các sinh viên tốt nghiệp đại học không có công ăn việc làm tốt như các thế hệ sinh viên trước đây.

Các thành phần giàu có đang tìm cách chuyển tiền ra nước ngoài để mua tài sản cố định và tìm cách định cư. Theo thống kê của Shanghai's Hurun Research Institute thực hiện vào tháng Giêng, 2014, có đến 64 phần trăm trong số 393 người giàu có được thăm dò đang tính hay sẽ tính di chuyển ra nước ngoài. Mỗi năm tại Trung Cộng có 200 ngàn cuộc biểu tình trong các mức độ và hình thức khác nhau, từ những cuộc biểu tình đẫm máu ở Tây Tạng, Xinjiang cho đến các đình công nhỏ trong các công ty.

Xã hội bưng bít Trung Cộng không thể thích nghi với thế giới luôn đổi thay và sinh động. Các chính sách tự diễn biến trong suốt 25 năm qua của các lãnh đạo Trung Cộng đều có tính cách chiến thuật, phòng thủ, vá víu từng giai đoạn. Trung Cộng gặp ít nhiều may mắn về cung ứng hàng hóa rẻ cho thị trường thế giới trong giai đoạn đầu của toàn cầu hóa nhưng về lâu dài khi mức cung cầu được bão hòa, mức độ phát triển kinh tế sẽ chậm lại. Các lãnh đạo Trung Cộng biết điều đó nhưng biết là một chuyện mà vượt qua được hay không là chuyện khác. Đổi mới quá xa Trung Cộng sẽ trở thành Liên Xô năm 1991 mà không đổi mới cách mạng cũng sẽ bùng vỡ từ trong lòng quần chúng.

Ô nhiễm

Đây là lãnh vực mà Trung Cộng giữ kỷ lục hàng đầu thế giới trong nhiều năm chưa có đối thủ tranh giành được. Điều kiện an toàn hầm mỏ, Trung Cộng cũng được liệt vào mức tệ hại nhất thế giới. Nước, không khí, kỹ nghệ bị ô nhiễm là nguồn của các bệnh ung thư và các bệnh liên quan đến bộ phận hô hấp. Tuy che đậy, chính phủ Trung Cộng phải thừa nhận 70% sông, hồ bị ô nhiễm. Năm 2007, World Bank trong một tổng kết đã tố cáo tình trạng ô nhiễm tại Trung Cộng là lý do làm cho 760 ngàn trẻ em chết non và các bệnh hô hấp khác.

Hai tác giả Joseph Kahn và Jim Yardley của *The New York Times* trong bài điều tra năm 2007 cho rằng tình trạng ô nhiễm đe dọa vai trò lãnh đạo của đảng Cộng Sản Trung Quốc. Cũng theo bài điều tra này, 500 triệu người dân Trung Quốc không có nước uống an toàn vệ sinh. Chỉ vỏn vẹn 1 phần trăm dân chúng thở không khí với mức độ trong lành tương tự như một người dân Âu Châu thở. Đảng và nhà nước CSTQ công bố hàng loạt các chương trình bảo vệ môi trường nhưng không đạt kết quả bởi vì người dân không có quyền góp ý và báo chí không được phép phê bình.

Chủ trương của Mỹ trước viễn cảnh Trung Cộng đổ: một chính sách hai phương cách (dual-track policy)

Vì có nhiều ẩn số chưa giải đáp nên không ai có thể có một câu trả lời dứt khoát Trung Cộng sẽ chuyển hóa qua tự do dân chủ trong hòa bình hay sẽ trở thành một hay nhiều nước tự do sau một cuộc chiến tranh đẫm máu. Để đáp ứng cả hai tình huống, Mỹ áp dụng một chính sách hai phương cách (dual-track policy) đối với Trung Cộng.

Giáo sư Aaron L. Friedberg, thuộc đại học Princeton, nguyên Phụ tá An ninh Quốc gia tại văn phòng Phó Tổng Thống Dick Cheney vào năm 2005, giải thích chính sách này gồm hai mặt: vừa hợp tác xuyên qua ngoại giao, mậu dịch, khoa học kỹ thuật và văn hóa giáo dục nhưng đồng thời cũng tăng cường quân sự để đáp ứng với sự gia tăng quân sự của Trung Cộng trong vùng Đông Á qua các hợp tác quân sự với Úc, Nhật, Nam Hàn và Philippines.

Khả năng tốt đẹp nhất cho Hoa Kỳ và nhân loại là thông qua mậu dịch và hợp tác, Hoa Kỳ sẽ thúc đẩy Trung Cộng từng bước chuyển hóa sang xã hội tự do. Tuy nhiên, sau mấy chục năm theo đuổi từ Nixon đến Obama, mục đích giải phóng chính trị trong hòa bình cho Trung Cộng ngày càng xa thêm.

Sự thất bại của chủ trương *một chính sách hai phương cách (dual-track policy)*

Chủ trương chính sách hai phương cách (dual-track policy) với Trung Cộng đã chứng tỏ không thành công. Mặc dù không công khai tuyên bố, mục đích của Trung Cộng là làm bá chủ biển Đông, và điều đó đi ngược lại quyền lợi tối quan trọng của Hoa Kỳ và đồng minh tại Á Châu.

Về mặt đối nội, cải cách chính trị sẽ diễn ra tại Trung Cộng trước mắt cũng như lâu dài. Kinh nghiệm đổi mới tại Liên Xô trước năm 1991 cho lãnh đạo CSTQ biết đổi mới quá đà sẽ dẫn đến những phản ứng xã hội ngoài tầm kiểm soát của đảng.

Về mặt bang giao quốc tế, Trung Cộng không hành xử với tư cách một cường quốc có trách nhiệm, cụ thể qua việc Bắc Hàn thử nghiệm hỏa tiễn tầm xa và việc Iran thí nghiệm nguyên tử. Ngoài ra, trong lúc Hoa Kỳ cắt giảm ngân sách quốc phòng, Trung Cộng lại gia tăng với mục đích nắm phần ưu thế, ít nhất tại vùng Đông Á Châu. Lãnh đạo Trung Cộng mặc dù mạnh về kinh tế nhưng luôn sống trong nỗi bất an bị Mỹ bao vây và lật đổ.

Cách mạng bạo động

Lịch sử Trung Quốc cho thấy rất ít khi một biến cố chính trị diễn ra trong êm đẹp. Khả năng rất thấp cho một cuộc cách mạng nhung, cách mạng da cam, hoa lài diễn ra tại Trung Cộng. Cách mạng tại Trung Cộng sẽ là cách mạng máu. Vũ khí của giới cầm quyền dù có hiện đại bao nhiêu cũng không thể ngăn chặn được sức mạnh của toàn dân khi họ đã quyết tâm đứng dậy.

Một yếu tố mà lãnh đạo Trung Cộng không dự đoán được là sự phẫn uất bùng nổ của 1.4 tỉ dân. "Năm nọc độc" như bộ máy tuyên truyền Trung Cộng gọi gồm Đài Loan, Tây Tạng ly khai, thiểu số Uighurs, Falun Gong, các nhà tranh đấu dân chủ, trong đó bốn "nọc độc" nằm ngay trong lục địa và sẽ trở thành lực lượng quyết định số phận của đảng CSTQ.

Mặc dù phong trào CS trên phạm vi thế giới không còn tồn tại, sự cách ngăn về ý thức hệ giữa Hoa Kỳ và Trung Cộng quá lớn để đặt qua một bên bởi vì ý thức hệ ảnh hưởng đến sự tin tưởng giữa hai chính quyền Điều rõ ràng rằng nếu Trung Cộng là một quốc gia dân chủ, sự xung đột quyền lợi sẽ không trầm trọng như xung đột giữa Hoa Kỳ dân chủ tự do và Trung Quốc độc tài CS. Khi cách mạng bùng nổ, Hoa Kỳ và Tây Phương, vì lợi ích kinh tế chính trị, sẽ ủng hộ các lực lượng dân chủ.

Phản ứng của lãnh đạo Trung Cộng trước thời điểm đổ

Sinh mạng của chế độ CSTQ gắn liền với phát triển kinh tế. Từ 1980 đến 2011 nền kinh tế Trung Cộng tăng trưởng trung bình 10 phần trăm mỗi năm. Mức phát triển đó không bao giờ trở lại. Nhà phân tích Bob David của tờ *The Wall Street Journal* nhận định trong mười năm tới kinh tế Trung Cộng chỉ phát triển từ 3.9 phần trăm. Một số nhà phân tích khác bi quan hơn khi cho rằng kinh tế Trung Cộng chỉ tăng 1.6 đến 1.7 phần trăm. Mức phát triển đó là một mức chậm tại các nước kỹ nghệ nhưng là một tai họa nếu xảy ra tại Trung Cộng.

Điều gì sẽ xảy ra? Trung Cộng theo lý thuyết buộc sẽ giảm cường độ các xung đột và tranh chấp với các nước láng giềng để tập trung giải quyết các vấn đề nội bộ. Tuy nhiên, theo Andy Morimoto phân tích trong *Can China Fall Peacefully?* đăng trong *The National Interest* ngày 19 tháng 11, 2014, lúc đó Trung Cộng sẽ phát động chiến tranh để hợp thức hóa vai trò lãnh đạo của đảng CS.

Bằng chứng, trong thập niên 1950, Trung Cộng, thay vì tập trung tái thiết kinh tế sau cuộc chiến tranh dài, đã phát động chiến tranh Triều Tiên để củng cố vai trò của đảng. "Sự xúi giục của nước ngoài" thường là bình phong để thanh trừng nội bộ đảng. Edward Wong, sử gia về Trung Quốc, trên *The New York Times* ngày 11 tháng 11, 2014 trong bình luận *In New China, 'Hostile' West Is Still Derided*, Tập Cận Bình trong khi trải thảm đỏ chào đón TT Hoa Kỳ Barack Obama, cùng lúc đã ca ngợi blogger Zhou Xiaoping như có "tinh thần tích cực" vì blogger này đã viết bài chống Mỹ.

Cũng theo Andy Morimoto, làm việc tại Hội Đồng Chicago Về Các Vấn Đề Thế Giới, "viễn ảnh hòa bình tại Á Châu không nhiều hứa hẹn" và ông đề nghị chính phủ Hoa Kỳ thay vì dùng hai phương cách nên tập trung vào việc tăng cường quân sự tại Á Châu bởi vì tiên đoán hợp lý nhất vẫn là chiến tranh sẽ bùng nổ trong tương lai.

Lối thoát của Việt Nam

Để giới hạn hay giảm nhẹ mức ảnh hưởng của chiến tranh, chọn lựa duy nhất của Việt Nam là phải thoát ra khỏi quỹ đạo Trung Cộng trước khi Trung Cộng đổ. Không có cánh cửa nào khác hơn là dân chủ. Tuy nhiên lãnh đạo CS Việt Nam không có khả năng đưa đất nước ra khỏi quỹ đạo Trung Cộng bằng con đường dân chủ.

Stalin, trong buổi họp với Mao và Hồ Chí Minh tại Moscow giữa tháng Giêng 1950, đã phó thác sinh mạng CSVN vào tay Trung Cộng.

Từ đó, CSVN hoàn toàn lệ thuộc vào Trung Cộng không chỉ phương tiện chiến tranh, kinh tế, quốc phòng, hệ ý thức, cơ sở lý luận mà cả cách nói, cách ăn, cách mặc. Đọc các tài liệu quốc tế trong thời kỳ chống Pháp để thấy Mao gần như đơn phương quyết định mọi hoạt động quân sự của Việt Minh kể cả việc chọn ngày, chọn tháng cần phải chiếm cho được Điện Biên Phủ. Máu xương của bao thanh niên Việt Nam đổ xuống trong chiến tranh chống Pháp trong hàng ngũ Việt Minh có thể phát xuất từ lòng yêu nước chân thành nhưng đã bị CSVN và CS quốc tế lợi dụng từng nắm xương, từng giọt máu.

Và hôm nay, Trung Cộng là mảnh ván duy nhất còn lại để lãnh đạo CSVN bám vào. Dù thỉnh thoảng vẫn giả giọng hát bài ca yêu nước, thương dân, lãnh đạo CS biết không có mảnh ván Trung Cộng, chế độ CSVN sẽ chìm. Chọn lựa duy nhất cho một Việt Nam dân chủ vẫn thuộc về các thành phần Việt Nam yêu nước và không Cộng Sản.

Bài học Latvia độc lập dân chủ trước khi Liên Xô đổ

Latvia là quốc gia nhỏ, hiện theo thể chế Cộng Hòa vùng Baltic, thủ đô Riga, có dân số thống kê năm 2010 là 2 triệu người, có chung biên giới với Estonia, Lithuania, Belarus và Nga. Latvia độc lập năm 1918, nhưng bị Liên Xô chiếm năm 1940, bị Đức Quốc Xã chiếm năm 1941, bị Liên Xô chiếm lần nữa năm 1944 và sau đó trở thành nước CS trong hệ thống Liên Xô mãi cho đến khi chính thức độc lập năm 1991. Trước khủng hoảng kinh tế thế giới 2008, Latvia là quốc gia có mức phát triển kinh tế nhanh nhất Châu Âu. GDP trên đầu người năm 2013 của Latvia là 15,375 Mỹ kim Hiện nay, Latvia hội viên của NATO, Liên Hiệp Châu Âu (EU), WTO, UN, IMF và nhiều tổ chức quốc tế khác.

Bằng việc chấp nhận Tuyên Bố về Tái Lập Nền Độc Lập của Cộng Hòa Latvia (The Declaration on Restoration of Independence of the Republic of Latvia), Latvia chính thức thoát ra khỏi quỹ đạo Liên Xô ngày 4 tháng 5 năm 1990, hơn một năm rưỡi trước khi Liên Xô đổ.

Lãnh đạo của nền cộng hòa Latvia khẳng định họ không phải là một nước cộng hòa tân lập mà kế tục chế độ cộng hòa được thành lập từ 1918. Mặc dù đại đa số thành viên bỏ phiếu hay chấp nhận bản tuyên bố chưa sinh ra trong giai đoạn lịch sử 71 năm trước đó, họ biết rằng lịch sử Latvia là một dòng sông, có lúc êm đềm, có khi ghềnh thác nhưng liên tục chảy. Giọt nước Latvia của thời điểm 1990 đã bắt đầu từ thượng nguồn Latvia năm 1918 đầy hy sinh gian khổ qua tay Hitler và Stalin, hai lãnh tụ độc tài tàn ác nhất trong lịch sử loài người.

Mặc dù hiện nay Latvia có nhiều đảng, tổ chức chính trị nhưng trong thời điểm 1990, các lãnh đạo phong trào dân chủ Latvia theo đuổi các mục tiêu hết sức cụ thể và sáng suốt:

(1). Tập trung mọi thành phần dân tộc dưới một mặt trận duy nhất là Phong Trào Dân Tộc Latvia (Latvian People's Front) nhằm theo đuổi chỉ một mục tiêu là loại bỏ chế độ CS tại Latvia và thoát khỏi quỹ đạo Moscow.

(2). Kế tục nền Cộng Hòa đã ra đời năm 1918 thay vì thành lập quốc gia mới.

(3). Dứt khoát đứng về phía Tây Phương dân chủ ngay từ ngày đầu tuyên bố độc lập để sau đó được trở thành hội viên của Liên Hiệp Âu Châu (European Union) và thành viên của NATO.

(4). Vận dụng nhưng không bị gạt gẫm trước mọi cải tổ kinh tế chính trị của Mikhail Gorbachev.

(5). Từ chối đề nghị của Boris Yeltsin tham gia vào Khối Thịnh Vượng chung cùng với 11 quốc gia cựu Liên Xô trong hội nghị tại Kazakhstan để rồi khối này bị cuốn vào vòng kiểm soát của Nga cho đến hôm nay.

Trong số 138 đại biểu bỏ phiếu chấp thuận bản Tuyên Bố về Tái Lập Nền Độc Lập của Cộng Hòa Latvia buổi sáng ngày 3 tháng 5 năm 1990, không phải tất cả đều có một quá khứ giống nhau nhưng cùng chia sẻ một ước vọng tương lai tươi đẹp cho dân tộc họ. Dân số Latvia chỉ vỏn vẹn 2 triệu người nhưng đã thắng Liên Xô hùng mạnh gấp ngàn lần hơn bởi vì không có sức mạnh nào mạnh hơn sức mạnh của đoàn kết dân tộc.

Mọi chế độ chà đạp lên quyền con người sớm hay muộn đều phải đổ. Ismail Enver Pasha của Ottoman, Hitler của Đức Quốc Xã, Lenin, Stalin và các lãnh đạo CS Liên Xô, Mengistu Haile Mariam của Ethiopia... đã đổ, các quốc gia toàn trị còn lại như Trung Cộng, CSVN rồi cũng sẽ phải đổ. Một người yêu nước, khôn ngoan, thức thời là người biết chọn một chỗ đứng, một hướng đi về phía dân tộc để tranh đấu và nếu cần để chết vì tương lai tự do, dân chủ và thịnh vượng cho con cháu mai sau.

Tham khảo:

Kuisong, Y. (2002). *Changes in Mao Zedong's Attitude toward the Indochina War, 1949-1973*. Woodrow Wilson International Center for Scholars.

Chang, J., Halliday, J. (2006, November 14). *Mao: The Unknown Story*. Anchor Books.

Chang, G. (2001, July 31). *The Coming Collapse of China*. Random House.

Stratfor's Top Predictions for the next decade: China Collapse, Global Labor Shortages, New American Dominance. (2010). *http://www.businessinsider.com/stratfor-predictions-for-the-next-decade-2010-1*

Aging in the U.S. and Other Countries, 2010 to 2050. (2014) *http://www.pewglobal.org/2014/01/30/chapter-2-aging-in-the-u-s-and-other-countries-2010-to-2050/*

Shambaugh, D. (2014, October 1). China at the Crossroads: Ten Major Reform Challenges. *http://www.brookings.edu/research/papers/2014/10/01-china-crossroads-reform-challenges-shambaugh*

Pollution in China. *https://en.wikipedia.org/wiki/Pollution_in_China*

Metz, S. (2014, April 23). U.S. Military Must Prepare for China's Rise - and Fall. World Politics Review. *http://www.worldpoliticsreview.com/articles/13724/u-s-military-must-prepare-for-china-s-rise-and-fall*

Friedberg, A. (2012, October). Bucking Beijing: An Alternative U.S. China Policy. *https://www.foreignaffairs.com/articles/china/2012-08-18/bucking-beijing*

Chinese Military. The Lowy Institute. *http://www.lowyinstitute.org/issues/chinese-military*

Wong, E. (2014, November 11). In New China, 'Hostile' West Is Still Derided. *http://www.nytimes.com/2014/11/12/world/asia/china-turns-up-the-rhetoric-against-the-west.html*

List of countries by military expenditures. *http://en.wikipedia.org/wiki/List_of_countries_by_military_expenditures*

How Democracy is Latvia, Commission of Strategic Analysis. (2005) Latvijas Universitate.

On the Restoration of Independence of the Republic of Latvia. *http://en.wikipedia.org/wiki/On_the_Restoration_of_Independence_of_the_Republic_of_Latvia*

Latvia 1990-2010 Twenty years of Independence. *http://latvianhistory.com/2010/05/05/latvia-the-20-years-of-indep/*

HIỂM HỌA TRUNG CỘNG VÀ BÀI HỌC PHI CHÂU

Hai tháng trước ngày khai mạc Thế vận hội mùa hè 2008, Diêu Minh (Yao Ming), một trong những cầu thủ bóng rổ nổi tiếng tại Trung Cộng và Mỹ, trong một buổi lễ rước đuốc Olympic, đã cùng với 150 ngàn người dành một phút im lặng để tưởng nhớ đến 70 ngàn người dân Trung Cộng bị thiệt mạng trong trận động đất tại Tứ Xuyên ngày 12 tháng 5. 2008. Các hệ thống truyền hình chiếu đi chiếu lại nhiều lần cảnh tượng đầy xúc động này cũng như khi nghe Diêu Minh tuyên bố "*Ngày 12 tháng 5 người ta không còn nghĩ đến Olympic, không còn nghĩ đến rước đuốc mà chỉ nghĩ đến việc cứu người.*"

Lời tuyên bố của Diêu Minh chắc đã phát xuất từ trái tim anh, giống như nỗi đau của gia đình 70 ngàn người dân Trung Cộng là nỗi đau có thật. Cảm tình của thế giới dành cho Trung Cộng lên cao nhất kể từ cuộc tàn sát Thiên An Môn 1989. Đối với gia đình 70 ngàn nạn nhân động đất, những mất mát của họ sẽ không thể nào thay thế được, nhưng với chính phủ Trung Cộng biến cố đó là một điều may mắn. Suốt hai tháng sau ngày động đất xảy ra, Trung Cộng tận dụng cảnh hoang tàn ở Tứ Xuyên, thậm chí còn rước đuốc ngang qua những đống gạch vụn để khơi dậy lòng thương xót và cũng để xoa dịu sự công phẫn của thế giới trước tội ác nghiêm trọng của Trung Cộng đối với các dân tộc châu Phi. Trên những cánh đồng ở Darfur, Sudan, không phải chỉ 70 ngàn người chết mà 300 ngàn da đen bất hạnh bị chặt tay, chặt đầu, treo cổ, hiếp dâm và cũng không chỉ kéo dài trong hơn 3 phút như ở Tứ Xuyên mà đã và đang diễn ra từ hàng chục năm nay nhưng không ai cứu.

Ảnh hưởng và tội ác của Trung Cộng đối với châu Phi không phải là điều gì mới mẻ. Tháng 4. 1955, lãnh đạo của 29 quốc gia Á - Phi ngồi lại tại Bandung, Nam Dương, để tìm cách thúc đẩy các mục tiêu kinh tế xã hội và hợp tác văn hóa giữa các nước chậm tiến, từng là thuộc địa và muốn giữ vị trí độc lập trong cuộc Chiến tranh Lạnh giữa Mỹ và Liên Xô. Hội nghị Bandung là một cơ hội lớn của Trung Cộng để gây ảnh hưởng với các quốc gia vừa giành được độc lập và đang đi tìm một chỗ đứng trên chính trường quốc tế. Bản thân Trung Cộng trong giai đoạn đó cũng chưa thiết lập được mối quan hệ ngoại giao vững chắc với một nước tư bản nào. Chủ trương của Trung Cộng trong hội nghị rất mềm dẻo, như Chu Ân Lai xác định trong diễn văn tại Bandung: "*Không ai trong chúng ta phải từ bỏ các quan điểm riêng bởi vì đó là thực tế khách quan, nhưng không nên để những dị biệt làm cản trở việc hoàn thành các mục đích chung*". Bảy điểm do Chu Ân Lai đưa ra, từ điểm thứ nhất tôn trọng chủ quyền, không can thiệp vào các vấn đề nội bộ của nhau cho đến các điểm về tôn giáo, bình đẳng giữa các quốc gia không phân biệt lớn nhỏ... đều được hội nghị ủng hộ hoàn toàn. Tinh thần đoàn kết của khối Á - Phi, tuy nhiên, không kéo dài được bao lâu vì sau đó chế độ Sukarno tại Nam Dương bị lật đổ, chiến tranh bùng nổ giữa Trung Cộng và Ấn Độ, một quốc gia có ảnh hưởng lớn trong khối Á - Phi, đã tạo sự chia rẽ trong Phong trào

Không Liên kết. Dù sao, hội nghị Bandung vẫn được xem như là một trong những thành tựu ngoại giao lớn của Trung Cộng.

Đầu năm 1964, một phái đoàn đông đảo do Thủ tướng Chu Ân Lai hướng dẫn để thực hiện chuyến công du 10 quốc gia lục địa châu Phi bao gồm Algeria, Morocco, Tunesia, Ghana, Mali, Kali, Guinea, Ethiopia, Sudan, Somali. Đây là lần đầu tiên một lãnh đạo nhà nước cao cấp của Trung Cộng viếng thăm châu Phi trong một thời gian khá dài từ 14 tháng 12.1963 cho đến 4 tháng 1.1964. Mục đích của chuyến đi, như trong bài bình luận của Nhân dân Nhật báo trước ngày tiễn Thủ tướng Chu Ân Lai và Bộ trưởng Ngoại giao Trần Di lên đường, là để "tăng cường hợp tác với các quốc gia châu Phi và củng cố hòa bình thế giới", nhưng thực chất là để tranh giành ảnh hưởng với Liên Xô và lót đường cho quan hệ Trung Cộng và châu Phi sau này. Cuộc đấu tranh giữa hai đàn anh trong phe xã hội chủ nghĩa đang diễn ra gay gắt. Phần lớn các tài liệu do phái đoàn Trung Cộng phổ biến trong chuyến viếng thăm cũng như được phát giác một cách tình cờ tại một phi trường Anh, đều nhằm chống Liên Xô. Cả Trung Cộng và Liên Xô đều ủng hộ công cuộc đấu tranh giành độc lập của các nước thuộc địa tại châu Phi, tuy nhiên tại một số nước, sự ủng hộ của Liên Xô được thể hiện một cách cụ thể qua vũ khí và tiền bạc, đã đem lại các kết quả tích cực hơn là các ủng hộ có tính cách tinh thần của Trung Cộng. Chu Ân Lai gặp phải một số chống đối tại Algeria hay vài quốc gia như Kenya, Uganda, Tanganyika, đã rút lại lời mời vào phút chót. Dù sao, cá tính ngoại giao mềm mỏng của Chu Ân Lai cũng gây được nhiều cảm tình với lãnh đạo các quốc gia mà họ Chu thăm viếng và chuyến đi với mục đích giới hạn được đặt ra từ đầu, cũng được đánh giá là thành công.

Sau những thảm trạnh kinh tế và biến động chính trị dồn dập trong thời gian dài từ 1964 đến 1976 đã làm 30 chục triệu người chết đói và những cuộc thanh trừng đẫm máu trong nội bộ lãnh đạo Đảng, hội nghị lần thứ 3 của Trung ương Đảng Cộng sản Trung Hoa lần thứ 11 tổ chức vào tháng 12.1978 mở ra một kỷ nguyên mới trong lịch sử chính trị Trung Cộng.

Sau ba năm nằm gai nếm mật ở chuồng bò Giang Tây và hai lần sống sót thanh trừng, Đặng Tiểu Bình xuất hiện trở lại và đóng vai trò lãnh đạo của cánh cấp tiến trong Trung ương Đảng. Họ Đặng lần lượt loại bỏ các thành phần cực tả và giới hạn quyền hành của các thành phần đối lập, thiếu dứt khóat trong lãnh đạo Đảng mà một thời ông đã liên minh như Hoa Quốc Phong, Uông Đông Hưng. Để thu phục nhân tâm, Đặng Tiểu Bình đánh giá lại vai trò của Mao Trạch Đông trong lịch sử và phục hồi danh dự cho hàng triệu nạn nhân của Cách mạng Văn hóa, trong đó có Lưu Thiếu Kỳ. Về mặt kinh tế, Đặng Tiểu Bình chủ trương hàng loạt chính sách đổi mới kinh tế. Từ 1981, họ Đặng đưa các trợ thủ đắc lực vào các chức vụ then chốt trong Đảng và nhà nước như Hồ Diệu Bang nắm quyền Tổng Bí thư Đảng và Triệu Tử Dương lãnh đạo nhà nước trong cương vị Chủ tịch Hội đồng Bộ trưởng. Các khẩu hiệu đấu tranh giai cấp được thay bằng "Bốn hiện đại hóa" (công nghiệp, nông nghiệp, quốc phòng, khoa học kỹ thuật). Các thành tựu về kinh tế là thước đo của lãnh đạo chính trị chứ không phải chính trị lãnh đạo kinh tế như trước nữa.

Đặng Tiểu Bình cũng đánh giá nhẹ các phong trào Maoxist một thời được Trung Cộng cung cấp vũ khí và yểm trợ tài chánh. Một số phong trào cực tả đang đấu tranh võ trang chống chính phủ khắp nơi đã kết án họ Đặng phản bội tư tưởng Mao Trạch

Đông. Đặng Tiểu Bình không phủ nhận tư tưởng Mao nhưng như ông nhấn mạnh trong buổi phỏng vấn dành cho nhà báo Ý Oriana Fallcaci 1980: "Dân chúng cần sự ổn định và đoàn kết. Họ quá chán những cuôc biểu dương lực lượng ồ ạt". Ý Đặng Tiểu Bình muốn ám chỉ đến những cuộc biểu tình, tập trung đông đảo như đã diễn ra nhiều lần tại Thiên An Môn dưới thời Mao. Mục đích của họ Đặng rất rõ ràng và dứt khoát là cần ổn định để thực thi "Bốn hiện đại hóa". Không giống như trường hợp Khrushchev hạ bệ Stalin sau đại hội Đảng Cộng sản Liên Xô lần thứ 20, Đặng xác nhận, cũng trong buổi phỏng vấn của Oriana Fallcaci: "*Tiếc thay, trong buổi hoàng hôn của cuộc đời, đặc biệt trong giai đoạn 'Cách mạng Văn hóa', chủ tịch Mao đã phạm phải sai lầm - và không phải là sai lầm nhỏ - đã mang đến nhiều bất hạnh cho Đảng, nhà nước và nhân dân, nhưng công lao của Mao đối với Đảng và nhân dân Trung Cộng lớn hơn nhiều so với những sai lầm mà ông phạm phải.*"

Những năm đầu thập niên 1990, Trung Cộng chính thức theo đuổi mục đích "kinh tế thị trường theo định hướng xã hội chủ nghĩa" với thị trường chứng khoán, các chương trình cải cách thuế má, trao đổi tiền tệ, kích thích sản xuất. Trước thời kỳ đổi mới, Ủy ban Kế hoạch Nhà nước toàn quyền quyết định việc phân phối tư liệu sản xuất. Về giá cả, ngoài trừ một ít sản phẩm nông nghiệp do nông dân làm và bán trong các vùng nông thôn xa xôi, hầu hết giá cả hàng hóa đều do sự quyết định của Ủy ban Vật giá Nhà nước. Việc quyết định giá của một sản phẩm nhiều khi không liên quan gì đến mức lợi nhuận cũng như chi phí sản xuất ra sản phẩm đó. Tương tự, trước đổi mới, Trung Cộng không có thị trường lao động theo quan điểm kinh tế thị trường. Mức lương bổng của công nhân do nhà nước quyết định. Kết quả của chính sách do Đặng Tiểu Bình đề xướng đã thổi luồng gió mới vào nền kinh tế Trung Cộng và tức khắc đem lại nhiều thành quả cụ thể. Theo các tác giả thuộc Trung tâm Nghiên cứu Quốc tế và Chiến lược (Center For Strategic and International Studies) và Viện Peter G. Peterson về Kinh tế Quốc tế (Peter G. Peteson Institute for International Economics), các chính sách đổi mới kinh tế của họ Đặng tạo điều kiện tham gia của lực lượng lao động khổng lồ 803 triệu người, gia tăng tiết kiệm, hội nhập vào kinh tế toàn cầu, khuyến khích lượng đầu tư và nâng cao trình độ giáo dục phổ thông.

Đặng Tiểu Bình mất năm 1997, một thời gian ngắn trước khi Hong Kong được sáp nhập trở lại Trung Cộng nhưng Giang Trạch Dân, Hồ Cẩm Đào, những người kế tục chính sách của Đặng, không dừng lại mà còn đẩy mạnh hơn các kế hoạch kinh tế của Trung Cộng vào thị trường kinh tế thế giới. Năm 2004, Trung Cộng vượt qua Nhật Bản để trở thành quốc gia mậu dịch đứng thứ ba trên thế giới. Trong giai đoạn 5 năm từ 2000 đến 2005, kinh tế Trung Cộng gia tăng trung bình 9.5%. Giá trị hàng hóa nhập cảng cũng gia tăng từ 225 tỉ đến 660 tỉ USD trong cùng giai đoạn. Trung Cộng chiếm 12% trong tổng mức gia tăng kinh tế toàn cầu. Song song với phát triển kinh tế, Trung Cộng, nơi cư ngụ của một phần năm nhân loại, cũng chuyển mình từ một một nền kinh tế tự túc xã hội chủ nghĩa để dần dần trở thành một xã hội tiêu thụ. Năm 2005, số lượng xe cộ lưu thông tại Trung Cộng là 20 triệu chiếc. Năm 2010, con số được ước lượng sẽ là 56 triệu và với đà tăng đó năm 2020 sẽ có ít nhất 140 triệu chiếc xe trên đường sá Trung Cộng.

Đòi hỏi đầu tiên của các kế hoạch phát triển kinh tế và xã hội tiêu thụ đang hình thành là năng lượng. Mỗi ngày Trung Cộng tiêu thụ 6.93 triệu thùng dầu trong khi chỉ sản xuất được một nửa số đó. Năm 1985, Trung Cộng còn là nước xuất cảng dầu hỏa hàng thứ 2 tại châu Á, nhưng chỉ 5 năm sau Trung Cộng phải bắt đầu nhập cảng dầu hỏa và đến năm 2005 Trung Cộng qua mặt Nhật Bản để trở thành quốc gia nhập cảng dầu hỏa thứ nhì thế giới. Nhu cầu nhiên liệu quá cao tại Trung Cộng một phần cũng phát xuất từ sự sử dụng năng lượng thiếu hiệu quả trong các ban ngành và công ty nhà nước. Mặc dù GPD (tổng sản phẩm nội địa) của Trung Cộng chỉ bằng một phần bảy của Mỹ nhưng năng lượng được dùng tại Trung Cộng lại hơn một nửa của Mỹ. Không những chỉ dầu hỏa, Trung Cộng còn là nước nhập cảng hàng đầu các khoáng sản và nguyên liệu khác như bạch kim, đồng, sắt, vàng, bạc và gỗ. Từ 1990 trở về trước, 60% nguồn năng lượng của Trung Cộng được nhập từ các quốc gia châu Á và phần còn lại là Trung Đông. Hiện nay, Trung Đông đã hạ thấp tỉ lệ này, chỉ còn 45%; dầu hỏa nhập từ châu Phi gia tăng từ con số không năm 1990 đến 28.7% năm 2004. Mậu dịch giữa Trung Cộng và các nước châu Phi vào khoảng 50 tỉ Dollar và ước lượng sẽ lên đến 100 tỉ vào 2010.

Tạo sao châu Phi?

Thứ nhất, các quốc gia châu Phi dễ gần Trung Cộng hơn là Mỹ và các cường quốc phương Tây vì phần lớn các nước này đều mới thoát khỏi ách thực dân không bao lâu. Không ít các lãnh tụ độc tài tại châu Phi hiện nay xuất phát từ các phong trào giải thực, lấy tư tưởng Mác - Lê làm vũ khí lý luận và coi kinh tế xã hội chủ nghĩa như mục tiêu kinh tế trong chiến tranh chống đế quốc để giành độc lập. Trung Cộng khai thác mọi bất đồng giữa các nước phương Tây và các quốc gia nghèo nhưng giàu tài nguyên, đặc biệt là tại châu Phi. Các nhà lãnh đạo Trung Cộng nhiều lần nhắc đến tinh thần Bandung như là điểm hội tụ cho các quốc gia Á - Phi mặc dù vai trò của Trung Cộng sau 50 năm đã hoàn toàn đảo ngược. Trong diễn văn kỷ niệm 50 năm hội nghị Bandung tháng Tư 2005, Chủ tịch Nhà nước Hồ Cẩm Đào tố cáo các nhóm khủng bố, tội ác, các lực lượng phiến loạn đã làm ảnh hưởng đến hòa bình ổn định tại châu Phi nhưng ông ta quên rằng khẩu súng các phiến quân đang cầm trên tay vốn được chế tạo tại Trung Cộng.

Thứ hai, hợp tác với Trung Cộng, lãnh đạo các nước châu Phi không phải bận tâm về các vấn đề tự do, dân chủ, nhân quyền. Bản thân Trung Cộng là một trong những nước vi phạm nhân quyền hàng đầu thế giới nên vấn đề nhân quyền không bao giờ được đặt ra trong các buổi thương thuyết hay đàm phán các thỏa hiệp kinh tế. Trong khi các vấn đề nhân quyền đã đẩy các công ty phương Tây ra khỏi châu Phi thì Trung Cộng trở thành nước độc quyền đầu tư và khai thác kinh tế. Trung Cộng chủ trương chính sách không can thiệp vào nội bộ của các nước khác, nhưng chẳng qua cũng chỉ để che giấu cái lý lịch không mấy tốt đẹp của bản thân mình. Thứ trưởng Ngoại giao Trung Cộng Châu Trọng Văn trong buổi phỏng vấn dành cho báo New York Times tháng 8.2004 biện hộ cho thái độ làm ngơ trước những bất công xã hội tại châu Phi: "Thương mại là thương mại. Trung Cộng tách rời thương mại khỏi chính trị".

Thứ ba, trong khi vay tiền của IMF (Quỹ Tiền tệ Quốc tế), các quốc gia con nợ phải thông qua hàng loạt thỏa thuận về nguyên tắc, phải báo cáo hàng năm, phải bị kiểm soát chặt chẽ các khoản chi dùng và phải thực hiện các cải cách xã hội, giáo dục, nhân quyền cần thiết, điều kiện vay tiền của Trung Cộng dễ chấp nhận hơn nhưng bù lại cũng có nhiều điều khoản thuận lợi cho phía Trung Cộng. Ngoài ra, trong khi các công ty dầu khí phương Tây độc lập về thương mại nhưng lại lệ thuộc vào các chính sách đối ngoại của chính phủ họ thì cả ba công ty dầu khí lớn của Trung Cộng, gồm Tổng Công ty Dầu khí Ngoài khơi Trung Cộng (CNOOC), PetroChina và Tổng Công ty Hóa dầu Trung Quốc, đều là những công ty quốc doanh. Thảo luận hay ký kết các hợp đồng thương mại với các công ty này cũng chẳng khác gì ký kết với chính phủ Trung Cộng và do đó không cần phải thông qua sự chấp thuận của chính phủ lần nữa, nếu có cũng chỉ là vấn đề thủ tục giấy tờ.

Trung Cộng ngày nay đã thay thế vai trò của các đế quốc Anh, Pháp, Bồ Đào Nha từng đóng tại Châu Phi thế kỷ 19. Thay vì tạo sự bất ổn qua việc chi viện cho các nhóm phiến loạn, các mặt trận giải phóng dân tộc như đã làm trước đây, họ cố bám vào các lãnh đạo tham nhũng, độc tài để duy trì một chính quyền tập trung, cứng rắn và ổn định. Để hút cạn nguồn dầu hỏa châu Phi, Trung Cộng không những nuôi dưỡng các tầng lớp lãnh đạo độc tài mà còn tiếp tay cho chúng để đàn áp các thành phần đối lập, tàn sát các tầng lớp nhân dân da đen thiếu học, không một tấc sắt trong tay bằng những phương tiện vô cùng ác độc. Giống như chế độ thực dân đế quốc trước đây, Trung Cộng bao che giới lãnh đạo, cung cấp cho chúng tiền bạc, súng đạn, che chở an ninh cá nhân và bảo vệ chế độ bằng quyền phủ quyết trong các cơ quan quốc tế như Liên Hiệp Quốc.

Vài trường hợp điển hình

Tại Angola, cuộc nội chiến giữa hai phe UNITA (Liên minh quốc gia vì độc lập hoàn toàn của Angola) và MPLA

(Phong trào nhân dân giải phóng Angola) với sự can thiệp từ các phe bên ngoài như Trung Cộng, Mỹ, Liên Xô, Cuba, trong thập niên 1980 để lại trên 350 ngàn người chết và trên một triệu người không nhà cửa. Phe MPLA, dưới quyền của lãnh tụ cộng sản José Eduardo dos Santos đã thắng cuộc nội chiến đẫm máu và cai trị dân tộc Angola bằng hệ thống an ninh khủng bố do các cố vấn Đông Đức giúp thành lập trước đây để nhằm tận diệt mọi mầm mống phản kháng. Giống như Kim Nhật Thành và phần lớn lãnh đạo cộng sản khác, dos Santos xây dựng chung quanh ông ta một hệ thống sùng bái cá nhân với sự toa rập của một tập đoàn đặc quyền đặc lợi chia sẻ hầu hết các chức vụ quan trọng trong chính quyền. Sau khi Johna Savimbi, lãnh tụ UNITA, bị giết 2002, dos Santos rảnh tay hơn để củng cố chế độ độc tài, tham nhũng thối nát tại Angola. Trong lúc giới lãnh đạo MPLA sống trong xa hoa, phung phí, con cái chúng được du học nước ngoài bằng tiền thu được từ các nguồn kim cương và dầu hỏa, hàng triệu dân Angola sống dưới mức nghèo quốc tế và mỗi ngày phải sắp hàng dài nhiều cây số chỉ để mua vài cân khoai tây. Từ 1997 đến 2001, các chương trình du học chiếm đến 18 phần trăm của toàn bộ ngân sách giáo dục, cao hơn cả ngân sách dành cho phát triển khoa học kỹ thuật, nhưng phần lớn du học sinh được tuyển chọn từ tầng lớp con ông cháu cha trong khi bốn chục phần trăm dân Angola trong nước không biết đọc biết viết.

Cũng trong cùng thời gian từ 1997 đến 2001, tổng thu nhập từ xuất cảng dầu hỏa của Angola là 17.8 tỉ USD, tuy nhiên con số tiền lời thật sự thì không ai biết. Một tường trình của IMF (Quỹ Tiền tệ Quốc tế) năm 2002 cho biết 21 phần trăm chi phí, tương đương vào khoảng 4.1 tỉ USD, của chính phủ trong giai đoạn từ 1991 đến 2001 đã không được kết toán. Bản thân José

Eduardo dos Santos, được quốc hội bù nhìn ca ngợi là "thông minh" và "thành thật", rất hiếm khi rời khỏi dinh thự nguy nga nhìn ra biển của y, trong khi phần lớn dân Angola phải chịu đựng nghèo nàn, bệnh tật trong các khu nhà bằng đất tồi tàn và tuổi thọ trung bình của người dân Angola chỉ 37 tuổi.

Đồng minh thân cận và cũng là người bảo trợ chính của chế độ độc tài tham nhũng dos Santos không ai khác hơn là Trung Cộng. Trung Cộng cho Angola vay 2 tỉ USD để tài trợ cho các công trình xây dựng phi trường, đường sá tại Angola, và để đáp lại khách hàng ưu tiên và hàng đầu của dầu hỏa Angola là Trung Cộng. Năm 2004, Angola là nước thứ ba sau Saudi Arabia và Iran, cung cấp dầu hỏa cho Trung Cộng. Chỉ riêng trong tháng 3.2006, Angola chuyên chở đến Trung Cộng 456 ngàn thùng dầu một ngày, vượt qua cả Saudi Arabia.

Tại Zimbabwe, tháng 3 năm 2008 vừa qua, đã tiến hành cuộc bầu cử tổng thống và quốc hội. Ứng cử viên Morgan Tsvangirai của Phong trào vì Thay đổi Dân chủ (Movement for Democratic Change) thắng đủ đa số phiếu để buộc đương kim Tổng thống Magube, nhà chính trị có tư tưởng cộng sản, phải tham gia cuộc bầu cử vòng hai quyết định. Trước viễn ảnh thất bại sẽ xảy ra, trong ba tháng vận động tranh cử vòng hai, Magube sử dụng phương pháp khủng bố, đe dọa và ám sát các thành phần đối lập có khuynh hướng dân chủ. Kết quả là trên một trăm người ủng hộ ứng cử viên Morgan Tsvangirai bị giết, hàng ngàn người khác bị thương, nhà cửa, các cơ sở thương mại của phe đối lập bị đốt cháy. Morgan Tsvangirai cuối cùng đã phải quyết định rút ra khỏi vòng tranh cử. Không có đối thủ, Magube thắng vòng hai với 85 phần trăm số phiếu vào ngày 27 tháng 6.2008.

Mỹ, Anh và phần lớn các quốc gia trong Liên minh châu Âu kết án Magube vi phạm nhân quyền và ăn cắp cuộc bầu cử. Ngày 11 tháng 7 năm nay, cố gắng của các nước phương Tây, Anh, Pháp, Mỹ nhằm tái lập dân chủ và ổn định tại Zimbabwe tan vỡ khi Trung Cộng tuyên bố sẽ phủ quyết các quyết nghị của Liên Hiệp Quốc để trừng phạt chính quyền độc tài của Tổng thống Mugabe. Đại sứ Trung Cộng tại Liên Hiệp Quốc Vương Quang Á lý luận: "*Về mặt quốc tế, sự sử dụng hay đe dọa sử dụng sự trừng phạt rất ít hay không giải quyết được vấn đề*".

Chính quyền Trung Cộng cho rằng họ chủ trương "chính sách không can thiệp" vào nội bộ các quốc gia khác, trong trường hợp này là Zimbabwe, nhưng thực chất họ đã can thiệp vào quốc gia này từ hai mươi năm trước. Theo giáo sư David Shinn, thuộc Đại học George Washington, Trung Cộng bán chiến đấu cơ J-7 và radar cho Zimbabwe, và mới đây không lực Zimbabwe nhận thêm 6 phản lực cơ K-8. Để trao đổi, Magube hứa sẽ cho phép Trung Cộng sử dụng nguồn tài nguyên khoáng sản phong phú của quốc gia này. Trong suốt thời gian vận động tranh cử giữa Morgan Tsvangirai và Magube, các tàu chở vũ khí của Trung Cộng nhiều lần cố gắng nhập vào các cảng Zimbabwe.

Và bất hạnh nhất là Sudan. Nhắc đến Sudan, người ta sẽ nghĩ ngay đến cuộc diệt chủng vùng Darfur. Trong cuộc xung đột giữa các bộ tộc vùng Darfur, phía tây Sudan, bùng nổ vào đầu năm 2002, chính phủ Sudan cung cấp tài chánh, vũ khí cho nhóm quân sự Janjaweed, cũng như đã tham gia các cuộc tàn sát các bộ lạc Fur, Zaghawa và Massaleit. Cuộc xung đột đã giết chết trên 200 ngàn người và khoảng 2 triệu rưỡi người không nhà cửa, phải sống chen chúc trong các trại tỵ nạn. Đến nay, theo thống kê của Liên Hiệp Quốc, đã có 400 ngàn người bị giết, trong khi các tài liệu khác phỏng đoán từ 200 ngàn cho đến 400 ngàn.

Sudan, dưới sự lãnh đạo của Tổng thống Omar al-Bashir, đã tham gia trực tiếp vào cuộc tàn sát, hiếp dâm, đày ải hơn hai triệu người dân trong khu vực Darfur. Chính phủ Sudan bị Liên Hiệp Quốc và hầu hết các quốc gia hội viên kết án. Tháng 6.2008, biện lý Tòa án Quốc tế Luis Moreno-Ocampo, người Argentina, ngoài việc truy tố các viên chức trong chính quyền Sudan, đã có ý định truy tố chính Tổng thống Sudan Omar Hassan al-Bashir về tội diệt chủng chống lại nhân loại. Nếu điều đó xảy ra thì đây sẽ là lần đầu tiên Tòa án Quốc tế tại The Hague sẽ xử một nguyên thủ quốc gia. Phản ứng trước tin tức này, ngày 15 tháng 7.2008, đại sứ Trung Cộng tại Liên Hiệp Quốc bày tỏ "sự lo ngại trầm trọng" nếu tòa án quốc tế bắt giữ Tổng thống Sudan và đe dọa phủ quyết bất cứ quyết nghị Liên Hiệp Quốc nào chống lại chính quyền độc tài Bashir.

Trung Cộng bằng mọi giá bảo vệ chế độ diệt chủng Bashir cũng chỉ vì dầu hỏa. Công ty dầu khí quốc doanh của Trung Cộng là khách hàng đầu tư số một vào kỹ nghệ dầu khí Sudan. Trung Cộng sở hữu nhiều mỏ dầu chung quanh khu vực Darfur. Trung Cộng mua 70 phần trăm dầu của Sudan và thậm chí giúp Sudan xây dựng các xưởng chế tạo vũ khí. Theo tạp chí *Sudan Tribune* trong bài bình luận nhân chuyến viếng thăm của Chủ tịch Nhà nước Trung Cộng tháng 5.2007, "*Không có quốc gia nào có nhiều ảnh hưởng đối với Khartoum hơn Trung Cộng, khách hàng tiêu thụ 70 phần trăm tổng sản xuất dầu của Sudan, và đã nhiều lần dùng quyền phủ quyết để ngăn cản trừng phạt chế độ Bashir*". Mặc dù quyết nghị 1591 được Liên Hiệp Quốc thông qua năm 2005 ngăn cấm việc cung cấp vũ khí cho chính quyền độc tài Bashir, theo một điều tra của phái viên Hilary Anderson của đài BBC công bố ngày 12 tháng 7 vừa qua, Trung Cộng đã cung cấp huấn luyện và trang bị vũ khí, kể cả các hỏa tiễn phòng không cho quân đội Sudan tại Darfur. BBC đã phỏng vấn trực tiếp các nhân chứng trong phe chống chính phủ và được xác nhận các vũ khí mà họ tịch thu được từ chính phủ Sudan vào tháng 12 năm 2007 được nhập từ Trung Cộng. Bà Abakar Mohammed, mẹ của bảy đứa con, đã tận mắt chứng kiến ba đứa con nhỏ của bà bị các chiến đấu cơ Trung Cộng bắn nát thành những mảnh thịt nhỏ.

Hôm nay 8 tháng 8.2008, lần đầu tiên trong lịch sử, Trung Cộng tưng bừng khai mạc Thế vận hội mùa hè lần thứ 29 với chi phí tổ chức ước lượng lên đến khoảng 44 tỉ USD. Thế vận hội cũng đánh dấu một chặng đường dài của Trung Cộng từ một nước khép kín trở thành một đế quốc đỏ đầy quyền lực. Con đường thành công của Trung Cộng, giống như hầu hết các đế quốc trước đây, đã nhuộm bằng máu, lót bằng xương của hàng triệu người dân các nước nhược tiểu nghèo nàn và bất hạnh. Một tuần trước ngày Thế vận hội khai mạc, nhà báo Corey Hunt trong một bài bình luận trên tờ Contra Costra Times, đã kêu gọi toàn thế giới khi ngọn đuốc Olympic vừa đi đến chặng cuối cùng trước khi được thắp lên trên quảng trường Olympic ở Bắc Kinh, hãy dành một phút im lặng để tưởng nhớ đến những nạn nhân của chính sách khủng bố Mugabe ở Zimbabwe, Omar al-Bashir ở Sudan, José Eduardo dos Santos ở Angola và nhiều chế độ độc tài khác trên lục địa châu Phi với sự ủng hộ và bao che của Trung Cộng.

Tham khảo:

Martin Meredith, The Fate of Africa, Public Affairs 2005

John Ghazvinian, Unatpped, the scamble for Africa 's oil, Harvest Book 2005

Martin Meredith, Magube, Public Affairs, 2007

Center for Strategic and International Studies and the Peter G. Peterson Institute for International Economics, China: The Balance Sheet, Public Affairs 2007

David H. Shinn, China, Africa and Chinás Global Activism , The George Washington University

Open Society Archives http://www.osa.ceu.hu

Deng Xiaoping answers to Italian Journalist Oriana Fallacia, August 21 and 23, 1980 http://english.peopledaily.com.cn/dengxp/vol2/text/b1470.html

China and Sudan: Deadly Partnership http://www.savedarfur.org/pages/china_and_sudan

Brett D. Schaefer and John J. Tkacik, Jr, Zimbabwes's Enabler: How Chinese Arms keep Magube in Power, http://www.heritage.org/Research/africa/wm1997.cfm#_ftn4

Princeton Lyman, Director of Africa Policy Studies, Council on Foreign Relation, China's Rising Role in Africa, July 2005 http://www.cfr.org/publication/8436/

DIỄN BIẾN, CHỐNG DIỄN BIẾN VÀ TỰ DIỄN BIẾN HÒA BÌNH

Tháng 4/1994, trước làn sóng cách mạng dân chủ diễn ra tại Đông Âu, "diễn biến hòa bình" vốn là một đe dọa, đã được Trung ương Đảng Cộng Sản Việt Nam đưa lên hàng nguy cơ, và là một trong bốn nguy cơ hàng đầu trong Báo cáo Chính trị của Ban Chấp hành Trung ương (khóa VII) tại Hội nghị đại biểu toàn quốc giữa nhiệm kỳ. Từ đó đến nay, đại hội X sang đại hội XI cũng như trong các văn kiện đảng, tập huấn, hội nghị, sách vở của nhà xuất bản chính trị quốc gia nhiều lần nhắc nhở đến nguy cơ này.

Theo Từ điển Bách khoa xuất bản tại Việt Nam 2005, diễn biến hòa bình được định nghĩa: "*Diễn biến hòa bình chiến lược của chủ nghĩa đế quốc và các thế lực phản động quốc tế, được thực hiện dưới một phương thức, thủ đoạn mới để chống phá, đẩy lùi và đi đến xoá bỏ chủ nghĩa xã hội. Đối tượng của chiến lược Diễn biến hòa bình là các nước có khuynh hướng phát triển phi tư bản chủ nghĩa. Bản chất của chiến lược DBHB là chống chủ nghĩa xã hội. Nội dung cơ bản là phá hoại các nước xã hội chủ nghĩa về các mặt chính trị, tư tưởng, kinh tế, văn hoá, xã hội, v.v... Phương thức và thủ đoạn chủ yếu là tạo dựng và thúc đẩy những nhân tố phản động, chống đối từ bên trong, đẩy đối phương vào khủng hoảng toàn diện, từng bước chuyển hoá chế độ chính trị theo con đường phát triển tư bản chủ nghĩa hoặc bị chính các thế lực chống đối dùng bạo lực lật đổ…"*

Diễn biến hòa bình không phải là một chủ thuyết độc lập nhưng là một bộ phận của hai học thuyết đối ngoại thịnh hành của Mỹ sau thế chiến thứ hai là *ngăn chặn* (containment) và *đẩy* lùi (rollback).

Tháng 2 năm 1946, George F. Kennan, nhân viên ngoại giao làm việc cho tòa đại sứ Mỹ tại Liên Xô, gởi Bộ Ngoại giao Mỹ một bản phân tích qua hình thức một điện tín dài 5.500 chữ, trong đó ông trình bày một cách chi tiết quan điểm của Stalin về tương lai nhân loại, mục tiêu và chiến lược của Liên Xô sẽ được áp dụng trên phạm vi toàn thế giới, điểm mạnh và điểm yếu của chế độ Cộng sản, đồng thời đề nghị một số biện pháp cần thiết phải được áp dụng để ngăn chặn làn sóng Cộng sản. Chính sách đối ngoại chỉ đạo của Mỹ đặt cơ cở trên những phân tích của George Kennan được gọi là ngăn chặn (containment).

Lý thuyết đẩy lùi (rollback) các ảnh hưởng của khối Cộng sản tại những nơi bị Cộng sản chiếm được phác họa trước hết nhắm đến các quốc gia Cộng sản chư hầu của Liên Xô tại Đông Âu. Người cổ võ mạnh mẽ nhất cho lý thuyết này là cố Ngoại trưởng Mỹ John Foster Dulles.Trong lúc lý thuyết ngăn chặn nặng về phòng thủ, lý thuyết đẩy lùi nghiêng về phía phản công. Hai lý thuyết này chế ngự chính sách đối ngoại của Mỹ trong và cả sau chiến tranh lạnh, tùy thuộc hoàn cảnh chính trị tại mỗi quốc gia mà một hay cả hai chính sách được áp dụng.

Người đầu tiên gợi ý về diễn biến hòa bình là George Kennan và được ngoại trưởng Dean Acheson dưới thời tổng thống Harry Truman ủng hộ. Tuy nhiên người giải thích rõ quan điểm này cũng là John Foster Dulles. Trong một điều trần tại Quốc hội Mỹ 15 tháng Giêng 1953, Ngoại trưởng Dulles phát biểu: "*Chúng ta phải luôn ghi nhớ đến việc giải phóng các dân tộc bị nô lệ. Tuy nhiên, giải phóng đây không có nghĩa là phát động chiến tranh giải phóng, có nhiều phương tiện khác hơn chiến tranh có thể được dùng để giải phóng*".

John Foster Dulles (1888-1959) giữ chức Bộ trưởng Ngoại giao dưới thời Tổng thống Dwight D. Eisenhower từ 1953 đến 1959. Ông là một chính khách có lập trường chống Cộng sản cương quyết, biện hộ cho chủ trương cứng rắn trong việc đối đầu với phong trào Cộng sản Quốc tế, nhất là với Trung Cộng và Liên Xô. Tại hội nghị Geneva 1954, được biết là ông đã từ chối bắt tay Ngoại trưởng Trung Cộng Chu Ân Lai. Với tư cách Ngoại trưởng, Dulles dành nhiều thời gian để xây dựng khối Minh Ước Bắc Đại Tây Dương (NATO) nhằm chặn đứng sự bành trướng của Xô Viết sang Tây Âu. Tại viễn đông, Dulles vận động thành lập Tổ Chức Liên Phòng Đông Nam Á (SEATO). Dulles cũng đưa ra hai chủ trương được gọi là "bên miệng hố chiến tranh" (brinkmanship) và trả thù ồ ạt (massive retaliation) để đặt các quốc gia Cộng sản tiêu hao tài nguyên nhân lực trong tình trạng thường trực chuẩn bị cho chiến tranh. Với Trung Cộng, Ngoại trưởng John Foster Dulles có thái độ chống đối ra mặt và có lần đã gọi chế độ Cộng sản tại Trung Quốc là "hiện tượng xấu". Trong một diễn văn vào tháng Sáu 1957, ông còn nhấn mạnh "hiện tượng đó phải biến mất đi". Ngày 11 tháng 8 năm 1958, trong một thông cáo báo chí, Bộ Ngoại giao Mỹ dưới quyền John Foster Dulles xác định "*Chủ nghĩa Cộng sản tại Trung Quốc không phải là vĩnh cửu và một ngày nào đó chế độ đó sẽ sụp đổ*". Ngày 24 tháng Mười 1958, trong một phỏng vấn dành cho đài BBC, Ngoại trưởng Dulles tiên đoán "*Chủ nghĩa Cộng sản sẽ nhường bước cho một hệ thống mới quan tâm đến an sinh của quốc gia và con người*", "*Cộng sản Trung Quốc và Cộng sản Nga không phục vụ lợi ích của con người*" và "*thứ Cộng sản đó sẽ thay đổi*".

Mao Trạch Đông, được biết là người đầu tiên diễn dịch quan điểm của Ngoại trưởng Dulles thành "*diễn biến hòa bình*". Trước tình hình nội bộ đảng không bao giờ đoàn kết và quan hệ xấu dần theo giữa Trung Cộng với Liên Xô, "*diễn biến hòa bình*" trở thành mối bận tâm hàng đầu của Mao Trạch Đông. Theo hồi ký của Bạc Nhất Ba (薄一波), một trong Bát Bất Tử của đảng Cộng Sản Trung Hoa, nguyên Ủy viên Bộ Chính Trị kiêm Chủ tịch Ủy Ban Kinh Tế Nhà Nước, Mao tin rằng chính sách "*diễn biến hòa bình*" của Dulles đã bắt đầu có hiệu quả tại Liên bang Xô Viết qua việc Khrushchev chủ trương "sống chung hòa bình" với khối tư bản.

Các báo *Hồng Kỳ* và *Nhân Dân* đăng hàng loạt các bài bình luận tố cáo Khrushchev phản bội lý tưởng Cộng sản. Mao Trạch Đông tìm mọi cách để ngăn chặn tình trạng mà ông ta kết án là Chủ nghĩa xét lại xảy ra tại Trung Cộng. Mao đọc các bài điều trần và diễn văn của Ngoại Trưởng Dulles từng chữ một. Việc Thống chế Bành Đức Hoài phê bình chính sách "Ba ngọn cờ đỏ" tại Hội Nghị Lư San càng làm cho Mao nghi ngờ thêm rằng các mầm mống của diễn biến hòa bình đang phát sinh ngay trong nội bộ đảng Cộng sản Trung Quốc. Cũng theo Bạc Nhất Ba , tháng 11 1959, Mao triệu tập một phiên họp Bộ Chính trị thu hẹp để thảo luận về tình hình quốc tế. Trong dịp này Mao ra lịnh thư ký in và phân phối cho các thành viên tham dự phiên họp ba diễn văn quan trọng của Ngoại trưởng Dulles.

Ba diễn văn đó gồm *Chính sách đối với Viễn đông* (Policy for the Far East) đọc tại Phòng Thương Mại California ngày 4 tháng 12, 1958, *Bản điều trần trước Ủy Ban Ngoại Giao Hạ Viện Hoa Kỳ* ngày 28 tháng Giêng 1958, và bài thuyết trình *Vai trò của Luật pháp trong Thời bình* (The Role of Law in Peace) trình bày trước Hội Luật Sư New York ngày 31 tháng Giêng 1959.

Trong bài viết "*Đế quốc Mỹ, kẻ thù hung bạo nhất của loài người*" vào ngày 12 tháng Giêng 1964, Mao nhấn mạnh đến sự phát triển của diễn biến hòa bình tại Liên Xô: "*Chính sách xâm lược và chiến tranh của chủ nghĩa đế quốc Mỹ đe dọa một cách trầm trọng đến Liên bang Xô Viết, Trung Cộng và các nước xã hội chủ nghĩa khác. Hơn nữa, nó đang mãnh liệt tìm cách đẩy mạnh chính sách "diễn biến hòa bình" tại các nước xã hội chủ nghĩa nhằm mục đích tái lập chủ nghĩa tư bản và làm tan rã phe xã hội chủ nghĩa*". Trong khoảng thời gian từ 1960 đến 1967, Mao tập trung toàn bộ nỗ lực vào việc chống chủ nghĩa xét lại Xô Viết và thanh trừng các phần tử y cho là xét lại trong đảng Cộng sản Trung Hoa, đứng đầu là Thống Chế Bành Đức Hoài. Nhiều nhà phân tích cho rằng " *diễn biến hòa bình*" đã đẩy Mao vào các hoạt động thanh trừng nội bộ đẫm máu trong thời gian đó, tuy nhiên cũng có quan điểm cho rằng Mao đã lợi dụng lý do chống diễn biến hòa bình để loại bỏ các phần tử chống y trong bộ chính trị.

Tuy nhiên, áp bức và đấu tranh là hai mặt biện chứng trong quy luật phát triển của xã hội con người. Một chủ nghĩa đi ngược tại đà tiến của văn minh, chà đạp lên giá trị con người chủ nghĩa đó phải sụp đổ. Đúng như John Foster Dulles nhận xét, sau khi các thế hệ cộng sản đam mê làm cách mạng sắt máu ra đi, các thế hệ chuyển tiếp và thứ ba, thứ tư đối diện với gia tài băng hoại về mọi mặt buộc họ hoặc phải thay đổi để duy trì quyền lãnh đạo hay phải chịu sụp đổ không tránh khỏi trước sức phản kháng của nhân dân. Nhiệt tình cách mạng xã hội chủ nghĩa và niềm tin vào một xã hội không giai cấp, làm theo năng lực hưởng theo nhu cầu là những chiếc bong bóng nước sau cơn mưa thời đại. Tuy mức độ nhanh chậm khác nhau, những cải tổ thuận theo hướng phát triển chung của nhân loại đã đồng loạt xảy ra. Nói như nhà bình luận chính trị Á Châu Frank Chinh, lãnh đạo các nước Cộng sản chọn "diễn biến hòa bình theo cách riêng của họ".

Giống như Mao, Đặng Tiểu Bình lo ngại về "*diễn biến hòa bình*" nhưng khác Mao, y biết diễn biến là điều không tránh khỏi. Tháng 11/1989, họ Đặng nhận xét về viễn ảnh này: "*Các nước Tây phương đang phát động một thế chiến thứ ba không khói súng. Họ muốn tạo ra một diễn biến hòa bình để đưa các nước xã hội chủ nghĩa sang tư bản chủ nghĩa*". "*Đồng chí Giang Trạch Dân và cấp lãnh đạo trong chính phủ của ông, có thể được xem như thuộc thế hệ thứ ba, và sẽ có thế hệ thứ tư, thứ năm. Khi nào thế hệ già như chúng tôi còn sống, sẽ không có thay đổi. Nhưng khi chúng tôi chết hết, ai bảo đảm là sẽ không có diễn biến hòa bình?*" Mặc dù vẫn tiếp tục chống "*diễn biến hòa bình*", các chính sách kinh tế, chính trị của Đặng Tiểu Bình và sau đó được Giang Trạch Dân kế tục qua chính sách Ba Đại Diện đã góp phần đẩy mạnh tự diễn biến hòa bình bởi vì như Đặng Tiểu Bình nói "*Con người không thể ăn chủ nghĩa xã hội*".

Tại Xô Viết, sau khi Leonid Brezhnev chết ngày 10 tháng 11/1982, Yuri Andropov nắm chức Tổng bí thư nhưng chỉ chưa được hai năm cũng chết vì bịnh suy thận giao quyền lại cho Konstantin Chernenko. Lúc đó Konstantin Chernenko đã 71 tuổi và cũng đang bịnh hoạn. Ngày 10 tháng 3/1985, viên tổng bí thư cực đoan bảo thủ này theo gót Leonid Brezhnev và Yuri Andropov về với Mác. Với sự ủng hộ của Andrey Gromyko, Bộ Trưởng Ngoại Giao lâu đời nhất trong lịch sử Xô Viết, Mikhail Sergeyevich Gorbachev lên nắm quyền không bị sự cản trở lớn nào. Trong lúc hầu hết các tổng bí thư trước đó sinh ra trước Cách Mạng Cộng sản 1917, Gorbachev sinh ra trong thời Cộng Sản, không mang trong người một dòng lý lịch vào tù ra khám nào và chỉ gia nhập đảng Cộng sản trong thời gian theo học Luật tại Đại Học Moscow. Ở tuổi 54, Gorbachev là ủy viên Bộ Chính trị trẻ tuổi nhất trong lịch sử đảng Cộng sản Liên Xô. Tháng Giêng 1987, các *Cải tổ kinh tế* (Perestroika) và *Cởi mở văn hóa chính trị* (glasnost) tại Xô Viết bắt đầu. Ngày 26 tháng 11-1991, hệ thống Cộng sản Liên Xô chính thức sụp đổ.

Tại Việt Nam, mặc dầu các ý kiến về Đổi Mới Kinh Tế manh nha từ 1983, các chính sách đổi mới kinh tế mới thật sự bắt đầu tại Đại hội đại biểu toàn quốc lần VI của Đảng Cộng sản Việt Nam 1986. Tại đại hội này, giới lãnh đạo đảng nhìn nhận các sai lầm kinh tế đã dẫn đến những khủng hoảng trầm trọng và cam kết từng bước thực hiện chính sách đổi mới nhằm theo đuổi "công nghiệp hóa-hiện đại hóa". Mặc dầu chủ trương đổi mới nhưng thành phần Bộ Chính Trị được bầu ra trong đại hội VI đa số là những người rất cũ và rất bảo thủ như Phạm Hùng, Võ Chí Công, Đỗ Mười, Đồng Sỹ Nguyên, Mai Chí Thọ... Trong số 13 ủy viên Bộ Chính Trị, chỉ có Trần Xuân Bách chủ trương đổi mới theo mô hình Gorbachev trong đó đổi mới kinh tế phải tiến hành song song với đổi mới chính trị.

Trần Xuân Bách nhận thức được sự vận hành của lịch sử. Ông hiểu rằng bài ca chiến thắng buổi sáng 30 tháng Tư 1975 đang trở thành bài ai điếu. Dân tộc Việt Nam đã chịu đựng quá nhiều, hy sinh xương máu quá nhiều. Đổi mới xã hội toàn diện sớm chừng nào tốt cho các thế hệ Việt Nam mai sau chừng đó. Nhưng giữa một đám bảo thủ chỉ biết bám vào chiếc bè quyền lực, quan điểm của Trần Xuân Bách trở nên lạc lõng. Giáo Sư Carl Thayer phát biểu với BBC sau ngày ông Trần Xuân Bách qua đời: "*Cuối cùng Việt Nam đi theo con đường của Trung Quốc, nhấn mạnh đến mục tiêu tăng trưởng kinh tế là lý do người dân cần phải theo đảng. Cải tổ chính trị, theo tôi, thì vô cùng chậm chạp. Và kể từ khi ông Trần Xuân Bách bị sa thải, Việt Nam cũng chẳng đẩy mạnh cải cách chính trị gì cả, và thậm chí số người bất đồng chính kiến có vẻ tăng lên, số vụ hà hiếp họ cũng tăng lên. Do vậy Việt Nam vẫn còn đi sau trong lĩnh vực cải tổ chính trị, và Đảng muốn kiểm soát chặt chẽ tiến trình này.*"

Trần Xuân Bách chia sẻ quan điểm với Leonid Abalkinm, cố vấn kinh tế của Gorbachev: "*Đổi mới sâu sắc trong quản trị kinh tế không thể thành thực tế nếu không có những thay đổi tương ứng với đổi mới trong chính trị*".

Trong bài phát biểu cuối năm 1989 trước khi bức tường Berlin đã sụp đổ, Trần Xuân Bách nói về dân chủ: "*Dân chủ không phải là ban ơn, không phải là mở rộng dân chủ (mở rộng). Đó là quyền của dân, với tư cách là người làm nên lịch sử, không phải là ban phát, do tấm lòng của người lãnh đạo này hay người lãnh đạo kia. Thực chất của dân chủ hóa là khơi động trí tuệ của toàn dân tộc để tháo gỡ khó khăn và đưa đất nước đi lên kịp thời đại. Từ hai vấn đề đó, xẩy ra một vấn đề quan hệ giữa đổi mới kinh tế và đổi mới chính trị là thế nào? Có nước tự cho mình không cần đổi mới, đã bị bục vỡ. Có nước coi đổi mới kinh tế phải làm nhanh, còn đổi mới chính trị thì chầm chậm cũng bục chuyện. Có nước chỉ đổi mới kinh tế, không đổi mới chính trị, đã bục to. Có nước làm cả hai, nhưng không nhịp nhàng, gặp khó khăn. Hai lãnh vực này phải nhịp nhàng, không chân trước chân sau, không tấp tểnh đi một chân."*

Cũng vì "tấp tểnh đi một chân" mà sau 25 năm đổi mới, Việt Nam vẫn là một quốc gia nghèo và phát triển chậm so với hầu hết các quốc gia trong vùng như Thái Lan, Malaysia, Indonesia, đừng nói chi là Singapore, Hàn Quốc. Nhìn lại đất nước trong từng lãnh vực, không có thành tựu nào đáng hãnh diện với thế giới. Những gì được gọi là thành quả thật quá nhỏ nhoi so với sự chịu đựng của dân tộc. Trong thống kê 2010 của tổ chức Minh Bạch Quốc Tế (Transparency International), Việt Nam bị xếp vào hàng 116 trong tổng số 178 nước được thăm dò với chỉ số điểm vỏn vẹn 2.7 trên 10, cùng hạng với Ethiopia, Tanzania, Guyana.

Ngoài một xã hội bị tham nhũng đục khoét bên trong, lãnh đạo đảng Cộng sản Việt Nam đang đứng trước nhiều đe doa, cô lập và lợi dụng từ bên ngoài. Mâu thuẫn giữa các quốc gia có quyền lợi kinh tế trong vùng biển Đông ngày càng gay gắt và không sớm thì muộn cũng sẽ dẫn đến chiến tranh trong khu vực. Và nếu đúng như vậy, giới lãnh đạo Cộng sản Việt Nam sẽ làm gì để bảo vệ được chủ quyền đất nước hay lại một lần nữa ném dân tộc vốn đã quá lầm than vào lò thiêu của tham vọng ngoại bang?

Từ Neville Chamberlain đến Richard Nixon, từ Franklin Roosevelt đến Herbert W. Bush, lịch sử nhân loại để lại vô số bài học về tham vọng đế quốc và số phận bất hạnh của các quốc gia nhược tiểu. Vì quyền lợi của đất nước, các cường quốc sẵn sàng bỏ rơi hay bán đứng đồng minh như Anh đã làm với Tiệp Khắc tại Munich 1938, Anh và Mỹ đã làm với Ba Lan tại Yalta 1944, Mỹ đã làm với Việt Nam Cộng Hòa tại hội nghị Paris

1973, hoặc phó mặc sinh mạng của những người đứng lên vì khát vọng tự do dân chủ làm mồi cho đoàn kên kên Xô Viết như trường hợp Hungary 1956, Tiệp Khắc 1968.

Tháng 4, 2006, Bộ trưởng Ngoại Giao CSVN Nguyễn Dy Niên, trong cuộc phỏng vấn dành cho báo chí trong nước đã phát biểu về diễn biến hòa bình: "*Trong các văn kiện của Đảng chúng tôi cũng như trên các phương tiện thông tin đại chúng, nhiều học giả VN và nhà báo cũng đã nói đến diễn biến hòa bình. Đây không phải suy diễn mà là hiện tượng thực tế mà VN nhìn nhận. VN đang cố gắng xây dựng nhà nước pháp quyền xã hội chủ nghĩa do dân, vì dân để người dân thực sự dân chủ. Tôi nghĩ là 4 nguy cơ VN đề ra, mà đẩy lùi được thì sẽ tăng được sự phát triển, nâng cao được Tòa Soạn. Việc xây dựng nhà nước pháp quyền, đẩy lùi tham nhũng thành công, theo tôi, sẽ là biện pháp ngăn chặn diễn biến hòa bình*". Khi được hỏi tiếp, ai là kiến trúc sư của "Diễn biến hòa bình", Nguyễn Duy Niên thoái thác: "*Có lẽ chúng ta không nên nói ai là kiến trúc sư mà chỉ nói những vấn đề mà VN phải xử lý. Đó là thách thức phải đối mặt và xử lý thế nào để vẫn giữ được bản sắc dân tộc và độc lập tự chủ của chế độ…*".

Câu trả lời của Nguyễn Dy Niên cho thấy, giới lãnh đạo Cộng sản thừa nhận có diễn biến hòa bình và đang chiến đấu trong tuyệt vọng để ngăn chặn tiến trình này bằng các chính sách tự diễn biến nhằm "xây dựng nhà nước pháp quyền, đẩy lùi tham nhũng". Thế nhưng, tình trạng tham nhũng chỉ là hiện tượng chứ không phải là bản chất của xã hôi. Tham nhũng tại Việt Nam có tính đảng và ngày nào các cơ chế tạo điều kiện cho tham nhũng hình thành và phát triển còn tồn tại, tham nhũng sẽ không bị xóa bỏ tận gốc.

Một mặt đảng tiếp tục nhồi sọ sinh viên học sinh những mớ lý thuyết Mác Lê lạc hậu lỗi thời nhưng mặt khác tự diễn biến hòa bình để kéo dài sự sống. Trong dịp mừng sinh nhật Hồ Chí Minh 2010, Lê Hùng Nghĩa, trong phát biểu tại Học Viện Ngoại Giao, nhắc lại ngay từ năm 1946, trong đơn thỉnh nguyện Liên Hiệp Quốc ủng hộ Việt Nam vừa độc lập, ông Hồ đã viết "*Việt Nam thu xếp các điều kiện ưu đãi đối với các nguồn đầu tư tư bản từ các nước*". Hồ Chí Minh, từ một "người Cộng sản quốc tế kiên cường" được diễn biến hòa bình sang một "nhà tư tưởng dân tộc" và hôm nay tiếp tục được diễn biến thành một nhà chủ trương tư bản hóa Việt Nam. Những năm tới sẽ là gì nữa?

Dù đã tìm mọi cách để bảo vệ "độc lập tự chủ của chế độ" như Nguyễn Dy Niên nói, hơn ai hết giới lãnh đạo Đảng biết không thể nào ngăn chặn được bước chân của người khổng lồ cách mạng dân chủ đang sừng sững tới. Đến nhanh hay chậm, đến trong bối cảnh đầy máu mủ hay êm đẹp tùy thuộc vào điều kiện chính trị, lịch sử của mỗi quốc gia nhưng tự do dân chủ là tiến trình không thể nào lui. Bởi vì, diễn biến hòa bình không phải là "chiến lược của chủ nghĩa đế quốc và các thế lực phản động quốc tế" hay "phương thức, thủ đoạn mới để chống phá, đẩy lùi và đi đến xoá bỏ chủ nghĩa xã hội", nhưng là một bước phát triển có tính quy luật của văn minh nhân loại. Tiến trình dân chủ hóa đã diễn ra tại Liên Xô, Đông Âu, các quốc gia độc tài Bắc Phi, và sẽ đến Việt Nam.

Dòng tiến hóa của con người là một dòng sông không ngừng chảy. Từ giai đoạn sơ khai trên thượng nguồn Hy Lạp xa xôi, con người đang bước một sang giai đoạn thật sự làm chủ lấy mình. Các chế độ phong kiến hà khắc đã chìm sâu trong quá khứ, các chủ thuyết phi nhân đang bị xóa bỏ, các chế độ độc tài sắt máu lần lượt ra đi. Theo tổ chức Freedom House, hiện nay có 117 trong số 191 quốc gia trên thế giới sống trong chế độ dân chủ, tuy mức độ còn ít nhiều khác nhau. Có quốc gia không may mắn phải đổ nhiều xương máu nhưng cũng có quốc gia may mắn, cách mạng đã diễn ra trong hòa bình. Cách mạng dân chủ tại Nam Phi 1994 và Nam Dương 1998 là hai bài học đáng lưu ý.

Năm 1974, lãnh tụ đảng Đoàn Kết Nam Phi Harry Schwarz và lãnh tụ da đen Mangosuthu Buthelezi cùng chia sẻ một nhận thức rằng chế độ phân biệt chủng tộc Nam Phi phải chấm dứt và việc giải thể độ phân biệt chủng tộc tại Nam Phi là bước cần thiết đầu tiên để hòa giải quốc gia và xây dựng chế độ dân chủ Nam Phi. Hai nhà chính trị sáng suốt này đã ký kết một văn kiện lịch sử được gọi là Mahlabatini Declaration of Faith tại Mahlabatini, KwaZulu-Natal ngày 4 tháng Giêng 1974. Nội dung chính của văn kiện kêu gọi nhân dân Nam Phi thuộc mọi màu da, bộ lạc, đảng phái phải ngồi lại tìm một hướng đi tốt đẹp lâu dài cho đất nước, cùng soạn thảo một hiến pháp nhấn mạnh đến việc tôn trọng các quyền tự do căn bản của con người, nhưng quan trọng nhất văn kiện nhấn mạnh rằng các mục tiêu nêu trên phải diễn ra trong hòa bình. Sau giai đoạn hai mươi năm đầy khó khăn, thử thách cho đất nước và cho cả hai lãnh tụ, cuối cùng 1994, nhân dân Nam Phi đã thực hiện cuộc bầu cử dân chủ đầu tiên.

Tại Nam Dương, sau 32 năm độc tài tướng Suharto đã buộc phải từ chức 1998. Nam Dương cần sáu năm và ba lần bầu cử để từng bước ổn định quốc gia. Theo giáo sư Ik rarnua Bhaki, tác giả của nghiên cứu "Chuyển tiếp đến dân chủ tại Nam Dương:

Những vấn đề còn tồn đọng" (The transition to democracy in Indonesia: some outstanding problems) trong thời gian năm năm sau khi Suharto bị hạ bệ, Indonesia có ba tổng thống B.J. Habibie, Abdurrahman Wahid, and Megawati Sukarnoputri, nhưng tất cả số đó đã được bầu lên hợp với các nguyên tắc dân chủ. Đại đa số dân chúng được hưởng các quyền tự do phát biểu, tự do thông tin, các quyền kiểm soát lẫn nhau giữa hành pháp và lập pháp được tôn trọng, và phi chính trị hóa các lực lượng võ trang. Mặc dù tiến trình dân chủ tại Nam Dương khó khăn hơn các quốc gia khác bởi vì không chỉ đương đầu với tàn dư của cơ chế độc tài mà còn phải vượt qua các trở lực cực đoan tôn giáo, các sinh hoạt dân chủ tại Nam Dương đã được cải thiện rất nhiều. Theo giáo sư Larry Diamond, đại học Stanford, trong một thống kê, trong mức thang từ 1 đến 10, với 1 tệ hại nhất và 10 là dân chủ nhất, những người dân Nam Dương tham dự thống kê đã trả lời 7, tức một mức độ dân chủ đáng ca ngợi.

Giới lãnh đạo đảng Cộng Sản Việt Nam tiếp tục kết án "*diễn biến hòa bình*" nhưng họ quên rằng sự hiểu biết của người dân là nguồn thúc đẩy cho các thay đổi xã hội. Thời kỳ tẩy não con người bằng các lý thuyết Mác Lê đã không còn tác dụng. Nếu trước đây sự ngu dốt là bạn đường của chủ nghĩa Cộng sản thì ngày nay trình độ dân trí cao là kẻ thù không đội trời chung.

Tác giả Archie Brown, giáo sư chính trị học đại học Oxford, Anh quốc, trong tác phẩm *Sự vươn lên và sụp đổ của chủ nghĩa Cộng sản* (The Rise And Fall Of Communism) phát hành lần đầu 2009 đã nêu ra 8 lý do khiến chủ nghĩa Cộng sản sụp đổ, trong đó lý do hàng đầu không phải là kinh tế hay quân sự mà là sự thay đổi xã hội (Social Change). Theo giáo sư Archie

Brown , năm 1939 tại Nga chỉ 11 phần trăm dân số học xong bậc tiểu học nhưng đến 1984 tỉ lệ đó đã tăng đến 87 phần trăm. Năm 1954 chỉ có 1 phần trăm dân số Liên Xô tốt nghiệp đại học nhưng đến 1984, tỉ lệ đó đã tăng gấp 7 lần. Trình độ giáo dục giúp cho người dân không những có khuynh hướng muốn tìm hiểu những gì khác hơn mà còn có ý nghi ngờ và từ chối các kiến thức họ được chế độ trang bị. Sự chuyển hóa tri thức là một tiến trình không thể bị ngăn chặn bởi bất cứ một cơ chế độc tài nào.

Tương tự tại Việt Nam, cách đây 50 năm tại miền Bắc, nhiều người thật sự tin rằng đảng Cộng sản và dân tộc Việt Nam như nước với sữa, như máu với thịt, hay như Hồ Chí Minh nói "đảng là con nòi của dân tộc". Cách đây 36 năm không ít người đã bừng tỉnh và nhận ra rằng chỉ vì mục đích Cộng sản hóa Việt Nam, đảng đã phản bội dân tộc, lợi dụng máu xương của những người ngã xuống vì khát vọng hòa bình, vì mơ ước đoàn viên, vì cơm no áo ấm. Và hôm nay, đông đảo nhân dân đã hiểu rõ cơ chế độc tài là trở lực duy nhất trên con đường dẫn đến một Việt Nam tự do, dân chủ, văn minh. Cuộc cách mạng dân tộc dân chủ toàn diện và triệt để tại Việt Nam chỉ là vấn đề thời gian.

Một sai lầm quen thuộc của các nhà độc tài là đánh giá thấp phản ứng của nhân dân và nghĩ rằng họ có thể duy trì bộ máy cai trị bằng bạo lực mà không cần thay đổi. Từ nhiều năm nay, đảng Cộng Sản Việt Nam dựa vào tầng lớp bồi bút để binh vực phần lý luận, dựa bộ máy quân đội, công an để trấn áp đồng bào. Thế nhưng, đảng Cộng sản Liên Xô từng có cả một viện hàn lâm chuyên tập trung nghiên cứu lý luận Cộng Sản, Đông Đức có những binh đoàn được trang bị vũ khí hiện đại hơn quân đội Cộng Sản Việt Nam và Cơ quan Bảo vệ Nhà nước

(The State Protection Authority) trực thuộc Trung ương đảng Cộng sản Hungary còn tinh vi hơn cả các cơ quan an ninh Việt Nam, và tất cả đều không cứu được đảng.

Bộ máy tuyên truyền của đảng luôn nhấn mạnh "Công an và Quân đội là hai cánh tay của nhân dân, của Đảng" nhưng như cựu Thiếu tướng Nguyễn Trọng Vĩnh phát biểu "*Tôi đã từng nói: con giun xéo lắm phải quằn. Càng đàn áp thì phẫn nộ càng tăng và càng lan rộng. Có thể đến một lúc là không kiểm soát được*". Thật vậy, ngoài một số rất nhỏ cam phận cầm cờ khiêng kiệu, đại đa số những người lính, những công an Việt Nam vẫn là những thanh niên mang trong người dòng máu Việt Nam. Hầu hết sinh ra sau cuộc chiến, lớn lên trong cảnh đói nghèo, có nước mắt để khóc cho những đồng bào bị hải quân Trung Cộng bắn thủng ngực, có trái tim để biết hờn căm khi nhìn những hải đảo nhuộm bằng máu của ông cha nằm đang trong tay giặc, có niềm tự hào dân tộc để biết đứng lên bảo vệ chủ quyền lãnh thổ, có lòng tự trọng để biết tủi nhục khi phải đứng canh giấc ngủ cho các ủy viên trung ương bên ngoài những biệt thự cao sang xây bằng xương máu nhân dân.

Các cuộc biểu tình chống Trung Cộng vừa qua, tuy vẫn còn giới hạn nhưng đã có sự tham dự của nhiều thành phần dân tộc. Họ khác nhau về quá khứ nhưng rõ ràng đang hướng đến một tương lai. Đó là tương lai tự do dân chủ cho dân tộc Việt Nam. Không có con đường nào khác. Không có chọn lựa nào khác. Tự do dân chủ là vũ khí để đánh bại âm mưu bành trướng của Trung Cộng, là cánh cửa mở ra chân trời thịnh vượng cho nhiều thế hệ Việt Nam tương lai. Dân chủ không phải là một khái niệm tây phương, là sản phẩm của "*diễn biến hòa bình*", một "âm mưu đế quốc" mà là quyền của con người được sống, được tự do đi lại, tự do phát biểu, được quyền bầu cử người đại diện cho mình trong các cơ quan nhà nước.

Giá trị của một con người được thẩm định không phải ở chỗ người đó bị té ngã nhưng ở chỗ người đó biết đứng lên và đi tới. Dân tộc Việt Nam cũng thế, sau nhiều lần bị té ngã đang cố gắng đứng lên và đi tới cùng nhân loại. Không bằng những nhát búa của thanh niên Đông Đức khi đập vỡ bức tường Bá Linh hay những chiếc kềm của thanh niên Hungary khi cắt đứt hàng rào biên giới Áo-Hung, nhưng bằng những giọt nước kiên trì của các thế hệ Việt Nam yêu nước, thành trì độc tài Cộng Sản sẽ bị xói mòn và tan vỡ.

Tham khảo:

Từ điển Bách khoa, Viện Từ điển học và Bách khoa thư Việt Nam, 2005.

Archie Brown, *The raise and fall of communism*, HarperCollins Publishers, 2009

China Heritage Quarterly, The Australian National University, No. 18, June 2009

Hoàng Tùng, *Những kỉ niệm về Bác Hồ*, DienDan.org

New Evidence on the Cold War in Asia, Cold War International History Project Bullentin, issue 12/13, Wilson Center

Susab L. Shirk, *China Fragile Superpower*, Oxford University Press, 2007

Mao Trạch Đông, Đế quốc Mỹ, kẻ thù hung bạo nhất của loài người, tuyển tập các bài viết của Mao trong Marxists.org.

The Cambodia genocide Propject, 1994-2011, Yale Uninversity

U.S.-Vietnam Relations in 2011: Current Issues and

Implications for U.S. Policy, Mark E. Manyin Specialist in Asian Affairs, Congressional Research Service 2010

Nikita S. Khrushchev, *Speech to 20th Congress of the C.P.S.U.* Marxists.org

Vietnam celebrates a less Marxist Ho on birthday M&G News.

Khmer Rouge 'Brother Number Two' defends regime that killed two million, Telegraph, 08 December 2011.

Phạm Đỗ Chí & Phạm Quang Diệu, *Kinh Tế Việt NamTừ Đổi Mới Đến Hội Nhập*

Bình luận nước ngoài về Trần Xuân Bách, Giáo Sư Carl Thayer trả lời phỏng vấn BBC

Trần Xuân Bách, *Chủ nghĩa xã hội thật sự là gì?* Talawas 2006

John Foster Dulles, wikipedia.org

NÃO TRẠNG "HÒA BÌNH" VÀ "ỔN ĐỊNH" SẼ DẪN TỚI MẤT NƯỚC

Như người viết đã phân tích trước đây, "Hội chứng Ếch Luộc" (Boiling frog syndrome) là một ẩn dụ để chứng minh sự sai lầm của những người chỉ thấy sự ổn định trước mắt mà không lo cho hiểm họa lâu dài. "Hội chứng Ếch Luộc" được dùng nhiều trong tâm lý học nhưng về sau được dùng trong các lãnh vực khác nhất là chính trị.

Hội chứng này được giải thích như sau: Nếu bạn đặt một con ếch vào nồi nước nóng đương nhiên ếch sẽ nhảy ra ngay, nhưng nếu đặt ếch vào nồi nước ấm và đun nóng từ từ trong điều kiện nhiệt độ được kiểm soát, ếch ta sẽ rất lấy làm khoan khoái và cảm thấy đời sống rất là ổn định. Khi nóng tăng cao chút xíu cũng không sao vì ếch giống như con người có thể "tự diễn biến" cơ thể để thích nghi với thay đổi nhiệt độ. Nhưng khi nóng tăng cao tới độ sôi thì than ôi đã quá trễ rồi, độ nóng vượt giới hạn chịu đựng làm cho ếch ngất xỉu và hậu quả là bị luộc chết.

Trong chính trị học, hội chứng giải thích cách Trung Cộng với tham vọng và ưu thế tài chánh đang đun sôi thế giới. Khó có thể trả lời khi nào số phận của 8.2 tỷ người trên thế giới sẽ bị ảnh hưởng trực tiếp từ xung đột võ trang do Trung Cộng (TC) gây ra.

Nhưng sẽ xảy ra.

Việt Nam, về địa lý, nằm trong vị trí "núi liền núi, sông liền sông" sẽ là nạn nhân trực tiếp, gần nhất, sớm nhất của mọi tai họa.

Một quy luật dù sinh học, thực vật học, vật lý hay xã hội học cho thấy mọi vật chất hay cơ cấu xã hội nếu chứa đựng các mâu thuẫn đối kháng (antagonistic contradiction) vật đó hay xã hội đó sẽ dẫn tới ung thối và tan vỡ. TC, một chế độ chính trị đi ngược với mọi nhu cầu, ước vọng và quyền căn bản của con người, sẽ phải sụp đổ.

Liệu các mâu thuẫn đối kháng trong nội bộ cơ chế TC dẫn tới một sự sụp đổ êm thấm như trường hợp Liên Xô hay qua bạo động hiện chưa biết được.

Năm 1988 là năm ổn định nhất tại TC với Tổng Sản Lượng Nội Địa (GDP) tăng 11.3%, thất nghiệp giảm, mức lạm phát không tăng so với năm trước. Không ai nghĩ đến một sự kiện nào có thể gây bất lợi cho đảng CSTQ. Nhưng ngày 15 tháng 4, 1989, biến cố Thiên An Môn bùng nổ. Điều đó cho thấy các mâu thuẫn đối kháng ngấm ngầm từ chế độ đã đến thời điểm bộc phát. (China's Economic Rise: History, Trends, Challenges, and Implications for the United States, The Congressional Research Service (CRS) June 25, 2019)

Sau biến cố Thiên An Môn, Đặng Tiểu Bình và giới cầm quyền TC áp dụng ba chính sách: (1) ngu dân bằng cách ngăn chặn mọi nguồn thông tin từ thế giới bên ngoài, (2) đun sôi lò lửa ái quốc cực đoan Đại Hán, đồng thời, (3) tìm mọi cách để không ngừng phát triển kinh tế để người dân quên đi thân phận nô lệ thời đại mới của họ.

Một ví dụ ngu dân cụ thể trong lãnh vực tin học. Một người tham gia WeChat, diễn đàn trao đổi tin nhắn phổ biến nhất tại TC, vốn đã bị cô lập bên trong Bức Tường Lửa Vĩ Đại Của Trung Quốc (Great Firewall of China), vẫn phải dùng tên thật và mọi trao đổi đều được cơ quan an ninh mạng thu thập, phân tích, kiểm duyệt và nếu vi phạm luật an ninh mạng sẽ bị trừng phạt.

Nhưng Đặng Tiểu Bình phải biết khi cánh cửa kinh tế mở cùng lúc ánh sáng văn minh theo đó soi vào, mọi quan điểm cực đoan đều dẫn đến tai họa và không một nền kinh tế nào có thể phát triển mãi mãi.

Theo UNESCO, hiện có trên một triệu sinh viên Trung Quốc đang theo học các đại học nước ngoài. Trung Quốc đã có một Lưu Hiểu Ba sẽ có nhiều Lưu Hiểu Ba khác.

Mọi mâu thuẫn triệt tiêu sẽ dẫn đến điểm vỡ. Chính Mao Trạch Đông chứ không ai khác trong bài giảng "Bàn Về Mâu Thuẫn" nổi tiếng tại Trường Đại học Quân Chính Kháng Nhật ở Diên An năm 1937 cũng thừa nhận trong lúc các mâu thuẫn giữa những người trong cùng giai cấp có thể hòa giải nhưng mâu thuẫn đối kháng giữa các tầng lớp con người thù địch sẽ dẫn đến cách mạng. Mao phát biểu: "*Trong lịch sử loài người, sự đối kháng giữa các giai cấp tồn tại như một biểu hiện cụ thể của cuộc đấu tranh giữa các mặt đối lập. Hãy nhận xét mâu thuẫn giữa giai cấp bóc lột và giai cấp bị bóc lột. Những giai cấp mâu thuẫn như vậy cùng tồn tại lâu dài trong cùng một xã hội, dù là xã hội nô lệ, xã hội phong kiến hay xã hội tư bản, và chúng đấu tranh với nhau; nhưng phải đến khi mâu thuẫn giữa hai giai cấp phát triển đến một giai đoạn nhất định thì nó mới chuyển sang hình thức đối kháng công khai và phát triển thành cách mạng. Điều tương tự cũng xảy ra đối với việc biến hoà bình thành chiến tranh trong xã hội có giai cấp.*" (Mao Tse-tung, On Contradiction, Selected Works of Mao Tse-tung, August 1937)

Bản chất đích thực của chế độ CS tại TC ngày nay là một biến thể của chủ nghĩa nô lệ trong thời đại toàn cầu, qua đó giai cấp chủ nô sở hữu toàn bộ tài sản xã hội và giai cấp nô lệ được ban phát theo nhu cầu sống trong từng thời điểm. Do đó, không ngạc nhiên khi Trung Tâm Vì Giá Trị Hoa Kỳ (Center for American Values) kết án chế độ CS tại Trung Quốc ngày nay là Chế Độ Nô Lệ Thời Hiện Đại (Modern Day Slavery). .

Dĩ nhiên con người không phải là nô lệ và càng không phải một động vật. Nhu cầu sống của con người không chỉ là nhu cầu vật chất. Do đó, cuộc cách mạng giữa các tầng lớp cùng giai cấp trở nên thù địch tại TC sẽ phải được giải quyết bằng một cuộc cách mạng khác, vấn đề chỉ là thời gian và hình thức. Lịch sử của các triều đại Trung Quốc cho thấy, sụp đổ bằng máu có xác suất cao hơn sự sụp đổ trong hòa bình.

Các lãnh đạo một nước nhỏ láng giềng của TC phải chuẩn bị cho một sự sụp đổ bạo động tại TC.

Những bài học từ hai cuộc thế chiến cho thấy, nếu có chuẩn bị, một quốc gia có thể thoát ra hay ít bị ảnh hưởng hơn các quốc gia khác. Ngược lại, nếu các nhà lãnh đạo chỉ vì tham vọng quyền lực, vì nồi cơm chén gạo của cá nhân và gia đình, vì quyền lợi đảng phái mà không thực hiện các thay đổi cấp bách, đất nước sẽ rơi vào vực thẳm.

Các nhà phân tích thời sự thường dùng Thế Chiến Thứ Hai để phân tích các xung đột thế giới nhưng đúng ra nên dùng Thế Chiến Thứ Nhất. Thế Chiến Thứ Hai chỉ là hậu quả của những nguyên nhân bắt nguồn từ Thế Chiến Thứ Nhất chưa được giải quyết rốt ráo. Biến cố ám sát Quận Công Franz Ferdinand ngày 28 tháng 6, 1914 chỉ là giọt nước tràn ly của các mâu thuẫn đối kháng. Thế Chiến Thứ Nhất là cuộc chiến giữa các liên minh quân sự và được hâm nóng từ lâu. Đức bị bao vây trước liên minh thù địch Anh, Pháp, Nga (Triple Entente).

TC ngày nay cũng thế. Mối lo lớn nhất của Tập Cận Bình giống như các lãnh đạo TC trước đây và sau này là mối lo bị bao vây. Họ Tập tận dụng mọi cơ hội để xây dựng các liên minh quân sự để làm đối lực.

Nhưng Tập Cận Bình phải hiểu rằng các xung đột tương tự trong tương lai không còn là mạnh hiếp yếu mà sẽ được giải quyết trên cơ sở luật pháp quốc tế , và dù mạnh bao nhiêu, lớn bao nhiêu, một nước cũng không thể đương đầu với cả thế giới.

Tập Cận Bình phải hiểu rằng nếu một cuộc xung đột võ trang xảy ra, các nước dân chủ dù thiệt hại nhiều hơn vẫn có cơ hội phục hồi, trong khi đó chế độ CS tại Trung Quốc vốn xây dựng trên những mâu thuẫn đối kháng bên trong một cơ cấu mong manh dễ vỡ sẽ phải sụp đổ.

Thượng đỉnh BRICS vừa qua cho thấy thâm ý của Tập Cận Bình quá rõ. Nhưng mỗi nước tham gia có nghị trình riêng và có nước còn giấu dao trong túi. Putin muốn chấm dứt chiến tranh trong danh dự và có lợi. TC muốn duy trì bất ổn thêm một thời gian để tạo thêm vây cánh.

Sự có mặt của Ấn Độ, một nước dân chủ, trong buổi họp của đám "độc tài quốc tế" này là một sự kiện đang được bàn cãi.

Theo quan điểm Chính Trị Thực Dụng (Realpolitik), Ấn không thể đứng ngoài BRICS trong lúc này vì (1) Ấn cần giữ quan hệ tốt truyền thống với Nga tận từ thời Liên Xô còn tồn tại dù trải qua nhiều thay đổi trong các chính sách đối ngoại của hai nước, (2) trong suốt 20 năm tính đến 2024 Nga là nguồn cung cấp vũ khí lớn nhất, 65%, cho Ấn Độ, (3) Nga dùng quyền phủ quyết tại Hội Đồng An Ninh LHQ để ủng hộ các chính sách đối ngoại lớn của Ấn trong khi Ấn không có quyền này, (4) trong đường dài, Ấn có thể khai thác xung đột biên giới đang có giữa Nga và Trung Cộng có lợi cho các chính sách an ninh của Ấn. Đó là chưa nói đến các mối lợi ngắn hạn nhưng cần thiết khác như việc mua dầu thô của Nga với giá rẻ để sau đó lọc và xuất cảng xăng với giá cao, đẩy mạnh phát triển kinh tế để chạy đua với TC hay ngăn chặn Pakistan tham gia BRICS.

Sự có mặt của một nước dân chủ lớn khác là Ba Tây trong khối BRICS cũng không phải là một thuận lợi cho TC. Theo South China Morning Post, cách đây hai hôm, 29 tháng 10 2024, Ba Tây từ chối tham gia vào sáng kiến Vành Đai và Con Đường (Belt and Road Initiative) của TC. Trước đây TC muốn đưa vấn đề này thành một viên đá tảng đánh dấu quan hệ tốt đẹp giữa hai nước trước khi Tập Cận Bình chính thức viếng thăm Ba Tây vào tháng tới.

Phân tích để thấy mọi thay đổi đều cần thời gian và với điều kiện kinh tế chính trị thế giới hiện nay sự thay đổi sẽ diễn ra rất chậm. Nhưng đó lại là một điều may mắn hiếm hoi cho các nước nhỏ như Việt Nam. Việt Nam vẫn còn có thời gian để thay đổi chính mình trước khi đương đầu với những đổi thay của thế giới, đừng đợi đến khi chảo dầu Á Châu phát hỏa mới nhúng tay vào.

Trong thời điểm này, những người Việt Nam có ý thức, biết quan tâm về tiền đồ dân tộc dù đang ở đâu cũng phải làm mọi cách trong điều kiện của mình để góp phần thay đổi hướng đi của đất nước.

Não trạng "ếch luộc", cho rằng đất nước chưa bao giờ sống trong "hòa bình" và "ổn định" như ngày nay, sẽ dẫn tới mất nước.

CHIẾN TRANH, CON ĐƯỜNG NGẮN NHẤT DẪN TỚI HÒA BÌNH TRÊN BIỂN ĐÔNG

Lịch sử cho thấy, từ trên tang thương chết chóc, chiến tranh cũng đã mở ra một sinh lộ khác cho nhiều dân tộc. Nếu không có Thế Chiến Thứ Nhất, Đế Quốc Ottoman có thể còn tồn tại không biết bao lâu và các quốc gia như Tiệp Khắc, Ba Lan, Albania, Thổ Nhĩ Kỳ, Saudi Arabia, Estonia, Latvia... chưa hẳn đã có mặt trên bản đồ thế giới.

Thế giới từ đó đã thay đổi quá nhanh và quá nhiều. Khoa học kỹ thuật đã bước một bước dài. Trái đất mỗi ngày một nhỏ lại vì dân số tăng nhanh, tuổi thọ kéo dài và tử vong do bịnh tật giảm.

Gần hai phần ba dân số thế giới đang cư ngụ tại Á Châu. Trục văn minh phát triển và cả mầm mống của những xung đột đang sinh sôi nảy nở ở Á Châu. Đầu thế kỷ 20, Trung Quốc còn là một nước chậm tiến, nhưng hiện nay là một đế quốc độc tài, chuyên chế đầy tham vọng và đang đe dọa chủ quyền của nhiều nước chung quanh.

Sự trỗi dậy của một quốc gia không phải là điều đáng lo ngại vì trong lịch sử nhân loại đã có nhiều quốc gia trỗi dậy bên cạnh nhiều đế quốc suy tàn. Những quốc gia như Iran đang chịu đựng sự hà khắc tôn giáo hay Iraq đang sống trong khủng bố hàng ngày một thời là những đế quốc văn minh và cường thịnh.

Tuy nhiên sự trỗi dậy của Trung Cộng thì khác. Giới cầm quyền tại Trung Cộng từ Đặng Tiểu Bình tới Tập Cận Bình giương cao ngọn cờ "mối hận một trăm năm sỉ nhục" giống như Hitler vận dụng "hiệp ước bất bình đẳng Versailles" nhưng ở mức độ cao hơn nhiều lần và do đó tai họa trầm trọng hơn nhiều lần.

Dân số Đức khi Thế Chiến Thứ Hai bùng nổ là 79 triệu trong khi dân số Trung Cộng năm 2019 là 1428 triệu. Lý thuyết quân sự của Hitler là tấn công "chớp nhoáng" (Blitzkrieg) để ít tiêu hao trong khi Trung Cộng dùng chiến thuật "lấy thịt đè người" làm điểm mạnh.

David M. Finkelstein trong nghiên cứu Chiến Lược Quân Sự Quốc Gia Của Trung Quốc (China's National Military Strategy) tổng kết ba mục tiêu của Trung Cộng theo thứ tự: (1) bảo vệ đảng và bảo vệ ổn định, (2) bảo vệ chủ quyền và chống lại sự xâm lược, và (3) hiện đại hóa quân đội và xây dựng quốc gia. Trong số ba mục tiêu trên "bảo vệ đảng" đứng đầu.

Quan điểm về "bảo vệ chủ quyền" của Trung Cộng, cũng theo David M. Finkelstein, không chỉ chủ quyền trên lục địa Trung Quốc mà bao gồm cả khu vực mà giới cai trị Trung Cộng gọi là "Biển Nam Trung Hoa lịch sử".

Tham vọng là một chuyện, thực hiện được tham vọng là chuyện khác. Muốn thống trị Á Châu, Trung Cộng phải vượt qua được Mỹ về kinh tế và nhất là kỹ thuật chiến tranh.

Hầu hết các nhà nghiên cứu và phân tích quốc phòng đều đồng ý về kỹ thuật chiến tranh Trung Cộng còn thua quá xa Hoa Kỳ. "Thua quá xa" là bao nhiêu tùy thuộc vào thể loại vũ khí và các mẫu dữ kiện dùng để phân tích của mỗi nhà nghiên cứu.

Chẳng hạn, theo nghiên cứu về sức mạnh nguyên tử của Trung Cộng 2019 (Chinese nuclear forces, 2019) của Hans M. Kristensen, Giám đốc Đề Án Thông Tin Nguyên Tử thuộc Liên Đoàn Khoa Học Gia Hoa Kỳ (Director of the Nuclear Information Project with the Federation of American Scientists), nếu chỉ tính đầu đạn nguyên tử, Mỹ hiện có 5,800 đầu đạn trong lúc Trung Cộng chỉ có 290 đầu đạn. Trung Cộng không ngừng gia tăng sản xuất vũ khí nguyên tử với hy vọng mười năm nữa trong kho sẽ có từ 400 đến 500 đầu đạn.

Bài học Chiến Tranh Triều Tiên cho các nhà chiến lược Mỹ thấy không thể ngăn chặn sức tấn công biển người của Trung Cộng trong chiến tranh quy ước. Để đánh bại Trung Cộng, chiến tranh hạt nhân phải được đặt ra. Thật ra ngay cả trong chiến tranh Triều Tiên, đối diện với chiến thuật biển người của Trung Cộng, việc sử dụng bom nguyên tử cũng đã được nghĩ tới mặc dù Thống tướng Douglas MacArthur chưa bao giờ chính thức yêu cầu.

Bất cứ chuyện gì cũng có thể xảy ra từ thời điểm này cho đến khi Trung Cộng công khai thách thức Mỹ về quân sự. Các bài học lịch sử cho thấy một biến cố nhỏ có thể khơi mào cho một cuộc xung đột chiến tranh lớn.

Tuần rồi Trung Cộng bắn hai hỏa tiễn vào Biển Đông như một cách để trả đũa việc máy bay thám thính U-2 của Mỹ bay trong khu vực Trung Cộng gọi là "vùng cấm bay quân sự" (No-fly zone). Hai hỏa tiễn, một DF-26 có tầm xa 4,000 km và một DF-21 có tầm xa khoảng 1,800 km. Cả hai rơi vô hại trong khu vực giữa Hoàng Sa và Hải Nam.

Khi đọc bản tin Trung Cộng bắn cảnh cáo người viết thầm ước phải chi xạ thủ Trung Cộng lỡ tay bắn lạc về hướng của một trong những khu trục hạm nguyên tử của Mỹ như USS Barry, USS Mustin, USS Rafael hay bắn lạc vào hướng của hàng không mẫu hạm USS Ronald Reagan đang tuần tra khu vực Tây Thái Bình Dương hoặc USS Nimitz đang tuần tra khu vực Đông Thái Bình Dương.

Bộ Tư Lịnh Không Lực Thái Bình Dương Hoa Kỳ (US Pacific Air Forces) xác nhận U-2 có bay nhưng không vi phạm luật quốc tế nào và sẽ tiếp tục bay. Bản thông cáo báo chí viết: "*Một chuyến bay của U-2 đã được tiến hành trong khu vực hoạt động của Ấn Độ Dương-Thái Bình Dương và trong khuôn khổ các quy tắc và quy định quốc tế được chấp nhận. Không Lực Thái Bình Dương sẽ tiếp tục bay và hoạt động ở bất kỳ nơi nào luật pháp quốc tế cho phép, vào thời điểm và nhịp độ do chúng tôi lựa chọn.*"

Chiến tranh Châu Á bùng nổ một cách đột biến, ngoài dự tính và không chuẩn bị của các bên là giải pháp nhanh gọn và là con đường ngắn nhất để chặn đứng tham vọng bành trướng của Tập Cận Bình trên Biển Đông.

Tại sao?

Bởi vì mười năm hay hai chục năm nữa hệ thống quốc phòng của CSVN, Philippines, Mã Lai hay các nước nhỏ quanh Trung Cộng cũng không thay đổi và cho dù có cải tiến cũng chẳng làm mới được bao nhiêu.

Tuy nhiên, một năm đối với Trung Cộng là một bước thay đổi lớn. Giống như Hitler chạy đua với thời gian từ 1935 đến 1939 để đưa quân số Đức từ một trăm ngàn lên đến hơn bốn triệu, Tập Cận Bình chủ trương hiện đại hóa quốc phòng bằng mọi cách kể cả tung gián điệp để mua chuộc những kẻ ham tiền hay bần tiện hơn là ăn cắp.

Nhật Bản và Hoa Kỳ, trong lãnh vực an ninh và quốc phòng, đang gần nhau hơn bao giờ hết. Xung đột biên giới giữa Ấn Độ và Trung Cộng đang diễn ra không chỉ còn trong bàn hội nghị mà cả ngoài mặt trận. Vòng vây Trung Cộng mỗi thời kỳ thêm siết chặt nhưng sẽ rất chậm vì các quan hệ kinh tế thương mại chồng chéo lên nhau.

Chiến tranh bùng nổ dù là chiến tranh giới hạn, các nước nhỏ trong vùng cũng sẽ không thể tiếp tục chính sách "đu dây", "bắt cá hai tay" hay "trung lập" mà buộc phải chọn một bên. Các chế độ độc tài, nhu nhược, đi ngược với quyền lợi sống còn của dân tộc sẽ bị nhân dân lật đổ. Vì quyền lợi hậu chiến các nước phát triển sẽ đóng vai trò tích cực hơn trong việc nhổ cây đinh Trung Cộng hay ít nhất đẩy Trung Cộng trở vào lục địa.

Giới cầm quyền Trung Cộng khi đó sẽ đứng trước viễn ảnh bị vỡ nát theo một cuộc chiến tranh toàn diện hay thỏa hiệp để bảo vệ lục địa. Nếu chọn lựa bảo vệ lục địa, nhiệm vụ bảo vệ đảng của quân đội sẽ quan trọng hơn bảo vệ chủ quyền trên các hải đảo xa xôi. Các "status quo" dưới hình thức đảo nhân tạo do Trung Cộng đơn phương thiết lập sẽ bị tháo gỡ.

Đó là những viễn ảnh đầy lý tưởng. Đưa ra những hình ảnh lạc quan không phải để rồi đắp chiếu ngủ chờ ngày mai trời sẽ sáng, Trung Cộng sẽ sụp đổ, đảng CS sẽ bước xuống nhưng để cùng nhau nỗ lực để đưa đất nước ra khỏi chế độ độc tài CS mở đường hội nhập vào dòng sống dân chủ văn minh của nhân loại và thời đại.

Con đường trước mặt rất gian nan nhưng sẽ rất vinh quang

ĐỪNG ĐỂ TRUNG CỘNG CÓ CỚ ĐỘNG BINH TRƯỚC

Một điều mà gần như tuyệt đại đa số người Việt đều ước mà chắc chắn làm không được là dời cái bản đồ Việt Nam ra khỏi nơi đang ở hiện nay. Đi đâu cũng được miễn là tránh khỏi Tàu, dù Tàu Cộng hôm nay hay có thể Tàu không Cộng trong tương lai. Tham vọng Đại Hán, dù Đông Hán hai ngàn năm trước hay Cộng Hán này nay cũng chẳng khác nhau nhiều.

Một số quan điểm, phát xuất từ lòng căm thù Tàu Cộng, cho rằng những biện pháp phải thi hành tức khắc khi Việt Nam có dân chủ gồm: (1) xóa bỏ các hiệp ước kể cả kinh tế bất bình đẳng và phân định biên giới mà CSVN đã ký kết với Trung Cộng, (2) hủy bỏ tức khắc các hợp đồng kinh tế bất lợi với Tàu Cộng, (3) Tàu Cộng phải rút về nước trong một thời gian rất ngắn toàn bộ lực lượng lao động có mặt trên lãnh thổ Việt Nam.

Đương nhiên quốc gia Việt Nam dân chủ sẽ phải làm tất cả để đạt ba mục đích trên nhưng chiến lược và chiến thuật có thể sẽ phải linh động và đừng để Trung Cộng có cớ gây chiến khi Việt Nam chưa nắm bắt được trong tay hai yếu tố "thiên thời" và "địa lợi".

Một nước Việt Nam dân chủ non trẻ sau CS có đủ khả năng ngăn chặn Trung Cộng viện lý do "bảo vệ quyền lợi và kiều dân" để động binh?

Chắc chắn là chưa đủ khả năng.

Nếu Tàu Cộng động binh liệu Mỹ sẽ nhảy vào can thiệp?

Không có gì bảo đảm Mỹ sẽ can thiệp ngay bằng các biện pháp cứng rắn.

Điều đó cũng có nghĩa, khi nào Việt Nam còn có chung biên giới trên đất liền và chung thềm lục địa dưới biển với Tàu Cộng, Việt Nam sẽ phải chấp nhận bị chi phối bởi các nguyên tắc địa lý chính trị của một quốc gia đất hẹp, dân ít mà nằm trong vùng độn (buffer state).

Do đó, dù giả thiết đã có "nhân hòa", Việt Nam vẫn phải có một chính sách đối ngoại vô cùng khôn khéo.

1. Đàm phán

Không nên vội vã. Tất cả hiệp ước, cam kết, hứa hẹn, nợ nần... với Tàu Cộng đều sẽ được giải quyết song phương hay quốc tế nếu có liên hệ đến nước thứ ba, bằng "đàm phán". Người viết để "đàm phán" trong ngoặc bởi vì muốn nhấn mạnh đến yếu tố thời gian cũng là phần của chiến lược để phục hồi sinh lực dân tộc về văn hóa đạo đức, ổn định chính trị, phát triển kinh tế và tăng cường quốc phòng.

2. Biết chọn lựa liên minh đúng lúc

Về địa lý chính trị, vị trí của Thổ Nhĩ Kỳ sau thế chiến thứ nhất không quan trọng bằng vị trí của Thổ Nhĩ Kỳ sau thế chiến thứ hai. Nếu năm 1922, Tổng thống Thổ Mustafa Kemal xin liên minh với Mỹ chưa hẳn đã được TT Warren G. Harding đón nhận. Nhưng trong Chiến tranh Lạnh thì khác. Năm 1946 TT Truman chính thức gởi chiến hạm USS Missouri tới thăm Cộng Hòa Thổ kèm theo các khoản viện trợ quân sự lớn đến sau.

3. Đừng để ghét hay thương chi phối chính sách đối ngoại

Đa số người Việt ghét Tàu Cộng nhưng không nên để ghét thương chi phối chính sách đối ngoại. Georgia và Ukraine có cảm tình với chính sách của Boris Yeltsin nên tham gia khối thịnh vượng chung và cuối cùng tự đưa cổ vào tròng Putin. Lithuania, Latvia, Estonia dù trong lòng chưa quên mối hận bị Mỹ bỏ rơi sau thế chiến thứ hai, đã chọn đứng về phía Mỹ và Tây Âu khi tái lập được nền độc lập.

4. Chủ động chiến lược hóa vị trí quốc gia

Như người viết trình bày trong bài "Để thắng được Trung Cộng", để bảo đảm an ninh và phát triển, các lãnh đạo của một Việt Nam dân chủ non trẻ tương lai phải biết chủ động chiến lược hóa vị trí quốc gia và từng bước tham gia các liên minh quân sự tin cậy. Thổ Nhĩ Kỳ cũng phải đàm phán với Liên Xô khi nền Cộng hòa Thổ vừa ra đời nhưng khi vừa đủ mạnh và thấy thời cơ đến đã dứt khoát đứng về phía Tây.

Chính sách đối ngoại của TT Mỹ Dwight D. Eisenhower là một trường hợp nghiên cứu rất hay và cần phân tích ở đây.

Trong tác phẩm được phát hành vào tháng 3, 2018, *The Age Of Eisenhower*, Giáo sư sử học William Hitchcock dành một chương dài để bàn về quan điểm của TT Mỹ Dwight D. Eisenhower đối với Việt Nam nói riêng và Đông Dương nói chung. Theo đó, TT Eisenhower tin rằng nếu Việt Nam rơi vào tay CS các quốc gia Đông Nam Á cũng sẽ lần lượt sụp đổ theo. Lý luận này được nhiều người biết như là "thuyết domino". Ngoại trừ việc gởi quân tham chiến, TT Eisenhower đã làm hết những gì có thể làm để ngăn chặn sự bành trướng của Trung Cộng. Tổng thống thứ 34 của Mỹ xem Việt Nam quan trọng đến mức chính ông và hai phụ tá thân cận đã thảo một điện văn dài cố gắng thuyết phục Thủ Tướng Anh Sir Winston Churchill để thành lập một liên minh nhằm ngăn chặn sự bành trướng của CS xuống Đông Nam Á. Nếu Mỹ, Anh, Pháp cùng thành lập liên minh quân sự, rất đông đồng minh của Mỹ sau thế chiến thứ hai đều sẽ đứng sau lưng. Anh từ chối, Pháp thua tại Điện Biên Phủ nên lịch sử dân tộc Việt bị cuốn vào một thực tế đầy tang tóc hôm nay.

Nhưng đừng quên, cũng chính TT Eisenhower đã từ chối can thiệp vào cuộc Nổi Dậy Hungary 1956 dù quốc gia Đông Âu trái độn này cũng nằm trong vị trí chiến lược không khác gì Việt Nam. TT Eisenhower lo ngại việc can thiệp của Mỹ vào Hungary có khả năng dẫn đến thế chiến thứ ba. TT Eisenhower cũng không áp lực đồng minh hay Liên Hiệp Quốc đáp ứng lời thỉnh cầu của Thủ tướng Imre Nagy, tân lãnh đạo Hungary, kêu gọi Liên Hiệp Quốc can thiệp. Một số nhà phân tích cho rằng nếu một phái đoàn Liên Hiệp Quốc có mặt tại thủ đô Budapest trong thời điểm cuối tháng 10, 1956, cho dù không ngăn chặn hẳn, ít ra cũng làm chậm bước tiến của Liên Xô và giảm bớt số người bị giết trên đường phố thủ đô Budapest. Tóm lại, TT Eisenhower không làm gì cả.

Một tổng thống và cũng trong gần cùng một thời điểm nhưng Mỹ có hai chính sách đối ngoại khác nhau.

Bài học đối ngoại của TT Eisenhower là một thực tế chính trị mà các nước trong vị trí vùng trái độn đều phải học. Không nên chỉ nhìn một cách phiến diện vào khả năng quân sự của Mỹ vượt trội Tàu Cộng mà suy ra viễn ảnh đầy lạc quan của Việt Nam.

Đối với Mỹ, vùng biển Đông Á là huyết mạch kinh tế lẫn an ninh của Mỹ và các nước đồng minh với Mỹ như Nhật Bản, Nam Hàn, Philippines, Indonesia; liên minh được với Mỹ đúng thời điểm vừa có thể thúc đẩy tiến trình hiện đại hóa đất nước để một ngày thách thức Trung Cộng về mọi mặt.

Túi khôn của loài người bao la nhưng cũng có giới hạn. Các lý thuyết quan hệ quốc tế thường được lập đi lập lại. Như người viết kết luận trong chính luận "Để thắng được Trung Cộng", khi chảo dầu mâu thuẫn tại Á châu được đun nóng hơn, nhiều liên minh quân sự mới sẽ ra đời. Do đó, biết chủ động chiến lược hóa, quốc tế hóa, quan trọng hóa vị trí của quốc gia cũng như biết khai thác mối lo của các cường quốc sẽ làm cho vị trí của quốc gia quan trọng hơn trong tranh chấp quốc tế. Đồng thời, sự liên minh khôn khéo trong nhiều trường hợp giúp quốc gia tránh được chiến tranh hay có thêm thời gian để chuẩn bị chiến tranh.

CHIẾC VÁY RÁCH CỦA MAO, CÁI ÁO CŨ CỦA NGUYỄN PHÚ TRỌNG

Tháng 7 năm 2018, bộ máy tuyên truyền của đảng CS đồng loạt tung hô Tổng bí thư Nguyễn Phú Trọng nào là một người "xứng đáng là điểm tựa vững chắc", nào là "nơi gửi trọn niềm tin sắt son, là niềm tự hào của đồng chí, đồng bào chúng ta!" hay nào là "tấm gương sáng, trực quan, sinh động nhất về học tập và làm theo tư tưởng, đạo đức, phong cách Hồ Chí Minh"...

Lý do chỉ vì Nguyễn Phú Trọng mặc chiếc áo ấm năm năm trước.

Mặc chiếc áo ấm năm năm, thật ra, là một việc bình thường. Có thể nói với đại đa số trong hơn 90 triệu người Việt trong nước, chiếc áo ấm năm năm vẫn còn được xem như mới.

Bồi bút Nguyễn Đệ, tác giả của bài "Chiếc áo cũ và nhân cách giản dị của Tổng bí thư Nguyễn Phú Trọng" nên đến các vùng cao mùa rét năm nay để xem các cha mẹ già, các phụ nữ đang mang thai, các em học sinh nghèo ăn mặc như thế nào rồi về nhà viết tiếp.

Chiếc áo này, nếu chế độ không sụp sớm, chắc sẽ được đưa vào viện bảo tàng để các thế hệ trẻ "học tập và noi gương Tổng bí thư kiêm Chủ tịch nước Nguyễn Phú Trọng".

Nhân chuyện chiếc áo cũ của Nguyễn Phú Trọng, người viết nhớ lại hồi ký của Bác sĩ Lý Chí Thỏa, bác sĩ riêng của Mao. Ông viết trong hồi ký: "*Sau khi Mao chết, Trung ương đảng Cộng sản mở cửa cho công chúng vào thăm chỗ ở của Mao. Họ cho trưng bày những bộ đồ rách rưới cũ mèm để chứng tỏ rằng Mao là một người đã suốt đời hy sinh cho sự nghiệp của quần chúng và có một đời sống gần gũi với quần chúng… Mao thường mặc một bộ váy dài và hay đi chân đất.*" Đừng quên, Mao Trạch Đông gốc nông dân.

Câu hỏi được đặt ra, Lenin, Stalin, Mao, Hồ, Pol Pot, Fidel Castro, ba đời họ Kim có tham ô, tham nhũng không?

Câu trả lời là không nếu hiểu tham ô (embezzlement) theo nghĩa thông thường trong tự điển Cambridge là "*việc lấy của công làm của riêng một cách bí mật và phi pháp*" và tham nhũng (corruption) chỉ "*những hành vi phi pháp, bất lương đặc biệt từ các thành phần có quyền lực trong xã hội.*"

Lenin, Stalin, Mao, Hồ, Pol Pot, Fidel Castro, Kim Nhật Thành... không vi phạm luật, đơn giản vì quyết định của đám người này là luật.

Lenin, Stalin, Mao, Hồ, Pol Pot, Fidel Castro, Kim Nhật Thành... không lấy của công làm của riêng vì cả đất nước từ tài nguyên, của cải cho đến con người đều thuộc quyền sở hữu của họ.

Lenin, Stalin, Mao, Hồ, Pol Pot, Fidel Castro, Kim Nhật Thành... không ăn cắp của ai một cách lén lút vì những cung điện, biệt thự dành cho họ được xây dựng một cách công khai, cao lương mỹ vị phục vụ cho họ diễn ra trước mắt mọi người.

Trong cuộc chiến quốc cộng Trung Hoa, CS Trung Quốc thắng trong mặt trận tuyên truyền nhờ khai thác tối đa tệ trạng tham nhũng trong các cấp chỉ huy Trung Hoa Quốc Dân Đảng. Người dân Trung Hoa không thấy dấu hiệu tham nhũng nào trong hàng ngũ CS và họ tin rằng nếu phe CS thắng, những tệ trạng xã hội sẽ mất đi.

Sách vở đó đã được đảng CSVN áp dụng đúng bài bản và cũng đã lừa được nhiều thế hệ người Việt từ 1930 cho tới nay.

Bộ máy tuyên truyền CS tại Trung Cộng và tại Việt Nam trong lúc ca ngợi các lãnh tụ CS cũng liên tục phê bình tình trạng tham nhũng trong các cấp đảng và gọi chung là tình trạng "thoái hóa".

Định nghĩa một các tổng quát "thoái hóa" là tình trạng hư hỏng, giảm giá trị và mất phẩm chất tốt đẹp vốn đã có. Theo lý luận của đảng, chỉ có các lớp đảng viên sau này mới nhiễm vi trùng tham ô, hủ hóa của tư bản chứ các đời trước thì không.

Nếu không phải vì quyền lợi, vậy Lenin, Stalin, Mao, Hồ, Pol Pot, Fidel Castro, Kim Nhật Thành… tranh đấu cả đời vì mục đích gì?

Câu trả lời là quyền lực.

Những lãnh tụ CS không cần phải biển thủ, tham ô mà chỉ cần nắm quyền lực vì họ biết có quyền lực sẽ có tất cả.

Theo điều tra của hai tác giả Jung Chang và Jon Halliday trong tác phẩm *Mao, Chuyện Chưa Được Biết* (Mao, Unknown Story), trong 27 năm cai trị, có hơn 50 biệt thự được xây dành riêng cho Mao vì Mao thích sống trong biệt thự sang trọng, kín cổng, cao tường. Có những biệt thự được xây hết sức công phu, tốn kém như trường hợp biệt thự ở Jade Spring Hill, ngoại ô Bắc Kinh. Không ít biệt thự được xây cho Mao nhưng y không đủ thời gian để đặt chân tới. Đó là chưa nói tới đời sống dâm dật đáng kinh tởm của Mao như ngày nay nhiều người biết.

Tương tự, "Viện bảo tàng Hồ Chí Minh" trưng bày những đôi dép râu, những bộ đồ cũ xám, gậy gộc Hồ Chí Minh đã dùng. Nhưng bao nhiêu điều trong đời tư của họ Hồ, kể cả lý lịch bản thân, tên tuổi, vợ con, gốc gác của y, đảng CS đang cố tình bưng bít.

Hành trình đạt tới đỉnh cao quyền lực như đã chứng minh từ Lenin, Stalin, Mao, Hồ, Pol Pot, Fidel Castro, Kim Nhật Thành... đã được lót bằng xương sọ của nhiều triệu người trải dài từ Tứ Xuyên trong nạn đói 1961 của Trung Cộng, tới Huế Mậu Thân 1968 của Việt Nam và sang tận những cánh đồng chết ở Campuchia.

Phân tích để thấy muốn trong sạch hóa xã hội Việt Nam không phải chống tham nhũng mà là tước bỏ quyền lực khỏi tay những kẻ đang nắm quyền tuyệt đối trong xã hội Việt Nam.

BÀI HỌC "LÁNG GIỀNG"

Các nhà lãnh đạo quốc gia phân tích tương lai của một quốc gia dựa trên các điều kiện kinh tế chính trị quân sự đang diễn ra. Tuy nhiên, như lịch sử đã chứng minh, khi quyết định, phần lớn các lãnh đạo đều nhìn về quá khứ. Lý do, quá khứ đã được chứng nghiệm giúp cho họ yên tâm và xem đó như là nguồn bảo đảm cho quyết định của mình.

Lịch sử nhân loại để lại những bài học trong quá khứ không thể bỏ qua. Ba Lan là bài học xương máu nhất. Các diễn biến chính trị, quân sự đang diễn ra tại Á Châu cho thấy Tập Cận Bình "yêu" láng giềng Việt Nam cũng giống như Hitler từng "yêu" láng giềng Ba Lan.

Trong diễn văn đọc trước Quốc Hội Đức ngày 21 tháng Năm, 1935, Hitler ca ngợi tình láng giềng giữa Đức và Ba Lan: "*Chúng tôi công nhận, với sự hiểu biết và tình hữu nghị thắm thiết của những người Quốc Xã dành cho Ba Lan, quê hương của một dân tộc ý thức quốc gia. Quốc Xã Đức, và đặc biệt chính phủ Đức hiện nay, không có mong muốn nào hơn là sống trong điều kiện hòa bình, hữu nghị với tất cả các nước láng giềng.*"

Nội dung tương tự, Tập Cận Bình ca ngợi tình láng giềng giữa Trung Cộng và Việt Nam khi phát biểu trước cái gọi là "Quốc Hội Việt Nam" ngày 6 tháng 11, 2015: "*Cổ nhân có câu "ngàn vàng chỉ để mua tình láng giềng"... Nhân dân hai nước Trung Quốc Việt Nam từ lâu đã là láng giềng, từ xưa tới nay đã có quan hệ qua lại mật thiết, gần đây còn có giao tình cùng chống giặc ngoại xâm, ngày nay có cùng chung sự nghiệp chấn hưng phồn vinh."*

Ngay cả trong lúc nói những câu ân cần dành cho láng giềng Ba Lan, Hitler đã có ý định xóa bỏ quốc gia này trong bản đồ thế giới.

Lúc 4:45 phút sáng thứ Sáu ngày 1 tháng 9, 1939, Hitler tung một đạo quân lên đến 1.5 triệu người thuộc nhiều binh chủng và áp dụng chiến thuật tấn công chớp nhoáng để tấn công Ba Lan từ cả hai hướng Bắc và Nam. Chỉ riêng lục quân đã lên đến 54 sư đoàn. Quân đội Ba Lan cũng lên đến một triệu nhưng chống cự chưa được bốn tuần lễ. Thủ đô Warsaw đầu hàng ngày 27 tháng 9, 1939. Hơn năm triệu, trong tổng số ba mươi mốt triệu dân Ba Lan bị giết trong Thế Chiến Thứ Hai.

Tại sao Hitler đánh Ba Lan trước?

Các sử gia đưa ra nhiều lý do nhưng nếu chọn một lý do, phần lớn đồng ý lý do hàng đầu là không gian sinh tồn của một Hitler đang ôm mộng đế quốc. Ba Lan, ngoài ra còn giữ vị trí chiến lược như một vùng độn (buffer state) ở phía Đông, và để tấn công Liên Xô, Đức phải tấn công Ba Lan trước.

Theo sử gia Tadeusz Piotrowski, tại Obersalzberg ngày 22 tháng 8, tức chỉ một tuần lễ trước khi tấn công Ba Lan, Hitler chỉ thị cho các tư lịnh mặt trận: "*Mục đích của chiến tranh là tiêu diệt khả năng vật chất của kẻ thù. Đó là lý do tôi đã chuẩn bị, hiện nay mới chỉ từ phía Đông, các đơn vị SS với các mệnh lệnh giết không thương xót hay khoan dung tất cả đàn ông, đàn bà, và trẻ em con cháu dòng dõi Ba Lan hay nói tiếng Ba Lan. Với cách duy nhất này chúng ta mới có thể có được một không gian sinh tồn mà chúng ta cần.*"

Ba Lan là quốc gia duy nhất Hitler không cần lập một chế độ bù nhìn, thay vào đó bị cai trị trực tiếp và vô cùng hà khắc dưới bàn tay của Hans Frank, một luật sư riêng của Hitler được cử sang cai trị Ba Lan. Tội phạm chiến tranh này bị treo cổ tại Nuremberg ngày 16 tháng 10, 1946. Hitler còn chủ trương đồng hóa dân tộc Ba Lan trong đó có cả việc thay đổi họ tên, ngôn ngữ, lễ nghi nhà thờ và gần như mọi phương tiện thông tin.

Tại sao Ba Lan đầu hàng chỉ trong vòng bốn tuần lễ?

Các sử gia đưa ra nhiều lý do, nhưng nếu phải chọn một, có lẽ nên chọn lý do Ba Lan không chuẩn bị chiến tranh về mọi mặt ở một mức độ như Đức Quốc Xã.

Vũ khí quá lạc hậu, trông cậy các đồng minh ở xa, quân đội trên danh nghĩa có cả triệu quân nhưng động viên chỉ mỗi một ngày trước khi các chiến xa Đức vượt biên giới dù Hitler đã nuốt sống Tiệp từ tháng Giêng, 1939.

Không cần phải phân tích dài dòng, chỉ thay Việt Nam vào Ba Lan trong bài viết sẽ thấy hiểm họa Trung Cộng đang đè nặng trên đầu dân tộc Việt.

Những kẻ độc tài thời đại nào cũng giống nhau vì đều là những con người có lòng tham quyền lực không đáy. Dưới mắt họ không có con người mà chỉ có đất đai và của cải.

Nếu Hitler chỉ muốn dừng lại ở Áo và Tiệp, có lẽ bản đồ thế giới ngày nay đã khác. Tương tự, Trung Cộng sau 40 năm bán sức lao động của bảy trăm triệu người Trung Hoa để tạo một lượng thặng dư tài sản khổng lồ khắp nơi trên thế giới nhưng không dừng lại. Tập Cận Bình nuôi mộng bá chủ thế giới và sẽ xua đàn kiến đỏ Tàu Cộng tàn phá Việt Nam trong một ngày nào đó.

Những gì xảy ra ở Ba Lan sẽ xảy ra ở Việt Nam với một mức độ thảm khốc hơn nhiều trong tương lai.

Vậy câu hỏi đặt ra là phải làm gì?

Về mặt lý luận, người viết đã phân tích trong bài "Để thắng được Trung Cộng", xin tóm tắt dưới đây:

1. Việt Nam phải có dân chủ. Việt Nam phải có dân chủ mới bảo vệ được đất nước. Điều đó đúng nhưng cần phải nói thêm, dân chủ không chỉ giúp bảo vệ đất nước mà còn để thắng được Trung Cộng. Ngoài ra, dân chủ phải đến sớm, đừng đợi đến khi chiến tranh Á Châu bùng nổ, máu đổ, thây phơi mới đến.

2. Vượt qua mọi bất đồng để tạo thế đoàn kết dân tộc. Một dân tộc chia rẽ không thắng được ai. Đây là thời điểm để xác định lại lòng yêu nước. Yêu nước ngày nay không phải là sản phẩm của chủ nghĩa dân tộc cực đoan hay bùa mê CS mà gắn liền với với quyền lợi sống còn của đất nước và hướng đi dân chủ nhân bản của thời đại. Chỉ có một Việt Nam đoàn kết dưới ngọn cờ dân chủ mới thật sự tập trung được sức mạnh tổng hợp của dân tộc và là nền tảng cho một quốc gia dân chủ thịnh vượng lâu dài.

3. Chủ động chiến lược hóa vị trí quốc gia. Giống hệt vị trí của Ba Lan trước Thế chiến thứ Hai, Việt Nam hiện còn đang giữ vị trí chiến lược nhưng vì CSVN bám theo chân Tàu Cộng nên không chủ động chiến lược hóa vị trí quốc gia được. Mọi chính sách đối ngoại của CSVN đều phải được Bắc Kinh chấp

thuận và không được tự tiện đi ra ngoài chính sách đối ngoại toàn cầu của Trung Cộng.

4. Ba Lan có liên minh quân sự với Anh và Pháp nhưng gần như không có sự hợp tác chiến lược cụ thể nào. Ngay cả sau khi tuyên chiến với Đức, các lãnh đạo Anh và Pháp vẫn còn tin vào một giải pháp chính trị hơn là một đương đầu trực tiếp bằng quân sự. Do dự là cha đẻ của mọi thất bại. Liên minh giữa Ba Lan với Anh, Pháp là những liên minh không đáng tin cậy và quốc gia nào có những liên minh không đáng tin cậy sẽ dễ bị tấn công hơn là các quốc gia có sự liên minh tin cậy.

Bốn điểm nêu trên, chọn lựa dân chủ là quan trọng nhất.

TT Harry Truman đã không mạnh dạn gởi Hàng không mẫu hạm USS Franklin D. Roosevelt và hạm đội tháp tùng hùng hậu vào Địa Trung Hải để bảo vệ Thổ Nhĩ Kỳ trong xung đột Eo Biển Thổ năm 1946 và nhất là không ủng hộ Thổ vào NATO nếu Thổ không cam kết một nền dân chủ.

Yêu nước ngày nay đồng nghĩa với yêu dân chủ và mọi người Việt dù ở đâu hãy nỗ lực cho mục đích tối cần thiết và quan trọng này.

CHÍNH SÁCH NGOẠI GIAO CỦA BẦY KIẾN LỬA

Giáo sư sinh vật học Bert Hölldobler chuyên nghiên cứu về kiến và tác phẩm nổi tiếng của ông là *Kiến (Ants)*.

Danh ngôn của Bert Hölldobler hay được trích dẫn cũng về kiến. Ông nhân cách hóa kiến và áp dụng vào chính sách đối ngoại:

"*Mục tiêu trong chính sách đối ngoại của kiến có thể được tóm tắt như sau: xâm lược không ngừng nghỉ, chinh phục lãnh thổ, tận diệt chủng tộc của các thuộc địa láng giềng bất cứ khi nào có thể. Nếu kiến có vũ khí nguyên tử, có lẽ chúng sẽ xóa bỏ thế giới trong vòng một tuần lễ.*"

Nhà sinh vật học người Đức này có thể không ám chỉ Trung Cộng. Tuy nhiên, người Việt nào có quan tâm cho tương lai đất nước sẽ nghĩ ngay đến Trung Cộng.

Bầy kiến lửa trên một tỷ đang tập trung bên kia biên giới phía Bắc chờ có lệnh sẽ tràn sang Việt Nam và thực hiện đúng chủ trương xâm lược, chinh phục lãnh thổ, tận diệt nòi giống Việt đúng như cách Bert Hölldobler nhân cách hóa.

Bầy kiến lửa Trung Cộng không thể không tràn.

Bởi vì, bành trướng là một đặc điểm có tính bản chất của

mọi đế quốc. Dù Mông Cổ hay Mughal ở Á Châu, Ottoman hay Liên Xô ở Âu Châu đều tồn tại trên cơ sở bành trướng.

Khi một đế quốc không bành trướng được nữa đế quốc đó sẽ sụp đổ. Đế quốc Anh là một trường hợp dễ thấy nhất vì mới diễn ra vào cuối thập niên 1960 khi tất cả thuộc địa của Anh, ngoại trừ Hong Kong, giành lại độc lập hay được trao trả độc lập.

Tầng lớp cai trị ở Trung Nam Hải dĩ nhiên đã học từ lịch sử các hậu quả đầy tai họa của chính sách bành trướng. Nhưng hiểu là một chuyện dừng lại được hay không là chuyện khác. Trung Cộng không thể dừng lại. Trung Cộng phải bành trướng bằng mọi cách dù là bóc lột sức lao động của người dân nghèo khổ ở Phi Châu hay ăn cắp trí tuệ của các nước tiên tiến Tây phương.

Về đối ngoại, Trung Cộng chỉ có thể áp dụng các chính sách một cách linh động, uyển chuyển, thỏa hiệp khi cần để sự bành trướng không dẫn tới các xung đột quốc tế có khả năng làm sụp đổ chế độ.

Về đối nội, Trung Cộng thay đổi các phương pháp tuyên truyền để kiểm soát và hướng dẫn nhận thức của người dân phù hợp với đường lối và mục tiêu bành trướng của đảng.

Sau biến cố Thiên An Môn, bộ máy tuyên truyền Trung Cộng chuyển hướng từ "yêu nước là yêu chủ nghĩa xã hội" sang "yêu nước là yêu đảng CSTQ" và đảng CS là một chọn lựa tự nhiên, không có chọn lựa nào tốt đẹp hơn. Một triều đại phong kiến đỏ đang được hình thành tại Trung Cộng. Không ngạc nhiên khi Khổng Tử, một hình tượng bị đạp đổ trong "Cách Mạng Văn Hóa", đã sống lại và trở thành một đảng viên CS.

Trong vị trí của Việt Nam thoát khỏi ổ kiến lửa Trung Cộng là một thách thức vô cùng khó khăn.

Nhưng nhiều quốc gia đã thoát được khỏi các cường quốc láng giềng có mục tiêu bành trướng tương tự. Thổ Nhĩ Kỳ, Phần Lan đã thoát ra khỏi vòng ảnh hưởng của bành trướng Liên Xô và mới đây các quốc gia vùng Baltic cũng thoát ra được khỏi chính sách bành trướng của Nga dù dân số nước họ chỉ bằng một phần trăm của Nga.

Dư luận thế giới thường để ý đến các nhân vật tên tuổi nhưng cách mạng dân chủ không phải bao giờ cũng được dẫn đầu bằng những người tên tuổi. Những người bước lên chuyến xe lịch sử mở đường cho hành trình phục hưng dân tộc thường khác nhau về gốc gác, nghề nghiệp, thế hệ, trình độ hiểu biết chính trị và cả mục đích cuối cùng của đời họ, tuy nhiên họ có định hướng rõ ràng trong từng giai đoạn nhất định.

Boris Yeltsin, một cựu ủy viên bộ chính trị và Andrei Sakharov, một cựu tù nhân lương tâm. Họ khác nhau gần như trong mọi so sánh, nhưng trong năm 1988 họ chỉ có chung một mục tiêu thôi, đó là giới hạn đảng CS khỏi vị trí cầm quyền. Họ đã thành công.

Việt Nam không phải thiếu những người không đồng ý với đảng CS, chê bai đảng CS, khinh bỉ đảng CS, chống đảng CS, căm thù đảng CS nhưng câu hỏi đặt ra những người không đồng ý, ghét, khinh, chống, thù CS đó là họ có một định hướng chung chưa. Câu trả lời có thể là chưa.

Ngày nào những người Việt quan tâm chưa gác qua bên được những khác biệt nhỏ để định hướng cho một mục đích lớn, ngày đó lại phải chấp nhận để đảng CS dắt đi vòng vòng trong ngõ cụt tối tăm như đã đi suốt 43 năm qua và có thể còn dài nữa.

CÓ HAI CUỘC "CHIẾN TRANH BIÊN GIỚI" TRONG CÙNG THỜI ĐIỂM

Việc giới cầm quyền CSVN đưa xe cần trục đến dời lư hương trước tượng đức Trần Hưng Đạo ở Sài Gòn và ngăn chặn đồng bào các giới đến đặt vòng hoa trước tượng vua Lý Thái Tổ ở Hà Nội trong ngày 17 tháng 2 cho thấy không chỉ có một mà là hai cuộc "chiến tranh biên giới" xảy ra trong cùng thời điểm.

Cuộc chiến thứ nhất: chống Trung Cộng xâm lược

Ngày 17 tháng 2, dù đứng trên quan điểm chính trị nào, cũng là ngày mọi người Việt nên dành một phút im lặng để tưởng niệm anh linh đồng bào đã ngã xuống để bảo vệ đất nước.

Giống như nhiều thế hệ Việt Nam trước họ, thế hệ Việt Nam 1979 đã chiến đấu bằng một lòng yêu nước vô cùng trong sáng. Sự hy sinh của họ sẽ được nhân dân Việt Nam đời đời ghi nhớ.

Theo Peter Tsouras trong tạp chí Military History Magazine phát hành ngày 4 tháng 11, 2016, Đặng Tiểu Bình đánh Việt Nam để chứng tỏ ông thần bảo hộ Liên Xô của CSVN chẳng có giá trị gì. Ngoài ra, Đặng dùng chiến tranh như một lý do để thúc đẩy hiện đại hóa Trung Cộng. Họ Đặng tính rất kỹ. Về mặt thời tiết, Trung Cộng có lợi vì vùng biên giới Hoa Việt mùa mưa chưa đến nhưng biên giới Liên Xô - Trung Quốc tuyết vẫn còn ẩm ướt, bất tiện cho các đơn vị cơ giới nếu Liên Xô quyết định động binh. Dù tính toán bao nhiêu, khoảng bốn ngàn lính Trung Cộng chết chỉ trong vài ngày đầu của trận chiến và khoảng 100 xe tăng bị diệt.

Cũng theo bài báo của Peter Tsouras, một nữ dân binh Việt Nam đã xâm nhập vào phía sau các đoàn tăng Trung Cộng để bắn tỉa. Khi bắt được chị, quân Trung Cộng đè chị xuống đất và cho xích xe tăng cuốn thân thể chị. Chị chết trong đau đớn tận cùng.

Cuộc chiến thứ hai: xung đột giữa hai đảng CS đạt tới điểm cao

Người Việt Nam chết, người Việt Nam đau. Người Việt Nam hy sinh, người Việt Nam tưởng nhớ. Hình ảnh 43 phụ nữ bị đập chết và quăng xuống giếng là chuyện thương tâm của người Việt Nam, đó không phải chuyện của đảng.

Đảng CSVN đánh giá xung đột 40 năm trước để hòa giải với CS đàn anh Trung Cộng và thực hiện trong giới hạn được Trung Cộng cho phép chứ không phải thật tâm đun sôi lòng yêu nước.

Lòng yêu nước trong tay đảng CSVN chỉ là chiếc bẫy

Vừa rồi "Viện Hàn lâm Khoa học xã hội" phối hợp với "Hội Khoa học Lịch sử Việt Nam" tổ chức hội thảo khoa học cấp quốc gia: "Cuộc chiến đấu bảo vệ biên giới phía Bắc của Tổ quốc - 40 năm nhìn lại (1979-2019)".

Nhiều người phản đối khi những viện và hội mang tiếng "hàn lâm" và "khoa học" nhưng không đủ sĩ diện để viết cho đúng tên của cuộc chiến "chống Trung Quốc xâm lược".

Người Việt yêu nước phản đối đương nhiên là đúng khi đứng từ phía người dân, từ gia đình của 30 ngàn người bị giết nhưng không phải từ phía đảng CS.

Với đảng CS, mối quan hệ giữa hai đảng cần thiết hơn, quan trọng hơn, lâu dài hơn, sống còn hơn một cuộc chiến mà sau hội nghị Thành Đô đã bị nhận chìm vào quá khứ.

Quan hệ giữa CSVN và CSTQ trong suốt chiều dài lịch sử có khi ấm khi lạnh nhưng đó chỉ là những ấm lạnh ngoài da.

Nói như Chu Ân Lai, mối quan hệ về tư tưởng chính trị giữa hai đảng như là "máu và thịt". Ý họ Chu, sự tồn tại của một đảng gắn liền với sinh mệnh của đảng khác. Quan hệ cốt tủy sống còn như thế được gọi là quan hệ hữu cơ.

Bài học giàn khoan HD-981

Tháng 5 năm 2014, Trung Cộng đưa giàn khoan HD-981 đến sát bờ biển Việt Nam, lãnh đạo CSVN phản đối. Không chỉ phản đối riêng tại Việt Nam mà đảng còn xúi giục du học sinh VN tại các nước mang cờ CS biểu tình chống Trung Cộng.

Nhiều người nghĩ rằng CSVN phản đối vì Trung Cộng xâm phạm lãnh hải Việt Nam. Không phải. Trung Cộng xâm phạm lãnh hải Việt Nam hàng trăm lần trước đó nhưng CSVN im lặng. CSVN phản đối chỉ vì lãnh đạo Trung Cộng đã vượt qua giới hạn của những thỏa thuận ngầm giữa hai đảng. Trung Cộng rút giàn khoan và sóng gió tạm ngưng.

Cơn hờn giận giữa hai đảng CS nguôi ngoai. Nhưng trong vùng biển Việt Nam, máu của ngư dân Việt Nam không vì nguôi ngoai đó mà ngừng chảy. Hàng chục ghe tàu đánh cá Việt Nam vẫn tiếp tục bị đâm thủng và ngư dân Việt Nam vẫn tiếp tục bị giết.

Đừng để tự rơi vào chiếc bẫy yêu nước của đảng CS mà phải vận dụng mọi cách để giành lại quyền làm chủ vận mệnh đất nước, từ đó các vấn đề lịch sử khác dù lớn hơn cũng sẽ được giải quyết dễ dàng.

"QUYỀN LỊCH SỬ" CỦA TRUNG CỘNG TRÊN BIỂN ĐÔNG LÀ QUYỀN GÌ?

Trong vài ngày qua từ các trang mạng xã hội, diễn đàn, cho đến các tầng lớp, thế hệ Việt Nam trong cũng như ngoài nước, một luồng sóng cảm tình dành cho Philippines tràn ngập, nhiều hơn cả khi quốc gia này bị cơn bão Yolanda càn quét cách đây ba năm.

Đây là một tình cảm rất tự nhiên giữa những người cùng số phận nhỏ nhoi nhưng phải đương đầu với một Trung Cộng to lớn và đầy tham vọng. Ủng hộ Philippines không có nghĩa ủng hộ chủ quyền của Phi trên các đảo Philippines đòi hỏi mà là ủng hộ một nước dân chủ nhưng sức yếu chống lại một Trung Cộng bá quyền bành trướng. Phán quyết của Tòa án Trọng tài Thường trực (Permanent Court of Arbitration, PCA) không có nghĩa sẽ làm ngưng tranh chấp và phần thắng chỉ thuộc về Philippines vì rất nhiều quốc gia trong vùng có quyền lợi trực tiếp nhưng chưa chọn cách giải quyết tranh chấp qua phương pháp trọng tài.

Ý nghĩa quan trọng trong phán quyết là quốc tế hóa được cuộc tranh chấp, tạo khả năng mặc cả đa phương giữa các bên liên hệ trước một hội nghị hay trước tổ chức trọng tài quốc tế, giới hạn chiếc bẫy "thảo luận song phương" chỉ nhằm "câu giờ" của Trung Cộng.

Với những quốc gia chủ trương quốc tế hóa Biển Đông, chiến thắng của Philippines mở ra cánh cửa đàm phán xa hơn về quyền lợi và trách nhiệm một cách bình đẳng giữa các nước trong vùng.

Với các cường quốc Mỹ, Nhật, chiến thắng của Philippines giúp cho họ thêm lý do quốc tế để can thiệp cụ thể và tích cực hơn trong tranh chấp. Một cái tát của PCA chỉ nhắm vào mặt Trung Cộng thôi, đó là việc phủ nhận quan điểm "quyền lịch sử", lý luận cốt tủy mà Trung Cộng dùng để biện hộ cho "đường lưỡi bò" trên Biển Đông.

Như chúng ta đều biết, trong hầu hết các văn bản, tuyên bố, phát biểu, các lãnh đạo Trung Cộng luôn nhắc tới nhắc lui câu "quyền lịch sử của Trung Quốc" để cho rằng 90% của Biển Đông vốn thuộc về Trung Quốc không phải hôm nay mà từ hai ngàn năm trước.

Nhưng tòa phán: Toà nhận thấy dù trong lịch sử, những người đi biển, ngư dân từ Trung Quốc và các nước khác đã sử dụng các đảo tại Biển Đông nhưng không có bất kỳ bằng chứng nào cho thấy về mặt lịch sử Trung Quốc đã chỉ một mình thực hiện việc kiểm soát vùng nước này cũng như tài nguyên tại đây.

Vì vậy, Toà kết luận không có cơ sở pháp lý để Trung Quốc yêu sách quyền lịch sử đối với tài nguyên tại các vùng biển phía bên trong "đường 9 đoạn."

Đặng Tiểu Bình và "quyền lịch sử"

Vào thập niên 1960, Đặng Tiểu Bình là trưởng phái đoàn đại diện Trung Cộng trong đàm phán với Liên Xô về chủ quyền của các đảo Trân Bảo, Ẩn Long và Hắc Hạt Tử trong khu vực sông Ussuri. Khi có phiên họp, phái đoàn họ Đặng không chỉ mang theo giấy tờ tài liệu mà còn chở theo nhiều toa xe lửa chứa đầy sách vở và đồ vật để chứng minh "quyền lịch sử" của Trung Quốc trên các đảo này.

Trung Quốc vốn là một nước đông dân, diện tích rộng, có nền văn minh phát triển sớm, có chiều dài lịch sử mấy ngàn năm, do đó, việc tổ tiên họ đã từng đến, từng đi đánh cá, từng đặt chân một đôi ngày, từng mô tả trong văn chương thơ phú về các hòn đảo đó thì cũng không có gì là đáng ngạc nhiên.

Những tài liệu phía Đặng Tiểu Bình đưa ra hay vật dụng họ góp nhặt được dù bao nhiêu cũng không thuyết phục Liên Xô hay chứng minh những đảo đó thuộc chủ quyền của Trung Quốc. Dĩ nhiên hai đàn anh CS không đưa tranh chấp ra PCA như ngày nay.

Sau hơn 20 năm vừa đánh vừa đàm, một hiệp ước biên giới Liên Xô - Trung Cộng đã được ký kết lần đầu vào tháng 10 năm 1991, lần nữa vào tháng 10 năm 2004 với Nga và lần cuối cùng vào tháng 7, 2008 cũng với Nga. Cả Trung Cộng lẫn Nga đều biết, lý do chính của xung đột trước đây không phải là lãnh thổ mà là sự tranh chấp quyền lực của hai nước cộng sản đàn anh trong phong trào cộng sản quốc tế. Khi Liên Xô sắp sụp đổ, chủ quyền trên các đảo vốn không chứng tỏ một tiềm năng kinh tế nào không còn là yếu tố quan trọng để giằng co, tranh chấp nữa. Cái gọi là "quyền lịch sử" không đóng vai trò gì trong hiệp ước biên giới giữa Liên Xô và sau đó là Nga với Trung Cộng.

Tân Hoa Xã giải thích "quyền lịch sử"

Theo báo Time, hôm 12 tháng 7, 2015 các đài truyền hình Trung Cộng cho chiếu một số tranh hoạt họa của Tân Hoa Xã như là cách để giải thích cái gọi là "quyền lịch sử" của Trung Cộng trên Biển Đông.

Một trong số tranh hoạt họa là mẩu đối thoại ngắn giữa ba con thú đại diện cho ba thành phần trong vụ kiện. Một con cáo đại diện cho PCA, một con khỉ tí hon đại diện cho Philippines và con Panda dễ thương đại diện cho Trung Cộng. Con Panda trả lời câu hỏi tại sao Trung Cộng có "quyền lịch sử", bởi vì "chúng tôi đã giong buồm và đánh cá trên Biển Đông ngay cả trước khi Chúa Jesus ra đời."

Việc cho rằng người dân Trung Hoa đã từng "giong buồm và đánh cá" nên Biển Đông thuộc Trung Cộng nghe phi lý đến mức buồn cười; tuy nhiên, đây lại là lý luận chiến lược mà Trung Cộng áp dụng trong đàm phán biên giới từ ngày lập quốc CS năm 1949 tới nay.

"Quyền lịch sử" dưới mắt Hitler và các lãnh đạo Trung Cộng đối với quốc tế, "quyền lịch sử" của Trung Cộng đúng như PCA phán quyết không có giá trị gì nhưng với không ít dân Trung Cộng bị tuyên truyền tẩy não, đó lại là quyền "thiêng liêng, bất khả xâm phạm."

Quan điểm cực đoan Đại Hán này là sản phẩm của bộ máy tuyên truyền bắt đầu từ thời Đặng Tiểu Bình và nâng lên thành "Giấc Mơ Trung Quốc" dưới thời Tập Cận Bình. Họ Đặng và nay họ Tập cho rằng Trung Cộng không chủ trương xâm lược quốc gia nào hay dân tộc nào mà chỉ thu hồi lãnh thổ và lãnh hải vốn thuộc Trung Quốc. Lý luận ngụy biện và điên cuồng này là bản sao quan điểm của Hitler đã dùng để khai mào cho Thế Chiến thứ Hai khi y cho rằng Đức chỉ nhằm "phục hồi những lãnh thổ vốn thuộc về Đức nhiều thế kỷ."

Tương tự, khẩu hiệu "100 năm sỉ nhục" được các lãnh đạo Trung Cộng dùng làm củi để đun lò lửa dân tộc cực đoan tại Trung Cộng cũng không khác gì lời lẽ Hitler đã viết về hiệp ước Versailles trong Mein Kampf: "*Mỗi điểm của hiệp ước đã ghi sâu vào ý thức và con tim của dân tộc Đức và đốt cháy họ cho đến khi tâm hồn của sáu chục triệu dân bùng lên ngọn lửa công phẫn và nhục nhã.*"

Như vừa viết ở trên, ngay cả việc người dân Trung Hoa hai ngàn năm trước đã thật sự có giong buồm trên Biển Đông, có ghé Hoàng Sa, Trường Sa vài hôm để bắt yến, tức cảnh sinh tình hạ bút vài câu thơ và được đời sau ghi chép lại cũng không thể cho rằng Hoàng Sa, Trường Sa thuộc quyền lịch sử của Trung Cộng. Lịch sử thế giới để lại vô số tài liệu của các nhà thám hiểm, thăm dò, kể cả dấu tích của đoàn viễn chinh lừng danh Viking do Leif Erikson chỉ huy từng khám phá ra Bắc Mỹ vào thế kỷ 11 trước Christopher Columbus vào thế kỷ 15, nhưng không tổ chức quốc tế nào căn cứ vào các tài liệu lưu trữ để cho rằng chủ quyền biển đảo của một quốc gia phát xuất từ người đã thăm dò, thám hiểm hay khám phá ra vùng đất đó.

Một lãnh thổ, đất hay đảo, của một quốc gia phải là lãnh thổ được phát hiện, chiếm hữu, điều hành trong hòa bình, có tính pháp lý, đơn vị hành chánh chính thức, được ghi lại trong bản đồ của quốc gia đó và được quốc tế công nhận chứ không phải cưỡng chiếm bằng võ lực như Trung Cộng đã làm đối với Philippines và Việt Nam.

Tập Cận Bình, kẻ nuôi cọp đang lo cọp sẽ ăn thịt mình, do đó, không lạ gì trong thời gian ngắn tới đây, y vẫn sẽ tuyên bố hung hăng kể cả những hành động gây hấn với các nước láng giềng để xoa dịu lò lửa cực đoan Đại Hán tại lục địa nhưng chính y cũng biết gió đã đổi chiều.

"Quyền lịch sử" của Trung Cộng về chủ quyền trên Biển Đông thực chất chỉ là quyền ăn cướp.

MAO VÀ CHIẾN DỊCH TIẾN CHIẾM HOÀNG SA 1974

Luồng gió ngoại giao đã đổi chiều khi Tổng Thống Hoa Kỳ Richard Nixon bắt tay với Mao ngày 21 tháng Hai 1972. Chuyến viếng thăm Trung Cộng của Nixon nhắm vào 3 mục đích: (1) hướng tới một giải pháp hòa bình tại Đài Loan, (2) tìm một giải pháp hòa bình cho chiến tranh Việt Nam qua đàm phán và (3) giảm ảnh hưởng của Liên Xô. Như lịch sử đã chứng minh, ít nhất hai trong số ba mục đích của TT Richard Nixon đều không đạt được. Chỉ riêng vấn đề Việt Nam, chiến tranh không chấm dứt bằng giải pháp hòa bình mà bằng máu cho đến ngày 30-4-1975.

Sự gần gũi giữa Mỹ và Trung Cộng đã đẩy CS Việt Nam nghiêng xa hơn về phía Liên Xô. Bắc Việt cho rằng Trung Cộng đã phản bội đảng CSVN khi đặt mối quan hệ giữa Trung Cộng và Mỹ lên trên quyền lợi của Bắc Việt. Xuân Thủy, trưởng phái đoàn đàm phán của Bắc Việt, tố cáo Mỹ "âm mưu chia rẽ khối xã hội chủ nghĩa." Khoảng cách giữa Bắc Việt và Trung Cộng xa cách dần mặc dù Trung Cộng tuyên bố vẫn tiếp tục "ủng hộ cuộc chiến chống Mỹ đến mục đích cuối cùng."

Chủ trương chiếm Hoàng Sa trước khi chiến tranh chấm dứt

Sau khi Hiệp định Paris được ký kết, quan hệ giữa CS Bắc Việt và Trung Cộng trở nên tệ hại hơn. Học bài học tranh chấp biên giới với Liên Xô phía Bắc và phát xuất từ mối lo sợ bị bao vây ở phía Nam, Mao nghĩ đến việc phải tiến chiếm các đảo ngoài Biển Đông trước khi CS Bắc Việt chiếm toàn bộ Việt Nam và rơi hoàn toàn vào quỹ đạo của Liên Xô, lúc đó là kẻ thù số một của Trung Cộng. Mao càng lo lắng hơn khi thấy chính sách của Hoa Kỳ ngày càng trở lại với chủ trương tự cô lập (American Isolationism) trước đây trong lúc Liên Xô ngày càng mở rộng và có khả năng lấn chiếm sang Châu Á.

Ngoài lý do lãnh thổ, việc tiến chiếm Hoàng Sa là một bước thay đổi quan trọng trong chính sách đối ngoại của Mao, chuyển từ giai đoạn đấu tranh cách mạng dựa trên quan điểm Marx-Lenin-Mao sang thực tế quốc tế. Để thực thi các chính sách này, Mao cần một lãnh đạo có đầu óc thực dụng, và người đó không ai khác hơn là Đặng Tiểu Bình. Ngày 22 tháng 12, 1973, Mao phục hồi họ Đặng.

Mặc dù già nua, bệnh hoạn, chủ trương "phục hồi các lãnh thổ Trung Quốc bị mất" là chủ trương của Mao.

Đặng Tiểu Bình đóng vai trò tích cực nhưng y chỉ mới được phục hồi chưa đầy một tháng sau sáu năm bị hạ bệ. Chu Ân Lai chủ tọa nhiều phiên họp của Bộ Chính Trị nhưng trong thời gian đó họ Chu đang bị kết án hữu khuynh. Diệp Kiếm Anh được giao trách nhiệm chủ tịch của ủy ban nhưng họ Diệp đã 77 tuổi và thuộc thành phần tướng lãnh thời Vạn Lý Trường Chinh.

Tháng Giêng 1974, Mao quyết định tiến chiếm Hoàng Sa trước. Kế hoạch chiếm Hoàng Sa được nghiên cứu rất kỹ lưỡng và chi tiết, không chỉ về mặt quân sự mà cả chuẩn bị dư luận quốc tế để biện hộ cho hành động xâm lược Việt Nam.

Về mặt đối ngoại: Để có lý do tấn công Hoàng Sa của Việt Nam Cộng Hòa, bộ máy tuyên truyền Trung Cộng tố cáo Việt Nam Cộng Hòa vào tháng 11, 1973 đã bắt giữ tàu đánh cá Trung Cộng và hành động đó được xem như vi phạm chủ quyền Trung Cộng, buộc Trung Cộng phải "phản công tự vệ." Ngày 11 tháng Giêng 1974, Bộ Ngoại Giao Trung Cộng ra thông báo xác định chủ quyền trên quần đảo Hoàng Sa và vùng biển chung quanh quần đảo này: "*Các quần đảo Nam Sa, Tây Sa, Trung Sa đều là một phần của lãnh thổ Trung Quốc. Nước Cộng hòa Nhân dân Trung Hoa có chủ quyền không thể tranh cãi đối với những hòn đảo này.*"

Về mặt tổ chức: Một ủy ban đặc nhiệm của các lãnh đạo cao cấp nhất trong đảng và nhà nước Trung Cộng được thành lập để phác thảo kế hoạch tiến chiếm Hoàng Sa được thành lập trong phiên họp của Bộ Chính Trị do Chu Ân Lai chủ tọa. Năm Ủy viên Bộ Chính Trị trong ủy ban gồm Thống Chế Diệp Kiếm Anh (Ye Jianying), Phó Chủ Tịch Trung Ương Đảng Vương Hồng Văn (Wang Hongwen), Ủy Viên Thường Trực Bộ Chính Trị phụ trách tuyên truyền Trương Xuân Kiều (Zhang Chunqiao), Phó Thủ Tướng Đặng Tiểu Bình (Deng Xiaoping) và Đại Tướng Tư Lệnh Quân Khu Bắc Kinh Trần Tích Liên (Chen Xilian). Chu Ân Lai giao cho Diệp Kiếm Anh trách nhiệm điều hành ủy ban.

Mao phê chuẩn thành phần ủy ban

Một phiên họp mở rộng sau đó, ngoài Chu Ân Lai và năm thành viên còn có sự tham dự của Đô Đốc Tô Chấn Hoa (Su Zhenhua), Chính Ủy Thứ Nhất của Hải Quân Trung Cộng. Tô Chấn Hoa là một trong những tướng hải quân có quan hệ mật thiết với Đặng Tiểu Bình và cũng là người chủ trương bành trướng Biển Đông.

Với một thành phần lãnh đạo chiến dịch cao cấp và đầy đủ ban bộ như vậy chứng tỏ việc tiến chiếm Hoàng Sa không chỉ là một tranh chấp biển đảo bình thường mà còn mang một ý nghĩa chiến lược hàng đầu và phải chiếm Hoàng Sa bằng mọi giá.

Về mặt quân sự: Đây là lần đầu tiên hải quân Trung Cộng thực hiện một cuộc viễn chinh hải quân chống lại nước ngoài và lực lượng tham chiến được chọn lựa hết sức cẩn thận. Bốn ngày sau khi Trung Cộng tuyên bố chủ quyền, 11 chiến hạm của hải quân Trung Cộng và 600 lính được lệnh tiến vào vị trí. Các phi đoàn chiến đấu cơ đặt trên đảo Hải Nam được lệnh sẵn sàng tham chiến. Đặng Tiểu Bình trong thời gian này vừa được giao phó chức vụ Tổng Tham Mưu Trưởng Quân Giải phóng Nhân dân Trung Quốc và thay mặt ủy ban điều hợp các hoạt động của Quân Ủy Trung Ương cũng như các vấn đề quân sự khẩn cấp. Bộ Tư lệnh Hạm Đội Nam Hải dưới quyền Tư lệnh Zhang Yuanpei trực tiếp chịu trách nhiệm tiến chiếm Hoàng Sa.

Kế hoạch được đệ trình lên Mao và Mao chấp thuận.

Ngày 19 tháng Giêng 1974, Hải Quân Trung Cộng tiến chiếm Hoàng Sa. Sau trận hải chiến khoảng một giờ, Trung Cộng chiếm Hoàng Sa. Phía Trung Cộng công bố họ chỉ có 18 binh sĩ thiệt mạng và không có tàu nào chìm mặc dù báo chí Tây

Phương cho rằng ít nhất một chiến hạm của hải quân Trung Cộng đã bị bắn chìm. Người viết không trình bày chi tiết ở đây vì diễn biến của hải chiến Hoàng Sa đã được rất nhiều tài liệu và nghiên cứu Việt Nam cũng như quốc tế công bố. Rất nhiều thông tin quý giá đang được lưu trữ tại website hqvnch.org.

Thái độ bàng quan của Mỹ

Chính phủ Mỹ ra lệnh Đệ Thất Hạm Đội không được can thiệp vì đã đồng ý ngầm với Trung Cộng sẽ giữ thái độ bàng quan trong tranh chấp Hoàng Sa, và các chiến hạm và phi cơ của Mỹ sẽ không xâm phạm giới hạn 12 hải lý của quần đảo Hoàng Sa. Cam kết này của Mỹ đã được Ngoại Trưởng Trung Cộng Hoàng Hoa nhắc lại trong diễn văn đọc trước Liên Hiệp Quốc ngày 12 tháng Tư 1972 với sự hiện diện của Ngoại Trưởng Hoa Kỳ Henry Kissinger.

Bản tin của báo Time ngày 4 tháng Hai 1974 cũng xác định chính sách của Mỹ trong hải chiến Hoàng Sa là "tuyệt đối khoanh tay."

Ngoài ra, trước đó vào mùa xuân 1972, Trung Cộng đã thử ý định Mỹ bằng cách gởi công hàm phản đối khi một tàu chiến Mỹ vi phạm khu vực 12 hải lý của quần đảo Hoàng Sa. Mỹ đáp ứng bằng việc chỉ thị hải quân Mỹ sẽ không hải hành trong khu vực 12 hải lý do Trung Cộng quy định. Thái độ đó của Mỹ là dấu hiệu cho Trung Cộng biết Mỹ sẽ không can dự vào tranh chấp Hoàng Sa.

Tại sao Trung Cộng chọn ngày 19 tháng Giêng 1974?

Ngày 19 tháng Giêng 1974 là ngày kỷ niệm 24 năm Trung Cộng công nhận nước Việt Nam Dân Chủ Cộng Hòa. Đây không phải là sự kiện trùng hợp ngẫu nhiên mà là một cái tát chính trị vào mặt đảng CSVN.

Tối ngày 20 tháng Giêng, Chu Ân Lai triệu tập phiên họp để tổng kết thành quả chiến dịch, và ngay sau phiên họp y đã trình chiến thắng lên Mao. Quần đảo Hoàng Sa của Việt Nam bị sáp nhập vào địa phận tỉnh Quảng Đông. Các báo đảng và nhà nước Trung Cộng sau đó đã tung hô "chiến thắng vĩ đại của Mao Chủ tịch trên biển." Về phía CSVN, ngoài tuyên bố ba điểm chung chung giống như người ngoài cuộc của cái gọi là "Chính phủ Lâm thời Cộng Hòa Miền Nam Việt Nam" ngày 26 tháng Tư 1974, các lãnh đạo CS Bắc Việt không có một lời phản đối nào trước hành động xâm lăng của Trung Cộng. Khi đất nước bị xâm lăng, những kẻ chọn thái độ im lặng cũng chẳng khác gì chọn đứng về phía xâm lăng.

Bài học lịch sử từ hải chiến Hoàng Sa

- Đừng trông cậy vào ngoại viện: Trong tổng kết mới nhất The U.S.-China Military Scorecard: Forces, Geography, and the Evolving Balance of Power, 1996-2017 của RAND Corporation, tuy Trung Cộng đạt nhiều tiến bộ trong hơn 30 năm hiện đại hóa, kỹ thuật chiến tranh của Mỹ vẫn còn dẫn trước rất xa. Ngay cả trong vũ khí nguyên tử, tỉ lệ giữa Mỹ so với Trung Cộng là 13 trên 1. Nghĩa là, dù bắn trước, Trung Cộng vẫn sẽ phải bị Mỹ đánh trả bằng bom nguyên tử nhiều lần.

Tuy nhiên, sự vượt trội kỹ thuật chiến tranh không có nghĩa Mỹ sẽ can thiệp vào xung đột Biển Đông nếu Việt Nam bị Trung Cộng tấn công lần nữa. Vì các lý do kinh tế, Mỹ có thể làm ngơ như họ đã từng làm ngơ vì lý do chính trị trong hải chiến Hoàng Sa 1974. Bài học của hai cuộc thế chiến cho thấy

Mỹ chỉ tham chiến khi quyền lợi của họ bị va chạm trực tiếp và phải có lợi về đường dài. Không nên trách ai cả. Một con người hay một quốc gia cũng thế, phải tự đứng lên bằng đôi chân của chính mình trước khi trông cậy vào sự giúp đỡ của người khác.

- Dân chủ hóa hay mất nước: Tham vọng bành trướng trên Biển Đông của Trung Cộng quá rõ ràng và lộ liễu. Mặc dù có các áp lực quốc tế, không có dấu hiệu gì cho thấy Trung Cộng sẽ từ bỏ tham vọng chiếm đoạt Biển Đông. Chủ trương gặm nhấm Biển Đông của Trung Cộng đang được tiến hành từng bước và chúng hy vọng đến mức độ nào đó sẽ đặt Mỹ và cả thế giới vào thế đã rồi. Trung Cộng đã nuốt vô thì chỉ có cách mổ bụng chúng mới lấy ra được.

Để tránh đại họa mất nước, chọn lựa duy nhất của Việt Nam hiện nay là dân chủ hóa và phải dân chủ hóa gấp. Dân chủ là điều kiện tiền đề trong chính sách đối ngoại nhằm tạo sự tin cậy nơi các nước dân chủ Tây Phương, nhưng quan trọng nhất là nền tảng của đoàn kết dân tộc và thăng tiến đất nước. Một dân tộc chia rẽ không thắng được Trung Cộng. Dân chủ là đôi cánh giúp đất nước có thể cất cao lên cùng thời đại. Đó không phải là lý thuyết mà là thực tế chính trị đang được hầu hết các quốc gia áp dụng. Mục tiêu đầu tiên và quan trọng nhất trong tiến trình dân chủ hóa là tháo gỡ cho được cơ chế chính trị xã hội độc tài CS hiện nay.

- Chủ động chiến lược hóa vị trí quốc gia để khỏi bị "Phần Lan Hóa" (Finlandization): Trong thời kỳ Chiến tranh Lạnh, Liên Xô cho phép Phần Lan được duy trì cơ chế dân chủ trong khi khống chế mọi chính sách đối nội và đối ngoại đi ngược với quyền lợi của Liên Xô. Phần Lan không có chọn lựa nào khác vì không nằm trong vị trí chiến lược.

Khác với trường hợp Phần Lan, một Việt Nam dân chủ có khả năng thoát ra khỏi khả năng bị "Phần Lan Hóa,"đưa đất nước vào vị trí chiến lược quốc tế và chủ động làm cho quốc tế quan tâm.

Chủ trương hiện nay của lãnh đạo CSVN "không tham gia các liên minh quân sự, không là đồng minh quân sự của bất kỳ nước nào, không cho bất cứ nước nào đặt căn cứ quân sự ở Việt Nam và không dựa vào nước này để chống nước kia" là chủ trương tự sát, không đúng về lý thuyết lẫn thực tế chính trị. Chủ trương này là bản sao chính sách đối ngoại của Trung Cộng nhưng khác ở điểm Trung Cộng chỉ tuyên bố để tuyên truyền chứ không bao giờ áp dụng.

Kết luận

Robert D. Kaplan, nhà nghiên cứu chính trị quốc tế nổi tiếng và đã được tạp chí The Policy hai lần xếp vào danh sách 100 nhà tư tưởng hàng đầu của thế giới ("Top 100 Global Thinkers"), cho rằng Trung Cộng có khả năng cao sẽ "Phần Lan Hóa" Việt Nam.

"Phần Lan Hóa" là một loại chủ nghĩa thực dân trong thời đại toàn cầu. Chủ trương này ít tốn kém vì các quốc gia bị "Phần Lan Hóa" được phép duy trì độc lập trên danh nghĩa nhưng chính sách đối ngoại sẽ được soạn thảo tại Bắc Kinh. Trung Quốc làm như vậy để vừa thúc đẩy nền kinh tế đang tiến rất chậm và đồng thời cũng để giảm áp lực chống đối từ trong nước qua việc đề cao chủ nghĩa dân tộc. Công thức mà Trung Cộng đang sử dụng không có gì mới và mô hình phát triển hiện nay của Trung Cộng cũng không phải là một loại mô hình ngoại lệ (Chinese exceptionism) như một số lý thuyết gia của đảng CSTQ đang dùng để kết luận Trung Cộng sẽ không sụp đổ.

Một thành phần có ảnh hưởng trực tiếp vào sự thay đổi cơ chế chính trị nhưng Robert D. Kaplan không đưa vào phân tích của ông, đó là nhân dân, tức là thành phần những người dân của một quốc gia có ý thức cao về quyền hạn và trách nhiệm phải thực thi đối với đất nước. Trong thực tế cách mạng dân chủ, đóng góp của nhân dân là yếu tố âm thầm nhưng quyết định, tiềm tàng nhưng vô cùng mạnh mẽ như đã chứng tỏ tại nhiều quốc gia Đông Âu, Phi Châu, và tại Liên Xô cũ. Tại Việt Nam, yếu tố nhân dân còn giới hạn, chưa tập trung, thiếu tổ chức nhưng đã có và đang trên đà phát triển. Những hạt giống đã được gieo xuống. Mỗi người Việt, mỗi tổ chức, đoàn thể trong điều kiện và phương tiện sẵn có của mình nên tập trung chăm bón.

Tham khảo:

Kuisong, Y. (2002). *Changes in Mao Zedong's Attitude toward the Indochina War, 1949-1973*. Woodrow Wilson International Center for Scholars.

Elleman, B., Paine. (2011). *Naval Power and Expeditionary Warfare: Peripheral Campaigns and New Theatres of Navy Warfare*. Taylor and Francis Group.

Zhai, Q. (2002). *China & The Vietnam Wars, 1950-1975*. University of North Carolina Press.

Tonnesson, S. (2001, July). The Paracels: The "other" South China Sea Dispute. *Asian Perspective*, 26(4), 145-169

Heginbotham, E. et al. (2015). *The U.S. China Military Scorecard: Forces, Geography, and the Evolving Balance of Power, 1996-2017*. RAND Corporation.

Paracel (Xisha) Islands - 1974. *http://www.globalsecurity.org/military/world/war/paracel.htm*

Brown, D. (2014, May 22). Vietnam Faces "Finlandization" from China. *Asia Sentinel.*

Wortzel, L. (1999, September 30). *Dictionary of Contemporary Chinese Military History*. Greenwood Press.

The World: Storm in the China Sea. (1974, February 4). *Time.*

Kaplan, R. The South China Sea is to China what the Greater Caribbean was to the United States. (2015, June 19). *The Globe and Mail.*

Garver, J. (2016, January 4). *China's Quest: The History of the Foreign Relations of the People's Republic of China.* Oxford University Press.

Lee, L. (1999). *China and the South China Sea Dialogues.* Praeger.

Hayton, B. (2014, October 28). *The South China Sea: The Struggle for Power in Asia.* Yale University Press.

Trang sưu tầm tài liệu lịch sử Hải Quân VNCH *http://www.hqvnch.org*

MAO VÀ "MẶT TRẬN GIẢI PHÓNG MIỀN NAM"

Trong suốt cuộc chiến tranh Việt Nam, quan điểm chính trị và quân sự của Mao Trạch Đông thay đổi nhiều lần. Từ một Mao chủ hòa sau hiệp định Geneva trở thành một Mao chủ chiến trong giai đoạn đầu của cuộc chiến vào thập niên 1960 và lần nữa trở về với Mao chủ hòa sau Thông Cáo Chung Thượng Hải ngày 27 tháng Hai 1972.

Mao và lý luận "chiến tranh giải phóng dân tộc"

Phát xuất từ quan điểm cố hữu "lấy nông thôn bao vây thành thị" và cũng vì không đủ khả năng để trực tiếp đương đầu với Mỹ, Mao chủ trương gây khó khăn cho Mỹ, kẻ thù chính của Trung Cộng trong giai đoạn từ 1949 đến 1972, qua hình thức chiến tranh cách mạng tại bất cứ quốc gia nào Mỹ đang có quyền lợi hay có thể tạo ảnh hưởng.

Trong dịp tiếp phái đoàn báo chí Chile ngày 23 tháng Sáu 1964, Mao tuyên bố: "*Chúng tôi chống chiến tranh, nhưng chúng tôi ủng hộ các cuộc chiến chống chủ nghĩa đế quốc do các dân tộc bị áp bức phát động.*" *Từ Phi Châu, Nam Mỹ, và Á Châu, Mao tích cực yểm trợ võ khí và cơ sở lý luận cho các phong trào được gọi là "giải phóng dân tộc," chống "đế quốc thực dân."* Các phong trào Maoist lan rộng khắp nơi, từ Nepal bên rặng Hy Mã Lạp Sơn ở Á Châu cho đến tận những cánh đồng ở Ecuador, Nam Mỹ.

Trong mắt Mao, ba "anh hùng" được xem là những lãnh tụ tiêu biểu của phong trào "giải phóng dân tộc" là Hồ Chí Minh tại Á Châu, Fidel Castro tại Nam Mỹ, và Ben Bella tại Phi Châu. Trong số ba "anh hùng" đó, Hồ Chí Minh và đảng CSVN vì lý do ý thức hệ và địa lý chính trị, được Mao quan tâm nhất và bằng mọi giá phải nắm chặt trong tay.

Vào cuối thập niên 1960, hầu hết các nước thuộc địa đã được trao trả quyền độc lập hoàn toàn hay độc lập trong khuôn khổ thịnh vượng chung. Hai trong số ba nước tiên phong gồm Algeria và Cuba nghiêng về phía Liên Xô, Mao chỉ còn lại một đàn em trung thành duy nhất ở Á Châu là CS Bắc Việt. Mao tìm mọi cách để kiểm soát CSVN về mọi mặt từ giáo dục tuyên truyền, đường lối lãnh đạo cho đến kinh tế, văn hóa, xã hội.

Mao và quan điểm về chiến tranh Việt Nam

- Sau hiệp định Geneva 1954 đến 1964: Trung Cộng là nguồn cung cấp duy nhất cho CS Bắc Việt, không chỉ từ chén cơm manh áo mà cả lý luận tư tưởng. Nói chung đời sống từ vật chất đến tinh thần của đảng CSVN lệ thuộc sâu xa vào đảng CSTQ. Khắp miền Bắc, từ công sở đến gia đình, hình ảnh của Mao được đặt trên mức linh thiêng. Hồ Chí Minh và lãnh đạo CSVN đã thi hành một cách nghiêm chỉnh hầu hết các mệnh lệnh đầy tai họa từ Mao và các chính sách phi nhân này đã dẫn đến cái chết oan uổng của nhiều trăm ngàn người dân Việt Nam vô tội qua các chiến dịch Cải Cách Ruộng Đất.

- 1964 đến 1965: Cuối năm 1964, Hồ Chí Minh chủ trương cân bằng ảnh hưởng giữa Liên Xô và Trung Cộng mong nhận được viện trợ của cả hai để theo đuổi mục tiêu CS hóa toàn cõi Việt Nam. Điều này làm Mao lo lắng. Mao sai Đặng Tiểu Bình, lúc đó là Tổng Bí Thư đảng CSTQ, bí mật thăm Hà Nội và hứa viện trợ Hà Nội một tỉ yuan nếu Hà Nội từ chối viện trợ của Liên Xô. Ngoài ra, Mao cũng cứng rắn chống lại mọi sáng kiến chấm dứt chiến tranh Việt Nam bằng phương tiện đàm phán. Mao nói thẳng với Kosygin, Chủ tịch Hội Đồng Bộ Trưởng Liên Xô, trong chuyến viếng thăm Bắc Kinh ngày 11 tháng Hai 1965, "Liên Xô không được dùng Việt Nam để mặc cả với Mỹ." Mao cũng từ chối đề nghị của Liên Xô về một phiên họp thượng đỉnh giữa ba đảng CS để thảo luận về đường lối chiến tranh Việt Nam. Mao xem đảng CSVN chẳng khác gì một xứ bộ của đảng CSTQ.

- 1965 đến 1972: Khi chiến tranh Việt Nam gia tăng cường độ, Lê Duẩn, trưởng phái đoàn đại diện đảng CSVN, trong chuyến viếng thăm Trung Cộng tháng Tư 1965, đã chính thức yêu cầu Mao gởi quân sang Việt Nam. Đáp lại lời thỉnh cầu của Lê Duẩn, Mao gia tăng hàng loạt viện trợ quân sự cho CS Bắc Việt. Tháng Sáu 1965, các sư đoàn Quân Giải phóng Nhân dân Trung Quốc tiến vào miền Bắc Việt Nam. Đến tháng Ba 1968, tổng số quân Trung Cộng có mặt tại miền Bắc là 320 ngàn quân với tất cả phương tiện yểm trợ và trang bị vũ khí đầy đủ.

Các cuộc dội bom ồ ạt của Mỹ lên miền Bắc gây tổn hại trầm trọng trong mọi lãnh vực kinh tế, quốc phòng của CS Bắc Việt. Cùng lúc đó, Liên Xô, các nước CS Đông Âu, và đồng minh của Mỹ Tây Âu khuyến khích CS Bắc Việt và Mỹ ngồi vào bàn hội nghị để tìm cách giải quyết chiến tranh Việt Nam. CS Bắc Việt đồng ý. Chủ trương của lãnh đạo CS Bắc Việt lúc đó là vừa đánh vừa đàm để tận dụng mọi cơ hội có lợi nhất cho mục đích tối hậu CS hóa Việt Nam và đồng thời dùng bàn hội nghị để mặc cả Mỹ giảm mức độ ném bom. Ngoài ra, Hồ Chí Minh lo ngại Mỹ sẽ tăng cường thêm 100 ngàn quân tại miền Nam như y đã trao đổi với Mao vào tháng Sáu 1965.

Mao thì khác. Mao chống đối phương pháp thương thuyết và chủ trương kéo dài chiến tranh càng lâu càng tốt. Chủ trương kéo dài chiến tranh của Mao phát xuất từ ba lý do: (1) Mao muốn tiếp tục làm tiêu hao năng lực của Mỹ, (2) chứng tỏ vai trò lãnh đạo của Mao trong "thế giới thứ ba," (3) dùng chiêu bài "chống đế quốc xâm lược" để củng cố vai trò cai trị của Mao tại lục địa Trung Quốc.

- Thông Cáo Chung Thượng Hải 1972 đến 30-4-1975: Quan hệ giữa Trung Cộng và Liên Xô ngày càng xấu và khó có cơ hội hòa giải giữa hai nước CS hàng đầu. Chỉ riêng năm 1969, đã có tới 400 vụ đụng độ dọc biên giới. Đáp lại ý định rút lui khỏi Việt Nam của TT Richard Nixon, Mao nghĩ đã đến lúc phải bắt tay với Mỹ để tránh bị bao vây cả hai mặt bằng hai kẻ thù mạnh nhất nhì trên thế giới. Sau chuyến viếng thăm Trung Cộng của TT Richard Nixon cuối tháng Hai 1972, tới phiên Mao cổ võ cho một giải pháp hòa bình mà trước đó không lâu ông ta đã chống lại.

Mao và "Mặt Trận Dân Tộc Giải Phóng Miền Nam Việt Nam"

- "Mặt trận Dân tộc Giải phóng Miền Nam Việt Nam": Hôm nay cả thế giới đều biết những tổ chức được gọi là "Mặt trận Dân tộc Giải phóng Miền Nam Việt Nam" hay "Chính phủ Lâm thời Cộng Hòa Miền Nam Việt Nam" đều chỉ là các bộ phận thuộc đảng bộ Miền Nam do Trung Ương Cục Miền Nam, tên mới của Xứ ủy Nam Kỳ đảng Lao Động, lãnh đạo.

Tổ chức gọi là "Mặt trận Dân tộc Giải phóng miền Nam Việt Nam" (MTDTGPMNVN) hay thường được gọi tắt là "Mặt trận Giải phóng Miền Nam" được thành lập ngày 20 tháng 12, 1960 với mục đích: "*Đoàn kết toàn dân, kiên quyết đấu tranh chống đế quốc Mỹ xâm lược và gây chiến, đánh đổ tập đoàn thống trị Ngô Đình Diệm, tay sai đế quốc Mỹ; thành lập một chính quyền liên minh dân tộc dân chủ rộng rãi ở miền Nam, thực hiện độc lập dân tộc, tự do, dân chủ, cải thiện dân sinh, giữ vững hoà bình, thi hành chính sách trung lập, tiến tới hoà bình thống nhất Tổ quốc, tích cực góp phần bảo vệ hoà bình ở Đông Dương, Đông Nam Á và thế giới.*"

Bí thư Trung Ương Cục đầu tiên là Nguyễn Văn Linh, Ủy viên Bộ chính trị đảng Lao Động Việt Nam. Tháng 10 năm 1964, nhu cầu quân sự gia tăng, Nguyễn Chí Thanh được điều vào Nam làm Bí thư Trung ương Cục kiêm Bí thư Quân ủy Miền. Từ 1967 đến 1975, Trung ương Cục miền Nam đặt dưới sự lãnh đạo của Phạm Hùng, Ủy viên Bộ chính trị kiêm Chính ủy các lực lượng vũ trang miền Nam.

Đầu năm 1961, "Quân Giải phóng miền Nam Việt Nam" được Trung Ương Cục Miền Nam thành lập. Dù chỉ trên danh nghĩa, "quân giải phóng" này lẽ ra phải trực thuôc "MTDTGPMNVN," tuy nhiên, theo nội dung chỉ thị của Tổng Quân ủy CSVN tháng 1 năm 1961 nhấn mạnh: "Quân giải phóng miền Nam Việt Nam là một bộ phận của Quân đội nhân dân Việt Nam, do Đảng sáng lập và xây dựng, giáo dục và lãnh đạo."

Đáp ứng nhu cầu tạo thế đối trọng với chính phủ VNCH, ngày 8 tháng 6, 1969, Trung Ương Cục thành lập thêm một tổ chức mới gọi là "Chính phủ Cách mạng Lâm thời Cộng hòa miền Nam Việt Nam" do Huỳnh Tấn Phát, đảng viên CS từ thời 1945, làm Chủ tịch và Nguyễn Thị Bình làm Bộ trưởng Bộ Ngoại Giao.

Nhân dịp đánh dấu 40 năm Hiệp định Paris 1973, các cơ quan tuyên truyền của đảng ca ngợi bà Bình là "nhà ngoại giao sáng tạo linh hoạt." Điều đó không đúng. Về nguyên tắc lãnh đạo, vai trò của "Chính phủ Lâm thời" trong đó có "Bộ trưởng Bộ Ngoại Giao Nguyễn Thị Bình" chỉ là mặt nổi đối ngoại, tất cả lời ăn tiếng nói của bà đều được chỉ thị từ đảng ủy bên trong, đứng đầu là Lê Đức Thọ. Chắc bà Bình cũng phải thừa nhận, dưới sự lãnh đạo của đảng CS, mọi "sáng tạo linh hoạt" cá nhân là những điều cấm kỵ.

Dù sao, trước 1975, nhờ che đậy dưới mục đích rất nhân bản và lương thiện "dân tộc dân chủ rộng rãi ở miền Nam, thực hiện độc lập dân tộc, tự do, dân chủ, cải thiện dân sinh, giữ vững hoà bình, thi hành chính sách trung lập," "MTDTGPMNVN" đã thu hút khá đông "trí thức" miền Nam về phía họ và nhanh chóng làm suy yếu cơ chế chính trị dân chủ còn rất non trẻ ở miền Nam.

- Mao ve vãn các lãnh đạo "Mặt trận Giải phóng miền Nam Việt Nam": Không ai hiểu con bằng cha mẹ, tác giả của sách vở mà CSVN dùng là của Mao và đường lối CSVN dùng cũng là của Mao đã từng áp dụng tại Trung Quốc như trường hợp Hội nghị Hiệp thương Chính trị Nhân dân Trung Quốc, gọi tắt là Chính Hiệp sau 1949. Chủ tịch của các Hiệp Chính này không ai khác hơn là những lãnh đạo tối cao của đảng. Mao Trạch Đông, chủ tịch khóa I (1949 - 1954), Chu Ân Lai, khóa II, III, IV (1954 - 1976), Đặng Tiểu Bình, khóa V (1978 -1983) Đặng Dĩnh Siêu, khóa VI (1983 - 1988), Lý Tiên Niệm, khóa VII (1988 - 1992)...

Qua kinh nghiệm tại Trung Quốc, Mao biết dù sao vẫn còn tồn tại một thành phần ngây thơ trong hàng ngũ "MTDTGPMNVN" nên sau Thông Cáo Chung Thượng Hải, Mao tìm cách khai thác và ve vãn hàng ngũ này. Điều Mao dự đoán không sai nhưng không đủ thế và lực để tạo ra ảnh hưởng lớn. Sau 1975 các thành phần ngây thơ này tập trung dưới hình thức Câu Lạc Bộ Kháng Chiến Cũ và nhiều trong số họ đã bị bắt.

Mao tiếp Nguyễn Thị Bình tại Bắc Kinh ngày 29 tháng Hai 1972 và nói với bà Bình "Chúng ta thuộc vào một gia đình. Bắc Việt, Nam Việt, Đông Dương, Triều Tiên cùng một gia đình và chúng ta ủng hộ lẫn nhau. Nếu các bạn thành công tại hội nghị Paris, không chỉ Nam Việt mà Bắc Việt cũng đạt đến mức bình thường hóa với Mỹ ở mức độ nào đó."

Tháng 11.1973, Nguyễn Hữu Thọ và phái đoàn MTDTGPMNVN thăm Bắc Kinh. Phái đoàn của y được Mao tiếp đón nồng nhiệt và hứa các khoản viện trợ không hoàn trả. Các thành viên trong phái đoàn MTDTGPMNVN ngạc nhiên trước cách đối xử khác biệt của Mao. Trương Như Tảng, Bộ trưởng Bộ Tư Pháp của "Chính phủ Cách mạng Lâm thời Cộng hòa Miền Nam Việt Nam," kể lại trong vài ngày đầu thăm viếng Bắc Kinh, các lãnh đạo Bắc Kinh tưởng Trương Như Tảng là người của Việt Nam Dân Chủ Cộng Hòa nên tỏ ra lạnh nhạt, nhưng khi biết y là thành phần của phái đoàn Nguyễn Hữu Thọ, họ đã trở nên niềm nở.

- Mao và chủ trương hai nước CS Việt Nam: Chiều ngày 11 tháng 8, 1975, Đại sứ Hoa Kỳ tại Liên Hiệp Quốc Daniel P. Moynihan, hai lần đưa tay phủ quyết đơn xin gia nhập Liên Hiệp Quốc của cả Việt Nam Dân Chủ Cộng Hòa lẫn Cộng Hòa

Miền Nam Việt Nam sau khi đơn gia nhập của Nam Hàn bị bác bỏ tuần trước đó.

Với lãnh đạo CSVN, việc hai CS Việt Nam cùng tham gia vào LHQ chỉ là một chiến thuật đối ngoại về mặt nhà nước, nhằm "hợp thức hóa" việc cưỡng chiếm miền Nam của Việt Nam Dân Chủ Cộng Hòa và gia tăng áp lực buộc Hoa Kỳ phải viện trợ để "tái thiết Việt Nam." Về mặt đảng, chỉ một đảng CSVN mà thôi.

Mao biết khuynh hướng thân Liên Xô trong hàng ngũ lãnh đạo CSVN và hy vọng lãnh đạo CSVN tại miền Nam hay gốc miền Nam sẽ có một khuynh hướng khác. Những ve vãn của Mao đối với MTDTGPMNVN chỉ là hành động "còn nước còn tát."

Bắt được ý định đó, Hoa Kỳ đưa ra một "giải pháp trọn gói" tức cả bốn nước Đông Nam Á gồm Bắc Hàn, Nam Hàn, Bắc Việt, Nam Việt cùng vào LHQ. Trung Cộng không chấp nhận. Mao, vào thời gian đó, sức khỏe yếu dần, nhưng đã đóng vai trò quyết định trong "giải pháp trọn gói" của Mỹ.

Mao và tập đoàn lãnh đạo Trung Cộng khi ủng hộ chủ trương hai Việt Nam không phải phát xuất từ lòng thương xót Việt Nam Cộng Hòa hay người dân miền Nam mà chỉ muốn tiếp tục chi phối chính trị Việt Nam qua vai trò của Cộng Hòa Miền Nam Việt Nam. Tuy nhiên để trả giá cho chính sách đó bằng việc chấp nhận Nam Hàn vào LHQ, Mao cho rằng không tương xứng. Vì Mao không đồng ý "giải pháp trọn gói" tức cả bốn nước cùng vào LHQ nên chiều ngày 11 tháng 8, 1975, Đại sứ Hoa Kỳ tại Liên Hiệp Quốc Daniel P. Moynihan Mỹ phủ quyết CS Bắc Việt và CS Nam Việt.

Tìm hiểu quan điểm của Mao qua các giai đoạn của cuộc chiến để thấy phía sau những khẩu hiệu tuyên truyền đường mật, dã tâm của Mao vẫn là khống chế Việt Nam bằng mọi cách.

Tập Cận Bình hãnh diện là truyền nhân của Mao, do đó, đọc lại Mao để có thể đo lường những bước đi tới của họ Tập. Ngoài các đặc điểm kế thừa từ Mao, Tập Cận Bình còn đi xa hơn khi tham vọng bành trướng cả Á Châu. CSVN ngày nay không còn chọn lựa nào khác hơn là quy phục Trung Cộng để tiếp tục tồn tại và duy trì quyền cai trị đất nước. Chọn lựa duy nhất của các tầng lớp người Việt Nam yêu nước hiện nay là đóng góp hết sức mình vào cuộc vận động dân chủ tại Việt Nam. Dân chủ hóa Việt Nam là phương cách "thoát Trung" đúng đắn và phù hợp với sự phát triển văn minh thời đại nhất. Mục tiêu đầu tiên trong tiến trình dân chủ hóa là tháo gỡ cho được cơ chế chính trị xã hội độc tài CS hiện nay.

Tham khảo:

Discussion between Mao Zedong and Nguyen Thi Binh. (1972, December 29). *http://digitalarchive.wilsoncenter.org/document/113114-*

Foot, R., Gaddis, J., Hurrell, A. (2003). Order and Justice in International Relations. *Oxford Scholarship Online.*

Kuisong, Y. (2002). *Changes in Mao Zedong's Attitude toward the Indochina War, 1949-1973.* Woodrow Wilson International Center for Scholars.

Zhai, Q. (2002). *China & The Vietnam Wars, 1950-1975.* University of North Carolina Press.

Ladley, E. (2007) *Balancing Act: How Nixon Went to China and Remained a Conservative.* iUniverse Inc.

Trương Quảng Hoa. *Hồi kí cố vấn Trung Quốc*. Diendan.org.

Jian, C. (1995). China's Involvement in the Vietnam War, 1964-69. The China Quarterly (142), 356-387.

MƯỜI LÝ DO NHÂN DÂN VIỆT NAM KHÔNG CHÀO ĐÓN TẬP CẬN BÌNH

Sau khi cơn hờn giận HD-981 tạm thời dịu xuống, Tập Cận Bình, vào đầu tháng Tư, 2015, đã dành cho Nguyễn Phú Trọng một buổi tiếp đón trịnh trọng ngoài sự tưởng tượng của y mặc dù trước đó họ Tập đã từ chối tiếp y. Đáp lại ơn mưa móc, tháng Năm, 2015 đảng CSVN cũng sẽ tiếp đón Tập Cận Bình bằng những lễ nghi vô cùng trịnh trọng dù trên con đường biên giới mà hài cốt của hàng vạn thanh niên Việt Nam vẫn còn rơi rớt và trong vùng biển Việt Nam máu ngư dân vẫn ngày đêm đổ xuống trong tức tưởi âm thầm.

Rất nhiều lý do tại sao nhân dân Việt Nam không chào đón Tập Cận Bình, tôi chỉ tóm tắt 10 lý do tiêu biểu:

1. Truyền bá tư tưởng CS độc hại sang Việt Nam

Mặc dù máu của hàng vạn đồng bào Việt Nam đổ xuống trong cuộc chiến tranh chống Pháp phát xuất từ lòng yêu nước chân thành và trong sáng, cuộc chiến gọi là "chống Pháp giành độc lập" do CSVN phát động, về mặt chiến lược (lấy nông thôn bao vây thành thị) và chiến thuật (biển người) đều hoàn toàn do Trung Cộng quyết định. CSVN chỉ biết thừa hành. Và để rồi, sau khi chiếm được nửa nước, tư tưởng CS và đường lối độc tài toàn trị dã man của Mao Trạch Đông được áp dụng một cách triệt để tại miền Bắc, cụ thể nhất qua các cuộc cải cách ruộng đất giết hại hàng trăm ngàn người dân vô tội.

Câu nói của Mao: "Nhiệm vụ trung tâm và hình thức cao nhất của cách mạng là nắm lấy quyền lực thông qua đấu tranh võ trang và giải quyết vấn đề bằng chiến tranh" là tư tưởng chỉ đạo của đảng CSVN trong khi vạch định đường lối suốt hai cuộc chiến. Chiến tranh là phương tiện để đạt đến quyền lực chứ không phải giải phóng dân tộc như bộ máy tuyên truyền của đảng rêu rao.

2. Liên đới chịu trách nhiệm cho cái chết của hơn 3 triệu người Việt Nam

Cùng với đảng CSVN, Trung Cộng phải liên đới chịu trách nhiệm cho cái chết của hơn 3 triệu người Việt Nam trên cả hai miền trong giai đoạn từ 1955 đến 1975 dưới chiêu bài "Chống Mỹ cứu nước." Cuộc chiến này thực chất chỉ nhằm bành trướng chủ nghĩa CS trên toàn lãnh thổ Việt Nam và mở rộng vùng an toàn biên giới phía Nam của Trung Cộng như chính Mao thừa nhận. Dưới mắt Mao Trạch Đông và các lãnh đạo Trung Cộng sau y, vị trí của Việt Nam không khác gì vị trí của Bắc Triều Tiên và Đài Loan. Ngoài ra, các lãnh đạo CSVN chỉ là những con cờ trong cuộc chạy đua của Trung Cộng để giành ảnh hưởng trong phong trào CS quốc tế với Liên Xô. Ngay cả khẩu hiệu "Chống Mỹ cứu nước" một thời là mệnh lệnh thiêu thân của hàng triệu thanh niên miền Bắc trước 30-4-1975 cũng phát xuất từ Trung Cộng trong chiến tranh Triều Tiên.

Bằng chứng là vào ngày 7 tháng 7 năm 1954, khi chưa có một người Mỹ nào đến Việt Nam, Hồ Chí Minh đã tuyên bố "Hiện nay đế quốc Mỹ là kẻ thù chính của nhân dân thế giới và nó đang trở thành kẻ thù chính và trực tiếp của nhân dân Đông Dương, cho nên mọi việc của ta đều nhằm chống đế quốc Mỹ." Câu nói đó nhái lại câu của Mao Trạch Đông khi nói về Mỹ.

3. Cướp Hoàng Sa và một phần Trường Sa của Việt Nam

Bất chấp luật pháp quốc tế, ngày 19 tháng 1, 1974 Trung Cộng đã đánh chiếm quần đảo Hoàng Sa của Việt Nam. Hải quân Việt Nam Cộng Hoà có 75 sĩ quan và binh sĩ hy sinh trong đó hộ tống hạm Nhật Tảo (HQ-10) có 63 người chết trong đó có hạm trưởng Ngụy Văn Thà. Vào ngày 14 tháng 3, 1988, hải quân Trung Cộng đã bắn chìm 3 tàu, giết chết 74 binh sĩ Việt Nam ở phía nam bãi đá Gạc Ma.

Quốc Vụ Viện Trung Cộng, ngay sau đó, đã hợp thức hóa hành động cướp đảo này khi phê chuẩn thành lập thành phố Tam Sa bao gồm các đảo vừa chiếm được trên Biển Đông trong đó có Hoàng Sa và Trường Sa của Việt Nam mà chúng gọi là Tây Sa và Nam Sa.

4. Ủng hộ Pol Pot tàn sát dân Việt Nam

Chính Mao Trạch Đông, ngày 21 tháng 6, 1975 đã tuyên bố ủng hộ Pol Pot gây hấn với Việt Nam và sau đó viện trợ cho Pol Pot hàng trăm xe tăng, đại pháo và nhiều máy bay chiến đấu để chuẩn bị cho các trận đánh lớn có thể xảy ra. Trong giai đoạn này, Trung Cộng là đồng minh duy nhất của Khmer Đỏ. Pol Pot chủ trương chỉ cần một người Campuchia giết được ba chục người Việt, dân Campuchia sẽ tiêu diệt toàn bộ dân tộc Việt Nam.

Các cuộc đột kích vào đảo Thổ Châu, Phú Quốc, nhiều địa phương thuộc các tỉnh An Giang, Tây Ninh, đốt phá làng mạc, giết người, bắt cóc, bịt mắt thả sông của Khmer Đỏ trong giai đoạn 1977-1978 phát xuất từ chủ trương này.

5. Giết chết 30 ngàn thanh niên Việt Nam trong chiến tranh biên giới 1979

Ngày 17 tháng 2, 1979, Đặng Tiểu Bình xua khoảng từ 300 ngàn đến 500 ngàn quân, tùy theo nguồn ghi nhận, tấn công Việt Nam trong cuộc chiến gọi là Chiến Tranh Biên Giới Việt-Trung. Kết quả, hơn 30 ngàn thanh niên Việt Nam đã bị giết trong hơn ba tuần lễ chiến tranh xâm lược này. Trên đường rút lui, binh lính Trung Cộng được lệnh san bằng các thị xã, thị trấn mà Trung Cộng chiếm được, dùng thuốc nổ phá sập từ công sở đến bưu điện, từ bệnh viện đến trường học, từ chợ búa đến cầu cống. Cuộc chiến tranh biên giới là để thanh toán nợ máu xương giữa hai đảng CS, không dính dáng gì đến dân tộc Việt Nam nhưng nhân dân Việt Nam đã và đang phải trả bằng máu từ bao nhiêu thế hệ trước năm 1975 cho đến nay và chưa biết ngày nào mới trả hết nợ giùm cho đảng CSVN.

6. Phát động chiến tranh xoi mòn biên giới Việt Nam

Dù sở hữu một lãnh thổ bao la, các thế hệ lãnh đạo Trung Cộng vẫn hèn hạ tiếp tục phát động chiến tranh xoi mòn biên giới Việt Nam. Hàng loạt các trận xoi mòn biên giới đã xảy ra khi chiến tranh Việt Nam còn đang diễn ra trước 1975. Sau chiến tranh biên giới 1979, Trung Cộng tiếp tục các trận chiến xoi mòn như trận Cao Bằng năm 1980, Lạng Sơn và Hà Tuyên năm 1981, Vị Xuyên Hà Tuyên năm 1984, Lão Sơn Hà Giang năm 1984, Vị Xuyên lần nữa vào năm 1985 và năm 1986. Riêng trận Lão Sơn ngày 26 tháng Tư, 1984, theo lời kể của viên tư lịnh quân Trung Cộng mà người viết đã dịch từ China Defence vài năm sau đó, đã có 3700 binh sĩ Việt Nam bị giết. Thân xác họ, thay vì được trao trả cho phía Việt Nam hay chôn cất, đã bị đốt cháy bằng xăng dọc chân núi Lão Sơn trong lãnh thổ Việt Nam. Trung Cộng có thể khoác lác tuyên truyền về con số và cách chết của tuổi trẻ Việt Nam, nhưng Lão Sơn rơi vào tay Trung Cộng là sự thật.

7. Ngang nhiên vi phạm các quy định của Công ước Luật biển 1982 và luật pháp quốc tế

Tháng 5, 2009 Trung Cộng trình lên Liên Hiệp Quốc bản đồ mới trong đó có "Đường lưỡi bò 9 đoạn" bao gồm bốn nhóm quần đảo, bãi ngầm lớn trên biển với khoảng 80% diện tích mặt nước của Biển Đông, chỉ chừa lại khoảng 20% cho tất cả các nước còn lại. Việt Nam, nếu căn cứ vào "đường lưỡi bò" của Trung Cộng, chỉ có bờ mà không còn biển. Dù lời tuyên bố không được quốc tế chấp nhận, Trung Cộng vẫn ngang nhiên tiến hành việc xây dựng các cơ sở không chỉ về hành chánh, y tế, du lịch mà cả phi đạo quân sự trong vùng biển Việt Nam. Từ đầu năm 2015, Trung Cộng đã tiến hành xây dựng 5 đảo nhân tạo chung quanh quần đảo Trường Sa với mục đích kiểm soát khu vực giàu tài nguyên thiên nhiên hiện đang có 5 quốc gia tuyên bố chủ quyền trong đó có Việt Nam. Thái độ và hành động bá quyền của Trung Cộng vi phạm các quy định của Công ước Luật biển 1982 cũng như luật pháp quốc tế về hàng hải.

8. Tàn sát ngư dân Việt Nam

Trung Cộng thẳng tay tàn sát một cách dã man tầng lớp ngư dân Việt Nam vô tội trên những chiếc thuyền gỗ thô sơ và không một tấc sắt trong tay. Những tên cướp biển nói tiếng Quan Thoại này trong 40 năm qua đã giết rất nhiều ngư dân vô tội. Trong thời kỳ Internet tương đối phổ biến, những tin tức như cái chết thảm thương của 9 ngư dân Thanh Hóa còn được biết đến nhưng 30 năm trước đó thì không ai biết. Không có một kết toán nào tổng kết bao nhiêu ngư dân Việt Nam đã chết dưới tay của hải quân Trung Cộng. Nỗi bất hạnh của ngư dân Việt Nam đã âm thầm hòa tan vào sự chịu đựng triền miên của dân tộc Việt Nam như máu của họ đã và đang hòa tan vào nước Biển Đông xanh thẳm.

9. Nuôi dưỡng tập đoàn lãnh đạo độc tài CSVN

Lãnh đạo Trung Cộng nuôi dưỡng một tập đoàn lãnh đạo độc tài CSVN đang tâm rước voi giày mả tổ. Lãnh đạo Trung Cộng hơn ai hết biết rất rõ tham vọng cố bám vào chiếc ghế quyền lực của giới lãnh đạo CSVN. Làm gì thì làm, nói gì thì nói, lãnh đạo CSTQ cũng hiểu hiện nay chỉ còn năm đảng cầm quyền mang nhãn hiệu búa liềm. Nắm giữ CSVN về mặt lý luận tư tưởng không chỉ để bảo vệ cơ chế mà còn tránh sự sụp đổ dây chuyền trong trường hợp cách mạng dân chủ tại Việt Nam diễn ra trước. Về phía CSVN, chủ trương "hợp tác hỗ tương bình đẳng và cùng có lợi với tất cả các quốc gia" của lãnh đạo CSVN phù hợp với ý muốn của Trung Cộng. Ngay cả các cường quốc Anh, Nhật, Pháp cũng không chủ trương "hợp tác bình đẳng" nói chi là những nước mang số phận nhược tiểu, sân sau như Việt Nam. Lãnh đạo các nước nhỏ sở dĩ vượt qua được những nhược điểm khách quan của đất nước họ bởi vì họ biết cách vận dụng chính sách đối ngoại của các cường quốc để phục vụ cho sự phát triển của đất nước.

10. Thiếu tư cách của một lãnh đạo

Tập Cận Bình không có tư cách của một lãnh đạo cũng như một con người với những nhận thức lịch sử tối thiểu để nhân dân Việt Nam có thể tha thứ và chào đón y. Lãnh đạo Trung Cộng tận dụng bộ máy tuyên truyền để đưa biến cố Tàn Sát Nam Kinh (Nanking Massacre) thành một trong những cuộc dân chủ vẫn phải đối đầu với các lãnh đạo Trung Cộng và vẫn gặp phải nhiều khó khăn, nhưng chắc chắn sẽ đối đầu với Trung Cộng trong cương vị một chính phủ hợp hiến, chính thảm sát khủng khiếp nhất trong lịch sử loài người sau khi thành phố này rơi vào tay Nhật trong chiến tranh Hoa-Nhật lần thứ hai (1937–1945). Từ 1950 đến 2010, lãnh đạo các chính phủ Nhật đã 52 lần xin lỗi về các lỗi lầm do quân đội Nhật gây ra nhưng các lãnh đạo Trung Cộng vẫn chưa vừa ý. Nhật Bản chỉ chiếm đóng Trung Hoa 9 năm còn Trung Quốc chiếm đóng Việt Nam hàng trăm lần lâu hơn thế. Các lãnh đạo Trung Cộng có bao giờ xin lỗi một cách chính thức dân tộc Việt Nam về bao nhiêu tội ác mà tổ tiên của Tập Cận Bình đã gây ra cho dân tộc Việt Nam trong suốt dòng lịch sử?

Với điều kiện địa lý chính trị hiện nay, Việt Nam dù có tự do danh của một nước có chủ quyền được quốc tế cảm tình chứ không phải đám lãnh đạo chỉ biết cúi đầu tuân phục thiên triều Trung Cộng như hiện nay. Nhưng dù sao đó cũng là chuyện ngày mai, còn hôm nay, nhân dân Việt Nam dứt khoát không có lý do gì để chào đón Tập Cận Bình.

ĐẤT, BIỂN, ĐẢO, RỪNG, CÂY, CÁ, CHIM VÀ CƠ CHẾ CỘNG SẢN

Các cuộc biểu tình trên khắp ba miền trong tháng Mười, 2016, đã gây ngạc nhiên và chú ý cho báo chí quốc tế. Các hãng tin lớn như Reuters, AFP, các báo lớn như The Wall Street Journal, Chicago Tribune... đều loan tin khá chi tiết và xem đó như là sự kiện hiếm hoi. Người dân đã biết đứng lên đấu tranh cho quyền lợi của mình. Phong trào đã chứng tỏ cho đảng CS thấy thước đo của sự giận dữ và giới hạn của sự chịu đựng của người dân. So với vài năm trước, đây là một bước phát triển cao hơn của phong trào xã hội. Sự sụp đổ của Liên Xô cho thấy, bao nhiêu bom nguyên tử, mấy trăm ngàn công an chìm nổi cũng vô hiệu trước sức mạnh của nhân dân.

Những vết đen trong lịch sử của Formosa Plastics Group

Việc dư luận quy kết cho Formosa là một điều hợp lý vì lịch sử của công ty này đã có những hoạt động bất chánh như tham nhũng, hối lộ các viên chức địa phương chỉ vì mục đích lợi nhuận bất chấp sức khỏe và sinh mạng của con người. Từ khi thành lập vào năm 1954 cho đến nay, Formosa Plastics Group, một tập hợp các công ty đa dạng sản xuất nhiều mặt hàng từ dầu khí cho đến gang thép, đã vi phạm luật pháp tại các quốc gia nơi Formosa Plastics Group đầu tư và công ty này nhiều lần bị phạt và bị kết án. Vụ thải cặn bã sản xuất có chứa chất thủy ngân (mercury) xuống vịnh Sihanoukville là một ví dụ.

Năm 1999, Formosa Plastics hối lộ các cấp lãnh đạo Campuchia để nhập vào 3 ngàn tấn phế thải có thủy ngân và thải xuống vịnh Sihanoukville. Cả ba làng Campuchia trong khu vực lần lượt chết. Theo điều tra của Human Rights Watch, các phế thải thủy ngân độc được đưa từ Đài Loan sang và nhập được vào Campuchia nhờ hối lộ, như chính Hun Sen ước lượng, khoảng 3 triệu Mỹ kim cho các viên chức hải quan.

Gọi đúng là Formosa Ha Tinh Steel Corporation, tên tiếng Việt là Công ty TNHH Gang Thép Hưng Nghiệp Formosa Hà Tĩnh, viết tắt là FHTS) là một nhà máy gang thép được thiết lập tại Khu Kinh Tế Vũng Áng với tài trợ của Tổng Công Ty Formosa Plastics Group đặt bản doanh tại Đài Loan với cổ phần lớn thuộc Trung Quốc.

Formosa Ha Tinh

Formosa Ha Tinh được thành lập năm 2008 nhằm sản xuất gang thép trên vùng đất rộng 3,300 mẫu, tức 33 kilômét vuông, thuộc quận Kỳ Anh, Hà Tĩnh và gần cảng sâu Vũng Áng. Vốn đầu tư ban đầu ước lượng là 22 tỷ Mỹ kim nhưng theo nhiều nguồn tin mới, số vốn đầu tư có thể lên đến 28 tỷ Mỹ kim với những lò luyện kim sau khi hoàn thành có thể sản xuất 7.5 triệu tấn thép một năm.

Rất nhiều tác giả đã phân tích về nạn cá chết tại các tỉnh miền Trung Việt Nam. Bài viết này chỉ tập trung vào ảnh hưởng của cơ chế chính trị trong việc giải quyết các tai họa do con người hay thiên nhiên tạo ra. Trong lúc không thể ngăn chặn được tai họa, cách giải quyết của chính phủ đóng một vai trò quan trọng trong công việc cứu giúp, điều tra nguyên nhân và xây dựng lại từ trên điêu tàn đổ nát do tai họa gây ra.

Đáp ứng của lãnh đạo các chính phủ dân chủ trước các tai họa

Trên bàn của Tổng thống Harry Truman có một phương châm được in trên tấm bảng chỉ dài 13 phân tây nhưng rất nổi tiếng: "The buck stops here." "The buck" tiếng Anh có nghĩa là tấm bảng hiệu xác định ai là nhà cái trong một trận xì tố (Poker). TT Truman sử dụng nhiều lần thành ngữ này để xác định trách nhiệm của lãnh đạo một quốc gia, và như ông nói, không thể sang đến tay bất cứ một người nào khác.

Từ đó đến nay, phương châm này rất nổi tiếng và phổ biến ở Mỹ. Mới đây TT Barack Obama cũng sử dụng "The buck stops here" để nhận lãnh trách nhiệm sau thất bại của chính phủ Dân Chủ đã để đảng Cộng Hòa chiếm đa số trong Hạ Viện Hoa Kỳ. Không chỉ ở Hoa Kỳ mà trong mọi quốc gia dân chủ với tam quyền phân lập, vai trò của hành pháp có trách nhiệm cuối cùng trong điều hành đất nước và phản ứng nhanh hay chậm của chính phủ có ảnh hưởng tối hậu trong việc giải quyết tai họa.

Vài ví dụ: Cơn bão "Katrina" bắt đầu vào đất liền sáng thứ Hai, ngày 29 tháng Tám, 2005 và tàn phá các tiểu bang Mississippi, Louisiana của Hoa Kỳ. Mặc dù đang đi nghỉ hè, ngay trong lúc bão còn đang hoành hành, 11 giờ trưa hôm đó, TT George Bush đã họp báo và hứa sẽ làm tất cả để cứu giúp nạn nhân. Bốn ngày sau, tiền bạc và vật dụng cứu trợ đã trên đường đến các vùng bị thiệt hại. Chính phủ Hoa Kỳ xuất quỹ 120 tỷ Mỹ kim để cứu giúp nạn nhân.

Nước Mỹ giàu quá, hãy dùng Chile, một nước nghèo, làm ví dụ để xem lãnh đạo quốc gia này phản ứng thế nào trước trận động đất có cường độ 8.8 đã xảy ra ngày 27 tháng Bảy, 2010. Tổng thống Michelle Bachelet được thế giới ca ngợi về cách bà đã đáp ứng với trận động đất. Bà ra lệnh tức khắc khai quang mọi phi trường và khai thông các xa lộ dẫn vào vùng bị động đất. Nhờ đó, chỉ trong vòng mười ngày, 90 phần trăm nhà cửa trong các vùng động đất đã có điện trở lại và nửa triệu dân sống sót có đủ nước uống. Những xe tải lớn chở đồ viện trợ và các hàng hóa đến tận tay nạn nhân. Giống như trường hợp Tổng thống Bush, TT Michelle Bachelet cũng bị nhân dân phê bình phản ứng chậm nhưng các chuyên viên động đất cho rằng để đánh giá một cách khách quan, TT Michelle Bachelet đã đáp ứng một cách hiệu quả.

Đáp ứng từ các lãnh đạo độc tài CS

Động đất tại Nepal

Nepal là một quốc gia vùng Nam Á, có dân số khoảng 27 triệu người sống dọc theo rặng Hy Mã Lạp Sơn. Ngày 25 tháng 4, 2015, trận động đất với độ mạnh 7.8 làm hơn 8 ngàn người thiệt mạng và 19 ngàn người bị thương trầm trọng. Ngày 12 tháng 5, 2015, trận động đất thứ hai với độ mạnh 7.3 lại xảy ra giết chết thêm 125 người và gây thương tích cho 2,500 người. Theo tổng kết của chính phủ Nepal và các cơ quan cứu trợ quốc tế, con số tử vong tính đến nay là 8,583 người, 6 triệu dân bị ảnh hưởng và có đến 500 ngàn ngôi nhà bị tàn phá.

Mặc dù sau 2008, trên danh nghĩa Nepal là một nước cộng hòa nhưng thực tế vẫn do đảng Maoist Unified Communist Party of Nepal (Maoist) nắm hết quyền cai trị.

Đất nước nhỏ hẹp này bị ảnh hưởng sâu xa của Trung Cộng về mặt tư tưởng và do đó chi phối cả các hành động cứu trợ nạn nhân động đất không chỉ trung ương mà xuống tận các tầng lớp cán bộ tại các địa phương. Liên Hiệp Quốc và các tổ chức từ thiện quốc tế kết án chính phủ Nepal vô hiệu quả, thối nát, tham nhũng và ngay cả ngăn chặn các nguồn tiếp tế đến các địa phương mà chính phủ không cho phép.

Lãnh đạo CSVN trước nạn cá chết

Ngày 6 tháng 4, 2016, hàng ngàn cá chết được phát hiện tại khu vực biển Vũng Áng và bốn ngày sau, dọc bờ biển tỉnh Quảng Bình cá chết trôi dạt vào bờ. Các báo nghi nhận, không chỉ cá nhỏ mà những con cá mú, cá vược biển nặng gần 4kg. Tại bãi biển Mũi Đao, xã Kỳ Nam, thị xã Kỳ Anh, suốt 10 ngày đầu tháng Tư, cá chết thối, gây ô nhiễm môi trường. Ngư dân các xã Kỳ Lợi, Kỳ Phương và Kỳ Nam làm nghề đi biển thất thu nặng nề vì cá đánh được về cũng không ai mua, một phần vì sợ mua phải cá chết, một phần vì sợ cá bị nhiễm độc.

Lãnh đạo trung ương im lặng

Gần ba tuần sau mới có đoàn kiểm tra thuộc Bộ Tài Nguyên và môi trường, đầu tiên do Tổng cục trưởng Nguyễn Văn Tài dẫn đầu, đến kiểm tra tại Công ty Điện lực Dầu khí Hà Tĩnh và tại Công ty TNHH Hưng Nghiệp Formosa Hà Tĩnh.

Thay vì đưa ra sự thật, trong cùng ngày, báo Nhân Dân loan tin có kèm theo hình ảnh "Từ đầu năm đến nay, một số đợt thủy triều đỏ xuất hiện khiến nước sông Hoàng Mai, thị xã Hoàng Mai (Nghệ An) lúc có màu đỏ, lúc màu bùn. Nước thủy triều đỏ xâm nhập đã gây thiệt hại và khó khăn cho việc nuôi trồng thủy sản." Bức hình "thủy triều đỏ" do phóng viên Ng Vân chụp với lời ghi chú nguồn chính xác "Thủy triều đỏ xâm nhập cửa biển thị xã Hoàng Mai" chứ không phải là hình có tính cách minh họa như một số bồi bút của đảng biện hộ sau đó.

Kỹ thuật cạo sửa, thêm màu thịnh hành nhất vào thời kỳ Stalin. Tên độc tài này không chỉ giết nhiều triệu người mà còn giết những lãnh đạo cao cấp của đảng nên y phải ra lệnh cạo sửa hình ảnh chính thức của họ ra khỏi tài liệu đảng. Lev Kamenev, Grigory Zinoviev v.v... đều là những ủy viên Bộ Chính Trị đầu tiên sau cách mạng CS Nga nên hình ảnh của họ đầy dẫy trên các hồ sơ lưu trữ. Hàng ngàn tấm ảnh chính thức của họ chụp chung với Stalin đều được lịnh cạo sửa. Chưa thay thế xong lãnh đạo này, Stalin đã giết lãnh đạo khác và các chuyên viên hình ảnh lại phải tiếp tục cạo sửa. Phương pháp tuyên truyền lạc hậu đó không chết theo ý thức hệ CS mà lại được tờ báo chính thức của đảng CSVN sử dụng ngay giữa thời đại toàn cầu hóa. Các hãng tin báo chí lớn trên thế giới đều mỉa mai và phê bình hành động bẩn thỉu đó của báo đảng CSVN.

Quan hệ giữa cơ chế chính trị và môi trường

Rank	Country	Score	Peer Comp.
121	Bosnia and Herzegovina	63.28	↓
122	Antigua and Barbuda	62.55	↓
123	Kenya	62.49	↑
124	Swaziland	60.63	↑
125	Kiribati	60.48	↓
126	Oman	60.13	↓
127	Cote d'Ivoire	59.80	↑
128	Congo	59.56	↑
129	Zimbabwe	59.25	↑
130	Ghana	58.89	↑
131	Viet Nam	58.5	↓
132	Tanzania	58.34	↑
133	Nigeria	58.27	↑
134	Vanuatu	57.74	↓
135	Uganda	57.56	↑
136	Cameroon	57.13	↑
137	Maldives	57.1	↑

Rank	Country
151	Malawi
152	Comoros
153	Myanmar
154	Sao Tome and Principe
155	Guinea-Bissau
156	Papua New Guinea
157	Lesotho
158	Solomon Islands
159	Central African Republic
160	Mauritania
161	Togo
162	Sierra Leone
163	Ethiopia
164	Djibouti
165	Burkina Faso
166	Benin
167	Liberia

Thống kê 2016 Global Metrics for the Environment do đại học Yale công bố cho thấy có sự gắn liền giữa sự trong sạch trong chính phủ và sự trong sạch của môi trường. Bằng chứng, những quốc gia nằm trong tay các chính phủ tham nhũng, độc tài quân phiệt cai trị ở Phi Châu như Trung Phi, Cộng Hòa Congo, Ghana v.v... cũng là những quốc gia mà nơi đó rừng bị khai thác không kiểm soát và thú hiếm sắp bị tận diệt. Trong khi đó, những quốc gia được xem là bảo vệ môi trường tốt nhất như Finland, Iceland, Switzerland, Sweden đồng thời cũng là những quốc gia được lãnh đạo bởi các chính phủ trong sạch nhất thế giới. Việt Nam được xếp vào hạng 131, và nếu để ý các bạn sẽ thấy nhóm quốc gia trong đó có Việt Nam phần lớn là Phi Châu như Congo, Ghana, Tanzania, Nigeria nghèo và trong mức độ còn chịu đựng độc tài.

Lý do đáp ứng chậm:

"Hồng hơn chuyên": Các lãnh đạo CS không do ai bầu ra và cũng không do một cơ quan hành pháp nào đề nghị với sự phê chuẩn bởi cơ quan lập pháp độc lập. Họ phần đông rất dốt nát về chuyên môn nhưng trung thành với mục tiêu của đảng CS và là thành viên các phe cánh lãnh đạo CS đang thắng thế sau môt cuộc tranh chấp nội bộ. Chế độ CS như chiếc máy CS rệu rã nhưng vẫn chạy vì mòn đều và xăng nhớt là thành phần có học ham danh lợi. Như môt tập quán CS, mỗi khi có một sự kiện hay tai họa xảy ra, ý niệm đầu tiên đến trong đầu họ là tìm cách gì đó để bao che. Thay vì tức khắc thành lập một ban đặc nhiệm, độc lập và mời các chuyên viên quốc tế đến điều tra, họ lại đi bơi để chứng tỏ nước an toàn. Hành động tuyên truyền trẻ con này gợi nhớ đến việc Mao, để kích thích tuổi trẻ tham gia vào Cách mạng Văn Hóa dã man ở Trung Quốc, đã bơi trên sông Trường Giang (Yangtze) cuối năm 1965.

Thụ động, che giấu tội lỗi và lừa dối lẫn nhau: Trong một cơ chế trung ương tập quyền CS, sáng kiến cá nhân hay cả phát biểu cá nhân là những điều tối kỵ. Cấp thấp chờ đợi cấp cao hơn và cứ theo chiếc thang quyền lực đó mà dẫn đến trung ương. Các cán bộ CS trong guồng máy không có quyền phê bình lãnh đạo hay phê bình chính sách của đảng bởi vì làm vậy là vi phạm kỷ luật đảng, không trung thành với mục tiêu của đảng. Cấp thấp nói dối đến cấp trên, bịa đặt thành quả và che đậy thất bại. Do đó, không ngạc nhiên khi cần gần một tháng để có một đoàn do trung ương cử xuống. Có người sẽ biện hộ cho đảng, cho rằng không thể so việc cá chết với người chết. Nếu một trận động đất lớn như động đất tại Nepal chẳng hạn, chính phủ sẽ phản ứng nhanh hơn. Không, cơ chế chi phối hành động. Phản ứng của cơ chế chính trị CS ở đâu cũng vậy. Không chỉ Việt Nam ngày nay mà Liên Xô trước đây cũng không khác. Khi các nước Thụy Sỹ, Đan Mạch, Phần Lan và Na Uy khám phá ra chất phóng xạ cao trong khu vực có nhà máy nguyên tử Chernobyl và liên lạc với Liên Xô, chính phủ Liên Xô bác bỏ nguồn tin một tai họa nguyên tử vừa xảy ra. Và khi cả thế giới đều biết qua phim ảnh vệ tinh, Liên Xô thừa nhận có tai nạn nhưng đã giải quyết xong rồi.

Việt Nam hôm nay, nhìn ra, nhìn lên, nhìn trước, nhìn sau đều không có lối thoát, bởi vì vấn đề của Việt Nam là vấn đề nhân quả. Sau đất, biển, đảo, rừng, cây, thực phẩm, thức ăn, chim cá, rồi sẽ tới gì nữa? Chưa biết, nhưng dù gì cũng chỉ là "quả" chứ không phải là "nhân." Tội ác sẽ không bao giờ xóa được khi các nguyên nhân gây ra tội ác vẫn còn tồn tại. Do đó, thay vì hái "quả" phải tập trung thay đổi "nhân" CS đã và đang gây ra thảm trạng ngày nay.

TÌM ĐÂU RA MINH BẠCH?

Khẩu hiệu "Cá cần nước sạch, Dân cần minh bạch" có lẽ là khẩu hiêu nổi bật nhất trong những biểu ngữ được giương cao trong các cuộc biểu tình vừa qua. Người dân đòi hỏi nhà nước CSVN phải minh bạch.

Minh bạch của chính phủ (Governmental transparency) là gì?

Người viết sẽ chọn hai trong nhiều định nghĩa về minh bạch.

Theo wikipedia: "*Trong chính trị, minh bạch được dùng như là một phương tiện để quy trách nhiệm của các viên chức phục vụ người dân và trong việc chống tham nhũng. Khi những phiên họp của một chính phủ được mở rộng cho báo chí và công chúng, ngân sách của chính phủ có thể được bất cứ người dân nào xem xét, và luật pháp cũng như quyết định của chính phủ mở rộng để thảo luận, chính phủ đó được xem như là minh bạch, và có ít cơ hội để các viên chức chính phủ lạm dụng hệ thống vì lợi ích riêng tư của họ.*"

(In politics, transparency is used as a means of holding public officials accountable and fighting corruption. When a government's meetings are open to the press and the public, its budgets may be reviewed by anyone, and its laws and decisions are open to discussion, it is seen as transparent, and there is less opportunity for the authorities to abuse the system for their own interests.)

Theo The Encyclopedia of American Politics: "Công *khai, trách nhiệm, và thành thật xác định tính minh bạch của chính phủ. Trong một xã hội tự do, minh bạch là trách nhiệm của chính phủ để chia sẻ thông tin với người dân. Minh bạch là phần quan trọng nhất để qua đó người dân quy trách nhiệm cho các viên chức chính quyền.*"

(Openness, accountability, and honesty define government transparency. In a free society, transparency is government's obligation to share information with citizens. It is at the heart of how citizens hold their public officials accountable.)

Theo các định nghĩa đó, ba đặc điểm của minh bạch cần phải có gồm (1) thành thật, (2) công khai và (3) trách nhiệm. Đồng thời, ba hậu quả của không minh bạch trong chính phủ gồm (1) thông tin bị bưng bít, (2) lạm dụng quyền hành và (3) tham nhũng.

Dưới chế độ CSVN hiện nay, nếu chỉ phải trả lời theo lối trắc nghiệm, một người có nhận thức chính trị căn bản nào cũng có thể dễ dàng chọn "không" cho ba đặc điểm và "có" cho ba hậu quả.

Không minh bạch trong chính phủ không chỉ là vấn đề riêng của CSVN mà là của cả phong trào CS quốc tế.

Gorbachev và minh bạch

Sau khi phong trào CS Liên Xô và Đông Âu sụp đổ, nhiều nhà nghiên cứu đổ xô đi tìm lý do. Mỗi người nhìn sự sụp đổ của phong trào CS quốc tế từ một góc cạnh khác nhau tùy theo mục đích nghiên cứu của mình nhưng đều cùng nêu ra một lý do chung: Chính quyền CS không minh bạch.

Là lãnh đạo CS cao cấp nhất của đảng và nhà nước Liên Xô, hơn ai hết, Mikhail Gorbachev biết rất rõ lý do. Ông ý thức rằng hệ thống Soviet dựa vào tuyên truyền dối trá và nhà tù, hơn 70 năm đã kìm hãm sự phát triển tự do của nhận thức con người, đi ngược lại sự chuyển động tự nhiên của xã hội.

Vào cuối thập niên 1980, văn minh nhân loại đã phát triển đến mức những câu chuyện tuyên truyền hoang đường về một thiên đường CS đã thành những chuyện cười trong các quán rượu ở Nga, và nhà tù không thể nhốt hết 300 triệu người dân trong 15 nước thuộc Liên Bang Xô Viết. Muốn Liên Xô tồn tại, đảng CS phải thực hiện những thay đổi tận gốc rễ của chế độ, trước hết là minh bạch.

Chính từ lý do đó, một trong những trọng điểm của chương trình Glasnost (Cởi mở) mà Gorbachev phát động vào năm 1986 là để gia tăng mức độ minh bạch trong chính phủ. Gorbachev chủ trương tạo một không khí tranh luận giữa chính phủ và người dân về tất cả các vấn đề của đất nước, và điều này cũng có nghĩa giới hạn quyền kiểm soát của trung ương Xô Viết như đã có trước đây.

Nhưng những cố gắng của Gorbachev đến quá trễ và trở thành con dao hai lưỡi, chặt đứt chế độ mà ông ta nỗ lực để cứu vãn.

Từ Đặng Tiểu Bình đến Tập Cận Bình và minh bạch

Học bài học Liên Xô, Đặng Tiểu Bình và các thế hệ lãnh đạo Trung Cộng sau y thay vì mở rộng đã chọn lựa ban cho người dân cơm áo nhưng siết chặt xã hội Trung Quốc bằng một chế độ hà khắc về đời sống tinh thần không khác gì Tần Thủy Hoàng hai ngàn hai trăm năm trước.

Lãnh đạo Trung Cộng ngăn cấm sử dụng Internet ngoài giới hạn cho phép. Các mạng thông tin xã hội quen thuộc với phần lớn nhân loại như Facebook, Twitter hay Youtube bị chặn. Mọi đường thông tin ra ngoài Trung Quốc đều do Đề án Lá chắn Vàng (Golden Shield Project) thuộc Bộ An ninh Quốc

Gia kiểm soát. Để trấn áp dân chúng trong lãnh vực thông tin, Bộ An ninh Quốc Gia Trung Cộng tuyển dụng một lực lượng an ninh mạng khoảng 2 triệu nhân viên.

Trong một bài bình luận gởi riêng cho báo The New York Times ngày 15 tháng 6, 2015, Bào Đồng (Bao Tong), cựu Trưởng Ban Cải cách Chính trị Trung Ương đảng CSTQ và là Thư ký riêng của cố Thủ tướng Triệu Tử Dương, nhận xét rằng chính sách "làm giàu trước đã" của Đặng đã biến xã hội Trung Quốc thành một xã hội tham nhũng từ địa phương đến trung ương, lãng phí tài nguyên, tàn phá môi trường thiên nhiên và di họa cho các thế hệ mai sau. Họ Đặng làm mọi cách để gia tăng tổng sản lượng bất chấp những tai họa do các chính sách đó gây ra.

Đầu năm 2015, trước áp lực quốc tế và sức phản kháng của người dân như mạch nước ngầm đang chuyển động, lãnh đạo Trung Cộng lo sợ và tuyên bố sẽ minh bạch hơn trong các chính sách kinh tế, quốc phòng và đẩy mạnh chính sách chống tham nhũng. Tuy nhiên, theo các nhà phân tích, hành động của họ Tập chỉ nhằm mục đích thanh trừng các phần tử chống đối và củng cố quyền lực cá nhân hơn là gia tăng minh bạch trong chính phủ.

Trung Cộng tồn tại được bao lâu hiện đang là một chủ đề được các nhà nghiên cứu kinh tế chính trị tập trung. Không ai biết chắc về thời điểm hay cách thức nhưng đều đồng ý Trung Cộng sụp đổ chỉ là vấn đề thời gian. Lần nữa, một trong những lý do là không minh bạch trong chính phủ.

CSVN và minh bạch

Việt Nam, về bên ngoài, đang đối diện với con quái vật Trung Cộng đang ăn tươi nuốt sống từng phần thân thể, và bên trong, là một chế độ toàn trị tồn tại bằng tuyên truyền lừa bịp, bằng nhà tù và sân bắn.

Nhìn cách lãnh đạo CSVN giải quyết vụ cá chết hiện nay để thấy truyền thống bịa đặt, bao che, giả dối, đổ thừa vẫn chưa thay đổi. Mỗi khi có một biến cố ảnh hưởng đến uy tín của lãnh đạo, trước hết họ im lặng mong cho biến cố tự động qua đi. Nếu không im lặng được, không lấp liếm được, họ nặn ra một nguyên nhân chỉ để đổ thừa mặc cho hàng triệu ngư dân đang đói khát, tài nguyên đất nước bị tiêu hao và những kẻ thật sự gây ra tai họa có thêm thời gian để xóa đi bằng chứng.

Người viết đã bàn khá nhiều về chính sách tẩy não, tuyên truyền lừa bịp và chế độ công an trị, ở đây chỉ nêu ra những thống kê quốc tế về tình trạng tham nhũng tại Việt Nam.

Theo *Index Corruption Perceptions* do tổ chức *Transparency International* công bố, năm 2015, về chỉ số tham nhũng, Việt Nam bị xếp vào hạng 112 trong số 176 quốc gia được phân tích. Thoạt nhìn, hạng 112 trên 176 không hẳn là quá thấp nhưng thật ra chỉ đứng trên Bắc Hàn đội sổ 18 hạng (nhiều nước cùng một hạng). Nhìn vào bảng thống kê, một người Việt có chút nhận thức không khỏi lấy làm hổ thẹn là người Việt. Các quốc gia cùng nhóm tham nhũng nặng với Việt Nam là những nước nghèo nàn, độc tài Phi Châu.

107	Togo	32	29	29	30
112	Honduras	31	29	26	26
112	Malawi	31	33	37	37
112	Mauritania	31	30	30	31
112	Mozambique	31	31	30	31
112	Vietnam	31	31	31	31
117	Pakistan	30	29	28	27
117	Tanzania	30	31	33	35
119	Azerbaijan	29	29	28	27
119	Guyana	29	30	27	28
119	Russia	29	27	28	28
119	Sierra Leone	29	31	30	31

Mặc dù lãnh đạo CS gào thét chống tham nhũng trong không biết bao nhiêu nghị quyết, chỉ số tham nhũng của Việt Nam đã rớt từ hạng 76 năm 2000 xuống hạng 112 năm 2012, và ba năm qua vẫn không cải thiện được một điểm nào. Sau 41 năm "độc lập, tự do, hạnh phúc," xã hội Việt Nam hư thối hơn những nước cách đây không lâu còn chìm đắm trong chiến tranh.

Khẩu hiệu "Cá cần nước sạch, Dân cần minh bạch" không phải là một đòi hỏi mà là một khẳng định. Người dân cần được lãnh đạo bởi một chính quyền minh bạch. Nhưng tìm đâu ra minh bạch tại Việt Nam? Không tìm đâu ra được bởi vì đơn giản minh bạch không tồn tại dưới chế độ CS và do đó, cách duy nhất để có minh bạch là người dân phải đứng lên tạo dựng cho mình một cơ chế mới thành thật, công khai, trách nhiệm, một chính phủ thật sự do dân và vì dân.

TỪ HỒ CẨM ĐÀO ĐẾN OBAMA, BÀI HỌC VỀ CHÍNH SÁCH "SỨC MẠNH MỀM" (SOFT POWER)

Sau thời kỳ Chiến tranh lạnh chủ trương "Sức mạnh mềm" (Soft power) trở thành một xu hướng mới trong chính trị thế giới. Hàng loạt các cường quốc theo đuổi chính sách đối ngoại này. Theo thống kê của tạp chí chuyên về quan hệ quốc tế *Monocle*, quốc gia đứng đầu là Đức, sau đó theo thứ tự gồm Anh, Mỹ, Pháp, Nhật, Thụy Điển, Úc, Thụy Sĩ, Canada và Ý. Nhưng theo nhiều nhà phân tích chính sách "Sức mạnh mềm" này cũng là cơ hội cho Trung Cộng và Nga bành trướng. Nhiều lãnh tụ Cộng hòa như Dân biểu Dan Burton còn phê bình chính sách đối ngoại của Obama về căn bản không khác nhiều so với Chính sách nhân nhượng (Appeasement policy) của cố Thủ tướng Anh Nevill Chamberlain khi cấu kết với Pháp để tặng vùng Sudetenland cho Adolf Hitler và là sai lầm đó đã dẫn đến thảm họa lớn nhất trong lịch sử nhân loại như đã được trình bày trong bài Hiểm họa Trung Cộng và bài học Tiệp Khắc.

"Sức mạnh mềm" là gì?

Joseph Nye Jr., giáo sư chính trị học đại học Harvard và là một trong những người đầu tiên đưa ra lý thuyết chính trị chủ nghĩa tân tự do (neoliberalism) trong quan hệ quốc tế từ cuối thập niên 1970, định nghĩa sức mạnh là khả năng để ảnh hưởng hành vi của người khác nhằm đạt được kết quả mà bạn muốn. Ba cách căn bản để thực hiện:

- Buộc người khác phải làm bằng cách đe dọa.

- Dụ dỗ họ với thù lao.

- Hay hấp dẫn và hợp tác với họ.

Theo Giáo sư Joseph Nye Jr., "Sức mạnh mềm" được định nghĩa như là khả năng đạt được mục tiêu bằng ảnh hưởng, hợp tác với đối phương thay vì ép buộc đối phương phải tuân hành.

Joseph Nye Jr. tóm tắt quan điểm này trong tác phẩm *Sức mạnh Mềm*: Phương tiện để Thành công trong Chính trị Thế giới (Soft Power: The Means to Success in World Politics): "Một quốc gia có thể đạt được kết quả mong muốn trong chính trị thế giới bởi vì các quốc gia khác - khâm phục giá trị của nó, tích cực noi gương các thành tựu nó đạt được, khát vọng để đạt đến mức độ thịnh vượng và mở rộng của nó, muốn theo chân nó. Trong ý nghĩa đó, quan trọng là đặt ra một nghị trình và thu hút các quốc gia khác trong chính trị thế giới, và không chỉ buộc họ thay đổi bằng các đe dọa quân sự hay trừng phạt kinh tế". Cũng theo Joseph Nye Jr., "Sức mạnh mềm" của một quốc gia đặt trên ba nguồn gồm văn hóa, giá trị chính trị và chính sách đối ngoại. Trong tâm bài viết này nhắm vào nguồn thứ ba, chính sách đối ngoại.

Tổng thống Barack Obama và chính sách đối ngoại "Sức mạnh mềm"

Sau khi đắc cử tổng thống, Barack Obama từ bỏ chính sách hành động đơn phương (unilateralism) thời George W. Bush và theo đuổi chính sách đa phương (multilateralism) mềm dẻo, lôi kéo thay vì áp lực, bắt buộc. TT Obama dựa vào các định chế, cơ quan quốc tế để giải quyết các xung đột và thúc đẩy các quan hệ ngoại giao.

- Đối với Trung Cộng. Tháng 11, 2011, trong buổi tiếp đón long trọng với 21 phát súng đại bác chào mừng dành cho Chủ tịch Trung Cộng Hồ Cẩm Đào, Tổng thống Barack Obama cũng phát biểu "Hợp tác giữa hai quốc gia chúng ta đem lại lợi ích cho thế giới" và cho Trung Cộng là một trong những thân hữu của Mỹ. Hồ Cẩm Đào trong buổi phỏng vấn dành cho *Wall Street* và *Washington Post* trong những ngày sau đó, cũng phát biểu với giọng điệu tuyên truyền không khác gì Hitler đã phát biểu tại Munich: "*Chúng ta nên hành động dựa trên các quyền lợi căn bản của nhân dân hai nước và tôn trọng các lợi ích chung của hòa bình và phát triển thế giới.*"

- Đối với Iran. Suốt thời gian vận động tranh cử cũng như diễn văn đọc tại Cairo tháng Sáu 2009, TT Obama cổ vũ cho chủ trương đa phương thông qua tham khảo, tranh luận, xây dựng các tính hợp pháp và thúc đẩy các mối quan tâm chung vốn thiếu vắng trong thời kỳ George W. Bush. Vào tháng Tư 2009, TT Obama tuyên bố tại Prague, Mỹ "*tìm kiếm việc liên hệ với Iran trên cơ sở tôn trọng quyền lợi và sự kính trọng hỗ tương*".

- Đối với Nga. Tháng Ba 2009, bà Hillary Clinton, lúc đó là Ngoại trưởng Mỹ tặng cho Ngoại trưởng Nga Sergey Lavrov một cái nút "reset" như một bày tỏ cho đại diện Nga biết đây là thời điểm bắt đầu mới trong quan hệ giữa hai nước. Thay vì tiếp tục hay từng bước thay đổi chính sách đối ngoại của tổng thống tiền nhiệm, TT Obama ngưng tức khắc chính sách đối với Nga của TT Bush và thay vào đó bằng một chính sách mới được các nhà phân tích gọi là "chính sách làm lại từ đầu" (reset policy) sau thời kỳ Chiến tranh lạnh. TT Obama khuyến khích Nga để đóng vai trò cứng rắn hơn đối với Iran và cho phép phi cơ Mỹ bay ngang không phận Nga trên đường tiếp tế cho các lực lượng Mỹ và đồng minh tại Afghanistan. Đáp lại, Obama ngưng áp lực NATO để nhận Georgia và Ukraine vào tổ chức này.

Sự thất bại của chính sách "Sức mạnh mềm" của TT Obama

Với Trung Cộng: Các nhà phân tích đồng ý, miệng lưỡi "hòa bình thế giới" của các lãnh đạo Trung Cộng đã không đi đôi với hành động của họ. Tổng thống Obama đã chứng tỏ quá mềm yếu trước các hành động khiêu khích và trước các vi phạm nhân quyền trầm trọng của lãnh đạo Trung Cộng:

Tiếp tục bảo vệ tới cùng chế độ độc tại dã man Bắc Hàn.

Cho phép vận chuyển các bộ phận hỏa tiễn Bắc Hàn sang Iran qua ngã phi trường Bắc Kinh.

Dùng vũ lực khống chế khu vực biển Đông, độc quyền khai thác các nguồn dầu mỏ, khoáng sản và xâm phạm quyền lợi của các quốc gia vùng Đông Nam Á.

Vi phạm một cách trắng trợn các quyền căn bản của người dân.

Đàn áp dã man các cuộc biểu tình đòi quyền sống của Tây Tạng và các dân tộc thiểu số.

Tiếp tục tăng cường quân sự, hiện đại hóa võ khi và đe dọa chủ quyền các quốc gia Á Châu.

Mới đây, trong một cuộc phỏng vấn dành cho *New York Times*, sáng thứ Ba 4 tháng 2, 2014, Tổng thống Philippines

Benigno S. Aquino III kêu gọi các quốc gia trên thế giới làm nhiều hơn nữa để yểm trợ Philippines trong việc đương đầu với Trung Cộng đang xâm phạm lãnh hải Philippines. Tổng thống Aquino so sánh sự thất bại của Tây phương để ủng hộ Tiệp Khắc chống lại Hitler đã dẫn đến Thế Chiến II. Trong 90 phút phỏng vấn dành cho *New York Times*, Tổng thống Aquino nhấn mạnh "*Thế giới phải làm việc này, quý vị có nhớ vùng Sudetenland đã được nhượng cho Hitler để cố tránh Thế chiến II hay không?*"

- Với Iran: Theo Giáo sư Mark P. Lagon, giảng dạy môn an ninh và chính trị thế giới tại đại học Georgetown, trong tiểu luận *Giá trị của các giá trị: Sức mạnh mềm dưới thời TT Obama* (The Value of Values: Soft Power Under Obama) đăng trong tạp chí Các vấn đề thế giới phê bình TT Obama đã bỏ quên giá trị sức mạnh quần chúng khi bắt tay với lãnh đạo độc tài. Chính vì chủ trương đối thoại với lãnh đạo Iran, Mỹ đã từ chối công khai ủng hộ cuộc biểu tình đòi dân chủ của ba triệu dân Iran.

- Với Nga: Rất nhiều bài viết và phân tích về tham vọng bành trướng của Putin. Điều quan trọng nên nhớ, tham vọng của y không dừng lại ở bán đảo Crimea mà là Ukraine. Putin đã tiết lộ quan điểm "Ukraine thuộc Nga" với cựu TT George W. Bush vào năm 2008. Ngoài việc hăm dọa Nga phải chịu đựng một "hậu quả trầm trọng" cho đến nay TT Obama không có và cũng không thể có một biện pháp trừng phạt nào đáng để làm Putin lo ngại. Dĩ nhiên, hành động của Putin vi phạm các hiệp ước Nga mà đã ký kết bảo đảm chủ quyền Ukraine trong đó có Crimea được ký tại Budapest 1994 nhưng rồi đâu cũng sẽ vào đấy. Hôm nay, như cả thế giới đều biết, Putin lợi dụng chính sách "Sức mạnh mềm" của Tây Âu và Mỹ để chiếm vùng Crimea tự trị của Ukraine.

Chính sách "Sức mạnh mềm" (Soft power) của Mỹ và chính sách Nhân nhượng (Appeasement policy) của Anh

Chính sách "Sức mạnh mềm" (Soft power) của Mỹ và Tây Âu hiện nay được nhiều nhà phân tích so sánh với chính sách Nhân nhượng (Appeasement policy) của Anh và Pháp trước thế chiến thứ hai.

Sau thế chiến thứ nhất, dù thắng hay bại, các quốc gia đều phải chịu đựng một thời kỳ suy thoái kinh tế trầm trọng và cần ổn định để phục hồi kinh tế. Khuynh hướng chủ hòa, do đó, chế ngự trong sinh hoạt chính trị tại các cường quốc dân chủ và lãnh tụ hàng đầu của khuynh hướng này là thủ tướng Anh, Nevill Chamberlain. Thủ tướng Nevill Chamberlain tìm cách hòa giải mối thù địch với Đức. Khi Đức sáp nhập Áo, Chamberlain không có phản ứng cụ thể nào. Hitler nắm được điểm yếu của các lãnh đạo Tây Âu, bước thêm bước khác bằng cách muốn sáp nhập vùng Sudetenlan của Tiệp Khắc đang có hơn ba triệu người gốc Đức, vào lãnh thổ Đức, nếu không sẽ dùng phương tiện vũ lực. Ngày 15 tháng Chín năm 1938, Thủ tướng Nevill Chamberlain bay sang Đức để thương thuyết với Hitler. Các cuộc thương thuyết giằng co cho đến sáng sớm 30 tháng 9 năm 1939, thỏa hiệp Munich được ký kết giữa Đức, Anh, Pháp và Ý, trong đó, cho phép Đức sáp nhập vùng Sudetenland trù phú và chiến lược vào lãnh thổ Đức.

Lịch sử dường như đang được lập lại. Trong tuần này, lần đầu tiên cựu Ngoại trưởng Hillary Clinton lẫn Thượng Nghị Sĩ John McCain đều đồng ý cách hành xử của Vladimir Putin cũng chẳng khác gì Adolf Hitler trong năm 1938. Từ mấy chục năm nay, có lẽ ít khi hồn ma Hitler được lãnh đạo các cường quốc nhắc nhở nhiều hơn thời gian này. Tham vọng mở rộng biên giới Đức về hướng Áo, Tiệp Khắc, Ba Lan, Romania, Hungary của Hitler trong những năm cuối của thập niên 1930 đã trở thành bài học cho các quốc gia đang đương đầu với tham vọng bành trướng của Trung Cộng ở Á Châu và Nga tại châu Âu.

Tối thứ Tư, 5 tháng 3 vừa qua, cựu Ngoại trưởng Mỹ Hillary Clinton gián tiếp so sánh việc Vladimir Putin mang quân vào Ukraine tương tự với việc Adolf Hitler xâm chiếm Tiệp Khắc và Romania. Bà Hillary Clinton phát biểu "*Hitler nói 'họ* [dân nói tiếng Đức tại các quốc gia Đông Âu] *không được đối xử đúng. Tôi phải đến nơi để bảo vệ dân của tôi.' Và điều đó làm mọi người lo sợ*". Bà Clinton cũng cho rằng "*đòi hỏi của Tổng thống Putin và những lãnh đạo Nga khác rằng họ phải tiến vào Crimea và có thể các khu vực miền đông Ukraine vì họ phải bảo vệ thiểu số người Nga, và điều đó nhắc lại các đòi hỏi vào những năm 1930 khi Đức dưới thời Quốc Xã lặp đi lặp lạirằng họ phải bảo vệ thiểu số người Đức tại Ba Lan, Tiệp Khắc và nhiều nơi khác ở châu Âu.*"

TNS John McCain trả lời phóng viên Andrea Mitchell của MSNBC liệu Putin có chủ trương tái lập "đế quốc theo kiểu Soviet" trước đây hay không, đã phát biểu: "*Tôi nghĩ ông ta luôn có tham vọng đó. Và khi Ukranine có vẻ đang đi lạc hướng vì các biến cố vừa qua làm cho chủ trương kiểm soát Crimea và Sebastopol của ông ta trở nên nguy hiểm... hai lần như thế nhưng đặc biệt lần nầy, quyền của dân nói tiếng Nga cần phải được bảo vệ tại Romania, tại Poland, tại các quốc gia vùng Baltic, họ đều nói tiếng Nga, và dĩ nhiên, sự kiện đã trở lại như trong thời điểm của Adolf Hitler và Joseph Stalin.*"

Thượng Nghị Sĩ Cộng Hòa tiểu bang Florida Marco Rubio cũng đồng ý với cách so sánh của bà Hillary Clinton. Và lý do chính đã đẩy các chính khách của hai đảng về cùng một phía trong biến cố Ukraine bởi vì sách lược "Sức mạnh mềm" của TT Obama đã thất bại. Bà Hillary Clinton, người có khả năng cao sẽ ứng cử tổng thống vào năm 2016, muốn tránh càng xa càng tốt chính sách "Sức mạnh mềm" mà chính bà là người thực hiện trong suốt 5 năm làm ngoại trưởng Mỹ.

Phiên bản Trung Cộng của chính sách "Sức mạnh mềm"

Hồ Cẩm Đào tại Hội nghị đảng CSTQ lần thứ 17 nhấn mạnh việc Trung Cộng cần đẩy mạnh chính sách "Sức mạnh mềm" và khi thúc đẩy chính sách này, lãnh đạo Trung Cộng cũng chú tâm đến các lãnh vực văn hóa, giá trị chính trị và chính sách đối ngoại, nhất là tại châu Phi. Khác với nội dung do Joseph Nye phác họa, chính sách của Trung Cộng thực chất là một chính sách tuyên truyền và mua chuộc, tương tự như chính sách thực dân trước đây. Người viết đã trình bày nội dung của chính sách Trung Cộng tại Phi Châu trong tiểu luận *Hiểm họa Trung Cộng* và bài học Congo, xin tóm tắt lại ở đây:

- Văn hóa: Kể từ sau Diễn đàn hợp tác Hoa Phi được tổ chức lần đầu vào năm 2000, lãnh đạo Trung Cộng xem Phi Châu là vùng cần được khai hóa. Trung Cộng không chỉ xuất cảng hàng hóa mà còn xuất cảng cả văn hóa. Viện Khổng Tử đầu tiên được xây dựng tại đại học Nairobi, Kenya năm 2005 và hiện nay có khoảng 25 viện Khổng Tử tại Phi Châu. Rất nhiều viện khác đang được dựng lên. Cơ quan Tân Hoa Xã có 20 văn phòng thường trực tại Phi Châu và đầu năm 2012, hệ thống Truyền Hình Trung Ương Trung Quốc chính thức phát hình tại thủ đô Nairobi, Kenya. Với kỹ thuật tuyên truyền tinh vi phối hợp với các hoạt động kinh tế, chính trị, văn hóa, đã làm cho người dân Phi Châu có cái nhìn tích cực về Trung Cộng hơn các cường quốc khác. Cựu Ngoại trưởng Mỹ bà Hillary Clinton tố cáo đó chỉ là một loại chủ nghĩa thực dân mới và nhà báo Barry Malone viết trong *Reuters blog* cho rằng đó là một phiên bản khác của chủ nghĩa đế quốc.

- Chính trị: Các lãnh đạo Phi châu ca ngợi hợp tác kinh tế với Trung Cộng vì hợp tác với Trung Cộng, các lãnh đạo Phi châu không phải bận tâm về các vấn đề tự do, dân chủ, nhân quyền vì chính sách của Trung Cộng không can thiệp vào nội bộ của các nước khác. Trong khi các vấn đề nhân quyền đã đẩy các công ty phương Tây ra khỏi châu Phi thì Trung Cộng trở thành nước độc quyền đầu tư và khai thác kinh tế. Ngoài ra, hợp tác với Trung Cộng không phải thông qua các thủ tục, các điều kiện phức tạp như khi vay tiền của IMF (Quỹ Tiền tệ Quốc tế). Trung Cộng ưu đãi, bao che và nếu cần sẽ sẵn sàng tiếp tay cho giới lãnh đạo để đàn áp các thành phần đối lập, các tầng lớp nhân dân. Trung Cộng cung cấp cho giới lãnh đạo Phi châu tiền bạc, súng đạn, an ninh cá nhân và bảo vệ chế độ bằng sử dụng quyền phủ quyết trong các cơ quan quốc tế như Liên Hiệp Quốc.

- Kinh tế: Quan hệ thương mại giữa Trung Cộng và Châu Phi đã tiến nhanh đến một mức không ngờ. Năm 2000 chỉ 10.5 tỉ Dollar nhưng 2011 lên đến 166 tỉ Dollar vượt qua cả Mỹ. Trung Cộng củng cố vị trí hay đúng hơn là trói buộc các quốc gia Phi Châu qua hàng loạt các đề án như tiền vay để xây dựng đường sá hay huấn luyện nhiều ngàn chuyên viên người Phi Châu trong nhiều lãnh vực khác nhau. Quan hệ mậu dịch giữa Trung Cộng và các nước châu Phi vào cuối năm ngoái, 2013, đã tăng đến 200 tỉ Dollar so với 85 tỉ của Mỹ. Tổng cộng mậu dịch giữa các quốc gia châu Âu và châu Phi chỉ đạt đến 137 tỉ Dollar. Trung Cộng cần nhiên liệu dầu mỏ, khí đốt và nguyên liệu như đồng, cobalt, cadmium, platinum, kim cương, vàng từ Congo, Liberia, South Africa, Zambia và Zimbabwe. Không giống Mỹ chỉ giao thương về hàng hóa, Trung Cộng giao thương cả nguyên vật liệu, hàng hóa tiêu dùng và dịch vụ. Quan hệ mậu dịch này cho thấy Phi châu không thể phát triển nếu không có Trung Cộng.

Mục tiêu của chính sách "Sức mạnh mềm" của Trung Cộng tại châu Phi

- Thỏa mãn nhu cầu năng lượng và nguyên liệu: Phát triển kinh tế đòi hỏi trước hết là nguyên liệu. Sự thất thoát và lãng phí nguyên vật liệu trong sản xuất đã làm nhu cầu nguyên liệu của Trung Cộng vốn đã thiếu hụt lại càng thiếu hụt trầm trọng hơn. Để đuổi kịp các nước tư bản phát triển và vượt qua những khiếm khuyết trong sử dụng nguyên liệu, giới lãnh đạo kinh tế Trung Cộng không áp dụng các phương pháp kinh doanh truyền thống mà Mỹ và các nước Tây Âu đã và đang áp dụng. Tệ hại hơn cả các chế độ thực dân trước đây, Trung Cộng vơ vét đủ cách, đủ kiểu, chính thức qua các hợp đồng nhà nước và không chính thức qua trung gian các công ty thầu thu mua do người bản xứ điều hành.

- Giải quyết nạn thặng dư dân số tại Trung Hoa lục địa: Nội dung của chủ nghĩa bành trướng thế giới của Trung Cộng không chỉ giới hạn về kinh tế mà đồng thời để giải quyết được nạn thặng dư dân số tại nội địa Trung Cộng. Dân số Trung Cộng theo thống kê tháng 7 năm 2008 là 1 tỉ 330 triệu người. Trong 20 năm qua, việc thực thi chính sách kiểm soát dân số mỗi gia đình một con khá hữu hiệu đã giúp mức gia tăng dân số chậm lại tại mức 0.65 phần trăm mỗi năm. Nếu cứ tiếp tục duy trì chính sách hạn chế sinh đẻ như hiện nay, nghĩa là cứ hai người lớn tuổi mới có một em bé, số lượng người già trong dân số Trung Cộng theo tỉ lệ sẽ tăng nhanh hơn số lượng trẻ em. Theo các nhà phân tích dân số, nếu mức phát triển dân số không thay đổi, trong tương lai không xa Trung Cộng sẽ là một viện dưỡng lão khổng lồ.

- Xuất cảng hàng hóa tiêu dùng: Không giống các quốc gia Tây phương, viện trợ và đầu tư được tính toán một cách cân đối dựa trên nhu cầu ngắn hạn và dài hạn của một quốc gia, trong đó có đầu tư về giáo dục, huấn luyện nghề nghiệp, khoa học kỹ thuật, các đầu tư của Trung Cộng nhắm nhiều nhất vào các mục đích tiêu dùng và dịch vụ như phi trường, sân vận động. Ngoài việc đánh gục hàng nội địa, các công ty Trung Cộng còn cạnh tranh với cả hàng nhập cảng. Công ty điện thoại di động Congo Chinese Telecomps (CTT) bán các điện thoại phẩm chất không thua kém các công ty lớn thế giới nhưng giá rất thấp so với các sản phẩm nhập từ Mỹ hay châu Âu.

Bài học cho Việt Nam và các nước nhỏ Á Châu

Mấy tuần nay, nhiều bài viết so sánh Việt Nam trong hiểm họa Trung Cộng không khác gì Ukraine trong nanh vuốt Putin. Rất nhiều điểm tương đồng đã được tác giả trình bày, vâng, nhưng cũng có vài điểm khác biệt quan trọng. Đối với Mỹ, Nhật và các quốc gia trong vùng biển Đông, Việt Nam nếu biết vận dụng, sẽ có vai trò quan trọng trong quyền lợi kinh tế và an ninh châu Á hơn Ukraine ở Hắc Hải.

Trung Cộng mạnh hơn Nga nhưng Trung Cộng có một điểm yếu sinh tử, đó là cơ chế chính trị độc tài toàn trị CS tại Trung Cộng rất dễ tan vỡ trước một biến cố chính trị quân sự lớn. Việc TT Barack Obama tiếp đón đức Đạt Lai Lạt Ma mới đây là một cách nhắc nhở cho lãnh đạo Trung Cộng biết Tây

Tạng là một quốc gia đang bị chiếm đóng và Trung Cộng là một nước lớn nhưng là một nước đang bị bao vây. *New York Times* bình luận, không giống như các lần trước, chính phủ Mỹ phải rào đón nhiều ngày trước khi tiếp đón hay viện dẫn lý do đức Đạt Lai Lạt Ma chỉ là một lãnh đạo tinh thần tôn giáo, giải Nobel Hòa Bình.., lần này, TT Obama tỏ ra dứt khoát.

Trung Cộng, một đế quốc mang mầm hư thối ngay từ trong tim của nó, đang cố gắng tồn tại và phát triển bằng bạo lực bành trướng, sẽ sụp đổ giống như tất cả đế quốc đã đi qua trong lịch sử nhân loại. Mọi người kể cả những lãnh đạo Trung Cộng cũng biết điều đó. Mao giữ Trung Cộng tồn tại bằng cách cô lập từ thế giới và Đặng giữ Trung Cộng tồn tại bằng hội nhập vào thế giới. Nhưng cả hai đều có giới hạn. Vượt qua giới hạn, Trung Cộng sẽ tan rã. Và tan rã như thế nào, từ mâu thuẫn bên trong, tác động do chiến tranh từ bên ngoài hay cả hai, vẫn còn là một câu hỏi lớn đang được nhiều nhà phân tích tìm câu trả lời. Chế độ CS tại Trung Quốc sống nhờ vào phát triển kinh tế và tìm mọi cách kể cả lập lại các chính sách thực dân tại Phi Châu để duy trì sự phát triển kinh tế. Lãnh đạo Trung Cộng biết một khi nền kinh tế Trung Cộng bước vào giai đoạn suy thoái, chế độ chính trị như lâu đài xây trên cát vốn không có tính chính danh và hợp luật hiện nay sẽ tan vỡ theo.

Để đương đầu với hiểm họa Trung Cộng, các quốc gia trong vùng Đông Nam Thái Bình Dương phải biết (1) chiến lược hóa quốc tế vị trí của quốc gia mình, (2) liên kết thành một khối trong xung đột với Trung Cộng và (3) khai thác tối đa các mặt yếu của Trung Cộng.

Lịch sử để lại nhiều bài học về chiến lược hóa. Đối với các cường quốc, quyền lợi đồng nghĩa với vị trí chiến lược. Trong thời kỳ Chiến tranh lạnh, cả TT Dwight Eisenhower và kế nhiệm John F. Kennedy cương quyết giữ Tây Bá Linh, trái tim của Tây Đức, bằng mọi giá bất chấp đòi hỏi của Khrushchev. TT Kennedy ngay cả còn bắn tiếng cho Khrushchev biết Mỹ sẽ không bao giờ rút khỏi Tây Bá Linh dù phải chấp nhận chiến tranh nguyên tử với Liên Xô. Cuối cùng Khrushchev đơn phương từ bỏ đòi hỏi và cho xây bức tường Bá Linh ô nhục. Một ví dụ khác. Ngày 22 tháng 5 năm 1947, Tổng thống Truman ký quyết định viện trợ cho Thổ Nhĩ Kỳ và Hy Lạp và gởi cố vấn quân sự Mỹ bắt đầu giúp đỡ chính phủ Thổ tái trang bị và hiện đại hóa quân đội. Mỹ và Anh muốn dùng đất Thổ như một tiền đồn và quân đội Thổ như một đơn vị tiền phương để làm chậm sức tấn công của bộ binh Liên Xô một khi chiến tranh giữa hai khối bùng nổ trong lúc chờ đợi không lực Anh Mỹ mở các cuộc phản công phát xuất từ các căn cứ không quân đặt tại Ai Cập. Dĩ nhiên, chính phủ Thổ biết rõ thâm ý của Anh và Mỹ nhưng đó là cái giá phải chọn vì nền an ninh và sự thịnh vượng lâu dài của Thổ.

Trung Cộng chỉ giỏi giành một hòn đảo nhỏ như Gạc Ma, chiếm vài trăm thước đất ở Hà Giang, bắn thủng tàu ghe của ngư dân Thanh Hóa nhưng rất sợ chiến tranh toàn diện trong khu vực bùng nổ. Trong điều kiện toàn cầu hóa kinh tế và thông tin như hiện nay, không một quốc gia nào có thể quyết định độc lập và có lợi hoàn toàn trước một biến cố kinh tế, chính trị và quân sự tầm vóc quốc tế. Trong nhiều trường hợp nước càng lớn thiệt hại càng trầm trọng và một nước nhỏ biết vận dụng vị trí của mình có thể vượt qua cơn sóng gió để trở thành một cường quốc trong tương lai gần. Không chỉ các lãnh đạo quốc gia mà từng người dân có nhận thức phải biết đất nước mình đứng ở đâu trong cuộc cờ không ngừng nghỉ của chính trị thế giới. Nếu không cùng hát đồng ca dân chủ và vươn lên cùng nhân loại mà quanh năm chỉ rên rỉ một bài ai điếu rồi ngày đại tang cho dân tộc sẽ đến không xa.

Tham khảo:

Joseph S. Nye Jr., Soft Power: The Means to Success in World Politics, Public Affairs 2004.

Joseph S. Nye, Jr. Soft Power, Hard Power and Leadership, Harvard University, 2006.

Mark P. Lagon, The Value of Values: Soft Power Under Obama, World Affair September/October 2011.

Confucius Institutes: China's Global Presence - Martin Meredith, The Fate of Africa, Public Affairs 2005.

Princeton Lyman, Director of Africa Policy Studies, Council on Foreign Relation, China's Rising Role in Africa, July 2005.

Center for Strategic and International Studies and the Peter G. Peterson Institute for International Economics, China: The Balance Sheet, Public Affairs 2007.

Series Overview: China's Rising Power in Africa.

Soft power, from Wikipedia, the free encyclopedia.

Hiểm họa Trung Cộng và bài học Thổ Nhĩ Kỳ, Trần Trung Đạo.

Hiểm họa Trung Cộng và bài học Congo, Trần Trung Đạo.

Hiểm họa Trung Cộng và bài học Tiệp Khắc, Trần Trung Đạo.

TRUNG CỘNG, MỘT CƯỜNG QUỐC HÈN MỌN

Giới thiệu: Theo bản tin mới nhất sáng nay của TTXVN "Quốc tế hỗ trợ Việt Nam khắc phục hậu quả cơn bão số 3 và mưa lũ", tính đến ngày 16 tháng 9, hàng loạt các quốc gia và các tổ chức thiện nguyện quốc tế đã hỗ trợ nạn nhân bão Yagi như Thụy Sĩ, Nam Hàn, Úc, Hoa Kỳ, Nhật Bản, Ấn Độ, Anh..., các cơ quan quốc tế "Save the Children", Quỹ Nhi đồng Liên hợp quốc (UNICEF), Trung tâm Điều phối ASEAN... Hoa Kỳ tặng 1 triệu trong tổng số 7,7 triệu Mỹ kim trong 5 năm qua để phòng chống bão lụt dù thời gian đó không có bão lớn và không có quốc gia nào hỗ trợ.

Trong danh sách dài không có nước "cùng chung vận mệnh" Trung Quốc.

Thật ra điều đó không có gì lạ. Bản chất keo kiệt và hèn mọn của Trung Cộng cả thế giới đều biết. Họ không chỉ keo kiệt, tàn ác với người ngoài mà keo kiệt và tàn ác lẫn nhau như đã chứng tỏ suốt dòng lịch sử, cụ thể nhất là dưới thời CS. Hàng chục tác phẩm của các sử gia thế giới viết về nạn đói tại Trung Cộng với mấy chục triệu người chết, ăn thịt nhau trong khi Mao Trạch Đông sống như một đế vương.

Khi các chính sách "đổi mới"của Đặng Tiểu Bình tạo điều kiện người dân có cơ hội cải thiện đời sống thì họ chỉ biết lao đầu vào vật chất để làm giàu. Tại các nước tự do, các tôn giáo đóng vai trò như những ngọn hải đăng hướng dẫn con người vốn dễ bị vật chất hóa trở về với các giá trị đạo đức và tinh thần, với tình yêu và lòng nhân ái. Những ngọn hải đăng đó đã bị dập tắt tại các nước CS. Tôn giáo tại các nước CS chỉ là một loại "công an tinh thần" của đảng CS.

Bài viết này không nhằm "trả thù" cách hành xử của Trung Cộng sau cơn bão Yagi nhưng đã viết khi nhìn cách viện trợ của họ đối với Philippines trong trận bão Haiyan hơn mười năm trước.

Bangladesh là quốc gia có dân số 147 triệu ở vùng Nam Á. Sau cuộc chiến tạm gọi là nội chiến Pakistan dài phát xuất từ các lý do văn hóa, tôn giáo, địa lý, quốc gia Bangladesh được thành lập vào năm 1971. Về kinh tế, Bangladesh được xếp vào hạng thứ 151 trên thế giới, nghĩa là rất nghèo. Nhiều triệu trẻ em Bangladesh vẫn còn thiếu dinh dưỡng. Chẳng những thế, các nước chung quanh cũng là những nước nghèo không thua kém nên các quan hệ kinh tế thương mại trong khu vực chẳng phát triển gì nhiều. Nhưng khi trận bão lụt Katrina xảy ra ở New Orleans, Mỹ, tháng 8 2005, Bangladesh là một trong những quốc gia đầu tiên đáp ứng về cả nhân lực lẫn tài chánh. Chính phủ Bangladesh đã tặng nạn nhân Katrina 1 triệu Dollar và sẵn sàng đưa chuyên viên sang giúp xây dựng các đê điều ở New Orleans mà họ vốn có nhiều kinh nghiệm.

Đa số các nhà bình luận đều đồng ý, trên tất cả những khía cạnh chính trị, kinh tế, nghĩa cử của chính phủ Bangladesh đã nói lên tấm lòng nhân ái của những người cùng cảnh ngộ. Năm 1974, Bangladesh vừa mới thành lập đã phải chịu một trong những cơn lụt lớn nhất trong lịch sử nhân loại với gần 30 ngàn người chết. Những cơn mưa mùa kéo dài suốt tháng đã làm xứ sở này sống với lũ lụt thường xuyên như chúng ta thấy trên các phóng sự truyền hình. Không ai hiểu được nỗi lòng của người chịu đựng lũ lụt hơn những người phải than thở "trời hành cơn lụt mỗi năm" như người dân Bangladesh.

Ngày 4 tháng 11, bão Haiyan hay Yolanda theo cách gọi của Philippines được cảnh báo và ngày 7 tháng 11, Tổng thống Phi Benigno Aquino III kêu gọi dân chúng trong vùng bão sẽ đi qua di tản tức khắc. Nhưng nhiều khu vực không biết tin tức và dù có nhận được lịnh cũng không biết đi đâu. Và vài giờ sau, lúc 6 giờ sáng cơn bão với sức gió 275 kilomet giờ vào đất liền.

Theo ước lượng của các cơ quan thiện nguyện quốc tế nhiều chục ngàn người dân Phi tại các đảo miền trung Philippines đã chết do cơn bão Haiyan gây ra. Chỉ riêng đảo Leyte Island đã có 10 ngàn người chết. Theo ước lượng của cơ quan National Disaster Risk Reduction and Management Council (NDRRMC) thuộc chính phủ Phi, khoảng 9.5 triệu người bị ảnh hưởng và 630 ngàn người đang lâm cảnh màn trời chiếu đất.

Trong điêu tàn đổ nát do siêu bão Haiyan gây ra những hạt giống tình thương đang được gieo trồng. Hàng trăm quốc gia, hàng ngàn tổ chức từ thiện khắp thế giới đang đổ về Philippines không chỉ với thuốc men, áo quần, thực phẩm mà cả nhân lực để góp phần hàn gắn vết thương. Chính phủ Mỹ chỉ vài giờ sau cơn bão đã thông báo viện trợ khẩn cấp 20 triệu Dollar, Anh tặng 16 triệu Dollar, Nhật Bản tặng 10 triệu Dollar. Đó chỉ là tiền mặt, ngoài ra, các hàng không mẫu hạm HMS Illustrious của Anh, USS George Washington của Mỹ chuyên chở thuốc men và vật dụng cần thiết đến Phi.

Và Trung Cộng, quốc gia có nền kinh tế lớn thứ hai trên thế giới đã viện trợ 100 ngàn Dollar.

Đừng nói gì các công ty như IKEA cam kết 2.7 triệu Dollar, Coca-Cola cam kết 2.5 triệu Dollar, số tiền viện trợ của cường quốc thứ hai trên thế giới có thể còn thấp hơn số tiền do các cựu thuyền nhân và đồng hương Việt Nam tại hải ngoại đóng góp.

Báo *Times* bình luận 100 ngàn Dollar là một sỉ nhục đối với Philippines.

Trước phản ứng của dư luận thế giới mới đây Trung Cộng đã gia tăng viện trợ lên đến 1.64 triệu Dollar nhưng không phải tiền mặt mà là mùng mền, chăn chiếu. Những món "Made in China" này nghe qua là đã sợ.

Nhiều nhà bình luận dù phê bình Trung Cộng đã yểm trợ chỉ bằng sáu phần trăm số tiền New Zealand đã hứa nhưng không ai hiểu tại sao các lãnh đạo Trung Cộng lại có thể làm như thế, chẳng lẽ chúng không biết thế nào là xấu hổ hay sao. Ngay cả tờ *Global Times* có khuynh hướng dân tộc cực đoan cũng viết trong phần bình luận ngày 12 tháng 11, 2013: "*Trung Quốc như một cường quốc có trách nhiệm nên tham gia vào các hoạt động cứu trợ để giúp đỡ nạn nhân của quốc gia láng giềng. Nếu Trung Cộng làm nhục Philippines lần này, Trung Quốc sẽ chịu tổn thất lớn lao.*"

Lãnh đạo Trung Cộng không phải là không nhận ra điều đó nhưng Trung Cộng ngày nay không phải là một Trung Cộng mà Chu Ân Lai từng thề nguyền sát cánh cùng các nước nghèo, láng giềng, từng bị thực dân cai trị tại hội nghị Bandung ở Nam Dương 1955. Trung Cộng ngày nay cũng không phải là một Trung Cộng mà Đặng Tiểu Bình đã hứa chia ngọt sẻ bùi với các quốc gia Đông Nam Á bằng những lời đường mật trong chuyến viếng thăm của y năm 1978. Cơn bĩ cực đã qua, thời thái lai đang tới, lãnh đạo Trung Cộng ngày nay là một đám kiêu căng đang giương cao ngọn cờ chủ nghĩa dân tộc Đại Hán và chủ nghĩa này sẽ là chảo dầu của chiến tranh thế giới lần thứ ba phát xuất tại Á Châu.

Trung Cộng là một trong những nước có nguồn dự trữ vàng lớn nhất thế giới, là nước chủ nợ lớn nhất thế giới và GDP có khả năng sẽ vượt qua Mỹ vào năm 2020 với ước lượng khoảng 24 ngàn tỉ Dollar. Trung Cộng có rất nhiều cái nhất nhưng những điều đó không làm nên giá trị của một quốc gia, không làm cho nhân loại kính trọng Trung Cộng hơn Bangladesh, bởi vì giá trị của một quốc gia không phải được xác định bằng của cải mà bằng các tiêu chuẩn đạo đức, dân chủ, văn minh và văn hóa.

Khi bàn về những phẩm chất để làm một quốc gia trở nên vĩ đại và được kính trọng, nhà văn Thomas Fann, trong một tiểu luận xuất sắc đã nêu ra 10 yếu tố gồm tự do, công lý, danh dự, đạo đức, lòng thương cảm, thành thật, giá trị cuộc sống, sáng tạo, khả năng vượt trội, bảo vệ môi trường cho các thế hệ tương lai. Thomas Fann nhấn mạnh đến việc nghĩ đến các thế hệ tương lai khi nhắc câu chuyện Disneyland. Ông Walt Disney chết năm năm trước ngày Disney World ở Florida, Mỹ, khai mạc. Trong lễ khai mạc, có người than phải chi ông còn sống để thấy những khu chơi dành cho cho thiếu nhi huy hoàng tráng lệ như ngày nay. Thật ra, với tầm nhìn xa và tư duy khai phóng, ông Walt Disney đã thấy những nụ cười rạng rỡ, những ánh mắt vui tươi của trẻ em từ lâu trước ngày khai mạc Disneyland.

Trung Cộng không đạt bất cứ một phẩm chất nào trong mười phẩm chất nêu trên. Nhưng nếu phải xếp hạng, có lẽ nên được xếp Trung Cộng cùng thời đại với các nhóm dân bộ lạc bán khai ăn thịt người còn sống tản mác trong các khu rừng ở Congo, vùng West Indies và khu vực Amazon hoang dã.

Tại sao?

Cách đây không lâu Trung Cộng là một trong số ít quốc gia mà cha mẹ đã làm thịt con đẻ của mình để sống qua ngày. Cách đây không lâu đã có hơn ba chục triệu người dân Trung Cộng phải chết đói, ăn thịt nhau một cách công khai trong thời kỳ Bước tiến nhảy vọt và Công xã nhân dân, tức giai đoạn người dân phải đem nồi niêu xoong chảo ra các "nhà luyện kim sau vườn" để "đúc thép" theo chủ trương của Mao Trạch Đông. (*The Great Famine in China, 1958-1962: A Documentary History*, Edited by Zhou Xun. Published by: Yale University Press. Copyright Date: 2012.)

Không chỉ trong 40 năm trước, mà ngay cả ngày nay cũng thế, trong lúc đại đa số nhân loại đã qua khỏi thời kỳ dã man cả ngàn năm nhưng tại Trung Cộng việc ăn thịt người là một thức ăn sang trọng. Tờ *Next Magazine* phát hành tại Hong Kong cho rằng tại Trung Cộng, thai nhi là thức ăn phổ biến.

Tháng Năm, 2012, trên tờ *Washington Times*, nhà văn và nhà nghiên cứu Youngbee Dale cho biết sở quan thuế Nam Hàn đã tịch thu 17 ngàn viên thuốc chế bằng thai nhi sản xuất tại Trung Cộng. Chính sách một con đã buộc các cặp vợ chồng chọn phá thai dù ở giai đoạn nào khi biết đứa bé sắp chào đời là con gái. Đài truyền hình Nam Hàn chiếu một phóng sự kinh hoàng, trong đó, các bác sĩ người Hoa thực hiện các ca phá thai và ăn bào thai ngay tại chỗ. Một bác sĩ người Hoa khác để dành bào thai trong tủ lạnh như để dành tôm cá. Việc ăn thịt người xảy ra nhiều nơi ở các bộ lạc bán khai Phi Châu, Nam Mỹ nhưng ăn thịt người được nhà nước cho phép chỉ xảy ra tại quê hương của Tập Cận Bình.

Trung Cộng như một cường quốc kinh tế và theo thông lệ chính trị quốc tế, phải hành xử đúng tư cách của một cường quốc dù đối với bạn hay thù. Nhưng không, lãnh đạo Trung Cộng không có trái tim và lòng nhân đạo và cũng không quan tâm đến sĩ diện của quốc gia. Đối với chúng tiền bạc là vũ khí, là cây gậy. Philippines là quốc gia tranh chấp với Trung Cộng về chủ quyền biển Đông nên những đứa bé Philippines đang hấp hối ở Tacloban phải chết thay cho chính phủ của các em.

Lãnh đạo Trung Cộng là những kẻ nói như Bá Dương nhận xét về nước của ông ta: "*Người Tây phương có thể đánh nhau vỡ đầu rồi vẫn lại bắt tay nhau, nhưng người Trung Quốc đã đánh nhau rồi thì cừu hận một đời, thậm chí có khi báo thù đến ba đời cũng chưa hết.*"

Tại sao người Nhật không ghét Mỹ dù Mỹ đã ném hai trái bom nguyên tử giết 240 ngàn người Nhật tại hai đảo Hiroshima và Nagasaki? Bởi vì đó là lịch sử. Con người cũng như quốc gia, không ai có thể quay ngược lại bánh xe thời gian và chỉ có thể vượt qua nỗi đau quá khứ bằng cách xây dựng một tương lai tốt đẹp hơn cho các thế hệ mai sau. Trung Cộng thì khác. Mối nhục một trăm năm được ghi đậm ngay trong phần mở đầu của hiến pháp và lòng thù hận nước ngoài đã được đảng CS khai thác tận tình.

Trung Cộng sẽ đồng nghĩa với bản chất ti tiện, dã man, kiêu căng, thù vặt và thù dai. Bản chất đó là "sự kết hợp hài hòa và nhuần nhuyễn" của dòng máu bành trướng Đại Hán và đặc tính Cộng Sản độc tài.

Theo thống kê của Liên Hiệp Quốc, Trung Cộng là quốc gia có tổng sản lượng nội địa năm 2012 hơn bảy ngàn tỷ Dollar nhưng trong mắt của phần lớn nhân loại, trị giá của cường quốc này chỉ đáng 100 ngàn.

Trung Cộng là một cường quốc hèn mọn.

CHU KỲ THÙ HẬN VIỆT - TRUNG - MIÊN

Giới thiệu: Một câu hỏi được đặt ra: "Liệu thế giới có nợ Việt Nam một lời xin lỗi vì Việt Nam đã chiến đấu dũng cảm để cứu Campuchia khỏi Khmer Đỏ trong khi bị Liên Hợp Quốc lên án và cấm vận bất công?"

Một số người cho là "có" và một số trả lời "không" tùy theo họ là ai và đứng từ góc nhìn nào.

Trong quan điểm của người viết, chẳng ai nợ ai lời cám ơn hay xin lỗi nào. Trong thời điểm 1978, khi chung quanh chỉ toàn là kẻ thù và vòng vây mỗi ngày thêm chặt, CSVN thật không có chọn lựa nào khác hơn. Việc CSVN xâm lăng Campuchia không liên quan gì đến mục đích nhân đạo cứu người. Lịch sử thế giới để lại vô số bài học chính trị và đạo đức không phải bao giờ cũng thuận chiều nhau.

Bàn về Chiến Tranh Biên Giới 1979 mà không nhắc đến vai trò của Pol Pot là một thiếu sót. Y chính là que diêm đã đốt lên lò lửa dọc biên giới Tây Nam 1975-1978 và dẫn tới Chiến Tranh Biên Giới Việt-Trung 1979.

Pol Pot là một bí danh của Saloth Sar được giữ kín đến nỗi thế giới biết nhiều đến năm 1979, nhưng với CSVN và TCSQ, Pol Pot không phải là người ngoài.

Không giống như Hitler với tư tưởng Quốc Xã hoàn toàn mới với Anh, Pháp, Ba Lan, Tiệp Khắc và các nước Châu Âu trước 1930, Pol Pot là người "vừa là đồng chí vừa là anh em" của cả hai giới lãnh đạo CSVN và CSTQ trong một thời gian dài. Cả ba cùng uống chung, tắm chung trong cùng một dòng nước chủ nghĩa Lenin Stalin và tư tưởng Mao Trạch Đông từ khi các đảng CS Á Châu này thành lập.

Nếu quan sát, chúng ta sẽ thấy tất cả các biến cố đã, đang và sẽ diễn ra theo một chu kỳ thù hận dù giới cai trị là ai. Đặng hay Tập, Pol Pot hay Hun Sen, Lê Duẩn hay Nguyễn Phú Trọng đều không khác. Ngày nào Việt Nam còn phải sống dưới chế độ CS, chu kỳ thù hận sẽ tiếp tục diễn ra dưới nhiều hình thức.

Khi nhắc đến quan hệ giữa Việt Nam và Trung Cộng, giới lãnh đạo CSVN thường nhấn mạnh đến 16 chữ vàng "Láng giềng hữu nghị, hợp tác toàn diện, ổn định lâu dài, hướng tới tương lai" do Giang Trạch Dân thay mặt lãnh đạo Trung Cộng tặng Lê Khả Phiêu, đại diện giới lãnh đạo CSVN đầu năm 1999 nhưng không hề nhắc đến 12 lời nguyền rủa "Việt Nam là côn đồ, phải dạy cho Việt Nam bài học" do Đặng Tiểu Bình, thay mặt Trung Cộng tặng CSVN vào cuối năm 1978 trong chuyến đi thăm các quốc gia Đông Nam Á của y.

Gọi là lời nguyền rủa vì họ Đặng không viết ra để gởi Bộ Chính trị đảng CSVN qua đường ngoại giao mà do chính giọng Tứ Xuyên của y phát biểu trên đài truyền hình cho nhân dân Đông Nam Á và thế giới cùng nghe.

Lý do nguyền rủa chỉ vì Trung Cộng đã đổ quá nhiều xương máu, góp quá lớn công sức và của cải cho chiến thắng của đảng CSVN.

Trong tác phẩm *Trung Quốc lâm chiến: Một bộ bách khoa* (China at War: An Encyclopedia) tác giả Xiaobing Li liệt kê các đóng góp cụ thể của 320 ngàn quân Trung Cộng trong chiến tranh Việt Nam:

"*Mặc dù đang mạnh dần, Trung Quốc vẫn lo ngại sự hiện diện ngày càng mở rộng của Mỹ tại Đông Nam Á. Trong chiến tranh Việt Nam giai đoạn năm 1964 đến năm 1973, quân Giải phóng Nhân dân Trung Quốc (PLA) đã lần nữa can thiệp. Tháng Bảy năm 1965, Trung Cộng bắt đầu đưa quân vào Bắc Việt, bao gồm các đơn vị hỏa tiễn địa-không (SAM), phòng không, làm đường rầy xe lửa, công binh, vét mìn, hậu cần. Quân đội Trung Cộng điều khiển các giàn hỏa tiễn phòng không, chỉ huy các đơn vị SAM, xây dựng và sửa chữa đường sá, cầu cống, đường xe lửa, nhà máy. Sự tham gia của Trung Cộng giúp cho Việt Nam có điều kiện gởi thêm gởi nhiều đơn vị Bắc Việt vào Nam đánh Mỹ. Giữa năm 1965 và năm 1968, Trung Quốc gởi sang Bắc Việt 23 sư đoàn, gồm 95 trung đoàn, tổng số lên đến 320 ngàn quân. Vào cao điểm năm 1967, có 170,000 quân Trung Quốc hiện diện*".

Nội dung này cũng phù hợp với con số do hãng tin Reuter loan đi ngày 16 tháng Năm, 1989 dựa theo tin của *China News Service*: "*Hãng tin bán chính thức của Trung Quốc trong một thông báo được theo dõi tại Hong Kong cho biết Trung Cộng đã gởi 320 ngàn quân sang Việt Nam trong thập niên 1960*".

Về con số thương vong, bản tin còn cho biết hơn 4 ngàn lính Trung Cộng đã chết trong cuộc chiến Việt Nam. Tuy nhiên, cũng cần lưu ý dưới các chế độ CS, con số thương vong là một thống kê có tính cách chính trị, con số thật sự không được tiết lộ. Giống như cách CSVN tổng kết thương vong trong chiến tranh Việt Nam, khi nghĩ đến chuyện Mỹ bồi thường chiến tranh, họ đưa ra con số quá cao nhưng khi khoe khoang chiến thắng họ lại hạ con số tổn thất xuống thấp.

Trung Cộng, trong lúc dành dụm từng ký gạo gởi giúp Việt Nam, phải trải qua nạn đói khủng khiếp nhất trong lịch sử loài người do Mao Trạch Đông gây ra trong thời kỳ Bước Tiến Nhảy Vọt và Công Xã Nhân Dân từ năm 1958 đến năm 1962.

Không có một con số chính xác số người chết đói tại Trung Cộng nhưng hầu hết các nhà nghiên cứu đã đồng ý con số lên đến vài chục triệu người. Tác giả Peng Xizhe dự đoán thấp nhất với 23 triệu người và Frank Dikötter, giáo sư môn Lịch Sử Trung Quốc Hiện Đại, dự đoán ít nhất có 45 triệu người chết, trong đó khoảng 2 đến 3 triệu chết vì tra tấn. Phần lớn các nhà nghiên cứu còn lại cho rằng khoảng 30 triệu người đã chết đói. Viết trên *New York Times*, giáo sư Frank Dikötter trích dẫn lá thư viết tay của viên Giám đốc Sở Anh Ninh Công Cộng tỉnh Tứ Xuyên báo cáo lên cấp trên tỉnh của y có 10.6 triệu người chết đói. Ở Cam Túc có 50 trường hợp ăn thịt người.

Nhà báo Daniel Southerland viết trên *Washington Post*, tại công xã Fengyang có 63 trường hợp người ăn người và tại công xã Damiao hai vợ chồng Chen Zhangying và Zhao Xizhen luộc chín đứa con 8 tuổi của mình để ăn.

Riêng tại công xã Wudian có cả trường hợp bán thịt của chính mình như bán thịt heo. Nói chung, những năm cuối thập niên 1950 cho đến đầu 1960 là những năm dân số Trung Cộng giảm thấp nhất nhưng không phải vì hạn chế sinh đẻ nhưng chết quá nhiều.

Tuy nhiên, cũng ngay trong thời gian dân Trung Cộng có nơi phải ăn thịt người mà sống, giới lãnh đạo Trung Cộng đã vét kho gởi sang nuôi CSVN.

Dưới đây là nội dung bản tổng kết của báo *Nhân Dân* phát hành tại Hà Nội, số 2021 ra ngày 28 tháng Chín 1959 nhân dịp kỷ niệm 10 năm thành lập nước Cộng Hòa Nhân Dân Trung Hoa được dịch sang tiếng Anh và lưu trữ trong Thư Viện Quốc Hội Hoa Kỳ (Libray of Congress):

"*Trong năm năm qua, Trung Quốc đã dành cho Việt Nam sự giúp đỡ nhiệt tình. Chỉ riêng tiền bạc, trong đó Trung Quốc viện trợ không hoàn lại, đã lên đến 900 triệu Yuan, đây là số lượng bằng thu nhập nội địa của ngân sách Việt Nam trong ba năm 1955, 1956, 1957 cộng lại… Trong công nghiệp, Trung Quốc đã giúp chúng ta trong lãnh vực khai thác hầm mỏ, sản xuất điện khí, cải thiện sản phẩm nông nghiệp, công nghiệp thực phẩm, công nghiệp hàng tiêu dùng, công nghiệp cơ khí, công nghiệp sản xuất phân bón và hóa chất, công nghiệp vật liệu xây dựng, công nghiệp dầu khí, công nghiệp sắt thép… Mặc dù trong mười năm xây dựng, Trung Quốc đạt được nhiều thành quả vật chất, vẫn còn là một nước nghèo. Dù sao, Trung Quốc đã hết lòng viện trợ chúng ta. Do đó, chúng ta càng biết ơn sự trợ giúp đó*".

Mối tình Việt Trung đã vượt qua khỏi giới hạn quan hệ hai nước bình thường, như Dương Danh Dy, nguyên Tổng lãnh sự Việt Nam tại Quảng Châu, viết trong bài Hồ Chí Minh với Trung Quốc: "*Trong cuộc đời hoạt động cách mạng của mình, Bác Hồ đã đi tới nhiều nơi trên thế giới, nhưng có lẽ Trung Quốc là một trong mấy nước Bác lui tới nhiều lần nhất, sinh sống ở đó trong thời gian dài nhất, có cống hiến rất lớn cho phong trào cách mạng cũng như để lại ở đó nhiều tình cảm nhất*".

Nói chung, từ đời sống đến tình cảm, mặt nào cũng "nhất".

Đảng CSVN đã sống bằng cơm gạo Trung Cộng suốt ba năm ngân sách các năm 1955, 1956, 1957 trong khi cũng ngay thời gian đó quê hương Tứ Xuyên của Đặng Tiểu Bình chết trên 10 triệu người, chết không kịp chôn, chết đầy đường phố.

Từ thời gian thành lập năm 1930 đến cuối thập niên 1960, dây chùm gởi CSVN sống bám vào thân cây CSTQ từ vật chất đến tư tưởng.

Câu nói quen thuộc trong bang giao quốc tế "quốc gia không có bạn hay thù mãi mãi mà chỉ có quyền lợi" không áp dụng được với Việt Nam và Trung Cộng. Quan hệ Việt Trung không giống như quan hệ ngoại giao giữa bất cứ hai nước nào trong lịch sử cận đại. Những hy sinh của đảng CSTQ cho đảng CSVN quá lớn để quên và quá cao để đáp đền đầy đủ. Không có sự trợ giúp của đảng CSTQ, không biết số phận đảng CSVN giờ này trôi giạt về đâu.

Trung Cộng quan tâm và lo lắng cho đảng CSVN chỉ vì, ngoài lý do an ninh phên giậu phía nam, họ còn luôn nghĩ đảng CSVN là một phần của đảng CSTQ.

Không chỉ phía Trung Cộng mà Việt Nam một thời rất lâu cũng thừa nhận điều đó. Tinh thần nô lệ Trung Cộng ăn sâu vào nhận thức của nhiều thế hệ lãnh đạo CSVN như Dương Danh Dy kể lại: "*Bác luôn coi sự nghiệp và lợi ích của cách mạng Trung Quốc như của chính mình*".

Công hàm Phạm Văn Đồng bây giờ là chuyện lớn nhưng trong thời buổi thở nhờ bình dưỡng khí của Trung Cộng như báo Nhân Dân viết, công hàm chỉ là chuyện nhỏ.

Nhiều người kết án 11 ủy viên trong Bộ Chính trị CSVN thuộc đại hội 2 năm 1951 ngu xuẩn khi viết công hàm 1958 nhưng đó là ngu xuẩn theo nhận thức ngày nay. Trong mắt lãnh đạo Đảng thời kỳ 1958, công hàm Phạm Văn Đồng lại là một hành động hết sức sáng suốt, thông minh, biểu hiện tính giai cấp, phù hợp nhu cầu phát triển đất nước và xu hướng cách mạng vô sản toàn thế giới. Mấy tổ yến trên hoang đảo xa xôi cách Đà Nẵng 170 hải lý làm sao sánh được với 900 triệu Yuan, làm sao so được sự hy sinh vô bờ bến của đảng CSTQ dành cho đảng CSVN, làm sao so được với cả một lịch sử gần gũi như anh với em, vợ với chồng, nước với sữa, môi với răng giữa hai đảng. Toàn bộ nội dung công hàm còn được đăng trên báo Nhân dân ngày 22 tháng 9 năm 1958 như một cách nhấn mạnh đến tầm nhìn xa thấy rộng của Đảng.

Tình càng nặng, nhớ càng sâu mà khi thù cũng sẽ rất lâu.

Cuộc tình giữa hai đảng CS Trung Quốc và Việt Nam diễn theo một chu kỳ có đủ bốn mùa xuân, hạ, thu, đông. Từ những ngày còn trẻ hẹn hò bên bờ sông Mác, bên suối Lê Nin, đã thề nguyền sống chết có nhau, hơn một lần sớt chia nhau từng hạt gạo, viết tặng nhau những dòng thơ vô cùng thắm thiết rồi khi chia tay trong mùa đông lạnh rét họ trở thành thù địch chẳng những chém giết không một chút xót thương mà còn mượn tay hàng xóm để tàn sát gia đình, chặt đầu con cái và thả trôi sông người thân của kẻ từng thề vinh nhục có nhau.

Ngày 17 tháng Hai năm 1979, Đặng Tiểu Bình phát động cuộc chiến tranh giới hạn xâm lăng lãnh thổ Việt Nam để "dạy cho Việt Nam một bài học".

Với số quân vượt trội nhiều lần và có yếu tố bất ngờ nhưng Trung Cộng đã chịu đựng tổn thất nặng nề ngay trong những ngày đầu của cuộc chiến. Sau tuần lễ đầu chịu đựng nhiều thiệt hại nhưng danh sách các vùng chiếm được chỉ là những làng xã dọc biên giới, Đặng Tiểu Bình bằng mọi giá phải chiếm cho được thành phố Lạng Sơn, thủ phủ tỉnh Lạng Sơn để lấy tiếng trước khi rút lui.

Chiều ngày 4 tháng Ba, sau nhiều trận giao tranh đẫm máu quân Trung Cộng tiến vào Lạng Sơn. Khi rút khỏi những nơi này, quân Trung Cộng san bằng tất cả nhà cửa để trả thù cho số thương vong quá lớn.

Ký giả Nayan Chanda thăm vùng giao tranh vài ngày sau cuộc chiến đã ghi nhận không chỉ các công sở nhà nước mà cả trường học, bịnh viện đều bị quân Trung Cộng giựt sập.

Theo nhận xét của Đại Tá Russell D. Howard thuộc Học Viện An Ninh Quốc Gia của Không Quân Hoa Kỳ, Trung Cộng thiệt hại chỉ trong vài ngày bằng hơn một nửa số tổn thất của Mỹ trong 10 năm tham dự chiến tranh Việt Nam. Thật vậy, với vũ khí lạc hậu và đạo quân đông đảo nhưng không có kinh nghiệm chiến trường, Đặng Tiểu Bình đã "học" nhiều hơn "dạy".

TÁI ÁP DỤNG CHÍNH SÁCH CÔ LẬP VIỆT NAM

Mới đây Trung Cộng lần nữa mượn tay hàng xóm Campuchia để bao vây và cô lập Việt Nam như họ đã từng làm sau năm 1975.

Cùng một mục tiêu nhưng khác về phương tiện. Vào năm 1978, phương tiện là vũ khí nhưng lần này tài chánh sẽ là phương tiện chính. Năm 1978, các quốc gia hội viên ASEAN ủng hộ quan điểm Đặng Tiểu Bình vì họ không muốn thấy một "Cu Ba phương đông" trong vùng Đông Nam Á. Năm 2012, ngoại trừ Philippines, các quốc gia như Thái, Miến, Brunei, Nam Dương, Mã Lai, Singapore đã nghiêng về phía Trung Cộng qua thái độ không muốn can thiệp vào xung đột biển Đông.

Lý do rất dễ hiểu. Nhìn vào cán cân ngoại thương cũng như vốn đầu tư của Trung Cộng vào các nước ASEAN sẽ biết ngay họ làm như thế phát xuất từ lý do kinh tế và nỗi lo sợ Trung Cộng trừng phạt. Kể từ khi Thỏa hiệp Mậu dịch Công bằng Trung Quốc-ASEAN (The China-ASEAN Fair Trade Agreement) được ký kết năm 2010, các công ty Trung Cộng đổ tiền như nước vào ASEAN và hiện nay là thành viên thương mại lớn nhất trong vùng.

Tham vọng khống chế ASEAN không phải là mới mà đã bắt đầu từ chuyến viếng thăm của Đặng Tiểu Bình đến các nước ASEAN từ năm 1978. Việc họ Đặng chọn Thái Lan như chặng đầu tiên chỉ vì vừa muốn ve vãn đồng minh thân cận Mỹ ở Đông Nam Á và cũng muốn dùng đất Thái để tiếp tục yểm trợ vũ khí cho Pol Pot. Tại mỗi chặng trên chuyến viếng thăm, Đặng Tiểu Bình nhấn mạnh Việt Nam, một "Cu Ba phương đông" như một đe dọa cho hòa bình và ổn định trong vùng Đông Nam Á. Trong số các lãnh tụ ASEAN thời đó chỉ có Lý Quang Diệu là người hiểu được tâm địa của họ Đặng. Đặng Tiểu Bình ngạc nhiên khi nghe Lý Quang Diệu phát biểu rằng các quốc gia Đông Nam Á lo ngại Trung Cộng nhiều hơn là lo ngại Việt Nam. Dù bất đồng một số điểm Đặng và Lý rất thân phục nhau về khả năng lãnh đạo, tính thực tế và biết nhìn xa về tương lai đất nước họ và thế giới.

Điều kiện kinh tế chính trị năm ngày nay khác với điều kiện kinh tế chính trị năm 1979 nhưng đều bất lợi cho CSVN và cũng do bàn tay lông lá của Trung Cộng vận dụng từ bên trong.

Chủ trương của Trung Cộng là khống chế Việt Nam, giữ Việt Nam trong vòng khốn đốn, lạc hậu, nghèo nàn, ăn không ngon và ngủ không yên như thời Trung Cộng xúi dục Khmer Đỏ quậy phá vùng biên giới Tây-Nam Việt Nam.

Lãnh đạo Trung Cộng vừa phải hành xử như một trong những cường quốc kinh tế nhưng cùng lúc không che giấu tham vọng thống trị biển Đông bằng mọi phương tiện. Và nếu phải chọn một đối tượng để dằn mặt các nước nhỏ trong vùng, không có đối tượng nào khác hơn là Việt Nam.

Sau một thời gian tương đối yên tĩnh, biết đâu trong những ngày tới, tiếng súng lại nổ vang ở Phú Quốc, Tây Ninh, An Giang và nạn "cáp duồn" lại xảy ra cho bà con đang làm ăn trên đất Campuchia. Khác với tình trạng năm 1977-1978, lần này CSVN nhiều lắm chỉ có thể phản ứng tự vệ dọc biên giới Việt Miên nhưng không thể, về cả điều kiện chính trị thế giới lẫn khả năng quân sự, đánh sập Campuchia trong một hai tuần như trước đây.

Trong cuộc chiến Việt Miên năm 1979, phía Việt Nam chiếm nhiều ưu thế về cả phương tiện chiến tranh lẫn kinh nghiệm chiến trường. Hai ưu thế đó không còn nữa. Suốt 37 năm, giới lãnh đạo đảng CSVN chỉ lo củng cố vai trò cai trị, tham nhũng, tập trung lực lượng an ninh vào việc trấn áp những người yêu nước mà bỏ qua một thế giới đang không ngừng thay đổi, đi lên và những lãnh đạo Campuchia gốc Kmer Đỏ đang mỗi ngày được hiện đại hóa về mọi mặt.

POL POT VÀ ĐẶNG TIỂU BÌNH

Nói đến Khmer Đỏ không thể không nhắc vai trò của Trung Cộng trong xung đột Việt Nam Campuchia. Pol Pot và đảng CS Campuchia là thủ phạm trực tiếp nhưng Đặng Tiểu Bình và đảng CSTQ cũng đã đóng vai trò quan trọng dẫn tới nạn diệt chủng Campuchia. Chính Hun Sen xác nhận điều này trong luận án của y: "Trung Quốc có vai trò quan trọng trong việc ủng hộ cuộc diệt chủng của Polpot đối với nhân dân Campuchia cũng như việc Polpot xâm lược Việt Nam".

Quan hệ giữa Pol Pot và Trung Cộng bắt nguồn rất sớm và trở nên chặt chẽ về mặt lý luận sau khi Pol Pot bí mật viếng thăm Trung Cộng vào năm 1965. Y ở lại Trung Cộng nhiều tháng và làm việc với Đặng Tiểu Bình, lúc đó là Tổng bí thư đảng CSTQ.

Pol Pot được Mao Trạch Đông chỉ dẫn nhiều điểm về lý luận cách mạng và chiến tranh nhân dân. Mao thậm chí còn tặng người học trò ngoan Pol Pot này ba chục cuốn sách của Marx, Engels, Lenin và Stalin. Dòng máu hung bạo, ác độc trong người của Pol Pot được nhuộm đỏ bằng chủ nghĩa Mao và chủ nghĩa dân tộc cực đoan Campuchia. Quan điểm cách mạng liên tục của Mao ảnh hưởng Pol Pot rất nhiều trong việc hoạch định các chiến lược tấn công chế độ Lon Nol thân Mỹ.

Pol Pot trở lại Trung Cộng và tham khảo với Đặng Tiểu Bình từ 28 tháng Chín đến 22 tháng 10, 1977. Đây là lần đầu tiên báo chí quốc tế chính thức biết Saloth Sar và Pol Pot chỉ là một người. Họ Đặng rất vui khi được Pol Pot chia sẻ quan điểm triệt để chống CSVN của y. Trung Cộng viện trợ cho Campuchia hàng trăm xe tăng, đại pháo và nhiều máy bay chiến đấu để chuẩn bị cho các trận đánh lớn có thể xảy ra. Trong giai đoạn này, Trung Cộng là đồng minh duy nhất của Khmer Đỏ.

Pol Pot chủ trương chỉ cần một người Campuchia diệt được ba chục người Việt, dân Campuchia sẽ tiêu diệt toàn bộ dân tộc Việt Nam. Các cuộc đột kích vào đảo Thổ Châu, Phú Quốc, nhiều địa phương thuộc các tỉnh An Giang, Tây Ninh, đốt phát làng mạc, giết người, bắt cóc, bịt mắt thả sông của Khmer Đỏ trong giai đoạn 1977-1978 phát xuất từ chủ trương này.

Các trận đột kích liên tục của quân đội Pol Pot gây thiệt hại nặng cho dân Việt sống vùng biên giới đã dẫn đến cuộc phản tấn công của CSVN vào nội địa Campuchia trong những ngày cuối năm 1978, đánh bật tập đoàn Pol Pot vào rừng và ngày 8 tháng Giêng 1979 thiết lập chế độ thân CSVN Heng Samrin với Hun Sen là Bộ trưởng Ngoại Giao.

Về mặt chiến lược, việc CSVN đánh sập chế độ Pol Pot là đúng nhưng vì không có một đồng minh nào ngoại trừ khối Liên Xô xa xôi, bị Trung Cộng, Mỹ, ASEAN liên kết nhau cô lập nên CSVN đã rơi vào vũng lầy Campuchia suốt mười năm.

HUN SEN LÀ AI?

Hun Sen cũng chẳng phải là người xa lạ. Y nguyên là Trung đoàn phó của một đơn vị Khmer Đỏ đào thoát theo Việt Nam và đóng vai Bộ trưởng Ngoại giao trong chính phủ Heng Samrin. Lý lịch của y cũng giống như các lãnh đạo CS thay đổi tùy theo thời thế. Một số nghiên cứu cho rằng y tham gia Khmer Đỏ khá sớm, khoảng 1967, nhưng Hun Sen phủ nhận và tự khai y chỉ gia nhập vào năm 1970 đáp lời kêu gọi của Hoàng thân

Norodom Sihanouk. Giống như nhiều lãnh đạo Campuchia có quá khứ Khmer Đỏ khác, Hun Sen cố tình che giấu lý lịch của mình càng nhiều càng tốt.

Luật sư Brad Adams, Giám đốc Khu vực Á châu của Human Rights Watch, nhận xét Hun Sen là một kẻ có bản chất độc tài thô bạo không khác gì các nhà độc tài trong cùng "câu lạc bộ 10 ngàn", ám chỉ một nhóm gồm những nhà độc tài thông qua bạo động, kiểm soát an ninh, dựa vào sự yểm trợ từ nước ngoài để kéo dài quyền lực cai trị trên 10 ngàn ngày. Sau sự sụp đổ của hàng loạt các nhà độc tài tại Tunisia, Egypt, Libya và Yemen, Hun Sen là một trong số rất ít hội viên của "câu lạc bộ 10 ngàn" còn nắm được quyền hành.

Tên danh dự đầy đủ của Hun Sen là Samdech Akeak Moha Sena Padei Techo Hun Sen còn dài hơn cả tên danh dự của nhà độc tài khát máu nhất Congo là Mobutu Sese Seko Nkuku Ngbendu wa Za Banga. Mới đây khi được hỏi liệu y có lo ngại sẽ bị lật đổ như các nhà độc tài Tunisia, Egypt, Libya, máu Khmer Đỏ trong người sục sôi lên và Hun Sen trả lời: "Tôi chẳng những làm suy yếu đối phương mà còn tận diệt chúng... Nếu kẻ nào nghĩ mình đủ mạnh để biểu tình, tôi sẽ đánh gục bọn chó đó và nhốt chúng vào trong cũi".

Hun Sen không chỉ đe dọa thôi nhưng trong quá khứ y đã trấn áp đối lập một cách thô bạo nhiều lần.

Trong năm 1991, khi các đại diện Liên Hiệp Quốc vào Campuchia tổ chức tuyển cử, Hun Sen đã ra lịnh cho an ninh dưới quyền tàn sát trên 100 đảng viên của một đảng đối lập ngay trước mắt của phái đoàn Liên Hiệp Quốc. Một lần khác, vào năm 1997, Hun Sen ra lịnh cho cận vệ tấn công bằng lựu đạn vào một buổi họp của lãnh tụ đối lập Sam Rainsy làm 16 người chết và hơn 150 người bị thương. Cũng trong năm 1997, lo ngại bị thất cử, Hun Sen tổ chức đảo chánh chống lại đảng Hoàng gia mà y đã liên minh. Hàng trăm người bị bắt và bị giết. Các nhân viên Liên Hiệp Quốc khi đào xác lên đã khám phá phần lớn đã bị bắn vào đầu trong lúc đang bị còng tay và bị bịt mắt. Những hình ảnh đó gợi lại cảnh tượng kinh hoàng của thời Pol Pot.

HUN SEN 1997 THEO DẤU CHÂN POL POT 1977

Nhiều người cho rằng Hun Sen mới ngã về phía Trung Cộng mới đây. Điều đó không đúng. Khuynh hướng thân Trung Cộng của Hun Sen bắt đầu sau cuộc đảo chánh đẫm máu năm 1997. Cuộc đảo chánh đã làm y mất uy tín trong các lãnh đạo các quốc gia dân chủ Tây phương. Nhiều quốc gia đã ngưng viện trợ cho chính phủ Hun Sen hay tiếp tục viện trợ nhưng đưa ra các điều kiện phải tôn trọng nhân quyền.

Giống như Pol Pot trước đây, Hun Sen không còn đường nào khác ngoài việc đi tìm sự ủng hộ từ phía Trung Cộng. Dĩ nhiên giới lãnh đạo Trung Cộng nắm bắt cơ hội ngàn vàng này. Từ năm 1997 đến năm 2005, Trung Cộng cung cấp cho chính quyền Hun Sen 600 triệu Dollar qua đầu tư, viện trợ không hoàn lại, hủy bỏ nợ đến thời hạn trả.

Từ năm 2000, hàng loạt lãnh đạo cao cấp CSTQ lần lượt viếng thăm Campuchia. Tổng bí thư Giang Trạch Dân thăm Campuchia năm 2000, cựu Thủ tướng Lý Bằng thăm Campuchia năm 2001, Thủ tướng Chu Dung Cơ thăm Campuchia năm 2002.

Đáp lại, trong cùng thời gian, Hun Sen đã thăm viếng Trung Cộng tất cả 6 lần. Hun Sen từng tuyên bố "Trung Quốc nói ít làm nhiều" vì viện trợ của Trung Cộng không đặt ra các điều kiện nhân quyền trong khi nhân quyền lại là tiền đề thảo luận với các nước dân chủ. Trong bang giao quốc tế, chế độ Hun Sen nhiệt tình ủng hộ các chính sách của Trung Cộng qua việc ngăn cấm các viên chức trong chính quyền y thăm viếng Đài Loan, ủng hộ chính sách "Một Trung Quốc", y còn họa theo Trung Cộng khi lên tiếng kết án Mỹ trong vụ máy bay Mỹ ném bom lầm xuống tòa đại sứ Trung Cộng tại Belgrade năm 1999.

Trong lãnh vực quân sự, Trung Cộng lần nữa đóng vai trò yểm trợ tích cực như đã từng làm đối với chế độ Pol Pot. Từ sau cuộc đảo chánh của Hun Sen năm 1997, Trung Cộng đã gởi các trang bị quân sự cho cánh Hun Sen, xây dựng các doanh trại quân đội, sửa chữa phi trường Kampong Chhnang, hàng năm đưa 40 sĩ quan trong quân đội Campuchia sang Trung Cộng huấn luyện.

Nhiều người Việt phê bình Hun Sen và lãnh đạo hai nước láng giềng hữu nghị thân thiết Campuchia và Lào, có lịch sử gắn bó từ thời đảng CS Đông Dương, đã bí mật bắt tay Trung Cộng.

Thật ra, không có chỗ cho các yếu tố đạo đức, ơn nghĩa trong bàn cờ chính trị. Hơn ai hết Hun Sen biết chính bản thân y trước đây khi được đặt vào chức Bộ trưởng Ngoại giao ở tuổi 27 cũng chỉ là con cờ chính trị của CSVN mà thôi. Thời thế đã đổi thay và con người thay đổi theo thời thế là chuyện bình thường.

Nhiều nhà phân tích cho rằng Campuchia nên giữ vai trò độc lập trong xung đột Việt Trung để nhận được sự ủng hộ từ cả hai bên nhưng đó chỉ là lý thuyết, lịch sử và thực tế kinh tế chính trị cho thấy, Campuchia phải chọn Trung Cộng và chia tay với CSVN.

Đi với Việt Nam, Hun Sen không được gì trong khi đi với Trung Cộng Hun Sen có lợi cho cả cá nhân lẫn đất nước của y. Việt Nam không thể cạnh tranh nổi với Campuchia và Bangladesh về sản phẩm tiêu dùng loại rẻ tiền nói chi là chuyện tranh đua với Trung Cộng để viện trợ cho Campuchia.

Đối với nội bộ Campuchia, càng đóng vai trò độc lập với Việt Nam bao nhiêu, Hun Sen, người vẫn còn bị phe đối lập tại Campuchia tố cáo là bù nhìn Việt Nam, sẽ càng được sự ủng hộ của nhân dân Campuchia bấy nhiêu.

Thế hệ Campuchia được CSVN cứu sống năm 1979 đã già và nhiều trong số họ đã chết. Thế hệ trẻ lớn lên chỉ biết đến Việt Nam là kẻ thù truyền thống của dân tộc Khmer.

Trong diễn văn kỷ lục dài trên 5 giờ trước quốc hội vào đầu tháng 8, 2012, Hun Sen cứng rắn cam kết "*Thật ra, tuy nhiên, biên giới đường biển giữa Campuchia và Việt Nam vẫn chưa xác định và không một giọt nước nào của nguồn hải lưu đã bị mất về tay Việt Nam*".

Các lãnh tụ đối lập trong quốc hội Campuchia từ nhiều năm nay liên tục tố cáo Việt Nam cướp đoạt đất đai trong đó có cả đảo Phú Quốc và vùng hạ lưu sông Cửu Long nơi có dân Khmer Krom đang sống. Khẩu hiệu chống Việt Nam cướp đất đầy tính khích động nhưng lại rất thu hút cử tri trong các mùa bầu cử. Sự cứng rắn đối với Việt Nam của Hun Sen đáp ứng "nguyện vọng" nhân dân nhằm binh vực tính chính danh của chế độ và tiếp tục là hội viên của "câu lạc bộ 10 ngàn" lâu hơn nữa.

HUN SEN THAM NHŨNG

Vi trùng tham nhũng sinh sản rất nhanh trong các chế độ độc tài, nơi quyền lực tập trung trong tay một nhóm nhỏ người nắm quyền cai trị. Tham nhũng là một trong những căn bịnh đang đè nặng lên xã hội Campuchia và gia đình bị tố cáo tham nhũng nhiều nhất là Hun Sen. Mặc dù chỉ làm việc cho chính phủ trong suốt hơn 30 năm, gia đình y có một đời sống sung túc hơn bất cứ người dân Campuchia nào.

Cũng theo lời của luật sư Brad Adams thuộc tổ chức Human Rights Watch, mười năm trước, một viên chức Bộ ngoại giao Mỹ đã tiết lộ cho ông biết tài sản của Hun Sen được ước lượng vào khoảng 500 triệu Dollar. Không ai biết chính xác giá trị bất động sản và dự trữ Dollar, vàng bạc của Hun Sen và gia đình tại các ngân hàng ngoại quốc hiện nay là bao nhiêu. Phản ứng trước những lời tố cáo tham nhũng, Hun Sen cho báo chí biết y và gia đình chỉ sống bằng đồng lương thủ tướng 1,150 Dollar mỗi tháng. Tuy nhiên không một nhà phân tích nào tin vào con số không thể nào đúng với thực tế này.

Không có CSVN, Hun Sen không chỉ mù một mắt mà đã mồ hoang mả lạnh từ lâu rồi, nhưng với bản chất bạo động, háo danh, tham vọng quyền lực sẵn có của người cựu Khmer Đỏ, Hun Sen rất dễ dàng bị Trung Cộng khích động và mua chuộc. Lãnh đạo Trung Cộng thừa tiền bạc và cũng thừa kinh nghiệm làm ăn với các lãnh đạo độc tài. Cả một đám lãnh đạo châu Phi xa xôi và đắt tiền mà Trung Cộng còn mua chuộc được dễ dàng sá gì một Hun Sen hay một Choummaly Sayasone rẻ mạt ở sát bên nhà.

CHU KỲ THÙ HẬN VIỆT-TRUNG-MIÊN

Và tất cả những oan nghiệt đó, dùng chữ của Hun Sen trong luận án tiến sĩ chính trị của y, chỉ vì cùng "từ một bào thai" CS. Lịch sử hiện đại của ba nước bị trói chặt bởi sợi xích oan nghiệt CS. Thật vậy, ý thức hệ CS là nguyên nhân sâu xa cho tất cả đau thương thảm khốc mà người dân vô tội trong ba quốc gia Việt, Trung, Campuchia đã chịu đựng. Cách mạng văn hóa ở Trung Cộng, Cải cách ruộng đất ở Việt Nam, Năm số không (Year Zero) ở Campuchia đều là sản phẩm của hệ tư tưởng Mác Lê Mao.

Chủ nghĩa Cộng Sản đã tàn trên phần lớn trái đất nhưng tại ba nước Việt, Trung, Campuchia bóng ma Cộng Sản vẫn còn ám ảnh thường xuyên trên số phận con người. Ngày nào đảng CS còn cai trị hay có ảnh hưởng lớn, ba nước Việt, Trung, Miên lại sẽ đi vòng theo một chu kỳ thù địch, bắt đầu từ chỗ nợ máu xương và chấm dứt ở chỗ thanh toán nhau bằng xương máu.

Trung Cộng có tranh chấp biên giới với gần 20 quốc gia, lớn như Ấn Độ và nhỏ như Bhutan, nhưng chỉ có Việt Nam là hệ lụy nặng nề. Campuchia cũng tranh chấp biên giới với Thái Lan và thậm chí mới pháo kích vào đất nhau nhưng chỉ xung đột với Việt Nam là người ta hình dung ngay đến một viễn ảnh vô cùng thảm khốc.

Tại sao?

Chỉ vì cả ba nhánh sông này đều phát xuất từ một nguồn CS. Những người như Hồ Chí Minh, Trần Phú, Norodom Sihanouk, Heng Samrin, Pol Pot, Lê Duẩn, Lê Đức Thọ, Phạm Văn Đồng, Đặng Tiểu Bình, Hoa Quốc Phong, Lý Tiên Niệm đã xác lạnh từ lâu nhưng tên tuổi họ vẫn được nhắc đi nhắc lại trong lịch sử ba nước như những oan hồn còn nặng nợ trần gian.

Thật vô cùng phi lý khi những đứa bé Campuchia sinh ra ở Nam Vang, đứa bé Việt Nam sinh ra ở Hà Nội hôm nay lại phải gánh chịu oan khiên từ thời đảng CS Đông Dương. Và cũng thật buồn cười khi quan hệ giữa hai quốc gia không đặt căn bản trên luật pháp quốc tế mà bị chi phối bởi bốn câu thơ "Ổn định lâu dài, hướng tới tương lai, láng giềng hữu nghị, hợp tác toàn diện" đầy sáo ngữ, mỉa mai và phản thực tế.

Việt Nam chưa bao giờ bị cô lập hơn hôm nay. Trong giai đoạn xung đột biên giới Việt Miên 1977-1979, ít ra còn có phe Liên Xô ủng hộ, ngày nay một mình trên hoang đảo, chung quanh chẳng còn ai và ảnh hưởng mỗi ngày thêm hẹp. Giới lãnh đạo đảng CSVN chẳng những biết rõ mà còn là đồng tác giả của thảm trạng Việt - Trung - Miên.

Trước năm 1975, CSVN đã góp phần nuôi dưỡng tên đồ tể Pol Pot này. Năm 1965, Pol Pot đã từng đi bộ dọc theo đường mòn Hồ Chí Minh ra Hà Nội để tham khảo Lê Duẩn về chiến lược chiếm Campuchia. Tháng Bảy năm 1975, Lê Duẩn và Lê Đức Thọ là hai trong số những quốc khách đầu tiên chính thức viếng thăm nước Campuchia Dân Chủ.

Suốt hơn 30 năm, nhân dân Việt Nam phải chịu đựng từ thảm họa này sang thảm họa khác như một chu kỳ lập đi rồi lập lại nhưng giới lãnh đạo Đảng không có một sách lược cụ thể, dứt khoát nào để đưa Việt Nam ra khỏi vòng bế tắc.

Lý do đơn giản chỉ vì việc duy trì quyền lực và quyền lợi của giới lãnh đạo đảng được xem là một ưu tiên hàng đầu, trên cả chủ quyền đất nước và tương lai dân tộc.

Một người có ý thức nào cũng biết, cách duy nhất để thoát ra khỏi chu kỳ máu xương thù hận Việt - Trung - Miên là Việt Nam trước hết phải thoát ra khỏi bóng tối của chủ nghĩa Cộng Sản độc tài bước ra phía ánh sáng của thời đại tự do dân chủ.

Chỉ khi nào Việt Nam đứng dưới bầu trời tự do dân chủ giới lãnh đạo Trung Cộng mới không có quyền nghĩ những đại diện của quốc gia Việt Nam không Cộng Sản kia là "đám côn đồ".

Chỉ khi nào Việt Nam đứng dưới bầu trời tự do dân chủ, Hun Sen cùng đảng Dân chủ Nhân dân của ông ta mới không còn nghi ngờ những đại diện của quốc gia Việt Nam không CS thật ra chỉ là những tên cướp nước giả nhân giả nghĩa.

Tất cả sẽ đều bình đẳng trước Hiến chương Liên Hiệp Quốc và các công ước quốc tế mà ba bên đã ký kết. Ân oán nợ nần giữa các đảng CS không có liên hệ gì đến dân tộc Việt Nam. Những khẩu hiệu có tính tuyên truyền như "16 chữ vàng", "tình hữu nghị" sẽ bị gạch bỏ theo chế độ Cộng Sản đã sáng tác ra chúng.

Trong cuộc đàm phán đa phương hay ngay cả song phương với Trung Cộng và Campuchia, các đại diện của một nước Việt Nam dân chủ có thể thắng, có thể huề và cũng có thể thua, nhưng dù thắng, huề hay thua đều dựa trên cơ sở luật quốc tế và luôn hành xử xứng đáng với tư cách của một cấp lãnh đạo chính danh, thay mặt cho một nước Việt Nam dân chủ, độc lập, chủ quyền, và sẽ được sự ủng hộ của đại đa số con người yêu chuộng tự do, hòa bình trên thế giới.

Con đường giành lại Hoàng Sa và bảo vệ Trường Sa là một con đường dài, gian nan, đầy gai góc, bị chi phối bởi nhiều yếu tố khách quan và chủ quan. Nhưng nếu không đi sẽ không bao giờ đến. Cho dù lâu dài và gian nan cũng phải bắt đầu và điểm bắt đầu mà một người Việt Nam yêu nước nào cũng có thể làm được, đó là tích cực đóng góp vào tiến trình dân chủ hóa Việt Nam.

Tham khảo:

Extraordinary Chambers in the Courts of Cambodia, the United Nations.

Frank Dikotter, Mao's Great Famine, Walker & Company 2010.

Ian Storey, China's Tightening Relationship with Cambodia, The Jamestown Foundation.

Behind the Bamboo Curtain: China, Vietnam, and the World beyond Asia, edited by Priscilla Roberts, tr. 260, 393-394, Stanford University Press 2007.

Ezra F. Vogel, Deng Xiaoping and the Transformation of China, Harvard University/Belknap Press 2010, tr. 283.

Philip Short, Pol Pot: Anatomy of a Nightmare, Macmillan, 2006, tr. 389

Francis Deron, Several Improper Connections in Matters of Massacre: China, Cambodia, Indonesia, Monde Chinois, 2008.

Xiaobing Li, China at War: An Encyclopedia, ABC-CLIO LLC, 2012.

Reuter, China admits 320,000 troops fought in Vietnam, May 16 1989.

Daniel Southerland, Uncounted Millions: Mass Death in Mao's China, Washington Post, July 17, 1994.

Brad Adams, 10,000 Days of Hun Sen, The New York Times, May 31, 2012.

Russell D. Howard, The Chinese People's Liberation Army: "Short Arms and Slow Legs", USAF Institute for National Security Studies 1999.

Cambodian Genocide Program, Yale University.

Vũ Cao Đàm, Bài học đáng giá từ Luận án Tiến sĩ của Thủ tướng Campuchia Hun Sen, Bauxite Việt Nam, 14-8-2012

Wikipedia "Chiến dịch phản công biên giới Tây-Nam Việt Nam".

"CÔN ĐỒ" ĐẶNG TIỂU BÌNH QUA QUAN HỆ VIỆT TRUNG

"Khôn ngoan" và "ngu dốt" là hai tính từ để chỉ khả năng nhận xét, phán đoán một vấn đề dựa theo kiến thức sẵn có. Theo Việt Nam Tự Điển của Lê Văn Đức và Lê Ngọc Trụ, bản in 1970 "khôn ngoan là biết phân biệt lợi hại, phải quấy, khôn ngoan giữa đám ba bề, đừng cho ai lận, chớ hề lận ai" và "ngu dốt là ngu đần dốt nát, chẳng hiểu việc phải trái ở đời hay lễ nghĩa xã giao ở đời". Vì sự kính trọng dành cho đồng loại, nhất là với những người mang bịnh chậm khôn, khi cần diễn tả cái ngu, người ta thường dùng thú vật để so sánh như "ngu như bò", "ngu như trâu" chứ không nói là ngu như một người nào đó.

Từ ngày nghe bài giảng ông Đại tá Trần Đăng Thanh, trên Internet tràn ngập bài đánh giá ông là ngu, ngu đủ kiểu, từ ngu tuyển tập đến ngu toàn tập, thậm chí "ngu như Trần Đăng Thanh". Tuy nặng lời nhưng không oan ức. Trong cương vị một đại tá, phó giáo sư, cán bộ giảng dạy Học Viện Chính Trị nhưng những đánh giá của ông về các mối quan hệ chính trị trong vùng cũng như thế giới thấp đến mức không thể nào tin được rằng tri thức của ông đang trong trạng thái bình thường. Tuy nhiên, cũng thật bất công và xúc phạm nếu chỉ trích dẫn những điều ấu trĩ, sai lầm trong bài giảng của ông mà không phân tích.

Làm thế nào để có thể "không được mất chủ quyền và quyền chủ quyền nhưng phải ưu tiên tối thượng là giữ được môi trường hòa bình" trước một Trung Cộng đang âm mưu khống chế toàn thế giới để vừa nuôi dưỡng chế độ độc tài toàn trị vừa nuôi sống nền kinh tế khổng lồ nhưng đầy tham nhũng và thất thoát? Cách diễn dịch duy nhất theo lý luận của Trần Đăng Thanh là đầu hàng Trung Cộng. Quan điểm của ông là quan điểm "Nhập Tống" của Trần Nhật Hiệu trong cuộc Kháng Nguyên lần thứ nhất. Đất nước này không chỉ bị mất đi một lần nhưng đã giành lại được, Thăng Long không chỉ bị đốt cháy một lần nhưng đã xây lại được, bởi vì tinh thần độc lập, tự chủ đã hòa trong máu của dân tộc từ thuở tổ tiên lên đường đi khai phá phương nam nhiều ngàn năm trước.

Ngay cả trường hợp "Trung Quốc đã từng nhường cơm sẻ áo dành cho chúng ta từ hạt gạo, từ khẩu súng, từ đôi dép để chúng ta giành thắng lợi trong kháng chiến chống Pháp và thắng Mỹ" phát xuất từ… "trái tim bồ tát" của Mao Trạch Đông, Đặng Tiểu Bình đi nữa, chẳng lẽ hôm nay làm ngơ để chúng chiếm đoạt toàn bộ biển Đông, đẩy Việt Nam từ một quốc gia bán đảo nhìn ra Thái Bình Dương bao la và phong phú tài nguyên thành một nước không có biển như Lào, Mông Cổ. Đôi mắt ông Trần Đăng Thanh nhìn đâu mà không thấy đường lưỡi bò do Trung Cộng công bố gần như phủ kín Biển Đông và ép Việt Nam, đất nước hình chữ S phì nhiêu thành một thân xác già nua co ro trên bờ biển dài hơn ba ngàn cây số?

Ngày xưa "Ra khơi, thấy lòng phơi phới, thấy tình thế giới, thấy mộng ngày mai, thấy niềm tin mới", ngày nay mỗi chuyến ra khơi của ngư dân Hải Phòng, Thái Bình, Thanh Hóa, Quảng Nam, Quảng Ngãi, Khánh Hòa là mỗi lần phó thác số phận không chỉ cho sóng to gió lớn mà còn trong những viên đạn không một chút xót thương của hải quân Trung Cộng. Ba mươi tám năm qua, lương tâm ông Trần Đăng Thanh cất giấu ở đâu mà không cảm thông cho sự chịu đựng vô cùng đau thương của hàng ngàn ngư dân Việt Nam, người bị giết, tàu bè bị đâm thủng, những em bé chiều chiều ra biển chờ cha đi đánh cá không bao giờ trở về. Ba mươi tám năm, nói như nhà văn Nguyễn Xuân Nghĩa Tổ quốc tôi như miếng da lừa, một lần ước mất đi một góc, ước phồn vinh: rừng mất cây, biển mất cá, ước vẹn toàn: mất hải đảo, mất Cao Nguyên. Hoàng Sa đã rơi vào tay Trung Cộng từ lâu và Trường Sa mang tiếng là của Việt Nam nhưng đến nay chỉ còn vài đảo nhỏ trong quần đảo rộng lớn này, ông biết không?

Ông Trần Đăng Thanh nhắc nhở học viên "không quên họ đã từng xâm lược chúng ta nhưng ta cũng không được quên họ đã từng nhường cơm xẻ áo cho chúng ta. Ta không thể là người vong ơn bội nghĩa, đấy là đối với Trung Quốc hai điều không được quên" mà không biết rằng Trung Cộng chẳng quan tâm gì đến chuyện "giải phóng miền Nam" hay "thống nhất đất nước". Trong buổi gặp gỡ Henry Kissinger năm 1971, Chu Ân Lai tiết lộ Trung Cộng "nhường cơm xẻ áo" cho Việt Nam chẳng phải là chiến lược hay tư tưởng CS gì cả mà dựa hoàn toàn trên gánh nợ lịch sử của tổ tiên y giao phó. Họ Chu lúc đó nghĩ đến việc Mỹ không thua nên chỉ muốn kiểm soát miền Bắc Việt Nam trong gọng kìm chặt chẽ theo truyền thống cai trị chư hầu thời phong kiến. Ngay cả khi chiến tranh chưa chấm dứt, Trung Cộng đã xây dựng các trục lộ từ Trung Cộng sang Lào để kịp thời can thiệp trong trường hợp chư hầu Việt Nam đủ mạnh đứng lên khởi nghĩa và thôn tính nước Lào. Mao Trạch Đông, Chu Ân Lai rồi Đặng Tiểu Bình không phải là những kẻ chủ trương chủ nghĩa bành trướng Trung Cộng mà là những người khai triển chính sách Đại Hán đô hộ các nước nhỏ lân bang truyền thống của tổ tiên y trong thời đại toàn cầu. Trần Đăng Thanh cóp nhặt rất nhiều thông tin nhưng lại bỏ sót những dữ kiện rất hiển nhiên trong lịch sử này.

Trần Đăng Thanh khẳng định, Mỹ "đang thực hiện "thả con săn sắt, bắt con cá rô". Họ chưa bao giờ tốt thật sự với chúng ta, tội ác của họ trời không dung, đất không tha" nhưng không biết rằng chỉ có hai lãnh đạo quốc gia mà Đặng Tiểu Bình không thuyết phục được sự ủng hộ để đánh Việt Nam là Thủ tướng Singapore Lý Quang Diệu và Tổng thống Mỹ Jimmy Carter. Lý Quang Diệu sáng suốt chỉ ra cho họ Đặng thấy "Không có một cộng đồng Nga kiều nào tại các nước Đông Nam Á có thể dẫn đến các cuộc nổi dậy của Cộng Sản do Liên Xô ủng hộ nhưng ở đâu cũng có các cộng đồng Hoa kiều được đảng và nhà nước Trung Cộng xúi dục và ủng hộ". Với Mỹ, ngày 30 tháng 1 năm 1979, Tổng thống Jimmy Carter mời Đặng Tiểu Bình gặp riêng và trong buổi họp này Tổng thống Carter đọc cho họ Đặng nghe quan điểm của Mỹ từ lá thư do chính tay tổng thống soạn thảo, trong đó, Tổng thống Carter yêu cầu họ Đặng vì sự ổn định của Đông Nam Á và thế giới, cố tự chế hành động xâm lược Việt Nam. Cá nhân Jimmy Carter có thể thương hay ghét Việt Nam nhưng rõ ràng chính sách và tầm nhìn của một tổng thống Mỹ chẳng bao giờ là "chưa bao giờ tốt thật sự với Việt Nam" như Trần Đăng Thanh "suy bụng ta ra bụng người".

Gác qua một bên chiêu bài "chống Mỹ cứu nước" tào lao được mấy cái loa tuyên truyền lặp đi lặp lạiđến nhàm chán mà cứ tạm xem đế quốc Mỹ cũng là kẻ thù của Việt Nam, thì giữa Trung Cộng và Mỹ, kẻ thù nào đe dọa trực tiếp đến an ninh, chủ quyền, toàn vẹn lãnh thổ của Việt Nam và trong trường hợp phải chọn một để đi, người khôn ngoan nên biết chọn ai?

Một người có kiến thức chính trị bình thường cũng biết chỗ dựa phải là Mỹ. Trong quan hệ chính trị quốc tế không có chuyện "tốt với Việt Nam" hay "xấu với Việt Nam" mà chỉ có "thuận với quyền lợi Việt Nam" hay "nghịch với quyền lợi Việt Nam".

Trần Đăng Thanh biết ăn cắp câu nói nổi tiếng của cố Thủ tướng Anh Lord Palmerston thời Nữ Hoàng Victoria "Nước Anh không có đồng minh bất diệt, kẻ thù vĩnh viễn, chỉ có lợi ích quốc gia dân tộc là bất diệt và vĩnh viễn" nhưng không hiểu tại sao Thổ Nhĩ Kỳ biết liên minh với Anh, Mỹ, những cựu thù ở xa, để chống kẻ thù độc tài hung bạo Liên Xô ở gần. Sau thế chiến thứ hai, các quốc gia Nhật Bản, Tây Đức, Nam Hàn, Đài Loan, Ai Cập, Thổ Nhĩ Kỳ ngã về phía Mỹ và sau khi khối Liên Xô sụp đổ hầu hết các nước Đông Âu Cộng Sản cũ cũng ngã về phía Mỹ. Lý do rất dễ hiểu, các quốc gia vừa bước ra khỏi chiến tranh hay độc tài lạc hậu rất cần khoa học kỹ thuật, văn hóa giáo dục, giao thương kinh tế. Không có gì hổ thẹn phải đi học cái hay cái đẹp của người khác đem về áp dụng cho đất nước mình, chỉ có những kẻ "ngồi trong đáy giếng thấy trời bằng vung" mới nghĩ không ai khôn hơn mình.

Ông bà ta dạy "gần mực thì đen, gần đèn thì sáng", Trung Cộng không chỉ là mực mà là đế quốc tội ác, thâm độc, bất nhân. Lãnh đạo Trung Cộng không thương xót ba chục triệu dân họ chết dưới bàn tay của Mao Trạch Đông thì thương xót gì một dân tộc nhỏ nhoi mà tổ tiên nhà Hán của chúng đã nhiều lần cố đồng hóa mà không được.

Ông Trần Đăng Thanh có biết "côn đồ" Đặng Tiểu Bình đã từng muốn xóa bỏ nước Việt Nam trong bản đồ thế giới bằng một chính sách đánh phủ đầu (preemptive policy) khi nói với Tổng thống Jimmy Carter "Bất cứ nơi nào, Liên Xô thò ngón tay tới, chúng ta phải chặt đứt ngón tay đó đi" không?

Đặng Tiểu Bình muốn liên minh quân sự với Mỹ như kiểu NATO ở châu Âu để triệt tiêu Liên Xô tại châu Á. Cựu Ngoại trưởng Mỹ Henry Kissinger giải thích quan điểm này của họ Đặng trong tác phẩm *Về Trung Quốc* (On China) của ông: "*Những gì Đặng Tiểu Bình đề nghị về căn bản là chính sách đánh phủ đầu, đó là một lãnh vực trong chủ thuyết quân sự ngăn chặn tấn công của Trung Quốc... Nếu cần thiết, Trung Quốc sẽ chuẩn bị phát động các chiến dịch quân sự để phá vỡ kế hoạch của Liên Xô, đặc biệt tại vùng Đông Nam Á*". "Đông Nam Á" và "ngón tay" theo ý Đặng Tiểu Bình tức là Việt Nam và liên kết quân sự theo dạng NATO không phải là để dời vài cột mốc, đụng độ biên giới lẻ tẻ mà là cuộc tấn công phủ đầu quyết định trước khi Việt Nam có khả năng chống trả.

Đặng Tiểu Bình không mua chuộc được sự ủng hộ công khai của Mỹ nhưng ít ra không phải về tay trắng. Mỹ đồng ý giúp Đặng theo dõi sự động binh của 55 sư đoàn Liên Xô phía Bắc. Mỹ cũng dùng vệ tinh để theo dõi trận đánh biên giới và cũng nhờ những tấm ảnh chụp từ vệ tinh mà các cơ quan truyền thông biết ai đã dạy ai bài học trong chiến tranh biên giới Việt Trung 1979. Trong buổi họp riêng với Tổng thống

Carter trước khi lên máy bay, Đặng khẳng định "Trung Quốc vẫn phải trừng phạt Việt Nam".

"Côn đồ" Đặng Tiểu Bình với chính sách cây gậy

Lý do Trung Cộng đánh Việt Nam năm 1979 ngày nay đã quá tỏ tường. Trung Cộng đánh Việt Nam trước hết phát xuất từ nỗi lo sợ bị bao vây. Tháng 4 năm 1968, Chu Ân Lai tiết lộ với Phạm Văn Đồng: "*Trong một thời gian dài, Trung Quốc bị Mỹ bao vây. Bây giờ Liên Xô bao vây Trung Quốc, ngoại trừ phần Việt Nam*". Phạm Văn Đồng đáp: "Chúng tôi càng quyết tâm để đánh bại đế quốc Mỹ bất cứ nơi nào trên lãnh thổ Việt Nam". Chu Ân Lai: "Đó chính là lý do chúng tôi ủng hộ các đồng chí". Việc Việt Nam ngả theo Liên Xô đã xác định vòng vây hoàn toàn khép chặt chung quanh Trung Cộng. Riêng một Việt Nam đã quá lo, nếu cộng thêm Miên và Lào với tổng số gần 100 triệu dân thù địch nằm ngay phía nam là một đe dọa lớn.

Để ngăn chặn khối Việt Miên Lào liên minh nhau, tháng 8 năm 1975, Đặng Tiểu Bình chia sẻ với Khieu Samphan, nhân vật số ba trong Khmer Đỏ: "*Khi một siêu cường* [Mỹ] *rút đi, một siêu cường khác [Liên Xô] sẽ chụp lấy cơ hội mở rộng nanh vuốt tội ác của chúng đến Đông Nam Á*". Họ Đặng kêu gọi đảng CS Campuchia đoàn kết với Trung Cộng trong việc ngăn chặn Việt Nam bành trướng. Hoa Quốc Phong cũng lập lại những lời tương tự khi tiếp đón phái đoàn của Tổng bí thư đảng CS Lào Kaysone Phomvihane nhân chuyến viếng thăm Trung Cộng của y vào tháng Ba năm 1976. Tháng Sáu năm 1978, Việt Nam chính thức tham gia COMECON và tháng 11 cùng năm Việt Nam ký Hiệp ước Hữu nghị và Hợp tác có bao gồm các điều khoản về quân sự với Liên Xô. Tháng 12 năm 1978, Việt Nam xâm lăng Campuchia. Đặng Tiểu Bình chọn phương pháp quân sự để chọc thủng vòng vây.

Một lý do khác, Đặng Tiểu Bình khinh rẻ lãnh đạo CSVN là phường "ăn cháo đá bát". Trong cuộc chiến Việt Nam, Trung Cộng không chỉ viện trợ tiền của mà còn bằng xương máu. Trong tác phẩm *Trung Quốc lâm chiến: Một bộ bách khoa* (China at War: An Encyclopedia) tác giả Xiaobing Li liệt kê các đóng góp cụ thể của 320 ngàn quân Trung Quốc trong chiến tranh Việt Nam: "*Trong chiến tranh Việt Nam giai đoạn năm 1964 đến năm 1973, quân Giải phóng Nhân dân Trung Quốc (PLA) đã lần nữa can thiệp. Tháng Bảy năm 1965, Trung Quốc bắt đầu đưa quân vào Bắc Việt, bao gồm các đơn vị hỏa tiễn địa-không (SAM), phòng không, làm đường rầy xe lửa, công binh, vét mìn, hậu cần. Quân đội Trung Quốc điều khiển các giàn hỏa tiễn phòng không, chỉ huy các đơn vị SAM, xây dựng và sửa chữa đường sá, cầu cống, đường xe lửa, nhà máy. Sự tham gia của Trung Quốc giúp cho Việt Nam có điều kiện gởi thêm gởi nhiều đơn vị Bắc Việt vào Nam đánh Mỹ. Giữa năm 1965 và năm 1968, Trung Quốc gởi sang Bắc Việt 23 sư đoàn, gồm 95 trung đoàn, tổng số lên đến 320 ngàn quân. Vào cao điểm năm 1967, có 170,000 quân Trung Quốc hiện diện*".

Lý do thứ ba là sự khinh bỉ, căm ghét Việt Nam của cá nhân họ Đặng. Trong số năm nhân vật hàng đầu lãnh đạo Trung Cộng giai đoạn 1977 đến 1980 gồm Hoa Quốc Phong, Diệp Kiếm Anh, Lý Tiên Niệm, Uông Đông Hưng và Đặng Tiểu Bình thì Đặng Tiểu Bình là người có hoạt động gần gũi nhất với phong trào CSVN. Hơn ai hết, họ Đặng đã tiếp xúc, làm việc với các lãnh đạo CSVN, biết cá tính từng người và cũng biết một cách tường tận và chính xác những hy sinh của Trung Cộng dành cho đảng CSVN. Như tôi đã viết trong bài Chu kỳ thù hận Việt - Trung - Miên, đảng CSVN sống bằng gạo trắng của Trung Cộng nhưng cũng ngay thời gian đó quê hương Tứ Xuyên của Đặng Tiểu Bình chết đói trên 10 triệu người. Trong thời gian hai đảng CS cơm không lành canh không ngọt, bộ máy tuyên truyền CSVN ca ngợi Lê Duẩn như một nhân vật kiên quyết chống bành trướng Bắc Kinh nhưng đừng quên tháng Tư năm 1965, chính Lê Duẩn đã sang tận Bắc Kinh cầu khẩn Đặng Tiểu Bình để gởi quân trực tiếp tham chiến. Với những đóng góp xương máu đó, việc họ Đặng tuyên bố "Việt Nam là côn đồ, phải dạy cho Việt Nam bài học" không phải là chuyện tự nhiên. Câu "Việt Nam là côn đồ" được các đài truyền hình Trung Cộng phát đi và chính Dương Danh Dy, nguyên Tổng Lãnh Sự Quán Việt Nam tại Quảng Châu, đã xem đoạn phóng sự truyền hình đó.

Trong điều kiện kinh tế và quân sự còn rất yếu của Trung Cộng vào năm 1979, đánh Việt Nam là một quyết định vô cùng quan trọng. Đặng Tiểu Bình nắm được Bộ chính trị đảng Trung Cộng nhưng về mặt đối ngoại, Đặng Tiểu Bình phải thuyết phục các quốc gia Đông Nam Á, Á Châu và Mỹ. Cuối năm 1978, Đặng Tiểu Bình, 74 tuổi, thực hiện một chuyến công du chính thức, lịch sử và duy nhất với tư cách lãnh đạo tối cao của Trung Cộng để vừa thúc đẩy Bốn Hiện Đại Hóa và vừa dọn đường đánh Việt Nam. Từ cuối năm 1978 đến đầu 1979, Đặng viếng thăm hàng loạt quốc gia châu Á như Nhật, Thái Lan, Mã Lai, Singapore, Miến Điện, Nepal. Tại mỗi quốc gia thăm viếng, họ Đặng luôn đem thỏa ước Việt-Xô ra hù dọa các nước láng giềng như là mối đe dọa cho hòa bình và ổn định Đông Nam Á. Đặng Tiểu Bình phát biểu tại Bangkok ngày 8 tháng 11 năm 1978: "*Hiệp ước* [Việt Xô] *này không chỉ nhắm đến riêng*

Trung Quốc… mà là một âm mưu Sô Viết tầm thế giới. Các bạn có thể nghĩ hiệp ước chỉ nhằm bao vây Trung Quốc. Tôi đã trao đổi một cách thân hữu với nhiều nước rằng Trung Quốc không sợ bị bao vây. Thỏa hiệp có ý nghĩa quan trọng hơn đối với Á Châu và Thái Bình Dương. An ninh và hòa bình châu Á, Thái Bình Dương và toàn thế giới bị đe dọa". Ngoại trừ Singapore, Đặng nhận sự ủng hộ của hầu hết các quốc gia Đông Nam Á.

Trong số các quốc gia họ Đặng viếng thăm, chuyến viếng thăm Mỹ là quan trọng nhất. Sự đe dọa của Việt Nam chiếm một phần không nhỏ trong nghị trình giữa Đặng Tiểu Bình và các lãnh đạo Mỹ. Nói chung, Mỹ từ chối việc ủng hộ phương án quân sự nhưng để giữ mối quan hệ đang tiến triển tốt, Mỹ đồng ý cung cấp tin tức tình báo về các hoạt động quân sự của Liên Xô vùng biên giới phía bắc Trung Cộng. Trên đường về nước, Đặng ghé Tokyo lần nữa để vận động sự ủng hộ của Nhật. Ngày 17 tháng 2, 1979, Đặng Tiểu Bình xua khoảng từ 300 ngàn đến 400 ngàn quân, tùy theo nguồn ghi nhận, tấn công Việt Nam.

Trong khi Đặng Tiểu Bình chuẩn bị một cách chi tiết từ đối nội đến đối ngoại cho cuộc tấn công vào Việt Nam, các lãnh đạo CSVN vẫn tin người Cộng Sản đàn anh dù có giận cỡ nào cũng không nỡ lòng đem quân đánh đàn em CS Việt Nam, những người từ trong tay áo Trung Cộng chui ra. Dương Danh Dy, nguyên Tổng Lãnh Sự tại Quảng Châu nhắc lại: "*Trong tận đáy lòng chúng tôi vẫn hy vọng, có thể một cách ngây thơ rằng, Việt Nam và Trung Quốc từng quá gần gũi và hữu nghị, họ* [Trung Quốc] *chẳng lẽ thay đổi hoàn toàn với Việt Nam quá nhanh và quá mạnh như thế*". Khi hàng trăm ngàn quân Trung Cộng tràn sang biên giới, Thủ tướng CS Phạm Văn Đồng và Đại tướng Tổng tham mưu trưởng Văn Tiến Dũng vẫn còn đang viếng thăm

Campuchia. Tình báo Việt Nam không theo dõi sát việc động binh ồ ạt của Trung Cộng. Nếu ngày đó giới lãnh đạo Đảng không tin tưởng một cách mù quáng vào ý thức hệ CS và "tình hữu nghị Việt Trung", nhiều ngàn thanh niên Việt Nam đã không chết, Lạng Sơn đã không bị san bằng, hai tiểu đoàn bảo vệ thị trấn Đồng Đăng chống cự lại hai sư đoàn Trung Cộng đã không phải hy sinh đến người lính cuối cùng.

Dù bị bất ngờ, hầu hết các nhà phân tích quân sự, kể cả nhiều tác giả người Hoa, cũng thừa nhận khả năng tác chiến của phía Việt Nam vượt xa khả năng của quân đội Trung Cộng. Tạp chí *Time* tổng kết dựa theo các nguồn tin tình báo Mỹ, chỉ riêng trong hai ngày đầu thôi và khi các quân đoàn chính quy Việt Nam chưa được điều động đến, dân quân Việt Nam vùng biên giới đã hạ bốn ngàn quân chủ lực Trung Cộng. Lần nữa, như lịch sử đã nhiều lần minh chứng, không có khẩu súng nào bắn chính xác hơn khẩu súng của lòng yêu nước.

"Côn đồ" Đặng Tiểu Bình chuyển sang chính sách củ cà rốt

Đối với Đặng Tiểu Bình, tổn thất vài chục ngàn quân không quan trọng, điều quan trọng là y đã bao vây được Việt Nam và đẩy CSVN vào chỗ nghèo nàn, lạc hậu và cô lập. Sau mười năm thù địch, Đặng Tiểu Bình, để thích nghi với điều kiện kinh tế toàn cầu, đã thay đổi chính sách từ cây gậy sang củ cà rốt.

Trung Cộng vào thời điểm 1990 đang phát triển mạnh nên cần chiếm biển Đông chiến lược đầy tài nguyên, và họ Đặng cũng biết, sau khi Liên Xô sụp đổ, CSVN như những kẻ đang chới với trong đại dương đang tuyệt vọng cần một cái phao. Nghe triệu tập giống như nghe lịnh đại xá, Nguyễn Văn Linh,

Đỗ Mười và Phạm Văn Đồng đã vội vàng đưa nhau sang Thành Đô triều kiến. Tại khách sạn Kim Ngưu, thủ phủ Thành Đô, tỉnh Tứ Xuyên, lúc 2 giờ chiều ngày 4 tháng 9 năm 1990, các lãnh đạo CSVN và Trung Cộng đã ký kết thỏa hiệp tái lập quan hệ giữa hai đảng CS.

Hơn hai mươi năm qua, nội dung của thỏa hiệp Thành Đô được hai bên giữ bí mật. Phía Trung Cộng dĩ nhiên không dại gì công bố và phía lãnh đạo CSVN không thể công bố, đơn giản bởi vì đó là thỏa hiệp mang nội dung bán nước. Nếu các điều khoản trong thỏa hiệp nhấn mạnh đến việc tái lập bang giao trên cơ sở bình đẳng, tôn trọng độc lập, chủ quyền, toàn vẹn lãnh thổ, hợp tác cùng có lợi giống như phần lớn các thỏa hiệp quốc tế giữa các nước có chủ quyền, lãnh đạo CSVN đã tổ chức đại lễ công khai hóa lâu rồi. Tuy nhiên, dù giữ kín tới đâu, nội dung chính không phải là khó đoán: CSVN nhìn nhận chủ quyền của Trung Cộng trên biển Đông để đổi lấy sự tồn tại của đảng CSVN trong vòng ảnh hưởng kinh tế, chính trị và tư tưởng của Trung Cộng.

Khi thỏa hiệp bán nước Thành Đô vừa ký kết xong, ngày 25 tháng 2 năm 1992, Quốc vụ viện Trung Cộng thông qua "Luật Lãnh hải và vùng tiếp giáp" quy định lãnh hải rộng 12 hải lý, áp dụng cho cả bốn quần đảo ở Biển Đông trong đó có quần đảo Tây Sa (Hoàng Sa) và Nam Sa (Trường Sa). Ba tháng sau đó, Trung Cộng ký hợp đồng khai thác dầu khí với công ty năng lượng Crestone, cho phép công ty này thăm dò khai thác dầu khí trong thềm lục địa Việt Nam và hứa sẽ bảo vệ công ty Creston bằng võ lực. Ngoài ra, Trung Cộng còn ngang ngược ra lịnh cấm đánh cá, thành lập các đơn vị hành chánh cấp huyện tại Hoàng Sa và Trường Sa.

Tất cả diễn biến trong quan hệ giữa Việt Nam và Trung Cộng từ 1990 đến nay cho thấy thỏa hiệp Thành Đô, về ý nghĩa, cũng tương tự như hòa ước Giáp Thân hay còn gọi hòa ước Patenôtre được ký giữa đại thần nhà Nguyễn Phạm Thận Duật và đại diện Pháp Jules Patenôtre chia đất nước Việt Nam thành ba mảnh và đặt quyền bảo hộ Việt Nam vào ngày 6 tháng 6 năm 1884 tại Huế. Việt Nam thực chất là một chư hầu của Trung Cộng và vị trí của nhà nước CSVN cũng không hơn gì vị trí của triều đình nhà Nguyễn sau hòa ước Patenôtre.

Thỏa hiệp Thành Đô là một chiến thắng lớn của Trung Cộng. Giang Trạch Dân vui vẻ tặng phái đoàn CSVN hai câu thơ của Lỗ Tấn: "*Sau kiếp nạn anh em còn đó, Trông nhau cười, thù oán sạch không*". "Anh em còn đó" tức chú em vong ơn, phản trắc CSVN đã biết phục thiện trở về trong vòng kim cô Trung Cộng.

Sở dĩ Trung Cộng chưa chiếm trọn quần đảo Trường Sa vì tranh chấp chủ quyền Trường Sa liên quan đến nhiều quốc gia không phải chỉ riêng với Việt Nam và ngoài ra, các mối quan hệ kinh tế chính trị vô cùng phức tạp trong thời đại toàn cầu hóa, việc sử dụng các biện pháp quân sự mạnh không phải là quyết định dễ dàng. Trung Cộng sau ba mươi năm phát triển nhưng vẫn chưa đủ mạnh bên ngoài và rất yếu bên trong. Mặc dù tuyên bố hung hăng, quá khích, phô trương tàu chiến, gây hấn qua vài hành động quân sự nhỏ có tính cục bộ để giữ gìn sự đoàn kết nội bộ, Trung Cộng cần ổn định hơn bất cứ quốc gia nào khác trong vùng và luôn tránh né việc quốc tế hóa các tranh chấp quốc tế.

Nhiều người có thể phản biện lý luận này khi cho rằng Việt Nam vẫn phản đối Trung Cộng và tuyên bố chủ quyền trên hai quần đảo Hoàng Sa và Trường Sa. Vâng, nhưng xin đừng quên quyền được phản đối giới hạn cũng có thể là một điều khoản của thỏa ước Thành Đô. Nếu ai thắc mắc hãy so sánh lời tuyên bố của các phát ngôn nhân Bộ Ngoại giao CSVN từ Lê Dũng trước đây đến Lương Thanh Nghị hôm nay sẽ thấy những lời phản đối chỉ khác về ngày tháng, còn nội dung đều tương tự như nhau, toàn là những câu phản đối ngoại giao sáo rỗng, lấy lệ, chẳng ai quan tâm và không gây một tác dụng gì. Dưới chế độ CS, việc phản đối, ủng hộ, hoan hô, đả đảo chỉ là một hình thức tuyên truyền và không phản ảnh chính sách bên trong của đảng. Trong buổi hội kiến giữa Mao Trạch Đông và Tổng thống Mỹ Richard Nixon ngày 21 tháng 2 năm 1972, họ Mao nhắc chừng cho tổng thống Mỹ biết quan hệ hai quốc gia đã cải thiện tốt đẹp và đang tiến đến việc bình thường hóa nhưng đừng lấy làm lạ khi Trung Cộng vẫn sẽ tiếp tục công kích Mỹ.

Cựu Ngoại trưởng Mỹ bà Madeleine Albright có câu nói rất hay: "*Lịch sử chưa bao giờ lập lại một cách chính xác nhưng chúng ta phải gánh lấy tai họa nếu không học từ lịch sử*". Với chính sách bao vây Trung Cộng của Mỹ hiện nay và với nền kinh tế Trung Cộng phát triển nhưng không lối thoát cho bộ máy chính trị độc tài toàn trị đang được chạy bằng nhiên liệu Đại Hán cực đoan, chiến tranh sẽ khó tránh khỏi dù các bên có muốn hay không. Việt Nam, quốc gia vùng trái độn giữa hai quyền lực thế giới, chưa bao giờ đứng trước một chọn lựa sinh tử như hôm nay. Một người có trách nhiệm với tương lai đất nước, dù cá nhân mang một thiên kiến chính trị nào, cũng phải biết thức tỉnh, đặt quyền lợi dân tộc lên trên, chọn hướng đi thích hợp với đà tiến văn minh dân chủ của thời đại, chấm dứt việc cấy vào nhận thức của tuổi trẻ một tinh thần bạc nhược, đầu hàng.

Lịch sử không thể viết lại nhưng cơ hội luôn còn đó cho những ai thành tâm quay đầu về với tổ tiên.

Tham khảo:

Đại tá Trần Đăng Thanh giảng về Biển Đông cho lãnh đạo các trường Đại học, Blog Ba Sàm.

Hội nghị bí mật Thành Đô 1990, Blog Ngô Đức Thọ.

Henry Kissinger, On China, The Penguin Press, New York 2011.

Graham Hutchings, Modern China, Harvard University Press, 2001.

A Reassessment, China's 1979 War with Vietnam: A Reassessment, The China Quarterly, 2005.

Todd West, Failed Deterrence, University of Georgia.

Reuter, China admits 320,000 troops fought in Vietnam, May 16 1989.

Russell D. Howard, The Chinese People's Liberation Army: "Short Arms and Slow Legs", USAF Institute for National Security Studies 1999.

Time, China-Vietnam Border War, 30 Years Later, a photo essay.

Wikipedia Đặng Tiểu Bình.

Wikipedia Chiến tranh biên giới Việt-Trung, 1979.

Vietnam tense as China war is marked, BBC, 16 February 2009.

TỪ "PHẠM VĂN ĐỒNG" TỚI "THÀNH ĐÔ", HAI CÔNG HÀM BÁN NƯỚC

Về hình thức "công hàm Phạm Văn Đồng" chẳng khác gì một công án thiền, chỉ 12 chữ với nội dung đơn giản nhưng làm tốn không biết bao nhiêu giấy mực, phân tích, bàn thảo và làm ngưng chảy dòng nhận thức của mọi người mỗi khi nhắc đến. Huyền bí hơn nữa, "công hàm" là một tài liệu có thật và là cây gai trong mắt của những người quan tâm đến vận mệnh đất nước, nhưng trong bao nhiêu lần "xác định chủ quyền Việt Nam trên các đảo Hoàng Sa, Trường Sa" giới lãnh đạo đảng Cộng Sản Việt Nam không hề nhắc đến, tưởng chừng như văn bản đó không phải là của họ. Sự im lặng phải có lý do, bởi vì nếu chỉ là vấn đề biển đảo, lãnh đạo đảng đã giải thích từ lâu rồi đâu cần đợi ai nhắc nhở.

Trước khi bàn đến "công hàm" mới, phải nhắc lại vài chuyện về "công hàm" cũ.

Ngày ngày 4 tháng 9 năm 1958, Quốc hội Trung Cộng ra tuyên bố bốn điểm, điểm thứ nhất và thứ tư có liên hệ trực tiếp đến lãnh thổ Việt Nam gồm Tây Sa tức Hoàng Sa và Nam Sa tức Trường Sa. Đáp lại lời tuyên bố này, ngày 14 tháng 9 năm 1958, Phạm Văn Đồng, Thủ tướng CSVN đã gởi cho Thủ tướng Chu Ân Lai một công hàm "*ghi nhận và tán thành bản tuyên bố, ngày*

4 tháng 9 năm 1958, của Chính phủ nước Cộng Hòa Nhân dân Trung-hoa, quyết định về hải phận của Trung-quốc.”

Ngày 22 tháng Chín năm 1958, công hàm đã được đăng trên báo Nhân dân để toàn Đảng, toàn dân và toàn thế giới biết hai quần đảo Hoàng Sa và Trường Sa là của Trung Cộng. Những ai trước nay nghĩ rằng Hoàng Sa, Trường Sa là của Việt Nam vì đọc *Phủ Biên Tạp Lục* của học giả Lê Quý Đôn hay Đại Nam Thực Lục của triều Nguyễn... không những là một sai lầm lịch sử mà còn đi được lại quyết định của Đảng. Ngày 19 tháng Giêng năm 1974, hải quân Trung Cộng tấn công quần đảo Hoàng Sa. Sau những trận hải chiến không cân sức, hải quân Việt Nam Cộng Hòa triệt thoái khỏi Hoàng Sa. Từ đó, quần đảo thân yêu này nằm trong tay giặc.

Khi quan hệ giữa Việt Nam và Trung Cộng trở nên tồi tệ sau năm 1975 vấn đề chủ quyền Hoàng Sa Trường Sa được đưa ra. Đặc biệt sau chiến tranh biên giới lần thứ nhứt năm 1979, Việt Nam ra bạch thư về chủ quyền Việt Nam trên các quần đảo này với nhiều bằng chứng và tài liệu lịch sử Việt Nam cũng như quốc tế. Phản ứng về phía Trung Cộng, ngoài việc dẫn chứng các “tài liệu lịch sử” riêng của mình, họ còn dựa vào công hàm Phạm Văn Đồng để cho rằng Việt Nam chính thức thừa nhận hai quần đảo là của Trung Cộng từ năm 1958. Trung Cộng còn cho biết ngay trong các sách giáo khoa địa lý bậc trung học trước năm 1975 tại miền bắc Việt Nam cũng đã xác định Hoàng Sa Trường Sa là của Trung Cộng, và ngoài ra, thứ trưởng ngoại giao Việt Nam Ung Văn Khiêm cũng lập lại điều này khi tiếp tham vụ tòa đại sứ Trung Cộng Li Zhimin.

Một làn sóng công phẫn trong các tầng lớn nhân dân, trước năm 1975 chỉ phát xuất từ miền Nam, đã bắt đầu dấy lên trong vài ngoài nước. Nhưng cùng lúc với những chê trách, giận dữ, kết án, nhiều quan điểm cũng được đưa ra như một cách mách nước cho đảng để tháo gỡ chiếc vòng kim cô đảng tự đặt lên đầu từ năm 1958.

Cách gỡ rối thứ nhất cho rằng công hàm không có giá trị pháp lý vì một quyết định vô cùng quan trọng như thế phải được quốc hội thông qua.

Cách gỡ rối thứ hai cho rằng Trung Cộng xuyên tạc nội dung công hàm vì công hàm của Phạm Văn Đồng không đề cập đến Hoàng Sa và Trường Sa.

Cách gỡ rối thứ ba cho rằng công hàm Phạm Văn Đồng "chỉ là thiện chí của Việt Nam ủng hộ Trung Cộng trong việc tranh chấp với Mỹ về an ninh ở vùng biển gần Đài Loan."

Cách gỡ rối thứ tư cho rằng theo nội dung hội nghị Geneva, Hoàng Sa -Trường Sa đã thuộc về phía Việt Nam Cộng Hòa, một quốc gia có chủ quyền, độc lập, toàn vẹn lãnh thổ trong khuôn khổ của hiệp định Geneva.

Cả bốn cách gỡ rối đều không vững.

Vấn đề có thông qua hay không thông qua, vi phạm hay không vi phạm hiến pháp Việt Nam là vấn đề riêng của Việt Nam. Thực tế quốc hội chỉ là cơ quan đóng dấu tại các quốc gia Cộng Sản đã được quốc tế thừa nhận. Tổng thống Gerald Ford ký thông cáo chung về thỏa hiệp SALT với Tổng bí thư Đảng Cộng sản Liên Xô Leonid Brezhnev tại Vladivostok năm 1974 mặc dù thời điểm đó Chủ tịch Sô Viết Tối Cao là Nikolai Podgorny. Ngày 29 tháng Giêng năm 1979 Tổng thống Jimmy Carter ký thỏa hiệp bình thường hóa các quan hệ kỹ thuật, kinh tế, thương mại với Đặng Tiểu Bình mặc dù chức vụ của họ Đặng chỉ là một phó thủ tướng. Dưới chế độ Cộng Sản, mọi văn bản quan trọng đều phải thông qua bộ chính trị, cơ quan quyền lực tối cao. Phạm Văn Đồng, ủy viên Bộ chính trị, đóng vai thủ tướng chính phủ nên phải ký công hàm. Thời điểm tháng 9 năm 1958, danh sách bộ chính trị được bầu ra trong Đại hội lần II năm 1951 cũng như được bổ túc trong những năm sau đó gồm Hồ Chí Minh, Trường Chinh, Lê Duẩn, Võ Nguyên Giáp, Phạm Văn Đồng, Nguyễn Chí Thanh, Lê Đức Thọ, Phạm Hùng, Nguyễn Duy Trinh, Lê Thanh Nghị, Hoàng Văn Hoan.

Lý luận cho rằng Trung Cộng đã xuyên tạc nội dung công hàm Phạm Văn Đồng vì công hàm không đề cập đến Hoàng Sa và Trường Sa lại càng yếu hơn. Báo *Đại Đoàn Kết* phát hành 20/-07-2011 viết: "*Trong Công hàm của Thủ tướng Phạm Văn Đồng không có từ nào, câu nào đề cập đến vấn đề lãnh thổ và chủ quyền, càng không nêu tên bất kỳ quần đảo nào như Trung Cộng đã nêu*". Cãi như báo *Đại Đoàn Kết* là một cách tự kết án mình vì lời tuyên bố của phía Trung Cộng ghi rõ: "*Điều lệ này áp dụng cho toàn lãnh thổ nước Cộng Hòa Nhân Dân Trung Quốc, bao gồm phần đất Trung Quốc trên đất liền và các hải đảo ngoài khơi, Đài Loan* (tách biệt khỏi đất liền và các hải đảo khác bởi *biển cả) và các đảo phụ cận, quần đảo Bành Hồ* (Penghu), *quần đảo Đông Sa, quần đảo Tây Sa, quần đảo Trung Sa, quần đảo Nam Sa, và các đảo khác thuộc Trung Quốc*" và Việt Nam phấn khởi đáp ứng bằng cách "ghi nhận và tán thành" toàn văn bản.

Lý luận cho rằng Việt Nam chỉ bày tỏ "*thiện chí của Việt Nam ủng hộ Trung Cộng trong việc tranh chấp với Mỹ về an ninh ở vùng biển gần Đài Loan. Trung Cộng đã phản bội Việt Nam khi dùng công hàm đó để chủ trương chủ quyền của mình ở Hoàng Sa và Trường Sa*" do một nhóm 14 tác giả ký trong kiến nghị gởi đảng Cộng Sản Việt Nam cũng không thuyết phục. Việt Nam tự đưa cổ vào tròng chứ không phải Trung Cộng đặt tròng vào cổ Việt Nam. Bản tuyên bố của phía Trung Cộng không chỉ nhằm xác định chủ quyền trên các đảo Đài Loan mà cả các nhóm đảo khác trong đó có Hoàng Sa (tên tiếng Tàu là Tây Sa) và Trường Sa (tên tiếng Tàu là Nam Sa), và công hàm của Phạm Văn Đồng cũng không chỉ nhắm vào Đài Loan mà ủng hộ toàn bộ lời quyết định về hải phận của Trung Cộng. Không một quan tòa quốc tế nào trình độ sơ đẳng đến mức đánh giá hai văn bản một cách độc lập với nhau.

Lý luận khác nữa dựa vào hiệp định Geneva, tuyên cáo của chính phủ Việt Nam Cộng Hòa công bố ngày 14 tháng Hai năm 1974 xác định chủ quyền trên các quần đảo Hoàng Sa và Trường Sa cũng như Bạch thư của Bộ Ngoại Giao Việt Nam Cộng Hòa đầu năm 1975 để bác bỏ giá trị pháp lý của công hàm Phạm Văn Đồng. Phạm Văn Đồng không thể công nhận những gì không thuộc lãnh thổ của Việt Nam Dân Chủ Cộng Hòa. Đây là lý luận có cơ sở pháp lý nhất và có thể dùng để biện luận trong các hội nghị quốc tế, rất tiếc Việt Nam Cộng Hòa không còn hiện diện, về mặt công pháp quốc tế Cộng Hòa Xã Hội Chủ Nghĩa Việt Nam được xem như giữ quyền tài phán.

Một người Việt Nam nào có chút quan tâm về đất nước cũng có lần tự hỏi tại sao lãnh đạo đảng ngày đó sơ sót đến mức như vậy?

Phải chăng vì thời điểm đó "tình hữu nghị Việt - Trung đang thắm thiết và hai nước hoàn toàn tin cậy lẫn nhau" như ông Nguyễn Mạnh Cầm phát biểu?

Phải chăng vì thời điểm đó, đảng phải tập trung vào chiến tranh "chống Mỹ cứu nước" như chính tác giả Phạm Văn Đồng phân trần?

Không, họ chẳng những không sơ sót, không chọn lựa khó khăn nhưng hành động bằng cả nhiệt tình. Trong quan điểm của đảng, công hàm Phạm Văn Đồng phản ánh mục tiêu trước mắt cũng như lâu dài của đảng CSVN. Việc chọn lựa đảng trên đảo, đặt lý tưởng Cộng Sản trên quyền lợi dân tộc là một chọn lựa tự nhiên, khách quan, hoàn toàn phù hợp với hướng phát triển cách mạng xã hội chủ nghĩa. Sự nô lệ vào tư tưởng Cộng Sản bao trùm lên mọi lãnh vực đời sống của xã hội miền bắc.

Tưởng cũng cần nhắc lại, thời điểm năm 1958 còn là thời điểm nóng bỏng giữa Trung Cộng và Mỹ về vấn đề Đài Loan. Mỗi ngày, pháo binh Trung Cộng bắn hàng trăm viên đại bác vào hai đảo Kim Môn và Mã Tổ. Như Mao tiết lộ với Khrushchev sau này, y không có ý định "giải phóng" Đài Loan. Việc bắn phá Đài Loan chỉ là thái độ của kẻ "ăn không được phá cho hôi" để thỏa lòng căm hận. Thời điểm năm 1958 vấn đề chủ quyền Hoàng Sa, Trường Sa chưa phải là mối bận tâm hàng đầu của Trung Cộng, tuy nhiên những người soạn thảo bản công bố chủ quyền biển của Trung Cộng đã biết phòng xa. Việt Nam thì không. Việt Nam cũng có nhiều cách để làm hả dạ đàn anh Trung Cộng mà vẫn giữ được chủ quyền đất nước và cách dễ nhất là viết, gạch đít, đóng khung, tô màu hai chữ Đài Loan trong văn bản. Giới lãnh đạo đảng đã không làm điều đó.

Nửa thế kỷ trước, cả bộ chính trị lẫn trung ương đảng CSVN viễn du trong giấc mộng về một thiên đường quốc tế vô sản, trong đó con người mang quốc tịch Trung Hoa hay Việt Nam cũng không mấy khác nhau. Trung Cộng có chiếm Hoàng Sa cũng chẳng qua là giữ giùm cho Việt Nam, tốt hơn là để cho Mỹ chiếm. Nói ra như một chuyện cười nhưng đó là sự thật. Đảng Cộng Sản Việt Nam mang ơn đảng Cộng Sản Trung Quốc sâu đậm. Như hầu hết tài liệu quốc tế và cả tài liệu chính thức của đảng, trong thập niên năm 1950, Việt Nam phụ thuộc vào Trung Cộng không những súng đạn, lương thực, chỉ huy, hậu cần, lãnh đạo mà cả tư tưởng và tinh thần. Điện văn của đảng Lao động Việt Nam gởi đảng Cộng Sản Trung Quốc sau hội nghị đảng lần thứ hai tháng 3 năm 1951 như Hoàng Văn Hoan nhắc lại trong hồi ký *Giọt nước và biển cả*: "*Đảng Lao động Việt Nam nguyện noi gương anh dũng Đảng Cộng sản Trung Quốc, học tập tư tưởng Mao Trạch Đông, tư tưởng lãnh đạo nhân dân Trung Quốc và các dân tộc Á Đông trên con đường độc lập và tự chủ*".

Lịch sử chống ngoại xâm đầy hy sinh xương máu của tổ tiên ta để có một nắm đất xây lên đó một mái nhà tranh che nắng che mưa gọi là Việt Nam đối với lãnh đạo đảng là sản phẩm của tư duy phong kiến. Theo lý luận duy vật lịch sử, mỗi hình thái sản xuất có một thượng tầng kiến trúc chính trị, văn hóa, xã hội, nhân văn thích hợp, những gì của quá khứ đã thuộc về quá khứ. Trong quan điểm của đảng, các nỗ lực của tổ tiên ta nhằm ngăn chặn âm mưu đồng hóa của các triều đại Hán, Tấn, Tề, Lương, Tùy, Đường, Tống, Minh... đều mang tính lịch sử, tính giai cấp chứ không phải tính văn hóa, tính truyền thống, xã hội xã hội chủ nghĩa sẽ tươi đẹp hơn, con người xã hội chủ nghĩa văn minh hơn và Trung Cộng sẽ đối xử với các nước nhỏ láng giềng bình đẳng trong tinh thần quốc tế vô sản chứ không phải bằng tinh thần đại Hán.

Mục đích căn bản của *Ban nghiên cứu Lịch sử và địa lý Việt Nam* được thành lập ngày 2 tháng 12 năm 1953 không phải nhằm tổng hợp các tài liệu lịch sử, địa lý Việt Nam mà để "*Góp phần vào việc bồi dưỡng lý luận về chủ nghĩa Mác-Lênin và đường lối cách mạng của Đảng. Góp phần nâng cao tinh thần yêu nước và tinh thần quốc tế vô sản của nhân dân ta. Phê phán những quan điểm, tư tưởng phản động sai lầm. Phát triển giao lưu văn hóa, khoa học với các nước*". Với các mục đích phản ảnh tinh thần vong thân nô lệ như thế, không lạ gì từ trung ương đảng cho đến các chi bộ hạ tầng, từ các đại học cho đến các trường trung học phổ thông, từ các nhà văn cho đến nhà thơ, không một tài liệu nào cho thấy có một tiếng nói khác gióng lên hay một nhà nghiên cứu nào nêu lên thắc mắc. Việc Trung Cộng quả quyết sách giáo khoa địa lý tại miền bắc cũng đã xác định Hoàng Sa, Trường Sa thuộc về Trung Cộng không phải là không có căn cứ.

Trong *Tuyển tập Mao Trạch Đông*, họ Mao từng nhấn mạnh một cách hãnh diện chín chục phần trăm người Trung Hoa là gốc Hán, tuy nhiên, trong mắt lãnh đạo đảng CSVN, đám Mao Trạch Đông, Lưu Thiếu Kỳ, Chu Ân Lai không liên hệ huyết thống gì với đám Tô Định, Mã Viện, Lưu Long thời Tấy Hán, một triều đại đã thực hiện các chính sách đồng hóa tổ tiên Việt Nam một cách tàn bạo đến nỗi sử gia Lê Văn Hưu phải thốt lên trong *Đại Việt Sử Ký Toàn Thư*, bản gỗ khắc năm Chính Hòa 1697: "*Xin trời vì nước Việt ta sớm sinh thánh nhân, tự làm đế nước nhà.*"

Khai quật "công hàm Phạm Văn Đồng" không phải là để xác nhận giá trị pháp lý của mảnh giấy lộn đó. Không một người, tổ chức, đảng phái nào có quyền sang nhượng lãnh thổ Việt Nam, nơi máu xương của bao nhiêu thế hệ đã thấm lên từng nắm đất. Quyết tâm bảo vệ đất nước qua lời thề Lũng Nhai, lời nguyền sông Hóa vẫn còn vang vọng. Thậm chí cho dù cái gọi là quốc hội Việt Nam Dân Chủ Cộng Hòa ngày đó có thừa nhận Hoàng Sa -Trường Sa là của Trung Cộng đi nữa cũng chỉ là sự thừa nhận của một nhóm người, của một đảng độc tài cai trị dân tộc bằng nhà tù sân bắn chứ không phải đại diện cho tiếng nói của nhân dân Việt Nam.

Khai quật "công hàm Phạm Văn Đồng" để thế hệ trẻ Việt Nam thấy bộ mặt thật phía sau chiêu bài "giải phóng dân tộc" của các tầng lớp lãnh đạo Cộng Sản Việt Nam. Đảng im lặng không phải vì đảng chưa nghĩ đến bốn cách gỡ rối nêu trên mà chỉ vì công hàm Phạm Văn Đồng là biểu tượng cho ý thức vong bản của một thế hệ lãnh đạo Cộng Sản đang được thần tượng hóa tại Việt Nam. Đám mây đen Cộng Sản đã che khuất lương tri và nhân tính Việt Nam trong con người họ. Giới lãnh đạo đảng không dám công khai tuyên bố hủy bỏ công hàm bởi vì làm như thế là thừa nhận sự u mê, bản chất phản quốc, phản dân tộc của đảng. Họ không đủ can đảm để nguyền rủa chính mình và ly khai với quá khứ của mình.

Khai quật "công hàm Phạm Văn Đồng" để những ai nghĩ rằng giới lãnh đạo CSVN đã nhận thấy hiểm họa Trung Cộng và chọn lựa đứng về phía Liên Xô để đưa đất nước tiến nhanh hơn trên đường công nghiệp hóa chưa hẳn là đúng. Theo Giáo Sư đại học Harvard Ezra F. Vogel trong tác phẩm *Đặng Tiểu Bình và sự biến đổi Trung Hoa* (Deng Xiaoping and the Transformation of China), việc Đặng Tiểu Bình đánh Việt Nam chỉ là chuyện bất đắc dĩ. Sự xáo trộn chính trị nội bộ của Trung Cộng trong thời gian ngắn trước và sau khi Mao chết với các thành phần cực tả khuynh loát quyền hành và bản thân y bị thanh trừng, đã đẩy Việt Nam về phía Liên Xô. Họ Đặng tin rằng nếu y lãnh đạo, với việc nắm vững chính trị Việt Nam và là người đã làm việc với hầu hết cấp lãnh đạo đảng CSVN từ Hồ Chí Minh đến Lê Duẩn, Việt Nam có thể vẫn còn trong vòng kiểm soát của Trung Cộng mà không cần súng đạn. Nếu quả đúng và đã diễn ra như Đặng Tiểu Bình phát biểu, Việt Nam hôm nay dù chưa thành một khu tự trị, cũng có thể đã là một nước nhỏ trong vòng một nước lớn Trung Hoa.

Khai quật "công hàm Phạm Văn Đồng" để thấy cuộc chiến Việt Nam đã chấm dứt, đế quốc Mỹ ra đi, đế quốc Liên Xô sụp đổ nhưng nợ máu xương giữa hai đảng Cộng Sản Trung Quốc và Việt Nam phải trả bằng thân xác của những người dân vô tội vẫn còn kéo dài cho đến ngày nay. Cuộc chiến biên giới năm 1979 là một thất bại quân sự nhục nhã cho Đặng Tiểu Bình. Trung Cộng che giấu thất bại quân sự chua cay này bằng cách im lặng và ngăn chặn việc phổ biến dưới mọi hình thức các tài liệu có liên quan đến cuộc chiến. Zhou Xu Ke, một cựu chiến binh biên giới và tác giả của cuốn sách do ông tự in lấy *Cuộc chiến cuối cùng* trả lời hãng tin AFP: "*Tại Trung Quốc, chính phủ tôn trọng lịch sử chẳng khác gì tôn trọng chó*". Về phía Việt Nam cũng chẳng tốt lành hơn. Máu của thanh niên Việt Nam đổ xuống để bảo vệ Lạng Sơn, Cao Bằng... phát xuất từ lòng yêu nước trong sáng và xứng đáng được kính trọng nhưng khi cuộc cờ tàn, chẳng còn ai nhắc nhở đến máu xương đó nữa. Sau cuộc chiến tranh biên giới, Đặng Tiểu Bình đã thay đổi cấp lãnh đạo, phương hướng phát triển kinh tế và mở rộng ảnh hưởng đến các nước tư bản tự do; trong lúc đó giới lãnh đạo Cộng Sản Việt Nam tự cô lập trong chuyên chính vô sản, lạc hậu trong thời bao cấp, tem phiếu, thu mua để rồi đưa đất nước đến thảm trạng nghèo đói tận cùng suốt thập niên năm 1980.

Khi Liên Xô sắp sụp đổ, không còn ai che chở, giới lãnh đạo Đảng Cộng sản Việt Nam lại lần nữa tìm về nương náu dưới chiếc bóng của đàn anh Trung Cộng. Hội nghị bí mật tại khách sạn Kim Ngưu, Thành Đô, thủ phủ tỉnh Tứ Xuyên trong hai ngày 3 và 4 tháng 9 năm 1990 giữa phía Việt Nam gồm Phạm Văn Đồng, Đỗ Mười, Nguyễn Văn Linh và phía Trung Cộng gồm Giang Trạch Dân và Lý Bằng thực chất là lễ cam kết một loại "công hàm Phạm Văn Đồng" khác. Cựu thứ trưởng Ngoại giao Trần Quang Cơ phân tích một cách chi tiết các diễn tiến dẫn tới sự kiện Thành Đô trong hồi ký của ông ta. Không ai, ngoài Phạm Văn Đồng, Đỗ Mười và Nguyễn Văn Linh, biết chính xác nội dung hội nghị bí mật Thành Đô nhưng qua thái độ nhu nhược và phản ứng yếu hèn của giới lãnh đạo CSVN trước các hành động chiếm đảo, bắn tàu, cắt dây cáp, giết người tàn nhẫn của hải quân Trung Cộng và mới đây bắt bớ hàng loạt người Việt gióng lên tiếng nói bất bình, cho thấy nội dung bán nước trong "công hàm Thành Đô" hẳn còn trầm trọng và chi tiết hơn cả "công hàm Phạm Văn Đồng".

Trong lễ ký kết thỏa hiệp chiều ngày 7 tháng 11 năm 1991 tại Nhà khách Chính phủ Điếu Ngư Đài Bắc Kinh, Giang Trạch Dân không quên nhắc nhở đến các cam kết cũ và xác định phương pháp mới trong quan hệ Việt Trung như còn ghi lại trong Diễn Đàn Kinh Tế Việt Trung: "*Hoan nghênh các đồng chí Việt Nam sang Trung Quốc hội đàm với chúng tôi. Các đồng chí là những người thuộc thế hệ lãnh đạo lão thành của Việt Nam, cũng là những người bạn lão thành quen biết của những người thuộc thế hệ lãnh đạo lão thành của Trung Quốc; điều đáng tiếc là đã mười mấy năm chưa được gặp nhau. Tôi và đồng chí Lý Bằng một hai năm gần đây tiếp nhận công tác của bậc tiền bối lão thành. Thật đúng là 'trên sông Trường Giang, ngọn sóng sau đẩy ngọn sóng trước, trên đời lớp người mới thay lớp người cũ'. Nhưng chúng tôi hy vọng giữa Trung Quốc và Việt Nam có thể khôi phục mối quan hệ mật thiết giữa hai Đảng và hai nước do những người lãnh đạo thuộc thế hệ lão thành xây dựng nên."*

Tại sao lãnh đạo Trung Cộng chấp nhận sự quy phục của lãnh đạo CSVN? Bởi vì, (1) là thế hệ chứng kiến sự tranh giành quyền lực giữa các lớp đàn anh, Giang Trạch Dân biết tham vọng quyền lực đã hòa trong mạch sống, hơi thở, máu thịt của Phạm Văn Đồng, Đỗ Mười, Nguyễn Văn Linh và giới lãnh đạo CSVN, (2) không giống như thời Liên Xô chưa sụp đổ, lần này đảng CSVN không còn một con đường thoát nào khác, nhưng ba điểm sau quan trong hơn, (3) Việt Nam là hành lang chiến lược trong vùng Nam Á, (4) vào thời điểm 1990. đối tượng cạnh tranh của Trung Cộng không còn là Việt Nam mà là Mỹ, Đức, Nhật và (5) mục tiêu bành trướng của Trung Cộng cũng không phải chỉ là Hoàng Sa - Trường Sa mà là cả vùng Thái Bình Dương.

Đọc hồi ký của Trần Quang Cơ để thấy mặc dù nhân loại sắp bước vào một thiên niên kỷ mới, nhận thức về chính trị và bang giao quốc tế của các lãnh đạo Cộng Sản Việt Nam vẫn còn ngây thơ đến tội nghiệp. Năm 1990, khi Liên Xô và các nước Cộng Sản Đông Âu như những cánh bèo tan tác ngoài cửa biển mà các lãnh đạo Cộng Sản Việt Nam vẫn còn nghĩ đến việc liên kết với Trung Cộng chống đế quốc Mỹ: "*Các đồng chí Nguyễn Văn Linh, Lê Đức Anh, Đào Duy Tùng, Đồng Sĩ Nguyên còn nhấn vào "âm mưu của đế quốc Mỹ sau cuộc khủng hoảng chính trị ở Đông Âu*" và "*Việt Nam và Trung Quốc là hai nước xã hội chủ nghĩa cùng chống âm mưu đế quốc xoá bỏ chủ nghĩa xã hội, phải cùng chống đế quốc*".

Cũng vào thời điểm này, Đặng Tiểu Bình đã viếng thăm và ký các thỏa hiệp kinh tế chính trị với các quốc gia tư bản như Mỹ (1979), Anh (1984) cũng như mở rộng hợp tác kinh tế với Đức vừa thống nhất và cựu thù Nhật Bản nhưng các lãnh đạo CSVN còn mơ mộng Trung Cộng sẽ thay mặt Liên Xô giương cao ngọn cờ quốc tế vô sản. Đặng Tiểu Bình không có mặt trong hội nghị bí mật Thành Đô dù phía Trung Cộng đã hứa một phần vì y chưa nguôi cơn giận chiến tranh biên giới nhưng phần khác cũng vì Phạm Văn Đồng, Đỗ Mười, Nguyễn Văn Linh không xứng đáng là đối tượng thảo luận trong tầm nhìn của y về tương lai Trung Cộng và thế giới, nói chi là số phận Việt Nam. Sau "công hàm Thành Đô" và tái lập quan hệ giữa hai đảng vào ngày 7 tháng 11 năm 1991, các lãnh đạo CSVN thay phiên nhau triều cống Trung Cộng. Lê Đức Anh sang Trung Cộng 28 tháng Giêng năm 1991, Đỗ Mười và Võ Văn Kiệt sang Trung Cộng 5 tháng 11 năm 1991 và gần như hàng năm các lãnh đạo CSVN luân phiên nhau sang Trung Cộng để lập lại lời hứa phục tùng.

Sau khi đặt đảng CSVN trở lại trong vòng kiểm soát, ngày 25 tháng 2 năm 1992, Quốc vụ viện Trung Cộng thông qua "Luật Lãnh hải và vùng tiếp giáp" quy định lãnh hải rộng 12 hải lý, áp dụng cho cả bốn quần đảo ở Biển Đông trong đó có quần đảo Tây Sa (Hoàng Sa) và Nam Sa (Trường Sa). Ba tháng sau đó, ngày 8 tháng 5 năm 1992 Trung Cộng ký hợp đồng khai thác dầu khí với công ty năng lượng Crestone của Mỹ, cho phép công ty này thăm dò khai thác dầu khí trong thềm lục địa của Việt Nam, nằm ở phía Tây Nam của quần đảo Trường Sa. Trung Cộng cũng hứa với công ty Creston sẽ bảo vệ bằng võ lực nếu Việt Nam can thiệp vào công việc của họ. Ngoài các hoạt động khai thác dầu khí trong thềm lục địa Việt Nam, Trung Cộng còn ngang ngược ra lịnh cấm đánh cá, thành lập các đơn vị hành chánh cấp huyện tại Hoàng Sa và Trường Sa, và cho phép hải quân Trung Cộng bắn giết ngư dân Việt Nam vô tội không phải chỉ một lần mà rất nhiều lần. Các lãnh đạo Việt Nam, lo cho sự sống còn của đảng Cộng Sản, đáp lại bằng những lời than vãn gần như giống nhau sau những lần Trung Cộng xâm phạm chủ quyền.

Tại sao Trung Cộng không ngang ngược với Philippines, Mã Lai, Brunei, những quốc gia đang tranh chấp chủ quyền Trường Sa? Bởi vì các quốc gia đó thật sự có chủ quyền chính trị, chính phủ trong sạch được bầu lên một cách hợp pháp, có nhân dân hậu thuẫn, có quốc tế kính trọng, có nhân loại cảm tình. Một chiếc tàu đánh cá treo quốc kỳ Nhật, quốc kỳ Phi làm hải quân Trung Cộng e dè, kiêng nể trong lúc tàu đánh cá treo cờ đỏ sao vàng lại trở thành mục tiêu tác xạ. Thật vậy, với một bên quyết tâm trả thù cho "một trăm năm sỉ nhục" bằng chủ trương bành trướng khắp thế giới và một bên chỉ mong được tiếp tục đè đầu cỡi cổ chính đồng bào mình, lãnh đạo Trung Cộng rất yên tâm vì họ biết rõ, ngày nào đảng Cộng Sản còn cai trị nhân dân Việt Nam, ngày đó Trung Cộng còn chi phối được Việt Nam.

Nicholas D. Kristof và Sheryl Wudunn, đồng tác giả của *Trung Hoa thức dậy* (China Wakes: *The Struggle for the Soul of a Rising Power*) nhận xét rằng xung đột có khả năng cao nhất sẽ dẫn đến chiến tranh tại Á Châu là xung đột về các quần đảo trong biển đông. Vì đặc điểm địa lý chính trị, chiến lược quân sự và là quốc gia duy nhất trong số các quốc gia tranh chấp đã trực tiếp hy sinh xương máu trên hai quần đảo Hoàng Sa

Trường Sa, lãnh thổ Việt Nam được hầu hết các nhà phân tích nhận xét sẽ là điểm xuất phát của một cuộc tàn sát chưa từng thấy ở Á Châu.

Để đối phó với một Trung Cộng đầy tham vọng, hầu hết các quốc gia có quyền lợi trong vùng như Nam Dương, Mã Lai, Philippines đang làm mọi cách để phát triển kinh tế, tăng cường khả năng quốc phòng hầu ngăn chặn bàn chân Trung Cộng. Các chính trị gia bảo thủ Nhật Bản kêu gọi sửa đổi hiến pháp để cho phép nước Nhật tái trang bị. Sự thay đổi chính sách của Miến Điện cụ thể qua việc ngưng công trình đập do Trung Cộng hậu thuẫn hồi tháng Chín năm 2010 và mở rộng hợp tác với Mỹ qua chuyến thăm viếng của Ngoại trưởng Hillary Clinton lần đầu trong nửa thế kỷ cho thấy một tập đoàn quân phiệt bị thế giới lên án cũng đã biết "buông dao đồ tể". Ngay cả Brunei, một quốc gia có dân số vỏn vẹn 400 ngàn cũng đang hiện đại hóa các phi đoàn trực thăng chiến đấu bằng Blackhawk. Giới lãnh đạo đảng Cộng Sản Việt Nam chỉ biết nuốt nhục để sống. Ngoài những lời tuyên bố về chủ quyền lấy lệ và những thay đổi quốc phòng giới hạn, họ không làm gì cụ thể hơn để đáp ứng với hiểm hoạ chiến tranh lớn nhất trong lịch sử Á Châu sắp xảy ra ngay trên lãnh thổ Việt Nam.

Học sinh các lớp sử thường đọc Mạc Đăng Dung đã cắt đất Vĩnh An, An Quảng gồm 6 động dâng cho nhà Minh để thuộc vào Châu Khâm như đã ghi *Đại Việt Sử Ký Toàn Thư*. Sự kiện đó chưa hẳn đúng vì *Việt Sử Thông Giám Cương Mục* viết: "*Nay xét Khâm Châu chí của nhà Thanh, chỉ thấy chép đời Gia Tĩnh (1522 - 1566), Đăng Dung nộp trả năm động Ti Phù, La Phù, Cổ Sâm, Liễu Cát và Kim Lặc mà thôi, chứ không thấy nói đến động An Lương. Lại tra cứu đến Quảng Yên sách thì động An Lương hiện nay là phố An Lương thuộc châu Vạn Ninh nước ta*". Mạc Đăng Dung, trong hoàn cảnh hai đầu đều có địch, buộc phải trả lại năm động vốn là đất của Trung Hoa chứ chẳng dâng hiến phần đất nào thuộc lãnh thổ Việt Nam mà còn cứu được đất nước khỏi lâm vào vòng lệ thuộc ngoại bang. Dù sao, trong lúc "công hàm Mạc Đăng Dung" có thể có lý do tranh luận, tội bán nước trong "công hàm Phạm Văn Đồng" quá hiển nhiên, rõ ràng và chính tác giả khi còn sống cũng đã thừa nhận mình đã ký.

Trước đây sử gia Lê Văn Hưu đã thốt lên câu đứt ruột trong *Đại Việt Sử Ký Toàn Thư*: "*Xin trời vì nước Việt ta sớm sinh thánh nhân, tự làm đế nước nhà*". Nếu sử gia sống trong thời đại này, hẳn ngài sẽ đổi thành "*Xin trời vì nước Việt ta sớm đánh thức nhân dân để họ biết đứng lên, tự làm chủ nước nhà*". Bởi vì lịch sử đã chứng minh, không ai có thể cứu được dân tộc Việt Nam ngoài chính dân tộc Việt Nam. Vó ngựa quân Mông Cổ sải từ Á sang Âu, chiếm gần 20 phần trăm trái đất, đốt cháy thành than các thủ đô Kiev, Budapest, Baghdad, Bắc Kinh, vượt qua các sông Hoàng Hà, Volga, Danube nhưng đã phải dừng lại bên sông Bạch Đằng, Việt Nam. Kẻ thù thắng nhiều trận nhưng dân tộc Việt Nam luôn thắng trận cuối cùng và quyết định. Hơn ai hết, giới lãnh đạo Trung Cộng phải thuộc bài học đó.

Như kẻ viết bài này đã viết trước đây trong tiểu luận *Ai giết 9 ngư dân Thanh Hóa?* một Việt Nam văn minh dân chủ với một nền kinh tế cường thịnh, một hệ thống khoa học kỹ thuật hiện đại là phương tiện hữu hiệu nhất để ngăn chặn không những Trung Cộng mà bất cứ một thế lực xâm lăng nào muốn thách thức đến chủ quyền và sự toàn vẹn lãnh thổ Việt Nam. Nếu không làm được thế, không chỉ Hoàng Sa, Trường Sa, mà cả dân tộc lại sẽ chìm đắm trong họa đồng hóa của thời đại mới. Và khi đó, đừng đổ thừa cho Trung Cộng mà chính sự khiếp nhược, ươn hèn, mê muội trong mỗi chúng ta đã giết chết chính mình và dân tộc mình.

TẬP CẬN BÌNH VÀ "BẪY THUCYDIDES"

Việc Tập Cận Bình vừa công khai đưa Trung Cộng trở lại thời Mao, tức một người trị muôn người, cho thấy tham vọng làm vua của y mà báo chí quốc tế phân tích sau đại hội CSTQ lần thứ 19 đã thành sự thật.

Con đường đi của Tập về tham vọng không khác gì mục đích của Hitler đối với Châu Âu.

Giống Hitler, họ Tập thích phô trương.

Đại hội đảng CS Trung Quốc lần thứ 19 thu hút 3068 phóng viên báo chí, trong số đó có 60% là báo chí quốc tế. Những vấn đề được thảo luận không chỉ các thành tựu trong quá khứ mà các nhà phân tích gọi là "sự trổi dậy của Trung Quốc phiên bản 1"mà còn các chiến lược phát triển trong tương lai được gọi là "sự trổi dậy của Trung Quốc phiên bản 2" hay thời đại Tập Cận Bình. Khác với "phiên bản 1" tập trung vào phát triển kinh tế, phiên bản 2 sẽ mở rộng đến vai trò của Trung Cộng trong hệ thống thế giới đang tồn tại.

Giống Hitler trong giai đoạn đầu của thập niên 1930, họ Tập ca ngợi hòa bình và hữu nghị dù tại lục địa bộ máy tuyên truyền đang ngày đêm đun sôi lò lửa dân tộc cực đoan Đại Hán.

Hitler phát biểu trước Quốc Hội Đức Quốc Xã năm 1932: "*Đức Quốc, và đặc biệt là chính phủ Đức hiện nay không có mong muốn nào khác hơn là được sống trong điều kiện hòa bình và thân hữu với các nước láng giềng... Tôi muốn nhân dân Đức học hỏi để thấy những thực tế lịch sử của các quốc gia khác, trong đó một người hoang tưởng có thể muốn chúng rơi vào quên lãng, nhưng không thể bị lãng quên.*"

Tập Cận Bình phát biểu cùng một giọng điệu tại Liên Hiệp Quốc tháng 9, 2015: "*Chúng ta nên xây dựng một tinh thần hợp tác qua đó các quốc gia đối xử nhau công bằng, cam kết để tham khảo lẫn nhau và bày tỏ sự hiểu biết hỗ tương.*

Nguyên tắc bình đẳng chủ quyền củng cố Hiến Chương Liên Hiệp Quốc. Tương lai của thế giới tùy thuộc vào sự đóng góp của mọi quốc gia. Tất cả quốc gia đều bình đẳng. Những nước lớn, mạnh, giàu không nên hiếp đáp các nước nhỏ, nghèo và yếu."

Nhưng khác Hitler, họ Tập đi sau, khôn ngoan hơn, học kinh nghiệm thất bại của Đức Quốc Xã, có thời gian và vốn liếng để chuẩn bị các phương án chinh phục ngắn hạn cũng như lâu dài.

Trong diễn văn đọc tại Seattle tối 22 tháng 9, 2015, Tập Cận Bình phát biểu: "*Không có cái gì gọi là "Bẫy Thucydides" trong thế giới cả. Nhưng nếu các cường quốc tiếp tục phạm phải các sai lầm chiến lược, họ tạo ra bẫy cho chính họ.*"

Nói vậy chứng tỏ khái niệm "Bẫy Thucydides" đã in sâu vào suy nghĩ của họ Tập từ lâu.

"Bẫy Thucydides" là gì mà đã làm Tập Cận Bình quan tâm nhiều như vậy?

"Bẫy Thucydides" phát xuất từ câu nói của sử gia Thucydides (460 BC-400 BC) rút ra sau khi nghiên cứu và hoàn thành bộ sử *Lịch sử Chiến tranh Peloponnesian* (History of The Peloponnesian).

Nguyên văn câu nói của Thucydides: "*Sự trỗi dậy của Athens và nỗi lo lắng được lan truyền mạnh ở Sparta sẽ làm cho chiến tranh không thể nào tránh khỏi*" (It was the rise of Athens and the fear that this inspired in Sparta that made war inevitable.)

Chiến tranh Peloponnesian mà sử gia Thucydides nhắc đến xảy ra giữa hai liên minh thành phố trong thời Cổ Hy Lạp, một bên là Delian do Athens lãnh đạo và Peloponnesian do Sparta lãnh đạo và kéo dài 27 năm với phần thắng cuối cùng thuộc về Sparta.

Đề án "Thucydides's Trap" tại Harvard Kennedy School tổng kết 16 xung đột xảy ra trong lịch sử thế giới. Trong số đó chỉ có 3 xung đột là tránh được chiến tranh và 13 xung đột khác đã dẫn tới chiến tranh.

Nói một cách dễ hiểu lãnh đạo của các quốc gia trong 13 cuộc chiến đó đã rơi vào "bẫy Thucydides". Thế chiến thứ nhất và thế chiến thứ hai là hai trường hợp rơi vào bẫy trầm trọng nhất.

Áp dụng vào quan hệ cạnh tranh giữa Mỹ và Trung Cộng, câu nói của Thucydides có thể viết lại cho thích hợp: "*Sự trỗi dậy của Trung Cộng và nỗi lo lắng được lan truyền mạnh tại Mỹ sẽ làm chiến tranh Mỹ-Trung không thể nào tránh khỏi.*"

Hai mệnh đề mang tính điều kiện "sự trỗi dậy của Trung Cộng" và "sự lo lắng đang lan truyền mạnh tại Mỹ" đều là thực tế xảy ra trong suốt ba chục năm qua từ khi các chính sách đổi mới kinh tế của Đặng Tiểu Bình đầu thập niên 1980.

Để làm giảm "sự lo lắng đang lan truyền mạnh tại Mỹ", họ Tập dùng miếng mồi kinh tế để lấy lòng và trấn an nỗi lo của giới tư bản Mỹ.

Đảng CS Trung Quốc có thừa tiền đang đầu tư tại các ngân hàng lớn trên thế giới. Tính theo Tổng Sản Lượng Nội Địa Trung Cộng, nền kinh tế Trung Cộng năm 2016, theo ước tính từ Quỹ Tiền Tệ Quốc Tế (IMF) , được xếp vào hạng thứ hai, sau Mỹ, với trên 11 trillion dollars. Những phương tiện xa xỉ này Hitler không có trước thế chiến thứ hai.

Ngoài Mỹ, họ Tập cũng dùng vũ khí kinh tế để mua chuộc, đe dọa các quốc gia đối phương hay có khả năng trở thành đối phương tại Á Châu.

Họ Tập biết phần lớn các quốc gia đang có chung biên giới và quan hệ kinh tế với Trung Cộng, ngoại trừ Lào, CSVN và Bắc Hàn, đều là các nước dân chủ và tồn tại trên các nguyên tắc dân chủ.

Khái niệm "trung lập" hay "bang giao bình đẳng", hay "hợp tác cùng có lợi" không tồn tại một khi chiến tranh khu vực hay thế giới xảy ra, nhất là các quốc gia trong vùng đệm (buffer states) hay nằm trên trục chiến tranh như Việt Nam.

Theo tinh thần của diễn văn đọc trước đại hội đảng CSTQ, mục đích tối hậu của Tập Cận Bình là thống trị Á Châu và ảnh hưởng thế giới.

Trung Cộng vào dịp kỷ niệm 100 năm ngày thành lập nhà nước CS, sẽ là quốc gia quan trọng nhất trên thế giới. Danh từ "cường quốc" được lập lại nhiều lần trong diễn văn của họ Tập.

Tuy nhiên, họ Tập muốn đạt đến mục đích bành trướng đó mà không phải đương đầu trong các xung đột quân sự với Mỹ và các quốc gia đồng minh Nhật, Hàn hay có khả năng trở thành đồng minh như Úc, Ấn, khối ASEAN và cả Cộng đồng Châu Âu có quyền lợi tại Á Châu. Cho đến nay, tranh chấp chủ quyền trên Biển Đông vẫn là điểm nóng nhất trong quan hệ giữa các nước trong vùng.

Nhiều nhà phân tích đồng ý, nếu biết Tập sợ vướng "Bẫy Thucydides" thì thay vì mềm dẻo, hòa hoãn với Tập Cận Bình như Neville Chamberlain đã làm đối với Adolf Hitler, lãnh đạo các quốc gia có quyền lợi bị va chạm phải tỏ ra cứng rắn và có những biện pháp trả đũa thích đáng trước mọi hành vi bành trướng dù rất nhỏ của Tập Cận Bình trên Biển Đông.

TRUNG CỘNG KHÔNG ĐÁNG SỢ

Hai cuộc chiến tranh thế giới, thứ nhất và thứ hai, gây nhiều tang tóc trong lịch sử loài người nhưng cũng để lại nhiều bài học: (1) Dù đứng trên quan điểm nào, các nhà chiến lược quân sự đều đồng ý rằng, nếu chiến tranh là chọn lựa duy nhất để bảo vệ sự sống còn của đất nước, yếu tố quyết định mà một nhà lãnh đạo phải làm là chủ động chọn thời điểm để phát động chiến tranh. (2) Chiến tranh xảy ra càng sớm càng có lợi cho các nước nhỏ vì đối với các nước nhỏ, nhanh hay chậm, trước hay sau cũng không giúp họ nhiều về kỹ thuật chiến tranh trong khi với các nước lớn một năm là thời gian dài để tăng cường khả năng quân sự. (3) Không phải chỉ nước lớn mới có quyền chọn lựa chiến tranh mà một nước nhỏ cũng có thể gây ra chiến tranh và lôi kéo các nước lớn vì quyền lợi hay vì bảo vệ quyền lợi phải tham dự vào cuộc chơi sinh tử.

Chiến tranh và quyền lợi quốc gia: Thủ tướng Anh Lord Palmerston thời Nữ Hoàng Victoria phát biểu: "*Nước Anh không có đồng minh bất diệt, kẻ thù vĩnh viễn, chỉ có lợi ích quốc gia dân tộc là bất diệt và vĩnh viễn.*" Câu nói đó trở thành thước đo cho chính sách đối ngoại của mọi quốc gia.

Kinh nghiệm thành công của Hoa Kỳ khi tham gia Thế Chiến thứ Nhất: Suốt ba năm đầu của Thế Chiến thứ Nhất, chính sách đối ngoại của Hoa Kỳ vẫn còn bị chế ngự bởi tư tưởng tự cô lập kéo dài từ thời Tổng thống George Washington đến Woodrow Wilson.

Tháng Giêng 1917, Ngoại trưởng Đức Arthur Zimmermann gởi đại sứ Đức tại Mexico Heinrich von Eckhard qua ngả tòa đại sứ Đức tại Mỹ một bức điện tín, trong đó y chỉ thị Heinrich von Eckhard tiếp xúc chính phủ Mexico và yêu cầu quốc gia này tấn công Hoa Kỳ, và sau chiến tranh, các tiểu bang vốn thuộc của Mexico trước đây gồm Texas, New Mexico và Arizona sẽ được hoàn trả lại Mexico kèm theo một khoản tiền viện trợ lớn. Tổng thống Mexico Venustiano Carranza tức khắc thành lập một ủy ban để nghiên cứu nội dung và khả năng thu hồi các lãnh thổ bị mất trong chiến tranh Mỹ-Mexico như được hứa trong điện tín. Bức điện tín bị tình báo Anh đọc được, giải mã và gởi cho chính phủ Hoa Kỳ. Dân chúng Hoa Kỳ công phẫn và chính sách đối ngoại của Mỹ thay đổi. Ngày 6 tháng 4, 1917 Hoa Kỳ tuyên chiến với Đức.

Kinh nghiệm thất bại của Tiệp, Anh, Pháp khi tránh né Thế Chiến thứ Hai: Các sử gia đã, đang và sẽ tiếp tục tranh luận về quyết định của Tổng thống Tiệp Khắc Edvard Benes khi chấp nhận các điều khoản của hiệp ước Munich dù không được mời tham dự hội nghị. Nếu Tiệp Khắc đánh nhau với Đức thì Anh, Pháp, Ba Lan, Hungary, Romania vì quyền lợi và an ninh quốc gia bị trực tiếp đe dọa cũng phải tham gia chiến đấu bên cạnh Tiệp. Đừng quên, hiệp ước bí mật giữa Hitler và Stalin chỉ được ký một tuần trước ngày Đức xâm lăng Ba Lan và trong thời gian hiệp ước Munich gần một năm trước đó, Liên Xô vẫn còn là đồng minh của Tiệp Khắc.

Trong thời điểm Hiệp ước Munich, không tính 900 ngàn quân Pháp và 200 ngàn quân Anh, vào tuần lễ thứ ba của tháng Chín, 1938, Tiệp Khắc có một quân đội tiên tiến với một triệu quân bao gồm 34 sư đoàn trang bị tối tân. Tiệp có khoảng 1000 phi cơ chiến đấu đủ loại. Về xe tăng, Tiệp có nhiều trăm xe tăng hạng nặng 38 tấn trang bị đại bác 75 li với hiệu năng chiến đấu vượt xa so với xe tăng của Đức. Khi chiếm Tiệp vào tháng Ba 1939, Đức tịch thu 469 xe tăng hạng nặng, 1500 phi cơ chiến đấu, 43,500 súng máy và trên một triệu súng trường. Cho đến đầu năm 1939, Đức mới bắt đầu sản xuất loại xe tăng Mark IV 23 tấn trang bị 75 mm và đến tháng 9, 1939, các đơn vị xe tăng của Đức mới chỉ có 300 xe tăng loại Mark III và Mark IV. Tiệp Khắc là quốc gia đã chuẩn bị cho chiến tranh. Từ tháng Ba 1938, Thủ tướng Tiệp Milan Hodza tuyên bố Tiệp sẽ đánh trả mọi sự can thiệp quân sự từ nước ngoài. Năm 1936, 12.5% GNP dành cho quốc phòng so với 13% của Đức. Ngoài ra, các vùng núi non hiểm trở Bavarian, Saxon và Silesian dọc biên giới luôn là các phòng tuyến hữu hiệu ngăn chặn bước tiến của đoàn quân Hitler. Sử gia Tiệp Jaroslav Hrbek kết luận "*Việc Tiệp Khắc không đánh Đức ngay cả trong trường hợp đồng minh Tây phương không ủng hộ, là một sai lầm.*"

Tuy kết quả khác nhau, việc Hoa Kỳ tham gia Thế Chiến thứ Nhất hay Anh, Pháp tránh né Thế Chiến thứ Hai đều bị chi phối bởi quyền lợi bức thiết của quốc gia họ.

Trung Cộng không dám đơn phương phát động chiến tranh đánh Việt Nam trước cũng vì bảo vệ quyền lợi và quyền lực

Các lãnh đạo Trung Cộng từ những bài học chiến tranh thế giới nêu trên và những thất bại máu xương trong lịch sử Trung Quốc của thời bị tám nước phân thây sẽ không dám đơn phương phát động chiến tranh xâm lược Việt Nam với một tầm mức quy mô như chúng đã làm vào ngày 17 tháng 2, năm 1979.

Tại sao?

Những lý do người viết đã trình bày trong loạt bài về hiểm họa Trung Cộng xin tóm tắt dưới đây:

1. *Hoàn cảnh chính trị Đông Nam Á nói riêng và châu Á nói chung đã khác hẳn so với 35 năm trước*. Chiến tranh giữa Trung Cộng và Việt Nam không còn là chiến tranh giữa hai nước mà là cuộc chiến tranh vùng và có khả năng cao lôi kéo cả Mỹ và Nhật vào. Kỹ thuật quân sự của Trung Cộng đã tiến khá xa so với thời kỳ chiến tranh với Việt Nam 1979 nhưng còn quá yếu so với Mỹ. Trung Quốc là một đất nước có lịch sử phân hóa và nội phản từ trong xương tủy. Là một nước lớn nhưng Trung Quốc thường không đủ khả năng bảo vệ chính mình. Đừng nói chi thời cuối đời nhà Thanh bị 8 nước cấu xé mà ngay thời nhà Tống vàng son của Trung Quốc cuối cùng rơi vào tay Mông Cổ, một nước rất nhỏ trên thảo nguyên phía Bắc. Và một lần nữa vào thế kỷ 17, khi nhà Minh, một triều đại rất mạnh về quân sự nhưng cũng không tránh khỏi bị tiêu diệt trong bàn tay của Mãn Thanh nhỏ bé.

2. *Các điều kiện kinh tế toàn cầu ngày nay đã làm cho các cường quốc phụ thuộc vào nhau nhiều hơn so với 35 năm trước*. Nếu có xung đột quân sự, các quốc gia dân chủ dù thắng hay bại vẫn có cơ hội phục hồi nhưng Trung Cộng sẽ tiêu vong. Hơn ai hết, giới lãnh đạo Trung Cộng biết chế độ CS như người đi trên dây, ngồi trên lưỡi dao cạo. Sự ổn định tại Trung Cộng hiện nay chỉ là sự ổn định tạm thời vì cơ chế chính trị được xây dựng trên một nền tảng bất ổn. Trong suốt 45 năm từ khi chương

trình hiện đại hóa của Đặng Tiểu Bình ra đời, các thế hệ lãnh đạo Trung Cộng tập trung vào việc phát triển kinh tế để vừa thỏa mãn nhu cầu vật chất của người dân và vừa hợp thức hóa vai trò lãnh đạo của đảng Cộng Sản. Tuy nhiên, hàng hóa của Trung Cộng xuất cảng phần lớn là hàng hóa tiêu dùng và đây cũng là những loại sản phẩm mà quốc gia nào cũng có thể sản xuất được. Ngoài ra, các vấn đề môi sinh, ô nhiễm, khan hiếm năng lượng đang là những mối đe dọa trầm trọng và ảnh hưởng lớn đến cán cân thương mại cũng như phương tiện nuôi dưỡng cho bộ máy chiến tranh ở tầm mức thế giới hay khu vực.

3. *Trung Cộng một đất nước hơn một tỉ dân, với hàng trăm chủng tộc, sắc dân, giọng nói, các khu tự trị.* Nhiều vùng tự trị chỉ chờ cơ hội để đòi độc lập. Quân đội dù có đông đảo và tàn bạo bao nhiêu cũng không thể ngăn chặn hơn một tỉ người cùng có một phản ứng tiêu cực giống nhau. Các cuộc biểu tình ở Tân Cương cho thấy không nhất thiết phải có một tổ chức quy mô nhưng chỉ cần một tin ngắn được phát ra đúng lúc và đúng chỗ cũng có thể tạo nên một biến cố lớn và khi đó, bom nguyên tử, hỏa tiễn, chiến hạm đều trở thành vô dụng. Với sự phân cách về địa lý và dị biệt về chủng tộc, sẽ không có một hình thức cách mạng nhung, cách mạng da cam, da vàng nào dành cho Trung Cộng mà chỉ là cách mạng máu. Cách giải quyết dùng xe tăng, đại pháo bắn thẳng vào những thanh niên tay trắng tại Thiên An Môn của Đặng Tiểu Bình đối với phần lớn nhân loại là dã man nhưng lại phù hợp với truyền thống Trung Quốc. Biến cố Thiên An Môn đã qua hơn 25 năm nhưng vẫn là mối ám ảnh thường xuyên trong giấc ngủ của các lãnh đạo CSTQ bởi vì đảng chỉ dập tắt ngọn lửa trên quảng trường Thiên An Môn nhưng không dập tắt được ngọn lửa chống đối trong lòng người luôn âm ỉ.

4. *Trung Cộng đang bị bao vây*. Hầu hết các quốc gia dân chủ trong vùng từ Ấn Độ đến Nhật Bản, Đài Loan, Nam Hàn, Thái Lan, tuy mức độ khác nhau nhưng đều là các quốc gia đang có những mâu thuẫn căn bản với Trung Cộng, không những về quyền lợi kinh tế mà cả chế độ chính trị. Vì lý do kinh tế, họ có thể hòa hoãn hay ngay cả thân thiện với Trung Cộng nhưng khi chiến tranh bùng nổ, không một quốc gia nào sẽ chọn đứng về phía Trung Cộng. Tuy phụ thuộc vào nhau về mặt kinh tế không có nghĩa là các chính quyền Mỹ không xem Trung Cộng là đối thủ nguy hiểm trong tương lai gần và không có nghĩa Hoa Kỳ ngồi yên để nhìn bàn tay tham vọng của Trung Cộng vươn xa toàn thế giới. Từ thập niên 1990 đến nay, Trung Cộng luôn chống đối mọi sự liên minh theo dạng "khối quân sự" ám chỉ sự liên kết giữa Mỹ và các nước Đông Á cũng như sự có mặt của quân đội Mỹ tại Nhật Bản, Nam Hàn và mới đây tại Trung Á. Để đối phó lại các liên minh quân sự khối, Trung Cộng cố gắng phát triển mối quan hệ đa phương với Nga và các quốc gia nhỏ khác vùng Trung Á như Kazakhstan, Kyrgyzstan, Tajikistan, Uzbekistan qua Tổ chức Hợp tác Thượng Hải (SCO), tuy nhiên các liên minh này chưa phải là đối trọng của các khối thân Mỹ.

5. *Chính sách của Trung Cộng đối với CSVN là vừa lấn chiếm, vừa đe dọa nhưng cũng vừa bảo vệ cơ chế* CS. Mặc dù không công khai tuyên bố, giới lãnh đạo CSTQ cũng biết hiện nay chỉ còn năm quốc gia theo một loại chủ nghĩa mà giáo sư sử học Roderick Macfarquhar, thuộc đại học Harvard, gọi là chủ nghĩa Lê Nin không có Mác, tức một nhà nước chuyên chính sắt máu nhưng không còn dựa trên nền tảng triết lý duy vật. Hai cơ chế chính trị CSTQ và CSVN có một mối quan hệ hữu cơ mật thiết với các yếu tố tương quan và phụ thuộc vào nhau. Sự lệ thuộc

về chính trị của Việt Nam vào Trung Cộng không chỉ giúp để giữ an toàn phòng tuyến phía nam mà còn tránh sự sụp đổ dây chuyền trong trường hợp cách mạng dân chủ tại Việt Nam diễn ra trước. Giới lãnh đạo CSVN không có vị trí độc lập về chính sách đối ngoại. Mọi chủ trương, chính sách trước khi đưa ra đều phải đo lường phản ứng từ phía Trung Cộng.

Chính sách đối ngoại kiểu chuột đồng của Trung Cộng hiện nay

Trung Cộng theo đuổi chính sách đối ngoại như cách loài chuột đồng tàn phá mùa màng. Chúng tàn phá cả cánh đồng Việt Nam bằng cách gặm nhấm từng bụi lúa. Như đã và đang áp dụng ngay từ khi chiến tranh Việt Nam chưa chấm dứt, qua các sự kiện dời cột mốc biên giới, Trung Cộng không đánh chiếm mà chỉ từ từ gặm nhấm dần mòn lãnh thổ và lãnh hải Việt Nam. Một mặt chúng lớn tiếng với quốc tế là luôn theo đuổi chính sách "hòa bình" và "ổn định" nhưng mặt khác lấn chiếm từng thước đất, từng bãi san hô, từng hòn đảo nhỏ trên Biển Đông, đặt những giàn khoan trong thềm lục địa Việt Nam. Những hành vi ăn cắp vặt này không đủ va chạm quyền lợi nặng đến mức các cường quốc phải đặt vấn đề và các biến cố do chúng gây ra không đủ tác hại an ninh khu vực đến mức quốc tế phải quan tâm.

Trung Cộng làm vậy một phần vì chúng đi guốc trong bụng các lãnh đạo CSVN. Ngoài các tuyên ngôn, tuyên cáo mang nội dung giống hệt từ sau chiến tranh biên giới đến nay, lãnh đạo CSVN không có một hành động nào cụ thể để bảo vệ lãnh thổ Việt Nam. Những lời phản đối rỗng của Lê Hải Bình không gây một tác hại gì và mũi khoan của HD-981 vẫn tiếp tục ghim sâu vào lòng biển Việt Nam. Các thế hệ lãnh đạo CSVN che giấu sự phụ thuộc, sự sợ hãi chiến tranh với Trung Cộng, tham vọng quyền lực và quyền lợi trong khẩu hiệu "hòa bình và ổn định" mà quên một điều Trung Cộng ngại chiến tranh hơn bất cứ một quốc gia nào trong vùng.

Đại đa số nhân loại không muốn chiến tranh, nhất là Việt Nam một dân tộc đã chịu đựng quá nhiều đau thương mất mát vì chiến tranh lại càng không muốn chiến tranh. Thế nhưng, nếu chiến tranh phải đến lần nữa trên đất nước Việt Nam hãy đến càng sớm càng tốt, hãy đến khi Trung Cộng còn yếu, hãy đến khi quyền lợi các cường quốc bị va chạm và buộc phải tham gia can thiệp. Trung Cộng không có gì đáng sợ mà chỉ sợ lòng yêu nước trong mỗi người Việt Nam chưa đủ độ sục sôi.

ĐỂ THẮNG ĐƯỢC TRUNG CỘNG

Câu nói "*Không có đế quốc nào tồn tại mãi mãi*" thoạt nghe rất bình thường và hiển nhiên vì lẽ đơn giản trên đời này không có gì tồn tại mãi mãi, tuy nhiên quy luật đó đã được chứng minh rất nhiều lần trong lịch sử bằng bao máu xương của nhân loại. Một đế quốc vừa hình thành ở Á Châu và đang đe dọa cho hòa bình thế giới: Đế quốc Trung Cộng. Đế quốc này sẽ tồn tại thêm được bao lâu và sẽ sụp đổ bằng cách nào vẫn còn là chủ đề được các nhà phân tích chính trị, các sử gia bàn cãi không chỉ bên ngoài Trung Cộng mà ngay tại đầu não của cơ chế độc tài.

Trung Cộng tồn tại được bao lâu?

Trên cả nước Trung Cộng có một nơi duy nhất được quyền phê bình đảng CS và một nhóm người rất nhỏ trong số hơn một tỉ dân được trao đặc quyền tự do tranh luận về ngày tàn của đảng CS mà không sợ trả thù, nơi đó là Trường Đảng Trung Ương trực thuộc Ban Chấp Hành Trung Ương Đảng CSTQ và nhóm người đó là những cán bộ lý luận cao cấp của trường. Trong một biệt điện hoàng gia cũ ở phía tây Bắc Kinh được đổi thành Trường Đảng, một số nhỏ chuyên gia ưu tú nhất của trường dành trọn thời gian chỉ để làm một việc là phân tích mọi sai lầm của lãnh đạo đảng, mọi chiến lược ngắn hạn cũng như dài hạn của đảng, mọi kế hoạch kinh tế, các chính sách đối nội và đối ngoại của đảng.

Và câu hỏi chính được đặt ra cho nhóm người có đặc quyền này "*Đảng CS sẽ tồn tại bao lâu và những khả năng nào xảy ra sau khi đảng sụp đổ.*"

Dĩ nhiên mục đích tranh luận không phải để lật đổ chế độ mà nhằm tìm các biện pháp thích nghi ngăn chặn kịp thời mọi sai lầm, sơ sót để cỗ máy độc tài khỏi rơi xuống hố như trường hợp Liên Xô.

Hiện nay tồn tại hai quan điểm đối lập nhau về tương lai Trung Cộng. Một quan điểm của đảng CSTQ cho rằng Trung Cộng là một nước có biệt lệ về văn hóa chính trị nên làn sóng cách mạng dân chủ tại châu Âu trước đây cũng như Bắc Phi vừa qua không đập vào bờ Trung Cộng. Một quan điểm khác gồm những học giả chuyên về Trung Cộng, trí thức Trung Quốc có ảnh hưởng và ngay cả một số viên chức CS cao cấp có khuynh hướng tự do cho rằng đảng CS phải chết nhưng vấn đề là chết bằng cách nào mà thôi. Điều đó cũng cho thấy, nỗi lo sợ một ngày cơ chế độc tài CSTQ sẽ sụp đổ ám ảnh thường xuyên trong suy nghĩ của lãnh đạo CSTQ và hai yếu tố lớn nhất dẫn đến sự sụp đổ của Trung Cộng vẫn là chính trị và kinh tế.

Về chính trị. Bài học Thiên An Môn cho lãnh đạo Trung Cộng biết nguy cơ hàng đầu vẫn là khát vọng tự do của con người. Dân chủ là hướng đi của thời đại. Năm 1901 mở đầu cho thế kỷ 20 trên thế giới chỉ có 12 phần trăm nhân loại sống trong các cơ chế chính trị được gọi là dân chủ. Đầu thế kỷ 21, 120 trong số 192 quốc gia được quốc tế công nhận là những nước được lãnh đạo bởi các chính phủ do dân bầu. Nhiều lãnh đạo

CSTQ đổ lỗi sự sụp đổ của Liên Xô lên đầu Mikhail Gorbachev như Giáo sư Shen Zhihua, chuyên viên về Liên Xô của Đại học Thanh Hoa và cả cựu Chủ Tịch Trung Cộng Giang Trạch Dân từng phát biểu "*Gorbachev phản bội cách mạng.*" Tuy nhiên họ cố tình không quan sát đến tiến trình chuyển hóa không ngừng của xã hội con người.

Giáo sư Archie Brown thuộc đại học Oxford, Anh quốc, trong tác phẩm Sự vươn lên và sụp đổ của chủ nghĩa Cộng sản (The Rise And Fall Of Communism) nêu ra 8 lý do khiến chủ nghĩa Cộng sản sụp đổ, trong đó lý do hàng đầu không phải là kinh tế hay quân sự mà là sự thay đổi xã hội. Sự chuyển hóa tri thức nhanh hay chậm tùy theo điều kiện mỗi nước nhưng là một tiến trình không thể bị ngăn chặn bởi bất cứ một cơ chế độc tài nào. Những nguồn đối kháng từ bên trong các nước CS đã âm thầm lớn mạnh chỉ chờ cơ hội là bùng vỡ như được chứng minh qua việc 300 ngàn thanh niên Đông Đức tham dự buổi nhạc hội của Bruce Springsteen vào ngày 19 tháng Bảy 1988 và hàng ngàn thanh niên Đông Đức hô to khẩu hiệu tự do muôn năm trên bờ tường Bá Linh tối ngày 9 tháng 11 năm 1989. Sức sống của đất nước cũng như của xã hội là một dòng chảy không bao giờ ngừng nghỉ, các thế lực cầm quyền độc tài chỉ là những khe đá, có thể làm chậm dòng thác văn minh nhưng không thể nào ngăn chặn được. Tóm lại, yếu tố chính tác động vào sự sụp đổ của Liên Xô, hệ thống CS tại châu Âu và sẽ diễn ra tại Trung Cộng cũng như Việt Nam chính là nội lực phát xuất từ xã hội, kết quả của các phong trào xã hội và sự chuyển hóa không ngừng của xã hội.

Về mặt kinh tế xã hội. Như lịch sử đã chứng minh sự phát triển của giai cấp trung lưu là nguồn thúc đẩy của cách mạng dân chủ vì đó là giai cấp có học thức, có phương tiện và có nhiều nhu cầu vật chất cũng như tinh thần cần được thỏa mãn. Cách đây 20 năm, giai cấp trung lưu này không hiện hữu nhưng nay là một lực lượng đông đảo và phát triển theo lũy thừa. Thành phần trung lưu chiếm 14 phần trăm dân số thành thị tại Trung Cộng và có lợi tức bình quân từ 17 ngàn Mỹ kim đến 37 ngàn Mỹ kim một năm. Với hướng phát triển xã hội có tính quy luật đó, theo giáo sư David Shambaugh, giám đốc Chương trình Chính sách Trung Quốc thuộc Đại học George Washington, sự suy thoái của đảng CSTQ đang diễn ra sẽ giống như các triều đại Trung Hoa trước đây, chiếm đoạt, hưng thịnh và sụp đổ.

Trong một tổng kết mới đây The World Bank's International Comparison Program cho rằng Trung Cộng với GDP 2011 là 13.5 ngàn tỷ Mỹ kim, sẽ qua mặt Mỹ nhanh hơn dự đoán. Thống kê này dựa trên việc so sánh sức mua tương đương (purchasing power parity) của hàng hóa giữa hai quốc gia. Tuy nhiên nhiều nhà kinh tế không đồng ý vì không thể dùng giá cả của những ổ bánh mì, bao thuốc lá để làm thước đo cho mức độ giàu nghèo giữa hai nước trong lúc những món hàng quan trọng nhất lại không thể mua tại Trung Cộng. Tom Wright của *The Wall Street Journal* ví dụ một cách chính xác và cụ thể, Trung Cộng không thể mua một chiếc tàu, một giàn hỏa tiễn hay một chiếc xe Đức đắt tiền mà phải trả bằng một giá hối suất cao gấp nhiều lần. Nếu tính trên phạm vi cả nước, theo phân tích của Global Public Square, Trung Cộng không đứng nhất, nhì hay thậm chí 30 mà đứng sau cả Peru. Nhưng dù phát triển kinh tế nhanh, sự phát triển đó vẫn phải đồng bộ với các phát triển chính trị, văn hóa để tạo nên một xã hội thịnh vượng hài hòa. Điều đó không tồn tại tại Trung Cộng. Các thành tựu kinh tế của Trung Cộng được đổi bằng sự chịu đựng, hy sinh, mồ hôi, xương máu của nhiều dân tộc khác và ngay tại Trung Cộng hàng trăm triệu dân thiểu số vẫn phải tiếp tục sống trong xã hội tham nhũng, độc tài, nghèo đói, bất công, bạc đãi. Hai nhà lý luận CS Lin Zhe và Chen Shu, thành viên trong nhóm nhỏ của trường đảng có đặc quyền phê phán, mặc dù tin rằng đảng CSTQ sẽ tồn tại lâu cũng thừa nhận tham nhũng kinh tế có thể làm sụp đổ đảng. Bà Lin Zhe dành 20 năm để nghiên cứu phương pháp diệt tham nhũng tại các cấp đảng vì theo bà "*Tham nhũng là mối đe dọa nguy hiểm có thể dẫn đến sự sụp đổ của đảng và nhà nước.*"

Ngọn núi lửa Trung Cộng

Tuyệt đại đa số con người không ai muốn chiến tranh và là người Việt Nam lại càng không muốn có chiến tranh. Tuy nhiên, chiến tranh và hòa bình không phải là chuyện muốn hay không muốn mà đó là hai mặt biện chứng nhân quả của một quá trình mang tính lập lại của phát triển xã hội loài người. Sau khi hiệp ước Versailles được ký kết, Thống chế Pháp Ferdinand Foch nhận xét: "*Đây không phải là hòa bình mà chỉ là cuộc đình chiến hai mươi năm.*" Thế Chiến thứ Hai bùng nổ 20 năm và 65 ngày sau đó. Nhận xét của danh tướng Ferdinand Foch không phải là lời tiên đoán của các ông thầy bói nhưng vì các nguyên nhân kinh tế, chính trị, văn hóa, xã hội dẫn đến Thế Chiến thứ Nhất chẳng những không giải quyết mà còn tác động vào nhau để tạo thành nguyên nhân cho Thế Chiến thứ Hai đẫm máu hơn. Tương tự, Trung Cộng với chính sách cực đoan về cả đối nội lẫn đối ngoại đang là mầm mống cho một chiến tranh khốc liệt tại Á Châu.

Đảng Cách Mạng Thể Chế Mexico (Mexico's Institutional Revolutionary Party) cầm quyền được 71 năm và chế độ độc tài

CS Liên Xô tồn tại được 74 năm nhưng cả hai đều đã mất quyền lãnh đạo. Trung Cộng tồn tại đến nay được 65 năm nhưng liệu sẽ thoát ra ngoài sự chi phối của quy luật "không có đế quốc nào tồn tại mãi" hay không. Câu trả lời dĩ nhiên là không. Một khi ngọn lửa chủ nghĩa dân tộc cực đoan Đại Hán như dòng nham thạch đang cuồn cuộn sôi trong lòng núi, khả năng chuyển hóa từ độc tài sang dân chủ một cách hòa bình tại Trung Cộng là một chuyện khó xảy ra. Với các mâu thuẫn bên trong và thù địch bên ngoài vô cùng sâu sắc, không có cách mạng nhung, cách mạng da cam nào mà chỉ có máu chảy ngập đường phố Bắc Kinh, Thượng Hải và các vùng Tân Cương, Ninh Hạ, Nội Mông, Tây Tạng. Việt Nam với quan hệ hữu cơ về chính trị tư tưởng và với vị trí chiến lược trong vùng biển Đông cũng khó thoát khỏi ảnh hưởng đầy tai họa của cách mạng máu.

Giáo sư Yuan-kang Wang thuộc Đại học Western Michigan viết trong tạp chí *Foreign Policy*: "*Nếu quyền lực tiếp tục gia tăng, Trung Quốc sẽ mở rộng ảnh hưởng đến vùng Đông Á. Chính sách này sẽ không tránh khỏi tạo nên sự cạnh tranh an ninh với Mỹ trong khu vực và các vùng chung quanh. Washington đang bước ra khỏi mối bận tâm Iraq và Afghanistan và đang là 'mấu chốt' hướng tới Á Châu. Như người Trung Quốc thường nói 'Một rừng không thể có hai cọp', nhớ ráng hết sức mình, trò chơi còn tiếp tục.*"

Ngọn núi lửa Trung Cộng sẽ phát nổ tuy chưa biết chính xác ngày nào.

Bài học cho Việt Nam

Lịch sử để lại nhiều bài học về chính sách đối ngoại khôn ngoan, nhưng đáng học nhất vẫn là bài học về cách giải quyết xung đột giữa Thổ Nhĩ Kỳ và Liên Xô.

Từ khi thành lập nền cộng hòa Thổ năm 1923, Thổ Nhĩ Kỳ là một nước cô đơn. Chiến tranh với Anh vừa chấm dứt bằng chiến thắng nhưng bị các quốc gia dân chủ Tây Phương cô lập. Quân đội không nhỏ nhưng chỉ được trang bị võ khí còn lại từ thời đế quốc Ottoman và Thế Chiến thứ Nhất. Để được an toàn, chính phủ Thổ kết thân với một anh láng giềng bên kia Hắc Hải cũng đang bị cô lập, đó là Liên Xô. Cuối thập niên 1930, khi Đức Quốc Xã trở thành mối đe dọa, Stalin quyết định phải kiểm soát Eo Biển Thổ Nhĩ Kỳ để ngăn chặn các chiến hạm các quốc gia không thuộc vùng Hắc Hải di chuyển qua đó và đề nghị Thổ cùng phối hợp để làm việc này. Thổ từ chối sang nhượng chủ quyền Eo Biển. Stalin khó chịu nhưng vẫn phải tiếp tục duy trì quan hệ hữu nghị với Thổ. Khi Thổ nhích gần tới Anh và Pháp qua việc tham gia Balkan Pact 1934 và Saadabad Pact 1937 do khối Tây Phương chủ trương, Liên Xô công khai bày tỏ quan điểm gọi là "*khó hiểu khi Thổ lại thương thảo với những kẻ cựu thù.*"

Trước tham vọng xâm lược ngày càng lộ liễu của Liên Xô, Thổ Nhĩ Kỳ chỉ còn một con đường duy nhất là đứng hẳn về phía Tây Phương. Tuy nhiên, muốn thân các quốc gia dân chủ Tây Phương, trước hết giới lãnh đạo Thổ phải tiến hành các cải tổ chính trị. Tổng thống Mustafa İsmet Inonu, người tiếp tục chính sách của cố tổng thống Mustafa Kemal Ataturk mở rộng chính phủ theo hình thức đa đảng. Hoa Kỳ đánh giá thiện chí của Thổ qua các cải cách chính trị và cũng thấy cần phải tích cực ngăn chặn ảnh hưởng Liên Xô trên vùng Hắc Hải, đã gởi chiến hạm lừng danh USS Missouri đến Istanbul vào tháng Tư 1946. Thiết giáp hạm USS Missouri là niềm kiêu hãnh của hải quân Mỹ, từng tham dự hai trận Iwo Jima và Okinawa, và cũng là nơi Hoa Kỳ nhận sự đầu hàng của Nhật. Anh theo bước Mỹ, cùng tham gia cuộc diễn tập quân sự trong vùng biển Aegean tháng Chín 1946. Báo chí Liên Xô lên án Mỹ, Anh và cho rằng hai nước này đang thiết lập căn cứ quân sự trong vùng Eo Biển Thổ Nhĩ Kỳ. Hoa Kỳ không thừa nhận nhưng cả thế giới lúc đó đều biết Mỹ quyết tâm bảo vệ Thổ Nhĩ Kỳ. Cộng Hòa Thổ Nhĩ Kỳ từ một nước tách ra khỏi một đế quốc tan rã, giành độc lập bằng xương máu chống lại khối dân chủ Tây Phương, bị cô lập, trung lập trong Thế Chiến thứ Hai nhưng đã khôn khéo từng bước xích lại gần với những kẻ cựu thù và cuối cùng được trở thành hội viên của NATO. Để biết ơn và cổ võ các giá trị dân chủ, mỗi năm chính phủ Thổ dành một ngân sách lớn để viện trợ cho các đề án nhằm cải cách dân chủ khắp thế giới. Năm 2012, Thổ Nhĩ Kỳ viện trợ 3.4 tỷ Mỹ kim cho 121 quốc gia. Thổ cũng dành riêng 1 tỷ Mỹ kim trong ngân sách để viện trợ nhân đạo và được xếp vào hàng thứ tư trên thế giới chỉ sau Hoa Kỳ, Cộng đồng Châu Âu và Anh Quốc.

Để thắng được Trung Cộng

Qua xung đột giữa Liên Xô và Thổ Nhĩ Kỳ chúng ta có thể rút ra bốn điều kiện để thoát ra khỏi sự khống chế và sẽ thắng được Trung Cộng trong trận cuối cùng:

1. *Việt Nam phải có dân chủ trước Trung Cộng*. Phần đông các nhà phân tích chính trị Việt Nam đồng ý rằng Việt Nam phải có dân chủ mới bảo vệ được đất nước. Điều đó đúng nhưng cần phải nói thêm, dân chủ không chỉ giúp bảo vệ đất nước mà còn để thắng được Trung Cộng. Ngoài ra, dân chủ phải đến sớm, đừng đợi đến khi chiến tranh Á Châu bùng nổ, máu đổ, thây phơi mới đến. Chỉ có một Việt Nam đoàn kết dưới ngọn cờ dân chủ mới thật sự tập trung được sức mạnh tổng hợp của dân

tộc và là nền tảng cho một quốc gia dân chủ thịnh vượng lâu dài. Trung Cộng không sợ USS George Washington hay bom nguyên tử mà sợ dân chủ và rất lo "sân sau" CSVN trở thành một nước dân chủ. Vũ khí dân chủ sẽ gây một phản ứng dây chuyền dẫn tới sự tan vỡ toàn bộ cơ chế CS. Một Trung Cộng mênh mông có nguy cơ tan thành nhiều mảnh, chủ quyền ngay tại lục địa còn không giữ được nói chi là chủ quyền trên hai nhóm đảo Hoàng Sa, Trường Sa xa xôi.

2. *Đoàn kết dân tộc*. Dân chủ là điều kiện tiền đề trong chính sách đối ngoại nhằm tạo sự tin cậy nơi các nước dân chủ Tây Phương nhưng quan trọng nhất là nền tảng của đoàn kết dân tộc. Một dân tộc chia rẽ không thắng được ai. Đây là thời điểm để xác định lại lòng yêu nước. Yêu nước ngày nay không phải là sản phẩm của chủ nghĩa dân tộc cực đoan hay bùa mê CS mà gắn liền với với quyền lợi sống còn của đất nước và hướng đi dân chủ nhân bản của thời đại. Trong cuộc chiến tranh giữa Mỹ và Iraq, nhiều người nghĩ kẻ có lợi nhiều nhất sẽ là dân tộc Kurds. Nhưng không, họ là những người chịu đựng thiệt thòi nhiều nhất. Trong chiến tranh vùng Vịnh lần thứ nhất, Saddam Hussein tàn sát không thương tiếc các cuộc nổi dậy của nhân dân Kurds ly khai trước sự làm ngơ của Mỹ. Nhiều nhà phân tích cho rằng Mỹ phản bội lý tưởng độc lập của nhân dân Kurds. Điều đó chỉ đúng một nửa. Nửa còn lại là sự phân liệt vô cùng trầm trọng trong tập thể 35 triệu người Kurds sống trong nhiều quốc gia vùng Tây Á. Một dân tộc chia rẽ, cấu xé nhau, không có một hướng đi chung, không thể vận dụng được sự ủng hộ từ quốc tế và cũng không xứng đáng để được quốc tế ủng hộ. Tương tự, Mỹ bỏ 900 tỷ Mỹ kim hay 3 ngàn tỷ Mỹ kim tùy theo cách tính và 4486 nhân mạng để lật đổ Saddam

Hussein, không phải chỉ nhằm đem lại hòa bình dân chủ cho nhân dân Iraq. Tuy nhiên, nếu là một dân tộc khôn ngoan, đây là cơ hội giúp Iraq vượt qua những khó khăn trong vài năm nữa trở thành một cường quốc trong thế giới Ả Rập và nếu họ không làm được thì cũng đừng đổ thừa cho Mỹ, đổ tội cho Saddam Hussein mà phải trách ở chính mình.

3. *Chủ động chiến lược hóa vị trí quốc gia.* Việt Nam chỉ trở thành một vị trí chiến lược sau khi Trung Cộng thôn tính toàn lục địa Trung Hoa 1949 nhưng trước đó thì không. Tương tự, Ai Cập trước 1976 không quan trọng hơn Thổ Nhĩ Kỳ hay Iran nhưng sau khi Tổng thống Anwar Sadat bỏ đồng minh Liên Xô để bước sang phía thế giới tự do, Ai Cập trở nên một đồng minh chiến lược của Hoa Kỳ ở Trung Đông và được viện trợ ít nhất 1.5 tỷ Mỹ kim hàng năm từ đó đến nay. Vì lợi ích kinh tế cũng như về các giá trị nhân quyền, Hoa Kỳ mong muốn được thấy Trung Cộng trở thành một quốc gia dân chủ trong một châu Á và Thái Bình Dương ổn định. Trung Cộng là nhà băng của nhiều quốc gia trên thế giới kể cả Mỹ, nhưng không giống như các công ty tài chánh Lehman Brothers hay Merrill Lynch, khủng hoảng chính trị tại Trung Cộng sẽ gây tác hại vô cùng trầm trọng đối với nền kinh tế thế giới không thể đo lường được. Biết chủ động chiến lược hóa, quốc tế hóa, quan trọng hóa vị trí của quốc gia cũng như biết khai thác mối lo của cường quốc sẽ làm cho vị trí của quốc gia quan trọng hơn trong tranh chấp quốc tế. Trái lại, chủ trương của lãnh đạo CSVN "không tham gia các liên minh quân sự, không là đồng minh quân sự của bất kỳ nước nào, không cho bất cứ nước nào đặt căn cứ quân sự ở Việt Nam và không dựa vào nước này để chống nước kia" là chủ trương tự cô lập, không đúng về lý thuyết lẫn thực

tế chính trị và sẽ chết tức tưởi trong cô đơn mà không được ai ngó ngàng.

4. *Đoàn kết với láng giềng cùng hoàn cảnh và tham gia các liên minh tin cậy*: Việt Nam đang đứng trước những ngã ba, ngã năm trong bang giao quốc tế nhưng dù bao nhiêu ngả cũng chỉ có thể đi trên một con đường trong một thời điểm nhất định. Sự liên minh khôn khéo trong nhiều trường hợp giúp quốc gia tránh được chiến tranh hay có thêm thời gian để chuẩn bị chiến tranh. Giáo sư Alastair Smith thuộc đại học Washington University đã công thức hóa toán học nhiều mô thức liên minh trong lịch sử bang giao quốc tế và kết luận các quốc gia có những liên minh không đáng tin cậy sẽ dễ bị tấn công hơn là các quốc gia có sự liên minh tin cậy. Hiện nay tại Á Châu có bốn liên minh quân sự gồm ba liên minh tin cậy Mỹ-Nhật, Mỹ-Phi, Mỹ-Nam Hàn và liên minh SCO về biên giới gồm Trung Cộng, Kazakhstan, Kyrgyzstan, Nga, Tajikistan và Uzbekistan. Khi chảo dầu Á châu được đun nóng hơn, nhiều liên minh quân sự mới tương tự như Tổ chức Liên phòng Đông Nam Á (SEATO) trong thời chiến tranh Việt Nam sẽ ra đời. Đối với Hoa Kỳ, vùng biển Đông Á là huyết mạch kinh tế lẫn an ninh của các nước đồng minh với Hoa Kỳ như Nhật Bản, Nam Hàn, Philippines, Indonesia, liên minh được với Hoa Kỳ vừa có thể thúc đẩy tiến trình hiện đại hóa đất nước vừa bảo đảm an ninh.

Bốn điều kiện để thắng được Trung Cộng chỉ có thể thực hiện nếu lãnh đạo là những người thực tâm vì đất nước. Điều đó không có tại Việt Nam. Rồi mai đây, sau trận đánh ghen HD-981 này, lãnh đạo CSVN lại lên đường sang Bắc Kinh triều cống, lại 16 chữ vàng, lại ca ngợi tình đồng chí, nghĩa anh em thắm thiết. Cơn hờn giận giữa hai đảng CS theo thời gian có thể sẽ nguôi ngoai nhưng trên các vùng biên giới, trong lòng biển Việt Nam, máu của ngư dân Việt Nam, của người lính biển Việt Nam sẽ không ngừng chảy. Dân tộc Việt Nam lại bị đảng dắt đi vòng vòng trong ngõ cụt tối tăm như đã và đang đi suốt 39 năm qua. Do đó, chọn lựa một lối thoát, một hướng đi cho đất nước không phải là chọn lựa của lãnh đạo CSVN nhưng 90 triệu người dân Việt Nam phải can đảm đứng lên quyết định vận mạng chính mình.

• • BẢN CHẤT CỦA CUỘC CHIẾN VIỆT NAM

SAM RAINSY, CON CỜ MỚI CỦA TRUNG CỘNG TRONG XUNG ĐỘT VIỆT - TRUNG - MIÊN

Khái niệm chủ nghĩa dân tộc có từ thời cổ Hebrew gần hai ngàn năm trước Thiên Chúa, qua đó, một tập thể người xác định họ khác với các tập thể người khác dựa trên các tiêu chuẩn chủng tộc, tôn giáo, văn hóa, lịch sử. Có nhiều loại chủ nghĩa dân tộc và loại nguy hiểm nhất là chủ nghĩa dân tộc cực đoan (Extreme nationalism, Ultra-nationalism) trong đó một dân tộc tự nhận có đặc tính chủng tộc, văn hóa, lịch sử siêu việt vượt lên trên các dân tộc khác. Chủ nghĩa dân tộc cực đoan cũng là môi trường để các chính trị gia cơ hội dùng hận thù để khích động chiến tranh, khơi dậy mặc cảm dân tộc như một thủ đoạn chính trị để nắm lấy quyền lực. Một chính trị gia Cambode đang sử dụng cả hai phương pháp này, và y tên là Sam Rainsy.

Sam Rainsy là ai?

Sam Rainsy sinh ngày 10 tháng 3, 1949 tại Nam Vang. Du học tại Pháp năm 1965. Tốt nghiệp nhiều bằng cấp về tài chánh. Tham gia đảng Mặt Trận Đoàn Kết Quốc Gia vì một Cambode Độc Lập, Trung Lập, Hòa Bình và Hợp Tác, gọi tắc là Funcinpec

(Front Uni National pour un Cambodge Indépendant, Neutre, Pacifique, et Coopératif) và đại diện châu Âu của đảng này. Funcinpec được thành lập từ thời vua Norodom Sihanouk nhưng yếu dần sau khi ông Hoàng xứ chùa Tháp bị tướng Lon Nol lật đổ trong vắng mặt và lưu vong. Khi Pol Pot lên cầm quyền số đảng viên Funcinpec còn lại phần lớn bị giết. Sau khi về nước 1993, Sam Rainsy được giao chức vụ Bộ Trưởng Tài Chánh nhưng bị bất tín nhiệm hai năm sau đó. Năm 1995, Sam Rainsy tự thành lập đảng riêng, Đảng Quốc Gia Khmer (KNP) và sau đó đổi tên thành Đảng Sam Rainsy. Giữa năm 2012, Đảng Sam Rainsy sáp nhập với Đảng Nhân Quyền do Kem Sokha lãnh đạo thành đảng Đảng Cứu Nguy Dân Tộc Cambodia (Cambodia National Rescue Party, CNRP).

Ngày 3 tháng Hai, 2005 Sam Rainsy tự lưu vong sau khi biết mình sắp bị truy tố với hàng loạt tội trong đó có việc tố cáo Hun Sen có can dự đến cái chết của lãnh đạo công đoàn Chea Vichea. Tuy nhiên tháng Hai, 2006, y nhận được sự khoan hồng từ vua Norodom Sihamoni theo lời yêu cầu của Hun Sen.

Sau khi trở lại Nam Vang, Sam Rainsy bị bắt vì tham gia vào việc nhổ cọc biên giới Việt Miên. Ngày 25 tháng 10 năm đó, Rainsy bị truy tố về tội xách động chủng tộc và hủy hoại tài sản tại tòa án tỉnh Svay Rieng. Lần nữa y tự lưu vong. Tháng 9, 2010 Sam Rainsy bị xử vắng mặt và bị kết án 10 năm tù. Tuy nhiên tháng 7, 2013, vua Norodom Sihamoni, lần nữa theo thỉnh cầu của Hun Sen trước áp lực quốc tế, ân xá cho Sam Rainsy và cho phép y hồi hương.

Dòng dõi của Sam Rainsy đều hoạt động chính trị. Cha của y, Sam Sary trước đây cũng là một chính trị gia và ông nội y,

Sam Nhean, cũng thế. Cả dòng họ Sam đều có máu quá khích, hung bạo. Trong thời gian làm đại sứ tại Anh, Sam Sary đã từng đánh một phụ nữ phục vụ có thai một cách dã man đến nỗi bà ta phải trốn khỏi tòa đại sứ để báo cho cảnh sát Anh biết. Sam Sary bị Sihanouk triệu hồi và tước bỏ tất cả các chức vụ và quyền hạn. Vợ của Sam Rainsy, bà Tioulong Saumura sinh ngày 9 tháng 7, 1950 cũng hoạt động chính trị và là lãnh đạo cao cấp của đảng Cứu Nguy Dân Tộc Cambode. Bà được bầu vào quốc hội năm 2003. Từ 1993 đến 1995, bà từng là phụ tá Thống Đốc Ngân Hàng Quốc Gia Cambodia.

Quan điểm của Sam Rainsy đối với Trung Cộng

Sam Rainsy không phải bắt đầu là một con cờ chính trị ngoan ngoãn của Trung Cộng. Tháng 5, 2000, Sam Rainsy đã làm Trung Cộng nổi giận khi tham dự buổi họp của Hội Đồng Dân Chủ Tự Do Á Châu (Council of Asian Liberal Democrats, CALD) tại Jakarta trong đó có đại diện đảng Dân Chủ Tiến Bộ Đài Loan. Vài hôm sau, ngày 20 tháng Năm, y đã đích thân đến Đài Bắc để tham dự lễ nhậm chức của Tổng Thống Đài Loan Trần Thủy Biển mặc dù Trung Cộng đã chính thức khuyến cáo y không nên tham dự. Các hành động này đã làm Trung Cộng tức tối, phản ứng quyết liệt và cảnh cáo Sam Rainsy rằng Trung Cộng sẽ "tiếp tục theo dõi các vi phạm của Sam Rainsy" và nhắc y biết "theo đuổi các mối lợi nhỏ coi chừng sẽ mất lợi lớn".

Lời cảnh báo của Trung Cộng giúp cho Sam Rainsy hiểu rằng muốn đoạt được quyền lực từ tay Hun Sen, y cần theo đuổi chủ trương "kẻ thù của kẻ thù là bạn". Sam Rainsy chống lại mọi chính sách mà Hun Sen ủng hộ và khai thác mọi mâu thuẫn trong khu vực có lợi cho mình, đặc biệt xung đột Trung Cộng và các quốc gia Đông Nam Á. Theo báo *The Cambodia*

Herald, ngày 23 tháng 1, 2012, Sam Rainsy kêu gọi quốc hội Cambodia ủng hộ quan điểm của Trung Cộng về biển Đông và thừa nhận hai quần đảo Hoàng Sa và Trường Sa thuộc về Trung Cộng. Sam Rainsy phát biểu: "*Để bày tỏ lòng biết ơn đối với Cộng Hòa Nhân Dân Trung Hoa đã ủng hộ Cambodia nhiều chục năm, Cambodia phải hoàn toàn ủng hộ Trung Quốc qua chính sách Một Trung Hoa và bảo vệ chủ quyền và toàn vẹn lãnh thổ của quốc gia này.*" Ngày 11 tháng Giêng 2014 vừa qua tại Siem Reap, Sam Rainsy, lãnh tụ đảng đối lập Cứu Nguy Dân Tộc Cambodia (CNRP) lần nữa tuyên bố: "*Chúng tôi đứng về phía Trung Quốc và chúng tôi ủng hộ Trung Quốc trong việc lại chống Việt Nam về chủ quyền Biển Nam Hoa* [Biển Đông]".

Sam Rainsy còn đi xa hơn khi xác nhận và hãnh diện được là người Miên mang dòng dõi Hán. Y tự nhận rằng tổ tiên y đã di cư từ Trung Quốc sang Miên hàng 100 năm trước và cho rằng dân Miên gốc Hoa chiếm đa số trong tổng số dân Cambode. Quan điển ngày làm ngạc nhiên hầu hết các nhà phân tích chính trị và sử học của Miên. Sam Rainsy phát biểu: "*Từ 1955, vua Norodom Sihanouk tiếp xúc lần đầu với Thủ tướng Chu Ân Lai, Cambode luôn dựa vào Trung Quốc*". Mới đây Sam Rainsy cũng nhắc lại trong buổi phỏng vấn dành cho BBC: "*Chúng tôi noi gương cố Quốc vương [Norodom Sihanouk], người ngay từ những năm 1950 đã xây dựng quan hệ rất tốt với Trung Quốc. Trung Quốc là một cường quốc, không ai có thể bỏ qua. Trung Quốc là tương lai. Chúng tôi hy vọng Trung Quốc sẽ giúp Campuchia bảo vệ chủ quyền…*" Sam Rainsy còn trơ trẽn lập lại câu mà Hun Sen đã dùng để nịnh Trung Cộng trước đó: "*Chúng tôi biết ơn Trung Quốc vì họ giúp chúng tôi rất nhiều mà không đòi hỏi gì ngược lại*".

Quan điểm của Sam Rainsy đối với Cộng Sản Việt Nam

Sam Rainsy chống CSVN quyết liệt. Trên báo Cambodia Daily, 21 tháng 7, 1998 Sam Rainsy viết: "*Nếu tôi thắng cử, tôi sẽ gởi bọn bù nhìn Duôn (yuon) về nhà. Nếu đảng của Sam Rainsy thắng cử, sẽ không còn Duôn*". Theo kết quả nghiên cứu của đề án Minorities at Risk về quan hệ Việt Miên, sự thù địch đối với người Việt trên đất Miên có từ nhiều thế kỷ nhưng bùng nổ cao điểm sau hội nghị 19 quốc gia tại Paris vào mùa hè 1989. Năm 1990, thỏa hiệp Paris được bốn thành phần gồm chính phủ Hun Sen, Khmer Đỏ (Khieu Samphan), KPNLF (Son Sann) và nhóm Hoàng Gia Sihanouk ký kết. Bốn thành phần này thành lập Hội Đồng Tối Cao Lãnh Đạo Quốc Gia cho đến khi tổng tuyển cử. Trong lúc Mỹ xác nhận tất cả lực lượng quân sự CSVN đã rút khỏi Cambode, Trung Cộng và Khmer Đỏ không đồng ý và cho rằng thường dân Việt đang cư ngụ tại Miên thực ra chỉ là quân đội trá hình. Loại bỏ khối người Việt mà y gọi Duôn này là mục tiêu chính trong nghị trình chính trị của Sam Rainsy.

Gọi người Việt nhập tịch Miên là Duôn. Tiến sĩ David Roberts, giáo sư sử học University of Ulster, Northern Ireland tố cáo Sam Rainsy đã phân biệt chủng tộc khi gọi người Việt là Duôn (Youn). Trong một bài báo phản biện, tác giả Kenneth T. So đăng trên trang mạng của đảng Cứu Nguy Dân Tộc Cambodia cho rằng chữ Duôn phát âm từ chữ Yueh (Việt) mà ra. Khieu Samphan, lãnh tụ Khmer Đỏ, là người đầu tiên dùng từ ngày trong văn thư gởi ông Akashi, lãnh đạo của United Nations Force tại Cambode (UNTAC). Từ đó, Sam Rainsy tiếp tục dùng tiếng lóng này để chỉ người Việt nhập tịch Miên không chỉ trong khi nói mà cả trong các bài viết. Cứ tạm cho giải thích của Kenneth T. So là hợp lý, y không thể biện hộ việc đem một cách gọi chỉ phổ biến trong dân gian vào các văn kiện quốc tế. Trong cách nói dân gian, từ Duôn có thể không mang tính mạ lỵ, phỉ báng nặng nề nhưng khi sử dụng Duôn thay vì Việt Nam, một dân tộc mà cả thế giới đều biết và công nhận, trong các văn bản chính thức cấp chính phủ, từ Khieu Samphan cho đến Sam Rainsy đều hàm ý nhục mạ Việt Nam.

Sam Rainsy luôn tìm cách khích động các mâu thuẫn lãnh thổ và lịch sử giữa Việt Nam và Cambode. Sam Rainsy viết trong *Cambodia Daily* tháng 10, 2013: "*Tất cả người dân Cambode vẫn còn nhớ số phận bi thảm của Kampuchea Krom hay dân miền Nam Cambode, gồm 21 tỉnh Khmer đã bị Việt Nam sáp nhập vào thế kỷ trước, với sự đồng lõa của thực dân Pháp, theo sau nhiều thập niên di dân ồ ạt. Kết quả, số người Việt đông hơn người Cambode, và theo cán cân địa lý dân số mới, như một sự kiện đã rồi, đã hợp thức hóa việc Việt Nam sáp nhập lãnh thổ Cambode. Nhân dân Cambode đang lo sợ một sự kiện đã rồi khác đang được chuẩn bị, và lần này có nghĩa là cái chết của đất mẹ Khmer*". Ba ngày trước khi bỏ phiếu bầu cử quốc hội Cambode tháng 7, 2013 Sam Rainsy tuyên bố: "*Tôi cảm thấy thương hại cho Khmers. Họ mất ruộng nương bởi vì Duôn luôn tràn đến và chính phủ không làm gì để bảo vệ đồng bào Khmers nhưng lại bảo vệ Duôn. Hôm nay, họ mang Duôn để bỏ phiếu cho Hun Sen, vậy thì người dân Khmers nên bỏ phiếu cho Sam Rainsy để bảo vệ lãnh thổ của chúng ta*".

Sam Rainsy hôm nay chỉ là một chính trị gia cơ hội chứ chẳng phát xuất từ lòng yêu nước thương nòi hay khát khao dân chủ gì. Giấc mơ đẹp của một nhà trí thức Cambode du học 15 năm ở Pháp nếu có cũng đã bị tham vọng quyền lực đốt cháy. Theo lời của Kem Ley, phân tích gia chính trị và là Giám

Đốc Trung Tâm Nhân Quyền tại Cambode, Sam Rainsy nếu cầm quyền, cũng sẽ độc tài không kém gì Hun Sen.

Trung Cộng trong xung đột Việt-Miên

Phần này đã phân tích trong bài *Chu kỳ thù hận Việt-Trung-Miên:*

Trung Cộng chủ trương mượn tay hàng xóm Campuchia để bao vây và cô lập Việt Nam như họ đã từng làm sau năm 1975. Cùng một mục tiêu nhưng khác về phương tiện. Vào năm 1978, phương tiện là vũ khí nhưng lần này tài chánh sẽ là phương tiện chính. Năm 1978, các quốc gia hội viên ASEAN ủng hộ quan điểm Đặng Tiểu Bình vì họ không muốn thấy một "Cu Ba phương đông" trong vùng Đông Nam Á. Năm 2012, ngoại trừ Philippines, các quốc gia như Thái, Miến, Brunei, Nam Dương, Mã Lai, Singapore đã nghiêng về phía Trung Cộng qua thái độ không muốn can thiệp vào xung đột biển Đông. Khuynh hướng thân Trung Cộng của Hun Sen bắt đầu sau cuộc đảo chánh đẫm máu năm 1997. Cuộc đảo chánh đã làm y mất uy tín trong các lãnh đạo các quốc gia dân chủ Tây phương. Nhiều quốc gia đã ngưng viện trợ cho chính phủ Hun Sen hay tiếp tục viện trợ nhưng đưa ra các điều kiện phải tôn trọng nhân quyền. Con cờ Trung Cộng nhắm vào trước hết là Hun Sen. Hàng loạt lãnh đạo Trung Cộng viếng thăm Cambode. Tổng bí thư Giang Trạch Dân thăm Campuchia năm 2000, cựu Thủ tướng Lý Bằng thăm Campuchia năm 2001, Thủ tướng Chu Dung Cơ thăm Campuchia năm 2002. Trong vòng mười năm qua, Hun Sen đã thăm viếng Trung Cộng tất cả 6 lần. Hun Sen từng tuyên bố "Trung Quốc nói ít làm nhiều" vì viện trợ của Trung Cộng không đặt ra các điều kiện nhân quyền trong khi nhân quyền lại là tiền đề thảo luận với các nước dân chủ. Trong bang giao quốc tế, chế độ Hun Sen ủng hộ chính sách "Một Trung Quốc". Trong hội nghị cấp Bộ trưởng Ngoại Giao tháng Bảy 2012, Hun Sen chọn đứng về phía Trung Cộng qua việc đóng vai "trung lập" trong xung đột biển Đông.

Quan điểm thân Trung Cộng của Sam Rainsy trong xung đột Việt - Trung - Miên đã làm thay đổi ít nhiều chính sách của Trung Cộng đối với Cambode. Với chủ trương tạo bất ổn thường trực chung quanh Việt Nam, trong ngắn hạn Trung Cộng vẫn có thể duy trì một chính sách thân thiện với chính phủ Hun Sen nhưng lại ngấm ngầm khuyến khích Sam Rainsy tiếp tục các hoạt động lật đổ Hun Sen và gây hấn Việt Nam. Đầu tháng Giêng năm nay, trong buổi tập hợp của đảng CNRP tại Siem Reap, Sam Rainsy nhái lại lời tuyên bố của Trung Cộng qua việc tố cáo Việt Nam xâm phạm lãnh hải Trung Cộng: "*Các đảo* [Hoàng Sa, Trường Sa] *thuộc về Trung Quốc nhưng Duôn đang cố chiếm bởi vì Duôn rất xấu*". Vì tham vọng quyền lực, Sam Rainsy sẽ tiếp tục làm con cờ của Trung Cộng. Chu kỳ thù hận Việt - Trung - Miên, do đó, không biết bao giờ dứt.

Con đường thoát của Việt Nam ra khỏi chu kỳ thù hận, như đã kết luận trong các bài viết trước, là con đường tự do dân chủ. Không có con đường nào khác.

Sự tồn tại và phát triển của quốc gia Phần Lan (Finland) là một bằng chứng hùng hồn về sức mạnh của cơ chế dân chủ. Người viết có dịp sẽ trở lại với nhiều chi tiết hơn trong bài "Hiểm họa Trung Cộng bài học Phần Lan", nhưng chỉ muốn vắn tắt ở đây. Phần Lan chia sẻ chung một biên giới dài 1200 cây số với Liên Xô. Về địa lý chính trị, Phần Lan đối với Liên Xô không khác nhiều so với vị trí của Việt Nam đối với Trung Cộng, nhưng suốt thời kỳ chiến tranh lạnh, Phần Lan chẳng những duy trì được độc lập mà còn phát triển thành một quốc gia có một nền kinh tế hiện đại. Thành thật mà nói, Phần Lan có ít nhiều may mắn. Đứng về phía Đức trong thế chiến thứ hai nhưng không nằm trên trục tiến quân của Hồng Quân Liên Xô và sự khôn khéo của các lãnh đạo Phần Lan sau đó đã giúp quốc gia này khỏi rơi chung vào số phận của các nước Đông Âu. Tuy nhiên nền tảng để giữ Phần Lan khỏi bị Cộng Sản hóa trong chiến tranh chống Liên Xô 1939-1940 và suốt thời kỳ chiến tranh lạnh chính là cơ chế dân chủ. Cơ chế dân chủ pháp trị với các cơ quan phân quyền độc lập và rõ rệt tại Phần Lan đã giới hạn khả năng độc chiếm quyền lực của đảng CS và đảng này chưa bao giờ đóng được vai trò lãnh đạo chính phủ cho đến khi tuyên bố phá sản vào năm 1992.

Chế độ độc tài CSVN đã dẫn đất nước vào ngõ cụt và đang tiếp tục quanh quẩn trong ngõ cụt. Để tạo thế đứng và sự kính trọng trong quan hệ ngoại giao quốc tế, Việt Nam phải là một quốc gia dân chủ. Trong sinh hoạt dân chủ quốc tế, tất cả sẽ đều bình đẳng trước Hiến chương Liên Hiệp Quốc và các công ước quốc tế mà các bên đã ký kết. Ân oán nợ nần giữa các đảng CS không có liên hệ gì đến dân tộc Việt Nam. Những khẩu hiệu có tính tuyên truyền lừa bịp như "16 chữ vàng", "tình hữu nghị Việt Miên" sẽ bị gạch bỏ theo chế độ Cộng Sản đã sáng tác ra chúng.

Suốt gần 40 năm, dân tộc Việt Nam phải chịu đựng từ thảm họa này sang thảm họa khác như một chu kỳ lập đi rồi lập lại nhưng giới lãnh đạo CSVN không có một sách lược cụ thể, dứt khoát nào để đưa Việt Nam ra khỏi vòng bế tắc. Lý do đơn giản chỉ vì việc duy trì quyền lực và quyền lợi của giới lãnh đạo đảng CS được xem là một ưu tiên hàng đầu, trên cả chủ quyền đất nước và tương lai của các thế hệ Việt Nam. Chọn lựa cuối cùng và tối hậu là chọn lựa của chính nhân dân Việt Nam. Những gì Phần Lan làm được, Thổ Nhĩ Kỳ làm được, Việt Nam cũng sẽ làm được, chỉ cần mỗi người Việt yêu nước biết đặt sự thịnh suy của dân tộc lên trên quyền lợi cá nhân và biết sống vì nụ cười của con cháu mai sau hơn là than khóc cho nỗi đau của chính bản thân mình.

CÂU HỎI THÁNG TƯ

Những ngày còn nhỏ, tôi bị ám ảnh bởi câu hỏi tự mình đặt ra "Tại sao chiến tranh diễn ra tại Việt Nam mà không phải tại một quốc gia nào khác?"

Tôi lớn lên ở Đà Nẵng. Đường phố quê hương tôi trong khoảng thời gian từ 1968 đến 1972 có rất nhiều lính Mỹ. Những chuyến tàu nhập cảng Tiên Sa chở đầy chiến xa và súng đạn mang nhãn "Made in USA". Những đoàn xe vận tải hiệu Sealand, RMK gần như chạy suốt ngày đêm từ nơi dỡ hàng ngoài bờ biển đến các kho quân sự chung quanh Đà Nẵng. Tiếng gầm thét của các phi cơ chiến đấu có đôi cánh gắn đầy bom, lát nữa, sẽ được ném xuống một nơi nào đó trên mảnh đất Việt Nam. Những câu lạc bộ, được gọi là "hộp đêm", mọc đầy hai bên bờ sông Hàn. Mỹ đen, Mỹ trắng chở hàng quân tiếp vụ đi bán dọc chợ Cồn, chợ Vườn Hoa.

Phía trước tòa thị chính Đà Nẵng, trước rạp hát Trưng Vương hay trong sân vận động Chi Lăng, gần như tháng nào cũng có trưng bày chiến lợi phẩm tịch thu từ các cuộc hành quân.

Những khẩu thượng liên có nòng súng cao, những khẩu pháo nòng dài, rất nhiều AK 47, B40, súng phóng lựu đạn và hàng khối đạn đồng vàng rực. Sau "Mùa hè đỏ lửa" trong số chiến lợi phẩm còn có một chiếc xe tăng T54 được trưng bày rất lâu trước tòa thị chính. Không cần phải giỏi ngoại ngữ, chỉ nhìn nhãn hiệu tôi cũng biết ngay chúng là hàng của Trung Cộng và Liên Xô.

Nhìn viên đạn của Nga và Tàu, tôi nghĩ đến trái tim của người lính trẻ miền Nam, giống như khi nhìn chiếc chiến đấu cơ của Mỹ cất cánh tôi chợt nghĩ đến các anh lính từ miền Bắc xấu số đang di chuyển bên kia sông Thu Bồn. Vũ khí là của các đế quốc. Không có khẩu súng nào chế tạo ở miền Nam hay miền Bắc. Các bà mẹ Việt Nam chỉ chế tạo được những đứa con và đóng góp phần xương máu.

Vũ khí của các đế quốc trông khác nhau nhưng nạn nhân của chúng dù bên này hay bên kia lại rất giống nhau. Nếu tháo đi chiếc nón sắt, chiếc mũ vải xanh, hai người thanh niên có mái tóc đen, vầng trán hẹp, đôi mắt buồn hiu vì nhớ mẹ, nhớ em chẳng khác gì nhau. Dù "*con đường Duy Tân cây dài bóng mát*" hay "*mặt hồ Gươm vẫn lung linh mây trời*" cũng là quê hương Việt Nam và nỗi nhớ trong tâm hồn người con trai Việt ở đâu cũng đậm đà tha thiết.

Người lính miền Nam chết vì phải bảo vệ chiếc cầu, căn nhà, xóm làng, góc phố thân yêu của họ. Nếu ai làm một thống kê để hỏi những lính miền Nam còn sống hôm nay, tôi tin không ai trả lời muốn "ăn gan uống máu quân thù" miền Bắc. Họ chỉ muốn sống yên ổn trong hòa bình để xây đắp lại mảnh đất họ đã "xin chọn nơi này làm quê hương" sau khi trải qua quá nhiều đau thương tang tóc. Họ phải chiến đấu và hy sinh trong một cuộc chiến tự vệ mà họ không chọn lựa.

Dân chủ không phải là lô độc đắc rơi vào trong túi của người dân miền Nam mà phải trả bằng một giá rất đắt. Tham nhũng, lạm quyền, ám sát, đảo chánh diễn ra trong nhiều năm sau 1960. Có một dạo, tấm hình của vị "nguyên thủ quốc gia" chưa đem ra khỏi nhà in đất nước đã có một "nguyên thủ quốc gia" khác. Nhưng đó là chuyện của chính quyền và nhân dân miền Nam không dính líu gì đến đảng Cộng Sản miền Bắc.

Dân chủ ở miền Nam không phải là sản phẩm của Mỹ được đóng thùng từ Washington DC gởi qua nhưng là hạt giống do Phan Chu Trinh, Bùi Quang Chiêu, Nguyễn Phan Long, Phan Văn Trường, Nguyễn An Ninh và rất nhiều nhà cách mạng miền Nam khác gieo xuống hàng nửa thế kỷ trước đã mọc và lớn lên trong mưa bão. Không chỉ miền Nam Việt Nam mà ở đâu cũng vậy. Nam Hàn, Ấn Độ, Thổ Nhĩ Kỳ, Phi Luật Tân và nhiều quốc gia khác, dân chủ đã phải trải qua con đường máu nhuộm trước khi đơm bông kết trái.

Khác với người lính miền Nam, người lính miền Bắc chết vì viên thuốc độc bọc đường "thống nhất đất nước". Bác sĩ Đặng Thùy Trâm bị giết ở Quảng Ngãi đã uống viên thuốc đó. Anh Nguyễn Văn Thạc, tác giả của hồi ký *Mãi mãi tuổi hai mươi* bị giết ở Quảng Trị đã uống viên thuốc đó. Cô bé Trần Thị Hường 17 tuổi và chín cô gái ở Ngã Ba Đồng Lộc bị bom Mỹ rơi trúng ngay hầm đã uống viên thuốc đó. Họ không biết đó là thuốc độc. Không biết thì không đáng trách. Nhà văn Dương Thu Hương trải qua một thời thanh niên xung phong nhưng chị may mắn còn sống để nhắc cho các thế hệ trẻ Việt Nam hôm nay biết "*chế độ ngoài Bắc là chế độ man rợ vì nó chọc mù mắt con người, bịt lỗ tai con người*".

Tại sao chiến tranh diễn ra tại Việt Nam mà không phải tại một quốc gia nào khác?

Thật không công bằng cho đảng nếu tôi chỉ dùng tài liệu trong các thư viện ở Mỹ để chứng minh âm mưu xích hóa Việt Nam của đảng. Tôi sẽ trích những câu do đảng viết ra. Theo quan điểm lịch sử của đảng CSVN chiến tranh đã xảy ra bởi vì "*Ở miền Nam, lợi dụng sự thất bại và khó khăn của thực dân Pháp, đế quốc Mỹ đã nhảy vào để thay chân Pháp nhằm biến miền Nam thành thuộc địa kiểu mới và căn cứ quân sự của Mỹ*".

Không ai hình dung "thuộc địa kiểu mới" hình dáng ra sao và đảng cũng chưa bao giờ giải thích một cách rõ ràng.

Sau Thế chiến thứ hai, hàng loạt quốc gia trong đó có những nước vốn từng là đế quốc, đã nằm trong vòng ảnh hưởng kinh tế và cả chính trị của Mỹ. Chẳng lẽ 18 nước châu Âu bao gồm Tây Đức, Áo, Bỉ, Pháp, Ý, Anh, Hòa Lan... trong kế hoạch Marshall chia nhau hàng trăm tỉ Dollar của Mỹ để tái thiết đất nước sau thế chiến thứ hai đều trở thành những "thuộc địa mới" của Mỹ hay sao? Chẳng lẽ các nước Á châu như Nam Hàn, Nhật Bản, Đài Loan được viện trợ không những tiền của mà còn bằng cả sức người để xây dựng lại đất nước họ là "thuộc địa mới" của Mỹ hay sao?

Chuyện trở thành một "căn cứ quân sự" của Mỹ lại càng khó hơn.

Chính sách vô cùng khôn khéo của chính phủ Thổ Nhĩ Kỳ dùng Đệ Lục Hạm Đội Mỹ làm hàng rào bảo vệ đất nước Thổ ngăn chặn làn sóng đỏ Liên Xô xâm lược là một bài học cho các lãnh đạo quốc gia biết mở mắt nhìn xa. Mặc dù là một nước trung lập trong thế chiến thứ hai, để lấy lòng Mỹ, lãnh đạo Thổ đã tình nguyện gởi 5.500 quân tham chiến bên cạnh Mỹ trong chiến tranh Triều Tiên. Quân đội Thổ chiến đấu anh dũng nhưng cũng chịu đựng tổn thất rất nặng nề. Một nửa lực lượng

Thổ đã chết và bị thương trong ba năm chiến tranh. Ngày 18 tháng 2 năm 1952, Thổ Nhĩ Kỳ chính thức trở thành hội viên của NATO và hùng mạnh đến ngày nay.

Nhật Bản là một ví dụ khác. Trong cuốn phim tài liệu *Thế Giới Thiếu Mỹ* (The World Without US) đạo diễn Mitch Anderson trích lời phát biểu của Thủ tướng Nhật Yasuhiro Nakasone "*Nếu Mỹ rút khỏi Nhật Bản, chúng tôi phải dành suốt mười năm tới chỉ để lo tái võ trang trong nhiều mặt, kể cả sản xuất võ khí nguyên tử*". Một quốc gia có nền kinh tế lớn thứ ba trên thế giới với Tổng Sản Lượng Nội Địa năm 2011 lên đến 5.855 tỉ Dollar nhưng dành vỏn vẹn một phần trăm cho ngân sách quốc phòng chỉ vì Nhật dựa vào khả năng quốc phòng của Mỹ và sự có mặt của 35 ngàn quân Mỹ. Khác với chủ trương "đánh cho Mỹ cút ngụy nhào" của Hồ Chí Minh, trong một thống kê mới đây, 73 phần trăm công dân Nhật biết ơn quân đội Mỹ bảo vệ họ.

Đứng trước một miền Bắc điêu tàn sau mấy trăm năm nội chiến và thực dân áp bức, một giới lãnh đạo nếu thật tâm thương yêu dân tộc trước hết phải nghĩ đến việc vá lại những tang thương đổ vỡ, đưa đất nước ra khỏi cảnh đói nghèo, lạc hậu. Ngay cả thống nhất là một ước mơ chung và có thật đi nữa cũng cần thời gian và điều kiện. Con người trước hết phải sống, phải có cơm ăn, áo mặc, nhà ở, học hành trước khi nghĩ đến chuyện đoàn tụ với đồng bào và bà con thân thuộc.

Ngoại trừ các lãnh đạo Cộng Sản, trên thế giới chưa có một giới lãnh đạo thể hiện lòng yêu nước bằng cách giết đi một phần mười dân số, đốt cháy đi một nửa giang sơn của tổ tiên để lại, dâng hiến hải đảo chiến lược cho kẻ thù truyền kiếp của dân tộc mà gọi đó là "thống nhất đất nước" và "hòa hợp dân tộc".

Cũng trong tài liệu chính thức của đảng, ngay cả trước khi ký hiệp định Geneve và khi Việt Nam chưa có một dấu chân người lính Mỹ nào, hội nghị lần thứ sáu của Trung ương Đảng CSVN từ ngày 15 đến 17 tháng 7 năm 1954, Hồ Chí Minh và bộ chính trị đảng CSVN đã nghĩ đến chuyện đánh Mỹ *"Hiện nay đế quốc Mỹ là kẻ thù chính của nhân dân thế giới và nó đang trở thành kẻ thù chính và trực tiếp của nhân dân Đông Dương, cho nên mọi việc của ta đều nhằm chống đế quốc Mỹ"*.

Vào thời điểm trước 1954, dân tộc Việt Nam thật sự có một mối thù không đội trời chung với Mỹ sâu đến thế sao hay giới lãnh đạo CSVN chỉ vẽ hình ảnh một "đế quốc Mỹ thâm độc đầu sỏ" như một lý do để chiếm toàn bộ Việt Nam bằng võ lực, và cùng lúc để phụ họa theo quan điểm chống Mỹ điên cuồng của chủ nô Mao Trạch Đông sau cuộc chiến Triều Tiên?

Ngày 30 tháng 4 năm 1975, sau gần một nửa thế kỷ với bao nhiêu tổn thất máu xương, tù ngục, mục tiêu Cộng Sản hóa Việt Nam của đảng cuối cùng đã đạt được. Lê Duẩn, trong diễn văn mừng chiến thắng vài hôm sau đó đã nói *"vinh quang này thuộc về đảng Lao Động Việt Nam quang vinh, người tổ chức và lãnh đạo mọi thắng lợi của cách mạng Việt Nam"*.

Lời phát biểu của họ Lê nhất quán với nghị quyết của đại hội Đảng Cộng sản Đông Dương do Trần Phú chủ trì năm 1930 và được Hội nghị Ban Chấp hành Trung ương phê chuẩn vào tháng 4 cùng năm, ghi rõ: *"Vai trò lãnh đạo của Đảng Cộng sản trong cuộc cách mạng; hai giai đoạn cách mạng từ cách mạng tư sản dân quyền chống đế quốc và phong kiến nhằm thực hiện mục tiêu độc lập dân tộc và người cày có ruộng và sau đó chuyển sang làm cách mạng xã hội chủ nghĩa"*.

Mới đây, Nguyễn Phú Trọng, Tổng bí thư đảng CSVN, trong chuyến viếng thăm Cu Ba, cũng lần nữa khẳng định "Ngay khi mới ra đời và trong suốt quá trình đấu tranh cách mạng, Đảng Cộng sản Việt Nam luôn luôn khẳng định: chủ nghĩa xã hội là mục tiêu, lý tưởng của Đảng Cộng sản và nhân dân Việt Nam; đi lên chủ nghĩa xã hội là yêu cầu khách quan, là con đường tất yếu của cách mạng Việt Nam... Vào những năm cuối thế kỷ XX, mặc dù trên thế giới chủ nghĩa xã hội hiện thực đã bị đổ vỡ một mảng lớn, hệ thống các nước xã hội chủ nghĩa không còn, phong trào xã hội chủ nghĩa đang trong giai đoạn khủng hoảng, thoái trào, gặp rất nhiều khó khăn, Đảng Cộng sản Việt Nam vẫn tiếp tục khẳng định: "*Đảng và nhân dân ta quyết tâm xây dựng đất nước Việt Nam theo con đường xã hội chủ nghĩa trên nền tảng chủ nghĩa Mác - Lê-nin và tư tưởng Hồ Chí Minh.*"

Nhiều người cho rằng Nguyễn Phú Trọng nói những câu lạc hậu, lỗi thời mà không biết mắc cỡ. Tôi tin y nói một cách chân thành và hãnh diện. Nhờ tài lãnh đạo mà đảng CSVN đã tồn tại dù cả một hệ thống xã hội chủ nghĩa lớn mạnh như Liên Xô đã phải sụp đổ.

Đối diện với thời đại toàn cầu hóa, nội dung chủ nghĩa Mác về mặt kinh tế đã phải thay đổi để đáp ứng nhu cầu tồn tại của đảng nhưng cơ chế nhà nước toàn trị sắt máu theo kiểu Lê Nin, Stalin chẳng những được duy trì mà còn củng cố chặt chẽ và nâng cấp kỹ thuật cao hơn. Dù ngoài miệng có hát bài hòa hợp hòa giải thấm đượm tình dân tộc, bên trong, các chính sách của Đảng vẫn luôn kiên trì với mục tiêu toàn trị và bất cứ ai đi ngược với mục tiêu đó đều bị triệt tiêu một cách tàn nhẫn.

Dưới chế độ CS, không những người dân bị ràng buộc vào bộ máy mà cả các lãnh đạo cũng sinh hoạt trong khuôn khổ tổ chức và nghiêm chỉnh thực thi các nguyên tắc lãnh đạo độc tài sắt máu do đảng của họ đề ra. Điều đó giải thích lý do giọng điệu của những cựu lãnh đạo Cộng Sản như Võ Văn Kiệt, Nguyễn Văn An, Nguyễn Khoa Điềm sau khi rời chức vụ giống như những người vừa được giải phẫu thanh quản, nói dễ nghe hơn nhiều so với thời còn trong bộ máy cầm quyền. Họ không phải là những người "buông dao thành Phật" nhưng chỉ vì họ đã trở về với vị trí một con người bình thường, ít bị ràng buộc trong cách ăn cách nói, cách hành xử, cách khen thưởng và trừng phạt như khi còn tại chức.

Giới lãnh đạo Cộng Sản được trui rèn trong tranh đấu, được huấn luyện chính trị từ cấp đội, cấp đoàn trước khi giữ các vị trí then chốt trong đảng và nhà nước CS. Họ nắm vững tâm lý và vận dụng một cách khéo léo tâm lý quần chúng để phục vụ cho các chính sách của đảng trong từng thời kỳ. Sau biến cố Thiên An Môn, để đánh lạc hướng cuộc đấu tranh đòi dân chủ của thanh niên sinh viên, nhà cầm quyền Trung Cộng khai thác lòng căm thù chính sách quân phiệt của Nhật đã xảy ra từ thế kỷ trước. Lợi dụng việc Bộ Giáo dục Nhật bản liệt kê biến cố tàn sát Nam Kinh như một tai nạn trong sách giáo khoa, nhà cầm quyền Trung Cộng đã khuyến khích hàng chục ngàn thanh niên sinh viên Trung Quốc biểu tình suốt 3 tuần lễ trước tòa đại sứ Nhật. Việt Nam cũng thế. Trong chiến tranh biên giới 1979, các lãnh đạo CSVN đã lần nữa sử dụng thành công viên thuốc độc bọc đường "bảo vệ tổ quốc". Máu của hàng vạn thanh niên Việt Nam đổ xuống dọc biên giới Việt Trung phát xuất từ tình yêu quê hương trong sáng và đáng được tôn vinh, tuy nhiên, nếu dừng lại một phút để hỏi, họ thật sự chết vì tổ quốc hay chỉ để trả nợ xương máu giùm cho đảng CSVN?

Với tất cả thông tin được phơi bày, tài liệu được giải mật cho thấy, cuộc chiến "chống Mỹ cứu nước" mà giới lãnh đạo CSVN đưa ra thực chất chỉ là cái cớ. Không có một người lính Mỹ nào đến Việt Nam, đảng vẫn cộng sản hóa miền Nam cho bằng được. Bộ máy tuyên truyền tinh vi của đảng thừa khả năng để nghĩ ra hàng trăm lý do khác để đánh miền Nam.

Đảng CSVN là nguyên nhân khiến cho nhiều triệu người Việt vô tội ở hai miền đã phải chết một cách oan uổng, bao nhiêu thế hệ bị suy vong, bao nhiêu tài nguyên bị tàn phá và quan trọng nhất, chiếc còng Trung Cộng mà đảng thông đồng để đeo trên cổ dân tộc Việt Nam mỗi ngày ăn sâu vào da thịt nhưng không biết làm sao tháo gỡ xuống đây.

Ngoại trừ các em, các cháu bị nhào nặn trong nền giáo dục ngu dân một chiều chưa có dịp tiếp xúc với các nguồn thông tin khách quan khoa học, nếu hôm nay, những người có học, biết nhận thức mà còn nghĩ rằng cuộc chiến kết thúc vào ngày 30 tháng 4 năm 1975 là cuộc chiến "chống Mỹ cứu nước", những kẻ đó hoặc bị tẩy não hoàn toàn hoặc biết mình sai nhưng tự dối lòng để tiếp tục sống cho hết một kiếp người.

Cuộc đấu tranh vì tự do dân chủ đất nước hiện nay, do đó, còn rất khó khăn, đôi gánh non sông còn rất nặng và hành trình tự do còn khá xa xôi.

Sau 37 năm, "hàng triệu người buồn" như ông Võ Văn Kiệt nói, nếu chưa qua đời, hôm nay vẫn còn buồn.

Nhưng người buồn không phải chỉ từ phía những người lính Việt Nam Cộng Hòa bị buộc buông súng, từ phía nhân dân miền Nam bị mất tự do mà còn là những người miền Bắc, cả những người trong đảng CS đã biết ra sự thật, biết mình bị lừa gạt, biết mình đã dâng hiến cả một cuộc đời trai trẻ cho một chủ nghĩa độc tài, ngoại lai, vong bản.

Gần mười năm trước tôi kết luận bài viết về ngày 30 tháng 4 bằng ba phân đoạn dưới đây và năm nay, tôi kết luận một lần nữa cũng bằng những dòng chữ đó để chứng minh một điều, tuổi trẻ của tôi có thể qua đi nhưng niềm tin vào tuổi trẻ trong tôi vẫn còn nguyên vẹn.

Như lịch sử đã chứng minh, chính nghĩa bao giờ cũng thắng. Không có vũ khí nào mạnh hơn sức mạnh đoàn kết dân tộc. Chỉ có sức mạnh Đoàn Kết Dân Tộc, chúng ta mới có khả năng bảo vệ được chủ quyền và lãnh thổ Việt Nam, chỉ có sức mạnh Đoàn Kết Dân Tộc chúng ta mới có khả năng vượt lên những hệ lụy quá khứ để hướng vào tương lai tươi sáng cho đời đời con cháu mai sau và chỉ có sức mạnh Đoàn Kết Dân Tộc chúng ta mới có khả năng phục hồi sự kính trọng Việt Nam trong lân quốc cũng như trong bang giao quốc tế.

Ngày 30 tháng 4, ngoài tất cả ý nghĩa mà chúng ta đã biết, còn là ngày để mỗi chúng ta nhìn lại chính mình, ngày để mỗi chúng ta tự hỏi mình đã làm gì cho đất nước, và đang đứng đâu trong cuộc vận hành của lịch sử hôm nay. Mỗi người Việt Nam có hoàn cảnh sống khác nhau, quá khứ khác nhau, tôn giáo khác nhau và mang trên thân thể những thương tích khác nhau, nhưng chỉ có một đất nước để cùng lo gánh vác. Đất nước phải vượt qua những hố thẳm đói nghèo lạc hậu và đi lên cùng nhân loại. Không ai có quyền bắt đất nước phải đau nỗi đau của mình hay bắt đất nước phải đi ngược chiều kim lịch sử như mình đang đi lùi dần vào quá khứ. Sức mạnh của dân tộc Việt

Nam không nằm trong tay thiểu số lãnh đạo CSVN. Tương lai dân tộc không nằm trong tay thiểu số lãnh đạo CSVN. Sinh mệnh dân tộc Việt Nam do chính nhân dân Việt Nam quyết định. Và do đó, con đường để đến một điểm hẹn lịch sử huy hoàng cho con cháu, chính là con đường dân tộc và không có một con đường nào khác.

Ba mươi bảy năm là một quãng đường dài. Chúng ta đã hơn một lần trễ hẹn với non sông, nhưng không phải vì thế mà không còn cơ hội. Cơ hội vẫn còn đó nếu chúng ta biết đoàn kết, thấy được hướng đi chung của dân tộc và thời đại. Chúng ta có nhiều quá khứ nhưng đất nước chỉ có một tương lai, đó là tương lai tự do, dân chủ, nhân bản và khai phóng cho những ai, sau những điêu tàn đổ vỡ, còn biết nhận ra nhau, còn biết yêu thương mảnh đất thiêng liêng, vinh quang và thống khổ Việt Nam.

NHÌN LẠI CHIẾN TRANH VIỆT NAM

Thỉnh thoảng tôi đọc trong Internet một vài lá thư có nội dung bày tỏ thái độ không đồng ý đối với một số chính sách của đảng và nhà nước, được gởi ra từ trong nước. Các tác giả của những lá thư đó tuy khác nhau ở tên họ, địa chỉ, nhưng chung dưới một tên gọi là "các cựu chiến binh lão thành."

Những lá thư như thế chắc không phải được viết bằng máy vi tính hiện đại như tôi đang sử dụng mà có lẽ bằng những cây viết có ruột cao su mềm, bơm mực bằng tay được cất giữ kỹ lưỡng từ lâu lắm. Nhìn vào tên tuổi và chức vụ, tôi biết các cụ thuộc thế hệ Điện Biên và không ít là người của thời mùa thu 1945 còn lại. Địa chỉ của các cụ tuy khác nhau nhưng giống như lá thư tập thể, phần đông sống trong các khu nhà cũng có tên chung là Khu Tập Thể.

Trong suốt bảy, tám mươi năm của đời mình, các cụ sống, làm việc và được rèn luyện để thừa hành chỉ thị của cấp trên chứ không quen đặt vấn đề, các cụ tập chịu đựng đau đớn chứ không được phép rên la. Và vì thế, viết một lá thư đã là một việc khó khăn, gởi lá thư đó đến các cấp đảng và nhà nước trung ương là một can đảm chưa từng nghĩ đến và phổ biến lá thư rộng rãi ngoài quần chúng quả thật là một hành động phi thường.

So với việc ôm ngọn tầm vông vót nhọn lao vào phòng tuyến thực dân trong những ngày còn trai trẻ, hành động viết lá thư gởi lên trung ương đảng ngày nay có thể còn nguy hiểm hơn nhiều. Những kẻ mà các cụ lo sợ sẽ trả thù, gièm pha, nghi kỵ không phải bọn thực dân mắt xanh, mũi lõ dễ phân biệt mà là những người cùng tổ chức, cùng đảng, cùng gọi nhau là đồng chí và ngay cả những kẻ còn thuộc hàng con cháu các cụ.

Tôi hình dung cái đêm các cụ tập trung nhau ở nhà một người nào đó trong nhóm để thảo lá thư, chắc phải bí mật, hồi hộp hơn cả giờ ra trận và xúc động hơn cả đêm cuối cùng bên cạnh vợ con trước ngày lên đường đi Lai Châu, Hà Nam, Hà Bắc không biết có ngày trở lại, của mấy chục năm về trước.

Các cụ lo sợ là phải. Những kẻ mà các cụ chống đối ngày nay, không những biết rõ nơi ăn chốn ở mà còn là người quyết định các chỉ tiêu lương thực, thực phẩm, tiền hưu trí, phụ cấp nhà ở của các cụ. Những kẻ đó không những nắm quyền sinh sát cho đoạn đời ngắn ngủi còn lại của các cụ mà cũng có luôn cả quyền xóa bỏ quá khứ mà các cụ vô cùng trân quý.

Tôi nghĩ đến các cụ và thương các cụ rất nhiều. Không phải sau khi đọc những lá thư được gởi từ các khu nhà tập thể, không phải sau khi đã ra được nước ngoài mà ngay cả từ thời mới lớn tại miền Nam trước 1975, hình ảnh các cụ vẫn rất đẹp trong lòng tôi. Tôi chưa bao giờ nghĩ tất cả những người Việt Nam sống bên kia sông Bến Hải là cộng sản, trái lại tin rằng ẩn khuất sau đám mây đen độc tài đảng trị đó vẫn có những tấm gương sáng của lòng yêu nước chân thành.

Dân tộc nào trên thế giới cũng yêu thương và gắn bó với đất nước của họ, nhưng tôi vẫn có một niềm tin chủ quan rằng con người Việt Nam nặng lòng với quê hương đất nước nhiều hơn các giống dân khác. Bởi vì không có một đất nước nào, ở đó, mỗi ngọn núi, mỗi dòng sông, mỗi con đường đã được gìn giữ bằng một giá đắt như ông bà chúng ta đã phải hy sinh trong suốt dòng lịch sử.

Những ngày còn ở trung học, tôi thuộc lòng bài thơ "Nhà tôi" của Yên Thao và "Bên kia sông Đuống" của Hoàng Cầm. Cả hai bài thơ được đăng trong tạp chí *Bách Khoa* ở Sài Gòn, trong đó có những câu làm tôi rơi nước mắt:

Đêm buông xuống dòng sông Đuống

- Con là ai? Con ở đâu về?

Hé một cánh liếp

- Con vào đây bốn phía tường che

Lửa đèn leo lét soi tình mẹ

Khuôn mặt bừng lên như dựng giăng

Ngậm ngùi tóc trắng đang thầm kể

Những chuyện muôn đời không nói năng.

(*"Bên kia sông Đuống,"* Hoàng Cầm)

hay là:

Đêm nay tôi trở về lành lạnh

Sông sâu buồn lấp lánh sao lưa thưa

Ống quần nâu đã vá mụn giang hồ

Chắp tay súng tôi mơ về Nguyễn Huệ

Làng tôi đấy bên trại thù quạnh quẽ

Nằm im lìm như một nấm mồ ma

Có còn không! Em hỏi một mẹ già?

Những người thân yêu khóc buổi tôi xa.

("Nhà tôi," Yên Thao)

Tôi thường tự nhủ, nếu được sinh ra cùng thời với các cụ và có đủ can đảm, con đường đẹp nhất mà tôi chọn có lẽ cũng là con đường mà các cụ đã đi:

Người ra đi đầu không ngoảnh lại

Sau lưng thềm nắng lá rơi đầy.

("Đất nước," Nguyễn Đình Thi)

Trong hình ảnh nghèo nàn, đau xót đó đã toát lên một vẻ đẹp thiêng liêng của tình đất nước.

Trong một buổi thảo luận với các bạn trẻ, tình cờ trùng hợp với thời gian Việt Nam đang kỷ niệm 50 năm trận Điện Biên Phủ, một bạn đã hỏi cảm tưởng của tôi đối với những người ngã xuống trên phòng tuyến Điện Biên Phủ trên đường tấn công vào sào huyệt của tướng De Castries. Tôi đã trả lời người bạn trẻ rằng tôi rất có cảm tình và kính trọng những người chết trên đường đánh vào bộ chỉ huy của tướng De Castries.

Trả lời như vậy không phải vì tôi chưa suy nghĩ kỹ. Thật ra, từ khi biết nghĩ về đất nước, tôi đã suy nghĩ về cái chết của những người Việt Nam đó rất nhiều.

Khi nói cảm tình với những người chết khi tấn công vào Điện Biên Phủ không phải tôi không biết rằng trong thời điểm đó đã có mặt một chính phủ khác, hình thành như kết quả của hiệp ước Hạ Long 1948 và sau đó trong hiệp ước ký kết tại điện

Elysee giữa Bảo Đại và Tổng Thống Pháp Vincent Auriol năm 1949. Theo nội dung chính của cả hai hiệp ước, Pháp công nhận "nền độc lập" của Việt Nam. Thật ra, đó chỉ là chiếc bánh vẽ mà dân Việt Nam chẳng thể nào ăn được. Sử gia Phạm Văn Sơn ở miền Nam đã viết trong *Việt sử toàn thư*: "*Nhưng sau 80 năm sống dưới quyền Pháp, nhân dân Việt Nam đã hiểu rõ người Pháp quá nhiều, lại nhìn vào Bảo Đại và thành phần chính của chính phủ Bảo Đại, nhân dân cũng hết tin tưởng, vì vậy mà cây bài quốc gia tức cây bài Bảo Đại không có hiệu quả.*"

Là một sĩ quan cấp đại tá, phụ trách phòng quân sử thuộc Bộ Tổng tham mưu quân đội Việt Nam Cộng Hòa, lẽ ra ông phải viết khác đi cho thích hợp với bối cảnh chính trị Việt Nam sau hiệp định Geneva, nhưng không, sử gia Phạm Văn Sơn đã có một cái nhìn sáng suốt. Ông viết từ trái tim yêu nước và viết cho hàng trăm năm sau chứ không phải để thỏa mãn các nhu cầu chính trị nhất thời.

Đại tá Phạm Văn Sơn, người đã chết trong trại tù Vĩnh Phú năm 1980, đã ví các nỗ lực của thực dân nhằm tiêu diệt lòng yêu nước bền bỉ của nhân dân Việt Nam chẳng khác gì là việc "cầm dao chém nước," chẳng thể nào chẻ được lòng yêu nước của người Việt Nam.

Khi nói cảm tình với những người lính chết trên đường tấn công vào Điện Biên Phủ, không có nghĩa tôi không biết rằng ông Hồ Chí Minh là một cán bộ của Đệ tam Quốc tế Cộng sản và những người lãnh đạo phong trào Việt Minh phần lớn là đảng viên cao cấp của Đảng Cộng sản Đông Dương.

Lenin đã khẳng định cuộc cách mạng chống thực dân là một bộ phận của cách mạng xã hội chủ nghĩa trên phạm vi toàn thế giới và cũng chính Lenin cho rằng các nước thuộc địa lạc hậu có khả năng nhảy vọt lên chủ nghĩa xã hội mà không cần thông qua giai đoạn phát triển của chủ nghĩa tư bản. Ngay từ ngày thành lập Đảng Cộng sản Đông Dương, tư tưởng đó luôn luôn là tư tưởng chỉ đạo cho cuộc cách mạng xã hội chủ nghĩa tại Việt Nam.

Tôi kính trọng và quý mến những người đã ngã xuống, đơn giản bởi vì họ là những người yêu nước.

Tình yêu họ dành cho nơi chôn nhau cắt rốn là một tình yêu thuần khiết và vô cùng trong sáng. Lòng yêu nước của họ không nhập từ đâu cả nhưng được hun đúc bằng xương máu từ nhiều ngàn năm lịch sử, lớn lên trong lời dạy bảo của cha và lời ru của mẹ.

Trong cuộc phỏng vấn ngày 26 tháng 2 năm 2005 của đài BBC, nhà thơ Hoàng Cầm cũng đã xác nhận: "*Lúc ấy tôi còn trẻ (đỗ tú tài năm 1940), tham gia cách mạng là vì tinh thần yêu nước chứ cũng không biết gì về các chủ nghĩa. Tôi viết các vở kịch mang chất lịch sử, xuất phát từ lòng yêu nước.*"

Một người như nhà thơ Hoàng Cầm, có bằng tú tài, một trình độ giáo dục được xem là cấp cao của thời bấy giờ, vẫn không biết gì về chủ nghĩa Mác-Lê thì hàng ngàn, hàng vạn, hàng triệu tâm hồn nông dân chơn chất Việt Nam khác làm sao hiểu được thế nào là duy vật lịch sử, duy vật biện chứng, giá trị thặng dư, thời kỳ quá độ và họ chắc cũng chẳng quan tâm đến các ông Các Mác râu xồm hay ông Lê-nin trán hói là ai.

Tôi tin tuyệt đại đa số những người đã chết trong cuộc chiến chống thực dân là những người hy sinh cho độc lập, tự do đúng nghĩa. Họ ngã xuống cho thanh bình sớm được vãn hồi trên quê hương khổ đau và bất hạnh Việt Nam. Họ ngã xuống trong nụ cười, bởi vì ngay cả khi nhắm mắt lìa đời họ vẫn tin rằng họ đang chết cho tổ quốc, đang chết cho tương lai dân tộc như tổ tiên họ đã chết trên sông Bạch Đằng, trên bến Chương Dương, trong đầm Dạ Trạch, giữa núi rừng Yên Thế. Họ chết đi trong giấc mơ tuyệt đẹp về một đất nước tương lai, một đất nước của Hùng Vương thương yêu và giàu mạnh. Tuyệt đại đa số, nếu không muốn nói rằng tất cả, đều tin như thế.

Tôi không tin một người Việt Nam nào có thể lấy thân mạng mình lấp vào ổ súng thực dân hay lấy thân mình làm đòn kê để khẩu pháo khỏi rơi xuống hố sâu chỉ để mong một ngày đất nước Việt Nam sẽ biến thành một thiên đường, ở đó con người làm theo năng lực hưởng theo nhu cầu, muốn gì có nấy như đã khẳng định trong kinh điển Mác-Lê.

Không! Những nông dân Việt Nam yêu nước từ bỏ ruộng vườn ra đi theo tiếng gọi của non sông như một thời vang vọng từ Chí Linh, Lam Sơn, Bạch Đằng, từ bốn ngàn năm lịch sử. Họ đã từng ôm lấy nhau mà hát "*Vì nước, ruộng nương anh để vợ anh cày, gian nhà tranh mặc kệ gió lung lay... Áo anh rách vai, quần tôi có hai miếng vá, miệng còn cười buốt giá chân không giày, thương nhau, ta nắm lấy bàn tay.*"

Không ai gần gũi với đất nước hơn là nông dân và cũng không ai yêu đất nước hơn người nông dân. Cả đời họ gắn liền với bờ ao, ruộng lúa. Họ đánh Tây chỉ vì một lý do đơn giản, để được sống thanh bình, tự do trong căn nhà tranh, bên bờ ao thửa ruộng của họ. Ý nghĩa của quê hương trong lòng người nông dân trong sáng như thế đó.

Và cho dù những người nông dân áo vải thô đó có tham gia vào đảng cộng sản đi nữa, việc tham gia của họ cũng chủ yếu là để được tổ chức hóa nhằm mục đích hợp đồng chiến đấu, đạt đến chiến thắng dễ dàng hơn mà thôi. Nếu họ sinh ra ở Quảng Nam họ sẽ gia nhập Việt Nam Quốc dân Đảng, sinh ra ở Quảng Trị họ sẽ gia nhập Đại Việt, sinh ra ở Cần Thơ, Vĩnh Long họ sẽ gia nhập Dân xã Đảng. Đó là trọng điểm của các đảng phái chống Pháp trong những thập niên đầu của thế kỷ 20.

Trong ý thức đơn sơ của người dân Việt, các tổ chức chống thực dân là những chiếc phao họ bám để sang bờ độc lập. Người dân hiền lành ngày đó làm sao biết được con đường họ đi không dẫn đến độc lập, tự do, hạnh phúc mà dẫn đến nghèo nàn, lạc hậu, độc tài và làm sao biết được chiếc phao họ bám cũng là chiếc bẫy buộc chặt cuộc đời họ cho đến ngày nay.

Tôi sinh ra và lớn lên ở miền Nam nhưng tôi nhìn lịch sử từ hướng con tim và bằng lý trí chứ không nhìn từ điện Kremlin, White House, khu Trung Nam Hải Bắc Kinh hay bằng những kiến thức và lý luận một chiều. Tôi học để hiểu rằng cuộc chiến tranh chống thực dân Pháp là cuộc chiến tranh chính nghĩa. Đó là cuộc chiến giữa dân tộc Việt Nam bị trị chống lại thực dân Pháp bóc lột và cai trị đất nước chúng ta. Cuộc chiến đó bắt đầu khi tiếng đại bác của tướng thực dân Rigault de Genouilly bắn vào Đà Nẵng năm 1859 chính thức phát động cuộc chiến tranh xâm lược cho đến khi chúng rút ra khỏi Việt Nam vào năm 1954.

Trong gần một trăm năm đó, máu của hàng triệu người Việt Nam đã đổ xuống khắp ba miền, từ ruộng lúa Tiền Giang đến châu thổ sông Hồng, từ Côn Đảo đến Réunion, từ dải Trường Sơn trùng điệp đến núi rừng âm u Việt Bắc. Bên tai tôi như vẫn còn nghe tiếng hô "Việt Nam vạn tuế" của Nguyễn Thái Học, lời dặn dò của Phan Chu Trinh, tiếng gào thống thiết của

Nguyễn An Ninh, lá thư viết bằng máu của Phan Bội Châu, giọng thơ hùng tráng của Lý Đông A, tiếng sóng Châu Giang vỗ vào thân xác của Phạm Hồng Thái.

Người yêu nước bằng tình yêu trong sáng, không đánh thuê, đánh mướn cho một chủ nghĩa, một ý thức hệ ngoại lai vong bản hay cho một quyền lợi đế quốc nào sẽ không bao giờ chết, không bao giờ bị lãng quên.

Khoảng cách giữa thương nước và hại nước không phải là một chiếc cầu dài mà trái lại rất ngắn và mỏng như sợi tóc. Chiếc cầu nhận thức đó ngắn đến nỗi nếu chỉ bước thêm một bước nữa, một người yêu nước sẽ tức khắc trở thành kẻ bán nước.

Đó là thực chất của cuộc chiến gọi là "Chống Mỹ cứu nước" sau 1954 đến 30 tháng 4 năm 1975.

Nhiều người nhìn cuộc chiến Việt Nam như nhìn vào màu nước biển. Tùy theo thời gian và chỗ đứng của mỗi người, nước biển có một màu sắc khác nhau. Nhưng màu thật sự của giọt nước không thay đổi dù sáng, trưa, chiều, tối, trong bờ hay ngoài khơi. Tương tự, cuộc chiến Việt Nam đã được gọi bằng nhiều tên gọi: nội chiến, chống đế quốc, ủy nhiệm, đánh thuê..., nhưng bản chất của cuộc chiến vẫn chỉ là một mà thôi. Như vậy, bản chất của cuộc chiến từ 1954 đến 1975 là gì?

Trong các định nghĩa về chiến tranh, tôi vẫn đồng ý với định nghĩa của Karl von Clausewitz nhất, "chiến tranh là sự tiếp tục của chính trị bằng những phương tiện khác" (War is the continuation of politics by other means). Và từ định nghĩa đó, nhìn lại cuộc chiến Việt Nam, thay vì đi tìm nhãn hiệu quốc gia nào trên từng vỏ đạn, trên mỗi chiến xa hay thử nghiệm

DNA, màu da, chủng tộc của từng xác chết, có lẽ chúng ta phải tìm hiểu nguyên nhân và mục đích của cuộc chiến đã xảy ra trên đất nước mình, không phải trong thời chiến mà ngay cả trước và sau cuộc chiến.

Nói về mục đích chiến tranh, khoảng năm 1970, tôi có đọc một cuốn sách của giáo sư Nguyễn Văn Trung. Tôi không nhớ chính xác tên của tác phẩm nhưng nhớ rất rõ giáo sư đã dành nguyên trang đầu để viết mỗi một câu: "Nói cho cùng, cuộc chiến Việt Nam vẫn là cuộc chiến tranh ý thức hệ." Câu nói đó kích thích sự tìm hiểu của tôi rất nhiều về bản chất và mục đích của cuộc chiến Việt Nam mà các bên tham dự đang nhắm đến.

Ở miền Nam, chúng tôi lớn lên với nhiều câu hỏi và rất ít câu trả lời, trong khi đó, thế hệ trẻ miền Bắc lớn lên có tất cả câu trả lời chờ sẵn mà không cần đợi hỏi. Nếu ai hỏi một trăm em, hay thậm chí một ngàn em học sinh Việt Nam tốt nghiệp phổ thông tại miền Bắc về lý do của cuộc chiến tranh được mệnh danh là "giải phóng miền Nam," tôi tin người hỏi sẽ nhận về những câu trả lời giống hệt nhau, đó là "chống giặc Mỹ xâm lược để thống nhất đất nước."

Giặc Mỹ xâm lược?

Phải chăng vì "giặc Mỹ xâm lược" Nam Hàn, Nhật Bản, Đài Loan, Tây Đức nên ngày nay các quốc gia này mới trở nên những nước giàu có nhất nhì trên thế giới.

Thống nhất đất nước?

Vâng, không một người Việt Nam nào muốn cắt đi phần da thịt của mình hay muốn đất nước mình phải chia đôi, chia ba, nhưng nếu để đổi sự thống nhất bằng sinh mạng nhiều triệu người dân vô tội, nhiều trăm ngàn người Việt Nam vẫn còn đang mất tích, hàng vạn cô gái Trường Sơn đã đánh mất tuổi xuân trong rừng sâu núi thẳm, một nền kinh tế đi sau nhân loại hàng thế kỷ, phải chăng là một giá nên đổi?

Độc ác như Kim Nhật Thành nhưng sau cuộc thử lửa 1950 đã không còn nuôi giấc mộng xâm chiếm Nam Hàn lần nữa. Bạo chúa cỡ Erich Honecker cũng chưa bao giờ dám nghĩ chuyện phiêu lưu thống nhất nước Đức bằng con đường võ lực.

Trước 1975, tôi nghe rất nhiều về quốc gia, cộng sản nhưng ai cũng bận đánh nhau, chẳng bao nhiêu người dành thời gian nghiên cứu kỹ càng và phổ biến rộng rãi về thế nào là quốc gia và thế nào là cộng sản. Một số không ít các nhà lãnh đạo miền Nam từng là sĩ quan trong quân đội Pháp hay đã phục vụ trong chính quyền thuộc địa Pháp nên cũng không thích nghe quá nhiều những mẩu chuyện khơi dậy lòng yêu nước chống thực dân và cũng không đặt nặng việc xây dựng một hệ ý thức quốc gia dân tộc hoàn chỉnh. Một số người được gọi là trí thức trong xã hội miền Nam thì xem việc chống chính phủ, chống Mỹ là một thời trang, mặc dù nhiều trong số họ ăn lương Mỹ.

Xã hội miền Nam trước 1975 hẳn nhiên không phải là một xã hội lý tưởng. Miền Nam có tham nhũng, có cậy quyền, có lũng đoạn, có độc tài, có tham ô, có lãng phí, nói chung có đủ các biến chứng tiêu cực của một đất nước vừa thoát ra khỏi ách phong kiến và thực dân. Nhưng đồng thời miền Nam cũng có các điều kiện và nhân tố cần thiết để xây dựng một xã hội dân chủ pháp trị. Giống như việc trồng cây ăn trái, những hạt mầm dân chủ cũng phải được gieo, phân bón, tưới nước, chịu đựng nắng mưa, gió bão, trước khi đâm chồi, nảy lộc, đơm hoa và kết trái.

Mặc dù đang chập chững trên hành trình dân chủ hóa như thế, không có nghĩa là hàng triệu người lính miền Nam chiến đấu không lý tưởng. Một người lính nghĩa quân gác chiếc cầu ở đầu làng để mấy anh du kích khỏi về giật sập cũng là một biểu hiện hùng hồn của lý tưởng tự do và chủ quyền. Chiếc cầu là huyết mạch kinh tế của làng, là trục giao thông chính của làng, là vẻ đẹp của làng, và bảo vệ chiếc cầu là nhiệm vụ sống còn mà người lính nghĩa quân phải làm cho bằng được. Lý tưởng tự do của một dân tộc dù thiêng liêng vĩ đại bao nhiêu cũng bắt nguồn từ những hình ảnh nhỏ nhoi nhưng đầy ý nghĩa đó.

Trong suốt 20 năm từ sau 1954, nhân dân miền Nam, không có một con đường nào khác hơn là phải chiến đấu để bảo vệ quyền được sống trong một xã hội họ đã chọn lựa.

Không ít nhà lãnh đạo miền Nam đã bắt đầu cuộc đời chính trị hay binh nghiệp trong hàng ngũ Pháp. Nhưng giống như hàng triệu người dân miền Nam khác, họ đã chung lưng nhau chiến đấu để bảo vệ quyền được nói những điều họ nghĩ, quyền được sống nơi họ muốn sống, quyền đi nhà thờ, đi chùa họ chọn, quyền được hát bài hát họ thích.

Dù quá khứ khác nhau nhưng họ đều ngã xuống như những người yêu nước. Đừng quên, những người bị gọi là "Ngụy," là "theo Tây," "theo Mỹ" kia không chỉ phải bảo vệ miền Nam mà còn phải chiến đấu trong điều kiện vô cùng khó khăn để giữ từng cù lao, từng khoảng không gian của vùng trời, từng hải lý của vùng biển Việt Nam. Hạt cát Hoàng Sa vẫn còn đỏ màu máu của họ.

Thế nhưng, số phận các quốc gia nhược tiểu thì ở đâu và thời nào cũng vậy, nếu tương hợp với quyền lợi của đế quốc thì sống và ngược lại thì chết. Bởi vì mục đích của Đảng Cộng sản Việt Nam rất tương hợp với quyền lợi của Liên-Xô và Trung Quốc nên "vinh quang này thuộc về Đảng Lao động Việt Nam" như Lê Duẩn nói, trong lúc nhiều cấp lãnh đạo miền Nam phải tự sát hay sắp hàng đi vào tù bởi vì quyền lợi của nhân dân miền Nam (chiến đấu để bảo vệ và xây dựng các nền móng tự do dân chủ riêng ở miền Nam) không còn tương hợp với sách lược thế giới của tổng thống Richard Nixon.

Thật ra, không phải đợi đến khi tổng thống Nixon thay đổi đường lối chiến tranh mới dẫn đến sự sụp đổ của miền Nam, chính sách của Mỹ tại Việt Nam đã thất bại ngay từ trong trứng. Đánh nhau với ba nước tiên phong và hùng hổ nhất trong khối cộng sản quốc tế (Việt Nam, Trung Quốc, Liên Xô) mà chỉ nhằm bảo vệ miền Nam Việt Nam thì sự thất bại là vấn đề thời gian mà thôi. Danh tướng Đức Erwin Rommel chẳng từng viết "Phòng thủ là tự sát" đó sao. Trong chiến tranh Đại Hàn, nếu quân đội đồng minh không đổ bộ lên Incheon, giải phóng Seoul, vượt vĩ tuyến 38, chiếm cả thủ đô Bình Nhưỡng của Bắc Hàn, mà chỉ lo phòng thủ miền Nam thì số phận Nam Hàn chưa biết sẽ ra sao.

Sau 1975, chính bí thư thứ nhất Lê Duẩn đã xác định cuộc chiến từ sau 1954 đến 1975 là chiến tranh ý thức hệ giữa cộng sản và tự do.

Trong diễn văn mừng chiến thắng vào đầu tháng 5 năm 1975, Lê Duẩn không còn che giấu tham vọng nhuộm đỏ cả nước Việt Nam khi tuyên bố: "Vinh quang này thuộc về Đảng Lao động Việt Nam quang vinh, người lãnh đạo của giai cấp công nhân, giai cấp tiền phong trong sự nghiệp giải phóng dân tộc và đưa cả nước tiến nhanh, tiến mạnh, tiến vững chắc lên chủ nghĩa xã hội." Câu nói "tiến nhanh, tiến mạnh, tiến vững chắc..." đã trở thành một trong những câu khẩu hiệu phổ biến nhất trong thời kỳ đó.

Câu khẩu hiệu dài lòng thòng này đã làm tốn nhiều vải và mực nhất trong những năm sau 1975 mà người dân không có áo mặc. Ngoài ra, trong tác phẩm được xem như là kinh điển, *Dưới lá cờ vẻ vang của Đảng*, Lê Duẩn cũng nhiều lần khẳng định mục tiêu cuối cùng của cách mạng tại Việt Nam là đưa đất nước tiến lên chủ nghĩa xã hội hiện đại (công nghiệp, nông nghiệp và khoa học kỹ thuật), tạo điều kiện vững chắc cho chủ nghĩa cộng sản khoa học trong tương lai.

Nói chung, Đảng Cộng sản Việt Nam từ khi thành lập vào năm 1930 cho đến nay, tuy khác nhau về chiến lược của mỗi thời kỳ và hoạt động dưới nhiều tên gọi nhưng hoàn toàn nhất quán về tư tưởng và mục đích chính trị.

Người đọc sẽ thắc mắc, thế thì công sức của Đảng Cộng sản trong cuộc chiến đấu chống thực dân Pháp đầy gian khổ nhưng cũng rất vinh quang đó là gì?

Xin thưa, từ nhỏ tôi được dạy rằng khi giúp đỡ ai thì đừng cầu ơn phước, vì giúp người chỉ để mưu cầu lợi lộc riêng tư thì không phải giúp người mà chỉ là một hành động đầu tư trên sự khổ đau của kẻ khác mà thôi.

Từ khi thành lập Đảng Cộng sản Đông Dương cho đến 1954, giới lãnh đạo cộng sản đã chiến đấu trong hàng ngũ người Việt yêu nước, vâng, nhưng mục đích cuối cùng của họ không phải là độc lập dân tộc hay thống nhất đất nước. Bốn mươi năm, kể từ 1975, một khoảng thời gian đủ dài và một vết chém đủ đau để nhân dân Việt Nam ý thức ra rằng thống nhất đất nước chỉ là điều kiện làm tiền đề cho mục đích cộng sản hóa toàn cõi Việt Nam.

Hành động đốt sách vở một cách không phân biệt, xóa bỏ mọi tàn tích văn hóa cũ, đổi tiền năm bảy lượt, bỏ tù hàng trăm ngàn người, đày đi kinh tế mới hàng triệu đồng bào là những bằng chứng hiển nhiên đến mức không ai còn có thể chối cãi được. Nếu chỉ đánh Mỹ để giành độc lập dân tộc và thống nhất đất nước, tại sao họ đã thi hành các biện pháp đ đọa, trừng phạt, tẩy não vô cùng thất nhân tâm như đã làm sau 1975 đối với chính đồng bào máu mủ của mình?

GỌI TÊN CUỘC CHIẾN

Ngày 23 tháng 3, 2017 vừa qua, Giáo sư Drew Gilpin Faust, Viện trưởng Viện Đại Học Harvard viếng thăm Đại học Fulbright Việt Nam. Nhân dịp này bà đọc một diễn văn tại Đại học Khoa Học Xã Hội và Nhân Văn. Phần khá dài của diễn văn, bà dành để nói về Chiến tranh Việt Nam, nội chiến Hoa Kỳ và hòa giải Nam Bắc Mỹ.

Trong suốt diễn văn bà Drew Faust không hề nhắc đến sự chịu đựng của người dân miền Nam Việt Nam hay nhắc đến Việt Nam Cộng Hòa (VNCH), chính phủ đại diện cho hơn một nửa dân số Việt Nam ngày đó.

Người viết không nghĩ bà dè dặt hay không muốn làm buồn lòng quốc gia chủ nhà. Nhưng giống như một số khá đông các trí thức Mỹ trước đây, sau 44 năm từ khi các đơn vị trực tiếp chiến đấu Mỹ rút khỏi Việt Nam vào tháng Ba năm 1973, bà vẫn chưa nhìn sâu được vào bản chất của cuộc Chiến tranh Việt Nam.

Việt Nam trong diễn văn của bà Drew Faust là Cộng Sản Việt Nam.

Bà Drew Faust không hiểu được trên con đường Việt Nam đầy máu nhuộm chạy dài suốt 158 năm, từ khi viên đại bác của Rigault de Genouilly bắn vào Sơn Chà, Đà Nẵng sáng ngày 1 tháng 9, 1859 cho tới hôm nay, nhiều triệu người Việt đã hy sinh vì độc lập tự do dân tộc. Đảng CS là một nhóm rất nhỏ, và chỉ ra đời vào tháng 3, 1930. Cộng Sản thắng chỉ vì họ có mục đích thống trị rõ ràng, dứt khoát, kiên trì và bất chấp mọi phương tiện để hoàn thành mục tiêu đã vạch ra.

Bà Drew Faust là người học nhiều, hiểu rộng. Chắc chắn điều đó đúng. Nhưng nghe một câu chuyện và cảm thông với những nạn nhân trong câu chuyện là một chuyện khác. Ngôn ngữ không diễn tả được hết nỗi đau và đôi mắt thường không thấy được những vỡ nát bên trong một vết thương.

Là một sử gia, bà biết lịch sử được viết bởi kẻ cướng đoạt không phải là chính sử. Chính sử vẫn còn sống, vẫn chảy nhưng chỉ được hiểu bằng nhận thức khách quan, tinh tế, chia sẻ với những tầng lớp người đang chịu đựng thay vì đứng về phía giới cầm quyền cai trị.

Một ví dụ về chính sử. Năm 1949 tại Trung Cộng, trong cuộc bỏ phiếu bầu chức vụ Chủ tịch Cộng Hòa Nhân Dân Trung Hoa, Mao tin tưởng tuyệt đối 547 đại biểu sẽ bỏ phiếu cho ông ta. Không, chỉ có 546 người bỏ phiếu thuận, nhà nghiên cứu triết học Zhang Dongsun bỏ phiếu chống lại Mao. Ông bị đày đọa và chết trong tù nhưng lịch sử Trung Hoa ngày sau sẽ nhớ đến ông như một người viết chính sử Trung Hoa.

Việt Nam cũng thế. Chính sử vẫn đang được viết không phải từ những người đang đón tiếp bà mà bằng những người đang ngồi trong tù, đang bị hành hạ, đày ải, trấn áp dưới nhiều hình thức. Khát vọng độc lập, tự do, từ những ngày đầu tháng 9, 1859 ở Cẩm Lệ, Quảng Nam, nơi máu của Đô Thống Lê Đình Lý chảy xuống cho đến hôm nay, vẫn cùng một dòng và chưa hề gián đoạn.

Nhân dịp tháng Tư năm 2017, người viết xin phân tích một số định nghĩa về nội dung của cuộc Chiến tranh Việt Nam. Bài này tổng hợp một số bài ngắn của người viết đã phổ biến trước đây.

Chiến tranh Việt Nam là Chiến tranh Ủy nhiệm (Proxy War)?

Chiến tranh ủy nhiệm (Proxy War) là cuộc chiến tranh mà các quốc gia bên ngoài, thường là cường quốc, không tham gia trực tiếp cuộc chiến nhưng qua hình thức cung cấp võ khí, tài chánh cho các phe cánh, lực lượng trong quốc gia đó đánh nhau vì quyền lợi riêng của các phe nhóm này nhưng cũng tương hợp với quyền lợi của nước bên ngoài.

Chiến tranh đang diễn ra tại Syria thường được báo chí gọi là chiến tranh ủy nhiệm. Mỹ, Nga, Iran, Thổ, Anh, Pháp, Saudi Arabia và Qatar góp phần tàn phá Syria khi yểm trợ cho các phe nhóm, nhiều khi bất cần hành vi khủng bố của các phe nhóm này, để tranh giành ảnh hưởng và tài nguyên của vùng Trung Đông.

Không ít báo chí quốc tế và nhà nghiên cứu Chiến tranh Lạnh gọi chiến tranh Việt Nam trước khi Mỹ đổ bộ vào tháng Năm, 1965, là chiến tranh ủy nhiệm, trong đó Trung Cộng, Liên Xô một bên, Mỹ và đồng minh một bên.

Định nghĩa chiến tranh Việt Nam là chiến tranh ủy nhiệm chỉ đúng khi nhìn cuộc chiến từ quan điểm đế quốc dù là Mỹ, Liên Xô hay Trung Cộng chứ không phải từ vết thương, từ vị trí của nạn nhân buộc phải chiến đấu để sống còn như dân và quân miền Nam Việt Nam.

Như có lần người viết dẫn chứng, một người lính nghĩa quân gác chiếc cầu ở đầu làng để mấy anh du kích khỏi về giựt sập cũng là một biểu hiện hùng hồn của lý tưởng tự do và chủ quyền. Chiếc cầu là huyết mạch kinh tế của làng, là trục giao thông chính của làng, là vẻ đẹp của làng, và bảo vệ chiếc cầu là nhiệm vụ sống còn mà người lính nghĩa quân phải làm cho bằng được.

Không ai "ủy nhiệm" anh lính Nghĩa Quân cả. Anh không bảo vệ chiếc cầu giùm cho Mỹ mà cho chính anh và bà con trong thôn xóm của anh. Lý tưởng tự do của một dân tộc dù thiêng liêng to lớn bao nhiêu cũng bắt nguồn từ những hình ảnh nhỏ nhoi nhưng đầy ý nghĩa đó.

Trong phần lớn chiều dài của cuộc chiến, quyền lợi của Mỹ ở Đông Nam Á và quyền lợi của VNCH tương hợp. VNCH đã nhận hầu hết viện trợ quân sự của Mỹ kể cả nhân lực nhưng không đánh thuê cho Mỹ như CS tuyên truyền.

Sau Thông Cáo Chung Thượng Hải năm 1972 và Hiệp Định Paris năm 1973, chính sách của Mỹ tại Đông Nam Á thay đổi, quyền lợi VNCH và Mỹ do đó không còn tương hợp nữa. Mỹ rút quân và cắt giảm viện trợ quân sự quá chênh lệch so với nguồn viện trợ quân sự CSVN nhận từ Liên Xô, Trung Cộng và phong trào CS Quốc Tế.

Cho dù cạn kiệt nguồn cung cấp, quân và dân VNCH vẫn chiến đấu và hy sinh cho tự do của họ, không phải chỉ sau Hiệp định Paris 1973, không phải đến ngày 30-4-1975 mà cả sau 30-4-1975, hôm nay và cho đến khi chế độ CS còn hiện diện tại Việt Nam.

Chiến tranh Việt Nam là Nội chiến (Civil War)?

Nhiều người chỉ nhìn vào mái tóc, màu da, khuôn mặt, chủng tộc, dòng máu và kết luận chiến tranh Việt Nam là nội chiến. Thật ra, mái tóc, màu da, khuôn mặt, dòng máu chỉ là hình thức.

Thế nào là nội chiến?

Theo các định nghĩa chính trị học, Nội chiến (Civil War) là cuộc chiến tranh giữa hai thành phần có tổ chức trong cùng một quốc gia vốn trước đó thống nhất, mục đích của một bên là chiếm đoạt bên kia để hoàn thành ý định chinh phục lãnh thổ hay thay đổi chính sách nhưng không thay đổi thể chế.

Theo định nghĩa này, chiến tranh Nam-Bắc Mỹ là nội chiến, hoặc xung đột võ trang giữa chính phủ da trắng và Nghị Hội Toàn Quốc Nam Phi (African National Congress) gọi tắt là ANC chống chính sách Phân biệt Chủng tộc tại Nam Phi là nội chiến.

Bắc Mỹ dưới sự lãnh đạo của TT Abraham Lincoln thắng cuộc nội chiến Mỹ nhưng chỉ thay đổi chính sách nô lệ, trong lúc cơ chế chính trị và chính phủ cấp tiểu bang gần như không thay đổi nhiều.

Tại Nam Phi cũng vậy. Sau cuộc đấu tranh dài dưới nhiều hình thức, cuối cùng ANC đã thắng nhưng cũng chỉ hủy bỏ chính sách Phân Biệt Chủng Tộc (Apartheid) tại Cộng Hòa Nam Phi nhưng không xóa bỏ nền kinh tế thị trường tư hữu. Không chỉ cựu Tổng thống Frederik Willem de Klerk trở thành cố vấn của TT Nelson Madela trong suốt nhiệm kỳ mà nhiều viên chức trong chính phủ của de Klerk, các tư lịnh quân binh chủng, lực lượng cảnh sát quốc gia đều tiếp tục nhiệm vụ của họ.

Sau hiệp định Geneva 1954, Việt Nam Cộng Hòa không có ý định chiếm đoạt lãnh thổ miền Bắc hay lật đổ cơ chế CS miền Bắc. Chính phủ và nhân dân VNCH hoàn toàn không muốn chiến tranh. Sau một trăm năm chịu đựng không biết bao nhiêu đau khổ dưới ách thực dân, mục đích trước mắt của nhân dân miền Nam là có được cơm no, áo ấm, có được cuộc sống tự do và xây dựng miền Nam thành một nước cộng hòa hiện đại.

Giấc mơ tươi đẹp của nhân dân miền Nam đã bị ý thức hệ CS với vũ khí của Liên Xô, Trung Cộng tàn phá vào buổi sáng 30-4-1975.

Sau khi VNCH bị cưỡng chiếm, đảng CSVN không phải chỉ thay đổi về chính sách như trường hợp Mỹ hay Nam Phi mà thay đổi toàn bộ cơ chế. Nói theo lý luận CS đó là sự thay đổi tận gốc rễ từ thượng tầng kiến trúc chính trị đến hạ tầng cơ sở kinh tế bằng các phương pháp dã man không thua kém Hitler, Mao, Stalin.

Do đó, gọi chiến tranh Việt Nam là nội chiến chỉ đúng về hình thức, nội dung vẫn là chiến tranh của các chính phủ và nhân dân miền Nam chống ý thức hệ CS xâm lược.

Chiến tranh Việt Nam là "Chiến tranh chống Mỹ Cứu Nước"?

Stalin, trong buổi họp với Mao và Hồ Chí Minh tại Moscow giữa tháng Hai, 1950 đã phó thác sinh mạng CSVN vào tay Trung Cộng. Theo William J. Duiker trong *Ho Chi Minh: A Life*, Stalin nói với Hồ Chí Minh tại Moscow: "*Từ bây giờ về sau, các đồng chí có thể tin tưởng vào sự giúp đỡ của Liên Xô, đặc biệt hiện nay sau thời kỳ chiến tranh, thặng dư của chúng tôi còn rất nhiều, và chúng tôi sẽ chuyển đến các đồng chí qua ngả Trung Quốc. Tuy nhiên vì điều kiện thiên nhiên, chính yếu vẫn là Trung Quốc sẽ giúp đỡ các đồng chí. Những gì Trung Quốc thiếu chúng tôi sẽ cung cấp.*" Sau đó tới phiên Mao, y cũng lần nữa xác định với Hồ: "*Bất cứ những gì Trung Quốc có mà Việt Nam cần, chúng tôi sẽ cung cấp.*"

Theo Trương Quảng Hoa trong *Hồi ký của những người trong cuộc*, Hồ Chí Minh thưa với Mao trên xe lửa từ Liên Xô về Trung Cộng: "*Mao Chủ tịch, Stalin không chuẩn bị viện trợ trực tiếp cho chúng tôi, cũng không ký hiệp ước với chúng tôi, cuộc chiến tranh chống Pháp từ nay về sau chỉ có thể dựa vào viện trợ của Trung Quốc.*"

CSVN hoàn toàn lệ thuộc vào Trung Cộng, không chỉ phương tiện chiến tranh, kinh tế, quốc phòng, hệ ý thức, cơ sở lý luận mà cả cách nói, cách ăn mặc, cách chào hỏi. Mao gần như đơn phương quyết định mọi hoạt động quân sự của Việt Minh kể cả việc chọn ngày, chọn tháng cần phải chiếm Điện Biên Phủ.

Sau xung đột Eo Biển Đài Loan, và trầm trọng hơn, sau chiến tranh Triều Tiên với gần 400 ngàn quân Trung Cộng bị giết, trong số đó có Mao Ngạn Anh (Mao Anying), con trai trưởng và gần gũi nhất của Mao, từ đó kẻ thù lớn nhất của Mao Trạch Đông là Mỹ. Mao chỉ thị toàn bộ bộ máy tuyên truyền tại Trung Cộng phải chống Mỹ bằng mọi giá. Chống Mỹ từ xa, chống Mỹ ở gần, chống Mỹ trong lý luận, chống Mỹ trong thực tế, chống Mỹ khi có mặt Mỹ và chống Mỹ khi không có mặt Mỹ.

Tuân lệnh Mao, trong Hội nghị Lần thứ Sáu của Trung ương Đảng CSVN từ ngày 15 đến 17 tháng 7 năm 1954, Hồ Chí Minh và Bộ chính trị đảng CSVN đã nghĩ đến chuyện đánh Mỹ: "*Hiện nay đế quốc Mỹ là kẻ thù chính của nhân dân thế giới và nó đang trở thành kẻ thù chính và trực tiếp của nhân dân Đông Dương, cho nên mọi việc của ta đều nhằm chống đế quốc Mỹ.*"

Khẩu hiệu "Chống Mỹ cứu nước" được thai nghén từ quan điểm và thời điểm này.

Nhưng "nước" trong khẩu hiệu "Chống Mỹ cứu nước" phải hiểu là nước Tàu chứ không phải nước Việt, lý do trong thời điểm này chưa có một người lính hay một cố vấn Mỹ nào ở Việt Nam. Hôm đó, ngay cả hiệp định Geneva 1954 cũng còn chưa ký.

Với chỉ thị của Mao và kiên trì với mục đích CS hóa Việt Nam đề ra từ 1930, vào tháng 5, 1959, Ban Chấp hành Trung ương đảng Lao Động sau khi biết rằng việc chiếm miền Nam bằng phương tiện chính trị không thành, đã quyết định đánh chiếm miền Nam bằng võ lực dù phải "đốt cháy cả dãy Trường Sơn" như Hồ Chí Minh đã nói. Gần hết đồng bào miền Bắc bị đảng lừa vào cuộc chiến "giải phóng dân tộc" và hàng triệu người đã uống phải viên thuốc độc bọc đường "chống Mỹ cứu nước" nên bỏ thây trên khắp hai miền.

Lý luận chính phủ VNCH không thực thi "thống nhất đất nước" theo tinh thần Hiệp định Geneva chỉ là cái cớ tuyên truyền.

Thực tế chính trị thế giới của giai đoạn sau Thế Chiến thứ Hai là thực tế phân cực và sự chọn lựa của thời đại là chọn lựa giữa ý thức hệ Quốc gia và Cộng sản. Không chỉ các quốc gia bị phân chia như Nam Hàn, Tây Đức mà cả các quốc gia không bị phân chia như Hy Lạp, Thổ Nhĩ Kỳ... cũng chọn thế đứng dân chủ Tây Phương để làm bàn đạp phát triển đất nước.

Giả sử, nếu có bầu cử để "thống nhất đất nước" và đảng CS thua, liệu họ sẽ giải nhiệm các cấp chính trị viên và sáp nhập vào quân đội quốc gia, giải tán bộ máy công an chìm nổi, đóng cửa các cơ quan tuyên truyền, từ chức khỏi tất cả chức vụ điều hành đất nước? Trừ phi mặt trời mọc ở hướng tây và lặn ở hướng đông điều đó không bao giờ xảy ra.

Trên trời có đám mây xanh,

Ở giữa mây trắng chung quanh mây vàng...

Câu ca dao quen thuộc mà ai cũng biết. Đó là chưa kể đến mây xám, mây đen, mây hồng, mây tím trong thơ và nhạc. Nhưng mây màu gì? Mây thực sự chỉ là màu trắng. Màu mây thay đổi do ánh nắng mặt trời tùy theo mỗi khoảnh khắc trong ngày.

Cuộc chiến Việt Nam cũng vậy. Tên gọi của cuộc chiến khác nhau tùy theo quan điểm, góc nhìn, quyền lợi và mục đích, nhưng với nhân dân miền Nam, đó chỉ là cuộc chiến tự vệ của những người Việt yêu tự do dân chủ chống lại ý thức hệ CS độc tài toàn trị xâm lược. Không thấy rõ bản chất xâm lược của ý thức hệ CS sẽ khó có thể chọn con đường đúng để phục hưng Việt Nam.

CÁCH MẠNG DÂN CHỦ TẠI VIỆT NAM, KHOẢNG CÁCH VÀ HY VỌNG

Trong bài thơ *Giấc mơ nhỏ của tôi* có một đoạn nói về sông Bến Hải và sự xa cách giữa người Việt vẫn còn đang chảy trong lòng:

Chào anh công nhân dệt từng tấm vải

Cho tôi làm con thoi nhỏ trên tay

Để tôi nối hai bờ sông Bến Hải

Nối lòng người vời vợi cách xa nhau.

Bài thơ viết sau 1975, nghĩa là thời gian đất nước đã "thống nhất" bằng xe tăng và đại pháo, bằng sân bắn và nhà tù. Tôi không chỉ viết ra mơ ước của mình thôi nhưng đã nhiều lần làm con thoi nhỏ. Thay vì những buổi gặp gỡ nặng về hình thức, nếu có cơ hội tôi thường mang những người một thời đã tìm đủ mọi cách để giết nhau, ngồi lại bên nhau.

Một lần cách đây cũng khá lâu, tôi mời hai người thuộc giới cầm bút đến nhà chơi. Một nhà văn miền Bắc và một nhà văn miền Nam. Cả hai đều may mắn sống sót sau cuộc chiến. Tên tuổi hai nhà văn không nằm trong danh sách hơn hai triệu người Việt gởi xác ở Trường Sơn, Hạ Lào, Quảng Trị, An Lộc,

Thường Đức, Tam Quan, Bình Giã... Nếu tính theo số lượng bom đạn do Mỹ, Liên Xô và Trung Cộng cung cấp và số người chết trên một quốc gia có địa lý nhỏ hẹp, dân số không đông như hai miền Việt Nam trước 1975, chiến tranh Việt Nam có thể được xem là một trong những cuộc chiến tranh có mức độ tàn phá cao nhất trong lịch sử nhân loại.

Chiều hôm đó, chúng tôi ngồi thành ba góc quanh chiếc bàn tròn nhỏ sau vườn. Một buổi chiều êm ả hiếm hoi của mùa hè nóng bức. Hai nhà văn tôi mời đến đều nghe tên nhau từ lâu lắm, đọc văn nhau nhưng chỉ gặp nhau hôm đó lần đầu. Họ rất ngạc nhiên khi nghe tôi giới thiệu tên. Bắt tay mừng rỡ. Những tiếng "Thì ra, thì ra..." dồn dập. Ánh mắt họ sáng lên niềm cảm động chân thành vì chẳng bao giờ họ nghĩ có ngày gặp nhau trên xứ Mỹ này. Nhà văn miền Bắc kể lại hành trình gian nan của anh từ Bắc vào Nam. Những đêm di chuyển đầy nguy hiểm, những ngày tránh bom B52 trải thảm dọc Trường Sơn. Những trường hợp thoát chết trong đường tơ kẽ tóc khi quân đội miền Nam hành quân qua khu vực anh đang trú ẩn. Nơi anh đóng là vùng tranh chấp. Ban ngày Quốc Gia, ban đêm Cộng Sản. Người dân sống dưới hai chế độ. Ban đêm khi lính rút về đồn, anh lại ra hoạt động. Dù sao anh chỉ là nhà văn, nhà báo, không trực tiếp tham dự các trận đánh lớn nên không có những tình tiết gay go hấp dẫn.

Nhà văn miền Nam thì khác. Anh là người lính chiến dạn dày trận mạc. Anh kể lại vài trận đánh đáng nhớ mà anh từng tham dự. Có một lần tiểu đoàn của anh được trao trách nhiệm như một "cục đường để dụ kiến". Vừa đổ quân xuống ngọn đồi không bao lâu, đào công sự chưa xong, các cuộc tấn công liên tục của phe nhà văn miền Bắc đánh vào. Mở đầu là những cơn mưa pháo. Pháo liên tu bất tận. Pháo không ngừng nghỉ. Pháo ngày đêm. Phe nhà văn miền Nam bị thiệt hại khá nặng. Anh tiểu đoàn trưởng hy sinh ngay trong trận pháo đầu. Sau vài ngày pháo kích, các đơn vị của phe nhà văn miền Bắc từng đợt tấn công. Quá đông. Tỉ lệ có thể nói là mười đánh một. Đơn vị của nhà văn miền Nam phải chọn cái sống trong cái chết, và chống đỡ là con đường duy nhất. Bằng mọi giá phải giữ ngọn đồi. Mà cho dù có muốn rút lui cũng không rút được. Cuối cùng, phe nhà văn miền Nam giữ được ngọn đồi. Như đã tính toán, sau đó, các phi đoàn mở ra hàng loạt các cuộc oanh tạc và pháo binh của phe nhà văn miền Nam tập trung bắn nát chẳng những chung quanh ngọn đồi mà cả các khu rừng bên ngoài "cục đường". Chung quanh ngọn đồi nhỏ ngập đầy xác chết. Sau trận đánh, những chiếc xe ủi đất của công binh đào một đường mương dài, đủ sâu để khỏi hôi thối và xúc hàng trăm xác chết của phe nhà văn miền Bắc đổ vào trong đó. Phe nhà văn miền Nam cũng chẳng hơn gì. "Cục đường" đen đã chảy thành những vũng máu đỏ. Những công sự, những căn hầm bị pháo sập trở thành những ngôi mộ chôn xác đồng đội của anh. Những chiếc trực thăng tải thương hạ cánh mang theo xác anh tiểu đoàn trưởng và rất nhiều bạn bè mới chia nhau điếu thuốc hôm qua nay đã ngàn thu cách biệt. "Nếu lúc đó không giữ được ngọn đồi thì sao?" Nhà văn miền Bắc hỏi. "Thì chết hết chớ sao, cục đường mà". Nhà văn miền Nam trả lời. Anh cười, một nụ cười mang ít nhiều chua chát.

Nhưng rồi anh nói tiếp: "Chắc là anh nghĩ tôi lúc đó căm thù ghê gớm lắm phải không?" Có, nhưng không ghê gớm lắm đâu. Các anh bắn tôi và tôi bắn anh. Mà cho dù các anh không bắn tôi thì tôi cũng bắn các anh. Chiến tranh mà. Xong thì thôi.

Lòng căm thù chế độ Cộng Sản trong tôi chỉ lên cao khi sống trong nhà tù Cộng Sản và chịu đựng những cực hình đày đọa, những đối xử bất nhân, những tháng ngày đói khát."

Trời sắp tối, hai anh đều có chuyện phải đi. Họ bắt tay từ giã nhau. Không ai xin lỗi ai. Không ai tha thứ ai. Nhưng qua buổi tâm sự tôi biết, họ đã hiểu nhau hơn, đã thấy được nhu cầu của một Việt Nam hôm nay và ngày mai phải thoát ra khỏi chiến tranh, nghèo đói, độc tài và đi cùng nhân loại hòa bình, ổn định, tự do và giàu mạnh.

Không phải ai cũng có may mắn có dịp trang trải tấm lòng như nhà văn miền Bắc và nhà văn miền Nam sau vườn nhà tôi lần nọ. Đó đây vẫn còn nhiều cái nhìn khắt khe đối với những người đang tranh đấu cho tự do dân chủ với một quá khứ liên hệ với đảng Cộng Sản. Cuộc chiến quá dài, ân oán quá sâu, không phải dễ dàng gì thay đổi hết được. Người Ý, người Ba Lan khi giong buồm, nhổ neo rời cảng, họ để lại quá khứ bên bờ biển chỉ mang trên vai ước vọng về một tương lai tốt đẹp hơn cho họ và con cháu họ. Người Việt Nam thì khác. Người Việt ra đi mang theo cả cuộc chiến tranh đầy máu và nước mắt. Rất nhiều người trong số chú bác anh chị đến được bến bờ tự do khi vết thương trên da thịt vẫn còn đang mưng mủ sau bao năm tháng tù đày. Xiềng xích không còn, bom đạn đã thôi rơi nhưng tiếng khua, tiếng thét như vẫn còn nghe trong giấc ngủ quê người. Thái độ, dù khắt khe, quyết liệt hay cực đoan đi nữa cũng có lý do riêng của nó. Như nhà văn miền Nam phát biểu, chính sách của đảng CSVN từ 1975 đến nay là nguyên nhân trực tiếp của sự căm thù sâu thẳm trong lòng nhân dân Việt Nam nói chung và miền Nam nói riêng, đối với chế độ CS và là mầm mống của sự phân hóa, chia rẽ, hoài nghi trong cộng đồng người Việt. Nhưng dù lý do gì, các chú bác anh chị vì tương lai con cháu mình nên suy nghĩ lại và chọn những hình thức đấu tranh hữu hiệu, thích hợp với thời đại ngày nay.

Con đường cách mạng dân chủ Việt Nam, vì thế, khác và khó khăn hơn nhiều so với con đường đã diễn ra tại Bắc Phi và tiến trình chuyển hóa dân chủ đang diễn ra tại Miến Điện.

Điều kiện ra đời và tồn tại của chế độ độc tài toàn trị Cộng Sản tại Việt Nam không giống các chế độ độc tài cá nhân như Muammar Gaddafi tại Lybia, Augusto Pinochet tại Chile, Mobutu Sese Seko tại Zaire hay độc tài phe nhóm quân sự (Junta) Miến Điện, Argentina, Peru, Nigeria, El Salvador và cũng không giống như các chế độ Cộng Sản chư hầu chùm gởi của cây đại thụ Liên Xô một thời tồn tại ở Đông Âu.

Phần lớn các chế độ độc tài quân sự, dù cá nhân hay phe nhóm, hình thành do kết quả của các cuộc đảo chính, lật đổ các chính phủ tiền nhiệm, nhiều khi cũng rất độc tài. Cơ hội đã đưa một số sĩ quan từ vị trí của những người lính trở thành những nhà chính trị. Ngoài lòng tham lam quyền lực và địa vị, họ không sở hữu một vốn liếng chính trị và không có một sự chuẩn bị đầy đủ để lãnh đạo quốc gia. Tham vọng quyền lực của họ chỉ là tham vọng cá nhân, phe nhóm. Muammar Gaddafi của Lybia, Hosni Mubarak của Ai Cập nổi tiếng sắt máu nhưng gốc gác chỉ là những viên sĩ quan võ biền. Các quốc gia Miến Điện, Libya, Ai Cập, Tunisia cũng không trải qua cuộc chiến tranh ý thức hệ tàn khốc suốt mấy mươi năm và vai trò của các đế quốc cũng không mang tính quyết định như trong cuộc chiến Việt Nam.

Việt Nam thì khác. Những người lãnh đạo CSVN được đào tạo để hoạt động, tổ chức, lãnh đạo chuyên nghiệp, kiên quyết theo đuổi đến cùng các mục tiêu ngắn và dài hạn của đảng CS. Chính Lê Duẩn trong tác phẩm quan trọng *Dưới Lá Cờ Vẻ Vang Của Đảng*, đã xác định tham vọng nhuộm đỏ Việt Nam và "đưa cả nước tiến nhanh, tiến mạnh, tiến vững chắc lên chủ nghĩa xã hội". Từ khi thành lập vào năm 1930 cho đến nay, tuy khác nhau về chiến lược của mỗi thời kỳ và hoạt động dưới nhiều tên gọi (Đảng Cộng sản Đông Dương, Hội nghiên cứu chủ nghĩa Mác ở Đông Dương, Đảng Lao động Việt Nam, Đảng Nhân dân Cách mạng ở miền Nam, Đảng Cộng sản Việt Nam) nhưng Đảng hoàn toàn nhất quán về tư tưởng và mục tiêu.

Nạn sùng bái cá nhân dưới các chế độ độc tài không Cộng Sản có nhưng không tác hại trầm trọng đến nhận thức của người dân. Mobutu Sese Seko của Congo là một ví dụ. Nhà độc tài khát máu của Congo này sau các chuyến viếng thăm Bắc Hàn, Trung Cộng, Rumani về đã bắt chước xây dựng một bộ máy tuyên truyền giống hệt như Cộng Sản bằng cách ra lịnh thay đổi tên đường, tên phố, quốc kỳ, quốc ca, và tháng 10 năm 1971 thay cả tên nước. Nhưng ngay cả khi Mobutu còn sống dân Congo chẳng những không mấy quan tâm đến những thay đổi đó mà còn một cách châm biếm gọi tên y là Mobutu Sesesescu chỉ vì Mobutu là bạn thân của tên độc tài Rumani Nicholas Ceauşescu.

Việt Nam thì khác. Giống như "cha già dân tộc" Kim Nhật Thành của Bắc Hàn, hình ảnh một "cha già dân tộc" Hồ Chí Minh đã đóng một lớp băng dày trong nhận thức của nhiều người và ngay cả được thờ chung một bàn thờ với đức Phật Thích Ca, không một phát hiện, một chứng cớ, một tài liệu khoa học nào có thể làm lay chuyển niềm tin mù quáng vào Hồ Chí Minh trong lòng những người Việt cuồng tín. Ý thức nô lệ tồn tại dưới hình thức tà đạo đó không phải chỉ trong hàng ngũ đảng viên mà cả ngay trong những người đấu tranh chống lại các sai lầm của lãnh đạo đảng.

Về mặt lý luận, việc so sánh với hệ lý luận Cộng Sản với những lý thuyết biện minh cho sự tồn tại của các chế độ độc tài như "Sách Xanh" (Green Book) của Muammar Gaddafi hay *Đường Miến Điện Dẫn Tới Chủ Nghĩa Xã Hội* (The Burmese Way to Socialism) chẳng khác gì đem giáo trình đại học so với sách tập đọc lớp vỡ lòng. Tầng lớp cán bộ làm công tác tuyên truyền ở Miến Điện và Lybia chỉ là một phường nịnh hót gió chiều nào theo chiều đó. Tại Lybia trước tháng Hai 2011, với đại đa số dân chúng Sách Xanh mang tính cách giải trí nhiều hơn là lý luận. Giáo sư Vandewalle của đại học Dartmouth và tác giả của *Lịch Sử Libya Hiện Đại* (A History of Modern Libya) nhận xét Sách Xanh là một chuỗi những câu cách ngôn chứ không phải là một hệ lý luận thông suốt và chẳng thuyết phục được ai. Sau cách mạng dân chủ, dân chúng đốt hàng ngàn Sách Xanh không phải vì sợ "tư tưởng Muammar Gaddafi" có cơ hội hồi sinh nhưng chỉ vì đó là biểu tượng của chế độ độc tài.

Việt Nam thì khác. Giới lãnh đạo đảng CSVN có cả kho lý luận, một bộ máy tuyên truyền tinh vi và những câu trả lời thích hợp cho từng lứa tuổi, từng ngành nghề, từng giới, từng trình độ học vấn. Nền giáo dục một chiều và phản khoa học như cây đinh đóng sâu vào ý thức của con người từ tuổi ấu thơ cho đến lúc trưởng thành. Không ít người Việt, nhất là những người luôn bắt đầu bằng câu rào đón "đừng nói là tôi bị tẩy não đấy nhé" đã bị tẩy não mà không chịu thừa nhận hay không biết mình bị tẩy não. Với họ, sự có mặt của Đảng Cộng sản trong đời sống chính trị và sinh hoạt xã hội Việt Nam tự nhiên chẳng khác gì bốn mùa xuân hạ thu đông. Họ còn tin rằng chỉ có đảng CSVN với tư cách một đảng cầm quyền, mới có khả năng dẫn dắt dân tộc Việt Nam trên con đường đi đến một tương lai tươi sáng. Họ viện dẫn trong quá khứ đảng có vài chính sách bị cấp dưới thực thi quá tả hay quá hữu nhưng về căn bản con đường đảng chọn vẫn là con đường đúng, và tham nhũng là một hiện tượng xấu của mọi xã hội đang từng bước đi lên vả lại ngay cả Anh, Mỹ, Pháp đều đầy dẫy đâu chỉ riêng tại Việt Nam.

Chế độ Cộng Sản tại Việt Nam cũng không giống như chế độ độc tài Cộng Sản tại các quốc gia Đông Âu. Mặc dù đảng Cộng Sản tại các nước Đông Âu ra đời trước thế chiến thứ hai nhưng nếu không có sự chiếm đóng của Hồng Quân Liên Xô và sự thỏa thuận của các cường quốc Anh, Mỹ, Liên Xô, sẽ không có một nhóm quốc gia Cộng Sản được gọi là Cộng Sản Đông Âu. Bản thân của định nghĩa "Cộng Sản Đông Âu" đối nghịch với khối các quốc gia dân chủ Tây Âu, vốn đã mang nặng ý nghĩa chính trị trong thời kỳ chiến tranh lạnh nhiều hơn các ý nghĩa về văn hóa hay địa lý.

Việt Nam thì khác. Như người viết có dịp trình bày, trong lúc các đảng Cộng Sản Đông Âu thực chất chỉ là những dây chùm gởi sống nhờ vào sức mạnh của đồng Ruble, xe tăng và hỏa tiễn Liên Xô, khi cây đại thụ Liên Xô thối ruột thì dây chùm gởi cũng khô héo theo, đảng CSVN bám sâu vào cây đại thụ Việt Nam, sinh sôi nẩy nở bằng nhựa nguyên và nhựa luyện Việt Nam. Quá trình hình thành và phát triển của đảng CSVN là một quá trình đầy ngộ nhận lịch sử và họ tồn tại đến ngày nay, một phần lớn cũng nhờ vào những ngộ nhận đó. Cuộc chiến thắng của đảng CSVN ngày 30-4-1975 là kết quả của cuộc lừa gạt lớn nhất trong lịch sử Việt Nam.

Không ít người Việt cho rằng sở dĩ Việt Nam không được quốc tế quan tâm đúng mức như Miến Điện, Ai Cập chỉ vì chưa có những Giải Nobel Hòa Bình như Aung San Suu Kyi của Miến Điện hay Mohamed ElBaradei của Ai Cập, nơi những tiếng nói của họ đã được chính phủ khắp thế giới lắng nghe.

Thật ra, tại Ai Cập quê hương của Mohamed ElBaradei và Miến Điện quê hương của Aung San Suu Kyi, dù cai trị bằng bạo lực sắt máu, quyền con người trong các quốc gia độc tài quân sự không hoàn toàn bị xóa bỏ. Chế độ thông tin, kiểm duyệt còn nhiều kẽ hở. Qua các phương tiện truyền thông quốc tế, những gì xảy trong các quốc gia này đều được thế giới biết được khá rõ. Các tổ chức đối lập, chống chính phủ, công đoàn tuy bị trấn áp nhưng vẫn có cơ hội hoạt động. Đảng đối lập Liên Đoàn Toàn Quốc Vì Dân chủ (National League for Democracy, viết tắt là NLD) của bà Aung San Suukyi có cơ sở hạ tầng vững chắc và đã thắng 396 trong tổng số 485 ghế Quốc Hội trong cuộc bầu cử dân chủ công khai được quốc tế công nhận năm 1990 trước khi bị đám quân phiệt đàn áp. Các cơ sở từ trung ương đến địa phương, kể cả đại diện của chính phủ NLD cạnh các chính phủ quốc tế bên ngoài Miến Điện cũng đã duy trì các hoạt động trong suốt thời gian bà Aung San Suu Kyi bị giam giữ tại nhà.

Thế giới đang ca ngợi bà, ngoài đức tính can đảm và kiên trì với lý tưởng tự do còn vì thái độ ôn hòa, chấp nhận đối thoại để giải quyết các vấn đề của đất nước. Tuy nhiên không phải bao giờ thái độ ôn hòa, hợp tác cũng đem lại kết quả tốt. Như có lần tôi đã viết, hòa giải hòa hợp là con đường hai chiều, không ai có thể đứng bên này sông bắt người khác phải bơi qua sông để hòa giải với mình. Trong điều kiện Miến Điện hay Việt Nam, hòa giải tùy thuộc trước hết vào chính sách và thái độ của giới cầm quyền.

Không giống như giới lãnh đạo Miến Điện cuối cùng đã thức tỉnh, tại Việt Nam, lời kêu thương thống thiết của tầng lớp nhân dân bị áp bức suốt 37 năm qua chỉ là những viên sỏi nhỏ rơi vào biển cả, không tạo nên gợn sóng, tiếng vang nào. Với tất cả sự kính trọng dành cho bà Aung San Suu Kyi, nếu bà phải đối phó với cơ chế lãnh đạo độc tài ngoan cố như Việt Nam, có thể bà phải chọn giải pháp của đức Giám Mục Giáo Hội Anglian Desmond Tutu, Giải Nobel Hòa Bình 1984.

Chủ trương của đức Giám Mục Giáo Hội Anglian Desmond Tutu là một bài học giá trị để đối phó chính sách ngoan cố của chế độ độc tài. Giám Mục Desmond Tutu trong cuộc đấu tranh chống Phân Biệt Chủng Tộc Nam Phi vào thời điểm khốc liệt 1976, thay vì thỏa hiệp, đàm phán, đã kêu gọi thế giới gia tăng cấm vận, tẩy chay hàng hóa Nam Phi, cô lập chính phủ Nam Phi, trừng phạt kinh tế Nam Phi càng mạnh càng tốt mặc dù điều đó có ảnh hưởng trực tiếp đến lực lượng lao động phần lớn là da đen. Giám Mục Tutu chống cả sáng kiến thương lượng với chính quyền da trắng Nam Phi của Tổng thống Reagan. Khi được hỏi cấm vận và trừng phạt kinh tế chỉ làm cho dân da đen bị đói trước, ông thẳng thắn tuyên bố nhân dân Nam Phi chịu đói nhưng đói "có mục đích". Rất nhiều quốc gia như Anh, Mỹ và công ty quốc tế hưởng ứng lời kêu gọi của đức Giám Mục. Nền kinh tế Nam Phi bị khủng hoảng. Đồng Rand của Nam Phi mất giá đến 35 phần trăm trong một thời gian ngắn. Để cứu vãn nền kinh tế, thực chất là cứu vãn gia tài, lãnh đạo chính quyền da trắng đành phải nhượng bộ. Giám Mục Desmond Tutu được trao giải Nobel Hòa Bình 1984, giải Nhân Đạo Albert

Schweitzer 1986, giải Sydney Peace 1999, giải Gandhi Hòa Bình 2005, Huân Chương Tự Do Tổng Thống Hoa Kỳ 2009 và được thế giới ca ngợi nhờ vào vai trò của ông như nhân vật hàng đầu trong nỗ lực giải quyết vấn đề phân biệt chủng tộc tại Nam Phi.

Việt Nam không thiếu những nhà đấu tranh có nhiều năm thử thách trong lao tù, có đạo đức, có lý luận, có tâm huyết nhưng chỉ vì chưa có điều kiện khách quan và chủ quan để những ánh đuốc tự do được tỏa sáng xa hơn. Các nhóm hoạt động vì dân chủ, các nhóm đối kháng với đảng CSVN gần như không có một phương tiện nào. Ngoại trừ một số ít người hoạt động dân chủ tên tuổi đang bị tù và được các cơ quan nhân quyền quốc tế được ghi nhận, hàng trăm, hàng ngàn người đang bị đe dọa thường trực, trấn áp, tù đày trong các làng xã, quận huyện xa xôi hay đang trốn tránh tại nhiều nơi trong vùng Đông Nam Á, không ai biết được, không một tổ chức nào tổng kết hết được. Sự chịu đựng trong âm thầm câm nín của các tầng lớp nhân dân Việt Nam so với nhân dân Miến Điện và các nước Bắc Phi đau đớn hơn nhiều. Những bản án dài hạn chụp lên đầu những người yêu nước khi họ chỉ vừa cất lên tiếng nói trước những bất công xã hội. Người ít và thế cô. Giải giang sơn Việt Nam hình chữ S thực chất là một nhà tù được bao bọc bằng một bức tường bưng bít thông tin dày và một chế độ trấn áp không thua tiêu chuẩn một nhà tù khắt khe quốc tế nào.

So sánh và phân tích một số điểm khác nhau tiêu biểu giữa Việt Nam và các quốc gia khác để thấy cuộc đấu tranh vì tự do dân chủ Việt Nam khó khăn và phức tạp hơn cuộc chuyển hóa dân chủ Miến và cách mạng hoa lài Bắc Phi nhiều lần.

Đấu tranh chống lại một hệ thống cai trị tinh vi như CSVN như thế mà chúng ta chỉ chen lấn nhau trong những chỗ đứng chật hẹp, co cụm trong những mẫu số chung có tính địa phương, tôn giáo, bám víu vào những phạm trù, lý luận lỗi thời, sẽ không giải phóng được dân tộc ra khỏi chế độ Cộng Sản.

Đảng CSVN còn thống trị nhân dân Việt Nam được, vì ngoài nhà tù sân bắn, còn nhờ vào việc gieo rắc các mầm mống phân hóa, khai thác các bất đồng không cơ bản, đào sâu thêm hố hoài nghi chia rẽ trong cộng đồng dân tộc. Nếu các thành phần dân tộc vẫn tiếp tục chống đối nhau, tiếp tục khai thác những bất đồng nhỏ nhặt, tiếp tục kéo dài những cuộc tranh luận mà cả hai bên đều biết sẽ không đi đến đâu, rồi tất cả chỉ rơi vào chiếc bẫy của đảng CS.

Một khái niệm quen thuộc gần như nghe mỗi ngày là chính nghĩa quốc gia. Trước năm 1975, khi nghe nói đến chính nghĩa quốc gia chúng ta tự động nghĩ đến các thành phần dân tộc đang chiến đấu chống Cộng Sản và về mặt địa lý, phải sống bên bờ phía nam của sông Bến Hải. Ngày nay, nhận thức đó không còn đúng và biên giới đó không còn tồn tại nữa. Khái niệm quốc gia dân tộc hôm nay mang ý nghĩa rộng lớn hơn nhiều. Đó là chỗ dựa không phải chỉ dành cho những người Việt hải ngoại mà cả đồng bào trong nước đang chịu đựng trong xích xiềng Cộng Sản, không phải chỉ những người thuộc chế độ Việt Nam Cộng Hòa mà tất cả những ai quan tâm và dấn thân vì một Việt Nam tự do dân chủ và thịnh vượng.

Nội lực dân tộc phải bắt đầu từ mỗi con người Việt Nam trước khi chảy chung vào dòng thác dân tộc. Cuộc biểu tình ngày 1 tháng 7 vừa qua với sự hiện diện của rất nhiều thành phần, từ thanh niên sinh viên học sinh, nông dân, công nhân đến các bậc bô lão và văn nghệ sĩ. Đó là những dấu hiệu tích cực. Họ có quá khứ khác nhau nhưng cùng được thôi thúc bằng tinh thần yêu nước, truyền thống tự chủ giống nhau. Tổng cộng số người tham dự các cuộc biểu tình từ Hà Nội đến Sài Gòn vào khoảng vài trăm nhưng có một giá trị tinh thần rất lớn. Bước chân của họ là khởi điểm cho một cuộc cách mạng dân tộc dân chủ toàn diện và triệt để đang diễn ra tại Việt Nam. Quyền tự chủ dân tộc trong thời đại ngày nay gắn liền với dân chủ. Nói cụ thể hơn, Việt Nam không bao giờ giành lại được Hoàng Sa, Trường Sa từ tay bá quyền Trung Cộng bằng cơ chế chính trị độc tài mất lòng dân và không được quốc tế ủng hộ như chế độ CSVN hiện nay.

Cuộc cách mạng giành độc lập của Mỹ làm thay đổi khuôn mặt thế giới suốt mấy trăm năm nay cũng chỉ bắt đầu bằng một nhóm nhỏ khoảng từ 30 đến 130 người đã can đảm ném các thùng trà của Anh xuống vịnh Boston năm 1773. Tương tự, biến cố Phá Ngục Bastille sáng ngày 14 tháng Bảy 1789 được chọn làm ngày quốc khánh Cộng Hòa Pháp không phải để giải phóng nhiều trăm hay nhiều ngàn tù nhân chính trị nhưng chỉ là hành động mang tính biểu tượng vì ngày đó nhà tù Bastille chỉ giam giữ 7 tù nhân. Các biến cố ném trà xuống biển, phá ngục Bastille hay cuộc biểu tình 1 tháng 7 vừa qua tại Việt Nam đều không phải là biến cố lớn về hình thức nhưng chuyên chở những nội dung lịch sử. Ba sự kiện có một đặc điểm giống nhau rằng cách mạng là một tiến trình không thể nào đảo ngược. Chọn lựa hôm nay, vì thế, không còn là chọn lựa của nhân dân Việt Nam mà là của giới cầm quyền. Bài học Tunisia, Ai Cập, Libya và Miến Điện cho thấy thuận với lòng dân thì sống mà nghịch với lòng dân sẽ bị bánh xe lịch sử nghiền nát.

Cuộc đấu tranh của nhân dân Việt Nam là cuộc đấu tranh có chính nghĩa và chính nghĩa luôn thắng trận cuối cùng. Từng giọt nước đã và đang được rót vào ly. Không ai biết giọt nước làm tràn ly sẽ rót xuống khi nào nhưng chắc chắn mọi người đều biết, sẽ rót xuống từ lòng dân tộc Việt Nam và thời gian không còn xa xôi nữa. Cả hơn 700 tờ báo đảng, dĩ nhiên không cùng hô đả đảo Trung Cộng xâm lăng trên trang nhất nhưng cũng không dám chỉ trích, không xám xúc phạm bởi vì đảng biết những bước chân trên đường phố Sài Gòn, Hà Nội hôm kia là những bước chân từ khát vọng thiêng liêng và trong sáng.

Ước mơ của hai người lính, hai nhà văn miền Bắc và miền Nam mong được thấy các thế hệ Việt Nam tương lai được sống trong hòa bình, ổn định sẽ thành sự thật. Tổ tiên chúng ta đã làm được, ông bà chúng ta đã làm được và rồi chúng ta, con cháu của các ngài, cũng sẽ làm được. Con tàu rộng thênh thang và mỗi ngày được nối thêm nhiều toa mới, đủ chỗ cho mọi người có tâm huyết hướng về cùng điểm hẹn tự do, dân chủ, nhân bản và thịnh vượng cho Việt Nam mãi mãi về sau.

BUỔI CHIỀU TRÊN NGHĨA TRANG HÀNG DƯƠNG

Một ngày hè như thế này 29 năm trước, người anh cùng sở làm và cũng cùng quê Đà Nẵng ghé qua hỏi tôi có thích đi Côn Đảo một chuyến với anh. Không giống như khi được các anh chị khác rủ đi thăm miền Bắc trong những lần họ nghỉ phép về thăm nhà mà tôi đã từ chối trước đây, Côn Đảo có một hấp lực cực mạnh khiến tôi gật đầu không chút gì ngần ngại. Chiếc ghe vượt biên anh đóng sắp hoàn tất và đã hứa dành cho tôi một chỗ. Nghĩ đến việc ra đi không hẹn ngày trở lại, thăm Côn Đảo là dịp hiếm hoi không thể bỏ qua. Côn Đảo là đất lịch sử của cách mạng Việt Nam, điểm hẹn của những tâm hồn yêu nước và cũng là nơi nhà cách mạng Phan Chu Trinh từng tả "*Bốn mặt dày vò oai sóng gió / Một mình che chở tội non sông*" trong bài thơ "Đập đá Côn Lôn" nổi tiếng của ông. Người anh cùng sở làm lo hết các phương tiện cần thiết, và như thế chúng tôi đi. Anh có vài việc phải đi, còn tôi chỉ đi theo cho biết chứ không làm gì cả.

Khi anh làm xong việc, thời gian còn lại anh em chúng tôi đi vài nơi trên đảo. Côn Đảo ngày chúng tôi đến còn rất hoang vắng. Những khu tù chính trị đã giải tán từ lâu. Tù chính trị mới không bị đưa ra đây mà vào Chí Hòa, Phan Đăng Lưu hay các trại tù miền Bắc. Các khu trại giam Côn Đảo đã trở thành một viện bảo tàng nhưng ít có người thăm. Bên cạnh những xà lim nơi các đảng viên Cộng sản cấp trung ương từng bị giam giữ, Côn Đảo còn có những khu nổi tiếng vì được báo chí phản chiến Mỹ và Việt khai thác tận tình như chuồng cọp, chuồng bò. Khu chuồng cọp được xây từ thời thực dân, cũ kỹ, kích thước rộng bằng những lớp học nối tiếp nhau. Đặc điểm của khu chuồng cọp là phòng giam không có mái che mà chỉ có những bờ tường dày và thanh sắt lớn. Chị coi sóc ở đây, vốn là một tù nhân Côn Đảo, cho biết trên bờ tường dựng sẵn nhiều thùng vôi bột, nếu tù nhân la ó, phản đối, trật tự tù sẽ đổ vôi xuống.

Trên đường ra về chúng tôi đi theo chị coi sóc nhà tù đến nghĩa trang Hàng Dương. Nắng đã dịu nhiều. Mặt trời đang xuống dần bên kia đỉnh núi. Được gọi là Hàng Dương có lẽ vì chung quanh nghĩa trang có rất nhiều dương liễu. Nghĩa trang có nhiều khu. Mỗi khu có vài trăm ngôi mộ. Chị trịnh trọng giới thiệu một ngôi mộ mà chị gọi là rất linh thiêng: mộ chị Võ Thị Sáu. Tôi không biết gì nhiều về chị Sáu ngoài bản nhạc bắt đầu với "*Mùa lêkima nở, ở quê tôi miền đất đỏ*" và đọc đâu đó chuyện chị bị xử bắn khi còn trong tuổi vị thành niên. Tấm bia trên mộ chị Sáu hướng về phía biển và nổi bật lên vì ngày đó đã được xây cao hơn các ngôi mộ khác. Phía sau mộ chị Sáu có một cây dương liễu cụt ngọn, cằn cỗi, trên tàn cây có những chồi xanh nhú lên. Việc một cây bị chặt ngọn nên sinh ra những nhánh non là chuyện bình thường nhưng qua lời giải thích của chị hướng dẫn thì đó là một điều kỳ diệu, một dấu chứng linh thiêng, điềm báo của một cái cũ tàn đi nhưng những cái mới ra đời. Ngay cả một cây dương liễu cũng được giải thích bằng lý luận và niềm tin CS.

Anh tôi không thích cảnh nghĩa trang buồn tẻ nên đã đi dạo nơi khác. Cả chị hướng dẫn cũng đi ra ngoài. Tôi ngồi một mình nhìn mấy trăm ngôi mộ, có tên và không tên, được đắp và không được đắp, cao thấp không đều. Bên cạnh một số mộ có bia, tên tuổi và vừa được chỉnh trang, hẳn là của các đảng viên Cộng sản cao cấp, rất nhiều ngôi mộ không có ngay cả tấm thẻ gỗ ghi tên, cỏ mọc đầy sau nhiều năm chưa được một lần chăm sóc. Phần lớn các ngôi mộ trong nghĩa trang Hàng Dương là dấu tích tàn ác của thực dân Pháp. Thời Việt Nam Cộng hòa, chuyện ở tù Côn Đảo cho đến chết là chuyện hiếm hoi. Hầu hết tù chính trị chỉ ở một thời gian ngắn trước khi được đưa ra Thạch Hản, Thiện Ngôn, Lộc Ninh, Bồng Sơn để trao trả về phía bên kia như đã ghi lại một cách chi tiết trong tác phẩm ký sự *Tù binh và Hòa Bình* của nhà văn Phan Nhật Nam.

Hôm qua, khi bắt đầu viết bài này tôi vào Google tìm mộ chị Võ Thị Sáu. Cây dương liễu đã chết và được thay vào đó bằng cây phượng đỏ. Ngôi mộ của chị cũng được xây bằng đá đen, cao hơn ngôi mộ cũ nhiều và không phải sơn màu vôi trắng như lần tôi đến. Nghĩa trang Hàng Dương bây giờ là một trung tâm du lịch, màu sắc lòe loẹt, không còn những mộ cỏ hoang vu, những con đường đất hẹp và những hàng dương cằn cỗi chung quanh. Tôi không cảm thấy chút nào xúc động khi nhìn lại cảnh nghĩa trang Hàng Dương mà chỉ tội nghiệp cho các em học sinh đang sắp hàng vào xem các di tích được gọi là cách mạng ở Côn Đảo. Các em đi xem kịch mà tưởng mình đang tìm về lịch sử cha ông.

Một trong những đặc điểm của chế độ Cộng sản là lừa dối. Không phải chỉ Việt Nam mà mọi quốc gia Cộng sản đều như thế. Khi chế độ Cộng sản Đông Đức sụp đổ, báo chí khám phá trong cơ sở dữ liệu của cơ quan an ninh Stasi một hệ thống lừa dối có tầm vóc quy mô ngoài giới hạn đạo đức của con người. Việc nghi kỵ, lừa dối không chỉ ở nằm trong hệ thống đảng, các cơ quan nhà nước, mà cả trong mỗi gia đình ruột thịt, máu mủ thân yêu. Anh lừa dối em. Vợ lừa dối chồng. Cha mẹ lừa dối con cái. Cháu chắt lừa dối ông bà. Lừa dối là phương tiện duy nhất để tồn tại trong xã hội Cộng Sản.

Tại Việt Nam cũng thế. Vở kịch tuyên truyền mà Đảng đã đóng suốt mấy chục năm qua làm thui chột nhận thức của nhiều thế hệ Việt Nam. Từ chuyện *Lê Văn Tám lấy thân mình làm đuốc* đến chuyện *Tôn Đức Thắng kéo cờ Cộng sản trên Hắc Hải* đều là những chuyện hoang đường nhưng nghe riết cũng quen tai, nghe riết nên tin là chuyện thật.

Có một thời không ít người dân miền bắc còn tin rằng những khẩu CKC, AK47 của mấy chị dân quân đã từng bắn hạ những F-4 Fantom, F-111 của Mỹ. Theo lời kể của cựu Trung Tướng Yevgeni Antonov, nguyên Trưởng đoàn cố vấn quân sự của Liên Xô tại Việt Nam trong một bài báo trên tờ Pravda nhân dịp đánh dấu 30 năm cuộc chiến Việt Nam chấm dứt, Liên Xô đã gởi nguyên một trung đoàn phòng không với đầy đủ vũ khí và trang bị sang Việt Nam tham chiến và 13 người lính phòng không Liên Xô đã chết trên đất Bắc. Những chiếc máy bay Mỹ đầu tiên bị bắn rơi trên bầu trời Hà Nội, kể cả chiếc chiến đấu cơ của Thượng Nghị Sĩ John McCain, cũng từ hỏa tiễn của các đơn vị Hồng quân Liên Xô chứ không phải từ "Bộ đội phòng không anh hùng", nói chi là các chị dân quân núp bên bờ ruộng như trong mấy bức ảnh tuyên truyền của đảng.

Cũng theo lời kể của cựu thiếu tướng Liên Xô Yevgeni Antonov, chỉ huy lực lượng phòng không Liên Xô tại Việt Nam từ 1969 đến 1970, Việt Nam chỉ là một phòng thí nghiệm cho vũ khí Liên Xô. Họ muốn đích thân xử dụng vũ khí để chuẩn bị cho việc máy bay Mỹ và NATO oanh tạc vào nội địa Liên Xô trong trường hợp có chiến tranh giữa hai khối sau này. Cuộc chiến đã tàn, chế độ cũng đã tan, ngọn đèn đời sắp tắt, những người lính già Nga chẳng bị áp lực nào để phải nói dối, để tuyên truyền, để bảo vệ cho đảng, hay cho cả chính mình. Họ chỉ còn kỷ niệm, và kỷ niệm của tuổi về chiều thường thành thật, trong sáng như những ngày mới lớn.

Bên cạnh Liên-Xô, vào thời điểm 1967 ngoài hàng vạn tấn đạn dược, vũ khí, đã có 16 sư đoàn với 170 ngàn quân Trung Cộng tại miền Bắc Việt Nam để yểm trợ cho đảng Cộng sản Việt Nam nhưng đồng thời để bảo vệ vòng đai an ninh của Trung Cộng. Tội ác của Trung Cộng đối với dân tộc Việt Nam, từ các tư tưởng độc hại đến võ khí giết người, từ cải cách ruộng đất đến đến Hoàng Sa, Trường Sa, từ chiến tranh biên giới đến trận chiến Lão Sơn, không thể viết hết trong một bài, trong một cuốn sách mà phải xây dựng một trung tâm dữ kiện.

Máu đổ, thây rơi, nhà tan, cửa nát ở Hà Nội, Hải Phòng là điều có thật. Những mất mát đau thương vô cùng to lớn của đồng bào miền Bắc đã chịu đựng dưới đạn bom Mỹ là điều có thật. Căm thù, phẫn uất vì thế là những phản ứng tự nhiên. Tuy nhiên không phải chỉ vì đế quốc Mỹ đã đơn phương xâm lược Việt Nam như các thế hệ sinh viên học sinh đã và đang được dạy. Hơn ba mươi năm là một thời gian đủ dài để đồng bào miền Bắc, các thế hệ trẻ miền Bắc có gia đình chịu đựng đau thương bất hạnh trong chiến tranh, nhìn lại cuộc chiến một cách khách quan và so sánh với thực tế đất nước để qua đó biết rõ những ai và học thuyết nào chính là nguyên nhân của chiến tranh, độc tài và chậm tiến hôm nay.

Đảng Cộng sản có thể tùy thích tạo ra hàng trăm đảng viên cỡ Lê Văn Tám, Tôn Đức Thắng. Đó là chuyện nội bộ của đảng nhưng họ không có quyền biến Côn Đảo thành tài sản riêng của đảng, không có quyền mê hoặc của các thế hệ trẻ Việt Nam bằng các mẩu chuyện hoang đường kiểu Lê Văn Tám như bộ máy tuyên truyền Liên Xô đã từng tô điểm lên một cậu bé nhà nông Pavlik Morozov bất hiếu trước đây. Côn Đảo cũng không phải là đất hương hỏa của Marx, Lenin để lại cho đảng Cộng sản Việt Nam mà là đất thiêng của cách mạng Việt Nam nơi nhiều thế hệ đã lấy xương thịt mình làm phân bón cho mầm xanh tương lai dân tộc.

Trong nghĩa trang Hàng Dương, bên chiếc cầu đá phía bên phải dinh chúa đảo, trước những xà lim chật hẹp, một ngày không xa, các thế hệ Việt Nam sẽ đến đó, không phải để nghe kể công, nghe tuyên truyền mà đến để im lặng cúi đầu tưởng niệm các anh hùng dân tộc.

Họ là ai? Họ là những đảng viên Việt Nam Quang Phục Hội, Phong trào Đông Du, Phong Trào Duy Tân, Tân Việt Cách mạng Đảng, Việt Nam Quốc Dân Đảng, Đại Việt Quốc Dân Đảng, Đại Việt Dân Chính, Dân Xã Đảng, Đảng Lập Hiến, Đại Việt Duy Dân và nhiều tổ chức, phong trào không Cộng sản khác.

Họ là ai? Họ là tín đồ các tôn giáo, nhất là Cao Đài và Hòa Hảo, hai tôn giáo được ra đời tại miền Nam, có truyền thống kiên quyết chống cả thực dân lẫn Cộng sản.

Nếu họ đã từng là đảng viên Cộng sản thì sao? Không sao cả. Như tôi đã có dịp viết trên diễn đàn talawas, việc tham gia vào đảng Cộng sản của một số người Việt Nam, chủ yếu là để được tổ chức hóa nhằm mục đích hợp đồng chiến đấu, đạt đến chiến thắng dễ dàng hơn chứ không phải vì tin vào chủ nghĩa Cộng Sản. Ngày đó, vì điều kiện giao thông khó khăn, núi non cách trở, sự phát triển của các đảng phái chống thực dân ít nhiều bị giới hạn bởi các đặc tính địa phương, bà con dòng họ, hoàn cảnh trưởng thành. Nếu họ sinh ra ở Quảng Nam họ sẽ gia nhập Việt Nam Quốc Dân Đảng, sinh ra ở Quảng Trị họ sẽ gia nhập Đại Việt, sinh ra ở Cần Thơ, Vĩnh Long, An Giang họ sẽ gia nhập Dân Xã Đảng. Đó là trọng điểm của các đảng phái chống Pháp trong những thập niên đầu của thế kỷ 20. Ông bà chúng ta có súng dùng súng, có gậy dùng gậy, và trong nhiều trường hợp chỉ là những bàn tay không gầy yếu.

Những người Việt yêu nước thời đó chọn lựa đảng phái như chọn một chiếc phao để đưa dân tộc sang bờ độc lập. Những nông dân hiền hòa chất phác , những công nhân đầu tắt mặt tối làm sao biết được con đường họ đi không dẫn đến độc lập, tự do, hạnh phúc mà dẫn đến nghèo nàn, lạc hậu, độc tài và làm sao biết được chiếc phao họ bám cũng là chiếc bẫy buộc chặt chẳng những cuộc đời họ mà còn gây hệ lụy cho cả dân tộc đến ngày nay.

Tôi tin, phần lớn những người yêu nước đã chết trong giấc mơ về một Việt Nam hòa bình, độc lập chứ không phải trong giấc mơ về một xã hội Cộng sản đại đồng. Người yêu nước bằng tình yêu trong sáng, không đánh thuê, đánh mướn cho một chủ nghĩa, một ý thức hệ ngoại lai vong bản hay cho một quyền lợi đế quốc nào sẽ không bao giờ chết, không bao giờ bị lãng quên. Lịch sử sẽ đánh giá, dân tộc sẽ ghi ơn họ một cách công bằng.

Tôi tin, cuộc chiến chống thực dân Pháp là cuộc chiến chính nghĩa. Đó là cuộc đấu tranh đầy gian khổ nhưng anh hùng của một dân tộc bị nô lệ đã đứng lên chống lại một thực dân tàn bạo. Trong suốt gần một thế kỷ trong bóng tối thực dân, hàng vạn đồng bào thuộc nhiều thế hệ Việt Nam đã bị bắt, tra tấn và đã hy sinh trên Côn Đảo. Ngoài một Nguyễn An Ninh để lại thịt xương, một Trần Cao Vân, một Phan Chu Trinh để lại những bài thơ viết bằng máu và mồ hôi trong những ngày đập đá, còn có hàng ngàn, hàng vạn đồng bào đã chết trong âm thầm, không để lại họ tên.

Nhưng cho dù họ có để lại đủ họ tên đi nữa, các thế hệ Việt Nam sau 1975 cũng không có quyền biết đến họ, không có cơ hội để cám ơn họ, để thắp một nén hương, và phần mộ họ một mai có thể sẽ bị san bằng theo mưa nắng. Đảng Cộng sản không chỉ nhuộm đỏ miền Nam, nhuộm đỏ Việt Nam mà còn cố tình nhuộm đỏ cả lịch sử.

Côn Đảo ngày nay gắn liền với tên tuổi của các đảng viên Cộng sản trung ương Tôn Đức Thắng, Lê Duẩn, Phạm Hùng, Hà Huy Tập, Phạm Văn Đồng, Nguyễn Văn Linh, Lê Quang Vịnh... Các em học sinh đang sắp hàng chờ vào xem những xà lim kia làm sao biết được, với số đảng viên vỏn vẹn 5 ngàn vào mùa thu 1945, đảng Cộng Sản, dù bị bỏ tù và chết gấp mười lần trong hai cuộc chiến, cũng không thể bằng với con số khoảng 200 ngàn người Việt Nam yêu nước đã từng ở tù Côn Đảo theo nhiều nguồn ước lượng.

Các em cũng không biết rằng hàng trăm lãnh tụ cách mạng không Cộng sản mà đức độ và tài năng bao trùm nhiều lãnh vực như Đức Huỳnh Giáo Chủ, Trương Tử Anh, Phạm Quỳnh, Khái Hưng, Phan Văn Hùm, Trần Văn Thạch, Bùi Quang Chiêu, Hồ Văn Ngà, Nguyễn Thế Nghiệp..., đã không ở tù hay chết ngoài Côn Đảo chỉ vì họ bị Cộng sản thủ tiêu ngay tại đất liền.

Khác với đảng Cộng sản được thành lập từ nước ngoài theo chỉ thị của quốc tế Cộng sản và nhiều đảng viên được đưa sang Trung Cộng, Liên Xô huấn luyện một cách bài bản nhằm thực hiện các mục tiêu ngắn hạn cũng như dài hạn của trung ương đảng đề ra, phần lớn đảng phái không Cộng sản đã sinh ra và lớn lên ngay trong lòng dân tộc với tất cả khó khăn, thiếu thốn về mọi mặt. Họ không chỉ bị chết dưới lưỡi đao phong kiến, máy chém thực dân mà còn chết trong bàn tay của những người cùng máu mủ với mình.

Đọc lại diễn tiến của cuộc khởi nghĩa Yên Thế, quá trình thành lập các đảng phái không Cộng sản và lắng nghe các nhà cách mạng trải lòng qua thơ văn đẫm đầy máu lệ, mới cảm thấy lòng yêu nước của thế hệ cha ông thật vô bờ bến.

Bằng hành trang duy nhất trên vai là lòng yêu nước, các nhà cách mạng không Cộng sản dấn thân vào con đường giải phóng dân tộc trên chuyến xe chạy bằng máu của chính mình.

Chiều mùa hè năm đó, lần đầu tiên trong đời tôi xúc động đứng im lặng trước anh linh của những anh hùng đã ngã xuống cho độc lập tự do thật sự của dân tộc. Xương thịt của những người đã hy sinh từ phong trào kháng thuế miền Trung, Hà Thành đầu độc, khởi nghĩa Duy Tân, Thái Nguyên, Yên Bái hẳn đã hòa tan vào lòng đất mẹ nhưng anh linh họ vẫn là ngọn đuốc soi sáng giấc mơ Việt Nam độc lập, tự chủ của dân tộc.

Như tôi có lần đã viết. Giấc mơ họ là giấc mơ của những người để lưng trần, tóc cắt ngắn, đóng khố che thân, dắt bầy con, vượt bao nhiêu núi rừng ghềnh thác trong cuộc nam tiến đầy gian nan nhưng vô cùng hiển hách, từ dọc bờ Dương Tử di dân xuống lưu vực sông Hồng cách đây gần 50 thế kỷ. Trong lúc bao nhiêu bộ tộc Bách Việt khác đã hoàn toàn bị tiêu diệt hay đồng hóa vào những tỉnh, những huyện như Hồ Nam, Quảng Tây, Quảng Đông, Vân Nam, Phúc Kiến của Trung Cộng ngày nay, giòng giống Lạc Việt qua bao độ thăng trầm, vẫn tồn tại và trưởng thành như một nước Việt Nam.

Giấc mơ của họ là giấc mơ của những người đã tạo nên nền văn minh Việt Nam rất sớm. Nơi đó, từ nhiều thế kỷ trước Công nguyên, tổ tiên chúng ta đã biết trồng cây ăn trái, biết làm đồ gốm, biết đẽo đá thành những lưỡi cuốc nhọn, biết đắp đất ngăn bờ để đưa nước sông vào ruộng. Tổ tiên chúng ta đã biết xây dựng các cơ xấu xã hội, lấy thôn làng làm căn bản, lấy nông nghiệp làm nền tảng kinh tế, lấy tình nghĩa đồng bào làm sức mạnh, lấy nguồn gốc tổ tiên (một mẹ trăm con, chung cùng bọc trứng) làm nơi nương tựa tinh thần. Những hình ảnh thân thương quen thuộc của cây đa, bến nước, sân đình gắn liền trong tâm thức của mỗi người Việt Nam. Những chiếc trống đồng Đông Sơn, Ngọc Lũ được chạm trổ tinh vi đánh dấu một thời đại vàng son trong tiến trình phát triển văn minh nhân loại. Chính tinh thần văn hóa Hòa Bình, Đông Sơn đã hun đúc thành sức mạnh dân tộc, để các thế kỷ sau đó, đủ sức đối kháng với sự xâm lăng thô bạo của các nguồn văn hóa mang ý đồ đồng hóa phát xuất từ phương Bắc.

Giấc mơ của họ là giấc mơ của một dân tộc hơn một ngàn năm trong bóng đêm nô lệ nhà Hán, nhà Ngô, nhà Đường, nhà Minh qua bốn lần bắc thuộc với bao nhiêu cực hình đày đọa, sáng xuống bể tìm ngọc châu, chiều lên non săn ngà voi, trầm hương, châu báu, dân tộc Việt vẫn bảo vệ được tính độc lập, vẫn giữ được bản sắc văn hóa Việt trong sáng và thuần nhất.

Đất nước chúng ta đã hơn một lần bị mất đi và giành lại được nhưng chúng ta hãnh diện nói lớn rằng dân tộc Việt Nam chưa bao giờ bị mất gốc. Hình ảnh những chiếc búa, những chiếc rìu, những mũi thương, mũi đao, mũi tên bằng đồng đào được ở vùng Trung Châu, Bắc Việt, ở sông Bạch Đằng, dọc Ải Nam Quan không chỉ là những cổ vật mà còn là chứng tích của bao nhiêu trận mạc, bao nhiêu cuộc chiến đấu, bao nhiêu máu xương và nước mắt của tổ tiên đã đổ xuống trước các cuộc xâm lăng của các triều đại Bắc phương khác.

Lịch sử bao giờ cũng mang tính kế tục nhưng trước hết là lịch sử của thời đại. Mỗi thế hệ có một trách nhiệm để hoàn thành những trách nhiệm mà lịch sử giao phó cho thời đại của họ nhưng dù không hoàn thành, ngọn đuốc lịch sử vẫn phải được chuyển sang bàn tay thế hệ khác. Giấc mơ về Việt Nam tự do, dân chủ và giàu mạnh dù sớm hay muộn sẽ phải thành hiện thực.

Thời gian gần đây, tôi có dịp đọc nhiều bài viết từ những tấm lòng đang băn khoăn vì đất nước. Phần lớn bắt đầu bằng nhóm chữ "chưa bao giờ... như hôm nay". Chưa bao giờ con người Việt Nam bị khinh thường như hôm nay. Chưa bao giờ lãnh thổ Việt Nam bị chiếm đoạt trắng trợn như hôm nay. Chưa bao giờ chủ quyền đất nước bị đe dọa như hôm nay. Chưa bao giờ tài nguyên thiên nhiên bị thất thoát như hôm nay. Tất cả đều đúng cả. Tôi chỉ muốn thêm vào một "chưa bao giờ" nữa, đó là, chưa bao giờ ranh giới giữa dân tộc và phản dân tộc rõ ràng như hôm nay. Biên giới đó rõ ràng đến mức một người Việt Nam có thể chọn lựa đứng về phía chính nghĩa, phía dân tộc mà không phải lo lầm lỡ về sau.

Giới lãnh đạo đảng Cộng sản Việt Nam đã chọn một con đường riêng của họ. Con đường đảng chọn cũng rất rõ ràng:

phát triển đất nước theo định hướng Trung Cộng và cùng lúc bằng mọi giá duy trì chế độ độc tài toàn trị tại Việt Nam.

Bộ chính trị trung ương đảng Cộng sản Việt Nam không phải là những người không biết suy nghĩ, không thấy đúng, thấy sai và thậm chí có rất nhiều cơ hội để sửa sai nhưng quyền lợi cá nhân, phe nhóm và đảng đã che khuất sự sống còn và tương lai đất nước.

Nhân dân Việt Nam chịu đựng quá nhiều rồi, nhượng bộ quá nhiều rồi, lùi bước quá nhiều rồi. Từ xâm lăng Hoàng Sa đến chiến tranh biên giới, các trận đánh khu vực Lão Sơn, lấn chiếm Trường Sa, bắn chết ngư dân Thanh Hóa và hôm nay Bauxite. Chỉ một thời gian ngắn thôi mà nhìn ra biển, nhìn lên núi, nhìn xuống phố, nhìn qua sông, đâu đâu cũng thấy hàng Trung Cộng, đất Trung Cộng, đảo Trung Cộng, người Trung Cộng, vài chục năm nữa đất nước sẽ ra sao?

Tại sao Trung Cộng không bắn thủng tàu, không ăn cướp tài sản, đất đai của Thái Lan, Philippines hay ngay cả của đàn em Bắc Hàn một cách công khai, lộ liễu như họ đã và đang làm đối với Việt Nam? Một người có ý thức nào cũng biết, đơn giản bởi vì giới lãnh đạo Cộng sản Trung Cộng sống trong gan ruột của giới lãnh đạo đảng Cộng sản Việt Nam những kẻ không còn một chọn lựa nào khác ngoài việc núp dưới chiếc dù Trung Cộng.

Như tôi có lần mách nước cho bà con ngư dân trong bài "Ai giết 9 ngư dân Thanh Hóa", cách hay nhất để khỏi bị hải quân Trung Cộng bắn chết là khi tàu đánh cá vừa ra khỏi cửa biển thì xin các bác làm ơn hạ cái lá cờ gọi là "cờ tổ quốc" xuống giùm. Nếu phải treo thì treo đại một lá cờ Phi, cờ Thái Lan, cờ

Nhật lên mũi tàu. Nói ra thì cho là phản động nhưng tin tôi đi, làm như thế bà con ngư dân mới hy vọng còn đường trở về với vợ con.

Thời điểm 1958, Pháp đã rút đi và Mỹ thì chưa đến mà Phạm Văn Đồng, còn có thể thay mặt cho 11 ủy viên bộ chính trị, hạ bút ký một văn kiện nhục nhã như thế thì với hoàn cảnh phe Cộng sản chỉ còn lại năm anh em trên một chiếc xe tang, trong đó có đến bốn em đang lâm cảnh hàn vi đói khát, thì chuyện gì mà họ không dám làm. Lê Khả Phiêu, trong giai đoạn tìm về chủ cũ năm 2001, cũng có thể đã ký những văn bản tương tự như văn bản của Phạm Văn Đồng, khác chăng, "đồng chí Phạm Văn Đồng bị lộ" và "đồng chí Lê Khả Phiêu chưa bị lộ" mà thôi.

Người Do Thái nguyền rủa Hitler, nhân loại kết án Hitler, nhưng nhân dân Đức trước khi có thái độ tương tự, họ phải biết trách các thế hệ Đức trong thập niên 30 của thế kỷ 20, bởi vì chính dân Đức thời đó bằng con đường bầu cử hợp pháp đã đồng ý đặt mình dưới sự lãnh đạo của Hitler và đảng Quốc Xã. Nhân dân Việt Nam chưa bao giờ bầu đảng Cộng sản để lãnh đạo nhưng chắc chắn cũng sẽ phải trả lời cho các thế hệ mai sau về thái độ thờ ơ, thỏa hiệp, yếu hèn của các thế hệ hôm nay trước tình trạng băng hoại đạo đức, lạc hậu kinh tế, thất thoát tài nguyên, mất mát lãnh thổ và suy yếu chủ quyền đất nước.

AI CÓ QUYỀN VIẾT SỬ VIỆT NAM?

Từ hậu bán thế kỷ 19 đến nay, có bao nhiêu cuộc chiến, trong đó các bên đã đổ máu, diễn ra trên đất nước Việt Nam?

Câu trả lời tùy thuộc vào người bạn hỏi là ai.

Nếu bạn hỏi một sử gia người Mỹ có thể ông hay bà sẽ trả lời, Chiến tranh Việt Nam (Second Indochina War hay Vietnam War) là cuộc chiến tranh chống CS bành trướng xuống vùng Đông Nam Á bắt đầu từ ngày 1 tháng 11, 1955 khi Nhóm Cố Vấn Quân Sự Hoa Kỳ (U.S. Military Assistance Advisory Group) được thành lập tại Sài Gòn và chấm dứt khi Thượng sĩ Max Beilke, người lính tác chiến cuối cùng bước lên chiếc C-130 tại phi trường Tân Sơn Nhất để về quê anh ở Minnesota ngày 29 tháng 3, 1973.

Đối với các sử gia Mỹ, cuộc xung đột quân sự tại Việt Nam là xung đột giữa Mỹ một bên và CSVN một bên. Việt Nam Cộng Hòa chỉ là một phần phụ thuộc vào Mỹ.

Nếu bạn hỏi Nguyễn Phú Trọng, Tổng bí thư đảng CSVN, ông ta sẽ trả lời cuộc chiến "*chống thực dân Pháp và đế quốc Mỹ để thiết lập chế độ xã hội chủ nghĩa, thời kỳ quá độ tiến lên chủ nghĩa CS trên toàn lãnh thổ Việt Nam chính thức bắt đầu vào tháng Giêng,*

1930 tại Cửu Long, Hương Cảng và chấm dứt vào sáng 30 tháng Tư, 1975."

Đối với Nguyễn Phú Trọng, chính bí thư thứ nhất đảng Lao Động (CS) Lê Duẩn, trong tác phẩm *Dưới Lá Cờ Vẻ Vang Của Đảng* đã xác định cuộc chiến từ sau 1954 đến 1975 là chiến tranh của đảng Cộng Sản. Trong diễn văn đọc tại Sài Gòn đầu tháng 5, 1975 Lê Duẩn khẳng định "*Vinh quang này thuộc về đảng Lao Động Việt Nam quang vinh, người tổ chức và lãnh đạo mọi thắng lợi của cách mạng Việt Nam.*" Lê Duẩn không che giấu mục đích của đảng CSVN từ khi thành lập vào năm 1930 cho đến nay, tuy khác nhau về chiến lược của mỗi thời kỳ và hoạt động dưới nhiều tên gọi nhưng hoàn toàn nhất quán về tư tưởng và mục đích chính trị: Chiếm Việt Nam bằng bạo lực và cai trị Việt Nam bằng sắt máu.

Cuộc chiến giành độc lập và tự do cho dân tộc Việt Nam bắt đầu vào ngày 1 tháng 9, 1858, khi quân Pháp dưới quyền Đô Đốc Charles Rigault de Genouilly tấn công Đà Nẵng chính thức mở đầu cuộc chiến tranh vì độc lập tự do và cuộc chiến đó vẫn còn đang tiếp diễn cho đến hôm nay.

Đó là con đường đầy máu nhuộm, đầy hy sinh nhưng rạng ngời chính nghĩa. Bộ máy tuyên truyền của đảng CS nhuộm đỏ nhận thức người dân Việt Nam bằng lý luận chỉ có đảng CSVN mới là đảng duy nhất thật sự mang lại độc lập, tự do và hạnh phúc cho dân tộc Việt Nam.

Không phải.

Đừng quên rằng, bảy mươi mốt năm trước khi đảng CSVN thành lập năm 1930, con đường chiến đấu vì độc lập, tự do của toàn dân tộc Việt đã bắt đầu. Bắt đầu với máu của Đô Đốc Lê

Đình Lý bị trọng thương ở Đà Nẵng, bằng thanh gươm của Tổng Đốc Võ Duy Ninh tự sát sau khi thành Gia Định thất thủ, được tiếp tục lót bằng sự hy sinh của Nguyễn Tri Phương, Hoàng Diệu, Trương Công Định, Thiên Hộ Dương, Nguyễn Trung Trực, Nguyễn Hữu Huân, Phan Đình Phùng, Tôn Thất Thiệp, Tôn Thất Đạm, Nguyễn Duy Hiệu, Tống Duy Tân, Đinh Công Tráng, Hoàng Hoa Thám và vô số anh hùng dân tộc khác.

Đừng quên rằng, bốn mươi năm trước khi Hồ Chí Minh đặt chân trở lại Việt Nam lần đầu năm 1941, các tư tưởng dân chủ khai phóng của Jean-Jacques Rousseau, Montesquieu, Voltaire, Duy Tân Nhật Bản đã được các nhà cách mạng Phan Châu Trinh, Trần Quý Cáp và các nhà cách mạng của phong trào Duy Tân truyền bá khắp ba miền. Phong trào Đông Kinh Nghĩa Thục do các nhà tân học miền Bắc như Lương Văn Can, Đào Nguyên Phổ đề xướng được đông đảo đồng bào ủng hộ. Phong trào Đông Du do cụ Phan Bội Châu kêu gọi đã thúc giục hàng trăm người Việt yêu nước như Lương Ngọc Quyến, Hoàng Trọng Mậu lên đường sang Nhật theo học tại các trường đại học quân sự Nhật.

Đừng quên rằng, hai mươi năm trước khi đảng CSVN ra đời đã có rất nhiều đảng phái chính trị chống thực dân Pháp được thành lập như Việt Nam Quang Phục Hội do cụ Phan Bội Châu lãnh đạo, đảng Lập Hiến của nhà cách mạng Bùi Quang Chiêu, Thiên Địa Hội của Phan Xích Long, Việt Nam Quốc Dân Đảng do nhà cách mạng Nguyễn Thái Học lãnh đạo. Các tổ chức cách mạng đó có khác nhau về phương pháp thực hiện nhưng đều đặt cơ sở trên nền tảng dân tộc và hướng tới một chế độ Cộng Hòa. Hai nhà cách mạng Phan Bội Châu và Phan Châu Trinh chỉ khác nhau về đường lối tiến hành cách mạng chứ không khác nhau về mục đích và thể chế chính trị sau khi cách mạng dân tộc thành công. Ngay từ thời điểm đó, hai cụ Phan cũng đã khẳng định chế độ Cộng Hòa là con đường thời đại và là chế độ mang lại tự do, dân chủ và thịnh vượng cho dân tộc Việt Nam. Cương lĩnh của Việt Nam Quang Phục Hội do cụ Phan Bội Châu lãnh đạo vạch rõ mục tiêu của cách mạng là "*đánh đuổi thực dân Pháp giành lại nước Việt Nam độc lập, thành lập Cộng Hòa Dân Quốc Việt Nam.*"

Đừng quên rằng, chín mươi năm trước khi Tạp chí Cộng Sản ra đời 1955, mấy mươi tờ báo đã được phát hành khắp nước như *Gia Định Báo* (1865), *Tiếng Dân* (1876), *Nông Cổ Mín Đàm* (1901), *Đông Dương Tạp Chí* (1913), *Nam Phong Tạp Chí* (1917), *An Nam Tạp Chí* (1926), *Phụ Nữ Tân Văn* (1929), *Tiểu Thuyết Thứ Bảy* (1934) và nhiều báo Pháp Ngữ. Dù khác nhau lập trường chính trị, lề lối điều hành nhưng tất cả đều nhằm thúc đẩy tiến trình khai dân trí tại Việt Nam.

Đừng quên rằng, năm 1945, theo tài liệu chính thức của đảng CSVN, tổng số đảng viên CS chỉ vào khoảng năm ngàn người trong khi con số người Việt yêu nước bị tù đày trên Côn Đảo qua nhiều thời kỳ, đã lên đến hai trăm ngàn người. Điều đó cho thấy, dù số lượng đảng viên CS có tăng dần, đại đa số những thế hệ Việt Nam chống Pháp là những người không Cộng Sản. Bức ảnh bi thương của ba chiếc đầu Đặng Đình Nhân, Nguyễn Trị Bình và Nguyễn Văn Cốc đựng trong rọ sau khi bị chém ngày 8 tháng 7 năm 1908 trong vụ Hà Thành Đầu Độc là một trong vô số bằng chứng hùng hồn truyền thống yêu nước của dân tộc Việt Nam.

Nhưng tại sao CS thắng?

CS thắng chỉ vì họ không từ chối bất cứ một thủ đoạn nào dù bất nhân đến bao nhiêu, không hề tính toán cân nhắc phải chết hay phải giết chết bao nhiêu người, miễn là đạt được mục đích CS hóa Việt Nam. Song song đó, đảng CS áp dụng một chính sách tuyên truyền tẩy não, lợi dụng lòng yêu nước, bưng bít thông tin một cách tinh vi và tàn nhẫn nhất trong lịch sử loài người.

Một trong những ông tổ tuyên truyền thời hiện đại là Joseph Goebbels cũng đã phải bái phục bộ máy giết người và hệ thống tuyên truyền CS. Trong diễn văn khá dài đọc trước đại hội đảng Quốc Xã vào tháng Chín, 1935, Joseph Goebbels phân tích chủ trương tuyên truyền CS "bắt đầu với nguyên tắc cứu cánh biện minh cho phương tiện", và tố cáo đó là "sự giả dối và vu khống, khủng bố con người và quần chúng, trộm cắp và đốt phá, đình công, phá hoại, gián điệp...". Tuyên truyền CS, theo Goebbels nhằm "ám sát cá nhân, ám sát con tin, giết người tập thể là các phương pháp được CS ưa thích để loại bỏ đối kháng...". Joseph Goebbels nghiên cứu và tố cáo chính sách tuyên truyền tẩy não, trấn áp, khủng bố CS nhưng trong thực tế y đã áp dụng hầu hết các biện pháp CS với một mức độ dã man không kém.

Các đảng phái quốc gia Việt Nam không làm được điều đó. Họ nhân ái quá. Họ Việt Nam tính quá. Chính vì lòng nhân ái và Việt Nam tính đó mà phần đông những nhà cách mạng độc lập và dân chủ đã chết, không chỉ chết dưới máy chém thực dân mà còn do CS thủ tiêu như Đức Huỳnh Giáo Chủ, Trương Tử Anh, Phạm Quỳnh, Khái Hưng, Phan Văn Hùm, Trần Văn Thạch, Bùi Quang Chiêu, Hồ Văn Ngà, Nguyễn Thế Nghiệp...

Và hôm nay, một trăm năm mươi chín năm từ buổi sáng ngày 1 tháng 9, 1858 ở Đà Nẵng nhiều người Việt yêu nước lại tiếp tục con đường Phạm Hồng Thái, Lương Ngọc Quyến, Tôn Thất Thiệp đã đi, để viết nên trang sử độc lập tự do cho mỗi người Việt Nam và cho dân tộc Việt Nam.

Không ai có quyền viết sử Việt Nam ngoài chính dân tộc Việt Nam đang chịu đựng dưới ách độc tài CS. Con đường có thể còn xa nhưng là con đường chính sử. Chuyến xe có thể phải chậm vì chạy bằng máu của chính mình nhưng là chuyến xe tự chủ, không nô lệ cho bất cứ một ngoại bang nào.

"SAI TỪ ĐẠI HỘI TUA"

Trong một bài viết ngắn trên Facebook mình, nhà báo Huy Đức Trương Huy San nhắc lại "Một lần, bà cựu phó chủ tịch nước Nguyễn Thị Bình hỏi 'Chúng ta bắt đầu sai từ bao giờ?' [Nhà văn] Nguyên Ngọc nói, "Thưa chị, chúng ta bắt đầu sai từ Đại hội Tua' [Đại hội lần thứ 18 của Đảng Xã hội Pháp tổ chức tại thành phố Tours, năm 1920]."

Cách hỏi của bà Nguyễn Thị Bình cho thấy bà đã biết đảng CS và những người ủng hộ đường lối đảng sai nhưng không chắc sai từ thời điểm nào.

Cách trả lời của nhà văn Nguyên Ngọc cho thấy ông cũng biết sai như bà Bình nhưng chính xác hơn khi nhấn mạnh sai từ khi Hồ Chí Minh đưa tay gia nhập Đệ Tam Quốc Tế Cộng Sản tại Đại Hội Tours, nói rõ hơn là sai từ khi Hồ Chí Minh trở thành người CS chuyên chính theo đường lối của Lenin.

Để giúp mở rộng kiến thức của các bạn trẻ, người viết chỉ trích dẫn và bàn về câu nói "sai từ Đại hội Tua". Cám ơn nhà báo Huy Đức. Các chi tiết khác trong bài, thảo luận hay tranh luận ngoài bài, người viết không biết và cũng không quan tâm.

Đại hội Tours là đại hội gì mà có ảnh hưởng quan trọng đến dòng lịch sử Việt Nam nhiều như vậy?

Đại hội Tours là đại hội bỏ phiếu tán thành tư cách thành viên của Đảng Xã hội Pháp trong Đệ Tam Quốc tế Cộng sản.

Trước khi bàn đến Đệ Tam Quốc Tế Cộng Sản chắc phải nhắc đến Đệ Nhị Quốc Tế.

Đệ Nhị Quốc Tế được thành lập vào ngày 4 tháng 7, 1889 tại Paris với mục đích đoàn kết giai cấp vô sản và truyền bá chủ nghĩa CS trên phạm vi thế giới. Đệ Nhị Quốc Tế chủ trương đấu tranh bằng các phương tiện nghị trường ôn hòa để đạt mục đích trong khuôn khổ luật định. Ủy ban lãnh đạo thường trực của Đệ Nhị Quốc Tế đặt tại Bỉ. Bí thư của tổ chức CS quốc tế này trong một thời gian dài từ 1905 đến 1922 là Camille Huysmans và ông có thời gian là Thủ tướng Bỉ.

Khi Thế Chiến Thứ Nhất bùng nổ, tranh chấp giữa các phe ủng hộ chiến tranh và chống chiến tranh dẫn đến sự rạn nứt và cuối cùng làm phân hóa Đệ Nhị Quốc Tế thành ba thành phần. Lenin tham gia vào Đệ Nhị Quốc Tế năm 1905 và nhanh chóng nổi bật vì quan điểm chống chiến tranh của ông ta.

Đệ Tam Quốc Tế hay còn được gọi là Comintern viết ghép của hai chữ "the COMmunist INTERNational" do Lenin thành lập. Hội nghị thành lập Comintern được tổ chức từ ngày 2 đến ngày 6 tháng 3, 1919 tại Moscow.

Khác với các Quốc Tế trước, Đệ Tam Quốc Tế chủ trương cách mạng bạo động tại các quốc gia có đảng CS.

Trong giai đoạn đầu, đảng CS Nga dù đang khó khăn cũng đã xoay xở tài trợ cho các đảng CS Đức, Hung để thành lập cánh quân sự. Thực chất đây là một cách phản công các kẻ thù của Bolshevik vừa tấn công Nga trong giai đoạn sau "Cách mạng Tháng Mười", 1917.

Người được Lenin tin tưởng giao trọng trách điều hành Đệ Tam Quốc Tế là Grigory Zinoviev. Sau khi Lenin chết, một trong những người đầu tiên bị Stalin giết trong "cuộc thanh trừng vĩ đại" (The great purge) lại là Grigory Zinoviev.

Sau khi Comintern được thành lập, cùng với đảng CS tại nhiều quốc gia, đảng xã hội và các tổ chức cánh tả của Pháp cũng được mời gia nhập Đệ Tam Quốc Tế.

Đệ Tam Quốc Tế có bảy mục đích và lý luận chính được tóm tắt như sau:

(1) Giai đoạn hiện nay là giai đoạn phân hủy và sụp đổ của toàn bộ hệ thống tư bản thế giới, và sẽ là giai đoạn sụp đổ của nền văn minh châu Âu nói chung nếu chủ nghĩa tư bản với những mâu thuẫn không thể vượt qua của nó.

(2) Nhiệm vụ của giai cấp vô sản lúc này là nắm chính quyền Nhà nước. Việc nắm quyền lực Nhà nước biểu hiện sự tiêu diệt bộ máy Nhà nước của giai cấp tư sản và tổ chức bộ máy mới của quyền lực chuyên chính vô sản.

(3) Bộ máy quyền lực mới phải đại diện cho chế độ độc tài của giai cấp công nhân và ở những nơi nhất định, của cả những người tiểu nông và lao động nông nghiệp; nghĩa là nó phải là công cụ để lật đổ có hệ thống giai cấp bóc lột và chiếm đoạt nó.

(4) Chế độ chuyên chính của giai cấp vô sản phải là đòn bẩy cho việc chiếm đoạt ngay lập tức tư bản, xóa bỏ sở hữu tư nhân về tư liệu sản xuất và chuyển nó thành tài sản xã hội.

(5) Đối với an ninh của cách mạng xã hội chủ nghĩa, để bảo vệ chế độ chống lại kẻ thù bên trong và bên ngoài, để giúp đỡ các thành phần dân tộc khác của giai cấp vô sản chiến đấu, giải

giáp hoàn toàn giai cấp tư sản và các tay sai của nó, và vũ trang chung của giai cấp vô sản, là cần thiết.

(6) Tình hình thế giới hiện nay đòi hỏi phải có sự liên hệ chặt chẽ nhất giữa các bộ phận khác nhau của giai cấp vô sản cách mạng và sự đoàn kết hoàn chỉnh của các nước mà cách mạng đã thắng lợi.

(7) Phương pháp đấu tranh cơ bản là hành động quần chúng của giai cấp vô sản, bao gồm đấu tranh công khai, vũ trang, chống lại quyền lực nhà nước tư bản.

("First Congress of the Communist International Letter of Invitation to the Congress", January 24, 1919)

V.I. Lenin tóm tắt về sự ra đời của 3 Quốc Tế CS: "*Đệ Nhất Quốc tế đặt nền tảng của cuộc đấu tranh quốc tế vô sản vì chủ nghĩa xã hội. Đệ Nhị Quốc tế đánh dấu một thời kỳ trong mà đất đã được chuẩn bị cho sự lan rộng với hàng loạt phong trào ở một số quốc gia. Đệ Tam Quốc tế thu thập được thành quả của Đệ Nhị Quốc Tế, loại bỏ chủ nghĩa cơ hội, chủ nghĩa xã hội sô-vanh, tư sản và nhỏ nhen tư sản ngu xuẩn, và đã bắt đầu thực hiện chính sách quyền lực của giai cấp vô sản.*" (The Third Internationaland Its Place in History, V.I. Lenin, 1919, Collected Works, Moscow: Progress Publishers, 1965)

Nhận được thư mời, đại hội quyết định tham gia Đệ Tam Quốc Tế của thành phần quốc tế thuộc đảng Xã Hội Pháp (Socialist Party-French Section of the Workers' International) được tổ chức tại thành phố Tours, một thành phố vùng Centre-Val de Loire, miền trung nước Pháp, ngày 25 tháng 12, 1920.

Bản tin năm 1920 còn lưu trữ của báo *l'Humanité* viết về đại hội này như sau: "*Với 3.252 phiếu trong số 4.763 - chiếm đa số hơn*

2/3 - Đại hội Tours đã bỏ phiếu tán thành tư cách thành viên của Đảng Xã hội trong Quốc tế Cộng sản." (French Socialist Party to Join the III International, l'Humanité archive)

Tai họa giáng xuống cho đất nước Việt Nam phát xuất từ quyết định gia nhập Đệ Tam Quốc Tế, hay nói rõ hơn là ngày Hồ Chí Minh trở thành người CS theo chủ nghĩa Mác-Lê, trước đó Pháp chưa có đảng CS.

Ngay cả những người bạn thân của Hồ Chí Minh lúc đó cũng đã phê bình quan điểm CS cực đoan của ông ta. Cuộc tranh luận đúng sai đã kéo dài nhiều tháng. Dĩ nhiên, không ai thay đổi được quyết định gia nhập Đệ Tam Quốc Tế của Hồ Chí Minh. (William J. Duiker , Ho Chi Minh: A Life, Hyperion Press, 2001)

Không ít người đến nay vẫn còn ấm ức vì chính phủ Mỹ đã bỏ lỡ cơ hội khi không đoái hoài gì đến những lá thư của Hồ Chí Minh gởi Tổng thống Truman và Bộ Ngoại Giao Mỹ. Họ lấy làm tiếc phải chi lúc đó Tổng thống Harry Truman trả lời và đồng ý viện trợ cho Hồ Chí Minh chống Pháp thì ngày nay Việt Nam đã là một Singapore, Đài Loan hay Nam Hàn rồi đâu phải bám đuôi Trung Cộng.

Các cơ quan an ninh tình báo Mỹ không khờ khạo và ngây thơ như những người ấm ức kia nghĩ. Chính phủ Mỹ có đủ văn kiện, tài liệu về Hồ Chí Minh trong quan hệ với đảng xã hội Pháp, đảng CS Pháp và Đệ Tam Quốc Tế.

Theo tài liệu lưu trữ trong văn khố Hoa Kỳ, tổng số gồm 11 lá thư và điện văn ngắn Hồ Chí Minh gởi chính phủ Mỹ trong đó gồm 5 lá thư và điện văn gởi Tổng thống Truman, 6 lá thư và điện văn gởi Ngoại trưởng James Byrnes và Bộ Ngoại Giao Hoa

Kỳ. Lá thư thứ nhất ký ngày 17 tháng 10 năm 1945 và lá cuối cùng vào ngày 28 tháng 2 năm 1946.

Tổng thống Truman không trả lời thư của Hồ Chí Minh nhưng đã kiểm chứng lại lý lịch của ông ta chứ không tự động xếp vào văn khố. Chính phủ Mỹ chỉ thị tòa đại sứ Mỹ tại Paris trực tiếp liên lạc với Hồ Chí Minh.

Ngày 12 tháng 9 năm 1946, George M. Abbott, lúc đó là Đệ nhất Tham Vụ Tòa Đại Sứ Hoa Kỳ tại Paris, đã điện đàm một tiếng đồng hồ với Hồ Chí Minh.

Dĩ nhiên quan tâm hàng đầu của Hoa Kỳ vẫn là gốc gác của họ Hồ. Theo báo cáo của George M. Abbott cho đại sứ Hoa Kỳ tại Pháp, Hồ Chí Minh không thừa nhận ông ta là Cộng Sản. Không những thế, họ Hồ còn chỉ ra cho George M. Abbott thấy "*không một người nào trong nội các của ông ta là Cộng Sản.*"

Đoạn chính trong báo cáo của George M. Abbott: "*Khi tôi đưa ra câu hỏi về những mối liên hệ được cho là Cộng sản của ông ta, tất nhiên, ông ta đã phủ nhận. Hồ Chí Minh chỉ ra rằng không có Bộ trưởng Cộng sản trong chính phủ của ông và hiến pháp Việt Nam mở ra với sự bảo đảm các quyền tự do cá nhân và được gọi các quyền của con người và cũng bảo đảm quyền sở hữu cá nhân. Ông thừa nhận rằng có những người Cộng sản ở An Nam nhưng tuyên bố rằng Đảng Cộng sản như vậy đã tự giải thể vài tháng trước rồi.*" (Page:Pentagon-Papers-Part I.)

Trong thực tế, các chức vụ then chốt gồm Chủ tịch (Hồ Chí Minh), Bộ trưởng Quốc Phòng (Võ Nguyên Giáp), Bộ trưởng Tài Chánh (Lê Văn Hiến), Bộ trưởng Tư Pháp (Vũ Đình Hòe) trong nội các liên hiệp kháng chiến đều do các đảng viên đảng CS hay đảng Dân Chủ (ngoại vi của đảng CS) nắm giữ.

Dĩ nhiên, như viết trong báo cáo, George M. Abbott cũng biết những câu trả lời của Hồ Chí Minh là những câu nói dối. Hồ Chí Minh đánh giá hệ thống tình báo Mỹ quá thấp.

Với đảng CS, việc thay tên đổi họ, từ một người hay thậm chí cả đảng, theo nhu cầu chiến lược mỗi thời kỳ là chuyện bình thường. Đảng CS tổ chức tinh vi và chặt chẽ đến mức dù dùng tên gì vẫn hoạt động thống nhất và tuân chỉ triệt để một cương lĩnh. Vào thời điểm 1946, trước khi CSTQ chiếm toàn lục địa Trung Hoa, nếu Mỹ viện trợ, Hồ Chí Minh sẽ nhận và nếu Mỹ lên tiếng phản đối Pháp, Hồ Chí Minh sẽ cám ơn nhưng chắc chắn không bao giờ có chuyện "giải tán đảng CS" hay thành thật từ bỏ đảng CS. Các mục đích của Đệ Tam Quốc Tế đã đóng đinh sâu vào nhận thức của Hồ Chí Minh và hàng ngũ lãnh đạo đảng từ thập niên 1920. Chính sách của đảng CS không thay đổi từ đó đến nay.

Mỹ không đánh giá cao tinh thần dân tộc hay chủ nghĩa dân tộc trong người Hồ Chí Minh. Không riêng Việt Nam mà hầu hết các đảng CS từ Á sang Phi đều núp dưới bình phong "giải phóng dân tộc".

Trong lúc Hồ Chí Minh nói với George M. Abbott không có một đảng viên CS nào trong chính phủ thì Võ Nguyên Giáp, Trần Quốc Hoàn đang thẳng tay tận diệt các đảng phái không CS như Việt Nam Quốc Dân Đảng, Đại Việt...

Vụ Ôn Như Hầu tiêu diệt Việt Nam Quốc Dân Đảng vào tháng 8, 1946 là một bằng chứng: "*Cuối tháng* 5 [1946] *khi quân đội Trung Quốc bắt đầu rút hết ra khỏi Việt Nam, Võ Nguyên Giáp ra lệnh cho các lực lượng Việt Minh tấn công vào các cánh quân quốc gia tại miền Trung, tiêu diệt số lực lượng nhỏ nhoi của các đảng quốc gia tại vùng này.*" (Lê Mạnh Hùng, *Nhìn Lại Sử Việt, thời cận hiện đại 1945-1975*, chương 6).

Các vụ tàn sát các đảng phái quốc gia chống thực dân diễn ra suốt 1946 không chỉ riêng tại Hà Nội, miền Bắc mà cả nước. Một chương sử đầy máu xương và hận thù trên đất nước Việt Nam vốn đã chịu đựng gần một trăm năm dưới gót thực dân bắt đầu từ đó.

Lịch sử không có "nếu" nhưng cần phải đặt lại một lần để các thế hệ Việt Nam đọc, ôn, học và đi về phía trước là trách nhiệm của những ai quan tâm đến vận nước.

Nếu không "sai từ đại hội Tua", tức không có đảng CSVN ngày nay Việt Nam không phải nghèo nàn, lạc hậu, mất đất, mất biển, lệ thuộc mọi thứ vào Trung Cộng mà là một quốc gia độc lập, dân chủ giàu mạnh, đứng oai hùng và đầy kiêu hãnh bên bờ Thái Bình Dương.

Đừng quên, bản thân hai tổng thống Franklin D. Roosevelt và người kế nhiệm là Harry Truman đều là những người có cảm tình với các dân tộc bị trị. Đặc biệt về trường hợp Việt Nam nói riêng và Đông Dương nói chung, Tổng thống Franklin D. Roosevelt khẳng định việc tôn trọng quyền tự quyết dân tộc của các quốc gia như ông đã đề ra trong Hiến Chương Đại Tây Dương (Atlantic Charter) tháng 8, 1941. (The Atlantic Conference & Charter, 1941, Milestones: 1937-1945, State.gov)

Ngày 24 tháng 1, 1944, Tổng thống Roosevelt khẳng định lần nữa ước muốn của ông để đặt Đông Dương dưới sự quản trị của quốc tế thay vì trả lại cho Pháp. Tổng thống Roosevelt viết: "*Tôi gặp Halifax* [Ngoại trưởng Anh] *tuần trước và nói với ông ta một cách thẳng thắng rằng một điều hoàn toàn đúng là hơn một năm trước tôi đã bày tỏ ý kiến Đông Dương không nên trả lại cho Pháp mà đặt dưới sự quản trị của một cơ quan ủy thác quốc tế (international trusteeship). Pháp đã chiếm dân tộc này, với ba chục triệu người, gần cả thế kỷ, và điều kiện của người dân còn tệ hại hơn lúc bắt đầu."* (Memorandum by President Roosevelt to the Secretary of State, January 24, 1944)

Trong cùng tài liệu, Tổng thống Roosevelt còn viết một câu cảm động "*Pháp đã vắt sữa các dân tộc Đông Dương suốt một trăm năm và người dân của các nước Đông Dương xứng đáng được sống một cuộc sống tốt đẹp hơn.*" (France has milked it for one hundred years and people of Indo-china are entitled to something better than that).

Tổng thống Truman kế nhiệm đã chia sẻ quan điểm Tổng thống Roosevelt. Trong thời gian sau khi Thế Chiến Thứ Hai vừa chấm dứt, Tổng thống Truman nghiêm cấm các tàu bè Mỹ giúp chở quân đội và võ khí của Pháp để tái chiếm Việt Nam.

Nhưng con kỳ đà Đệ Tam Quốc Tế CS đứng cản mũi ngay giữa con đường để Việt Nam có thể hội nhập vào dòng thác văn minh của nhân loại sau Thế Chiến Thứ Hai như Nam Dương (độc lập 1945), Ấn Độ (độc lập 1947), Philippines (độc lập 1946), Jordan (độc lập 1946) và nhiều quốc gia từng là thuộc địa trở thành cộng hòa khác.

Chính sách của Tổng thống Truman đối với Việt Nam chia làm hai giai đoạn. Giai đoạn đầu từ 1946 đến 1950, Mỹ đóng vai trò trung lập và giai đoạn thứ hai sau khi Mao chiếm toàn lục địa Tổng thống Truman chuyển sang yểm trợ Pháp để ngăn chặn làn sóng CS nhuộm đỏ toàn cõi Việt Nam, Đông Dương và Đông Nam Á.

Chính sách của Tổng thống Truman tại Á Châu là một bộ phận trong toàn bộ chính sách Ngăn Chặn (Containment Policy) trong phạm vi thế giới. Tổng thống Truman rời nhiệm sở năm 1953 nhưng các tổng thống sau ông dù Cộng Hòa hay Dân Chủ đều tiếp tục dưới nhiều hình thức cho tới ngày Liên Xô sụp đổ.

Hiện nay, chính sách Ngăn Chặn đang được tái dựng dưới một tên gọi khác phù hợp với điều kiện kinh tế chính trị Á Châu gọi là Chiến lược Ấn Độ - Thái Bình Dương của Hoa Kỳ (Indo-Pacific Strategy of The United States).

Nội dung của Chiến lược Ấn Độ-Thái Bình Dương khẳng định "*nước Mỹ chỉ có thể an toàn nếu Á Châu cũng an toàn*" và do đó "*Hoa Kỳ củng cố mối quan hệ với khu vực, thông qua các liên minh bằng các hiệp ước rắn chắc với Úc, Nhật Bản, Cộng hòa Hàn Quốc, Philippines và Thái Lan, đặt nền tảng an ninh cho phép khu vực nền dân chủ phát triển mạnh mẽ.*" (Indo-Pacific Strategy of The United States, White House, 2022)

CSVN không được nhắc đến trong mệnh đề mở đầu của Chiến lược Ấn Độ - Thái Bình Dương vì CSVN không phải là một quốc gia "dân chủ phát triển mạnh mẽ" hay "liên minh bằng hiệp ước".

Nguy hiểm hơn, một khi không gian tranh chấp được mở rộng, vị trí chiến lược của Việt Nam đang có sẽ bớt quan trọng và bị thu hẹp dần cho tới khi chỉ còn là một "căn cứ phía nam" của Trung Cộng.

Do đó, nhận xét của nhà văn Nguyên Ngọc "sai từ Đại Hội Tua" rất đúng. Ông thấy sai từ bao giờ, hôm trước hay hôm qua, không quan trọng, quan trọng là thấy và nói ra cho các thế hệ trẻ biết. Giữa một xã hội bưng bít thông tin, tuyên truyền tẩy não, mọi tiếng nói đúng đều cần thiết. Nhiều người có thể cũng thấy như ông nhưng vì chút hư danh đành "ngậm bồ hòn làm ngọt", chịu nhục để sống cho qua hết một đời.

Đại Hội Tours là thời điểm Hồ Chí Minh chọn phương pháp bạo động để thiết lập chế độ CS chuyên chính tại Việt Nam. Con đường Đệ Tam Quốc Tế đó nhuộm bằng máu, lót bằng xương của nhiều triệu người Việt kéo dài tròn thế kỷ và sẽ di họa không biết đến bao giờ mới dứt. Sự sai lầm đó đã dọn đường cho Trung Cộng, một nước CS đàn anh, xâm chiếm phần lớn biển đảo Việt Nam.

Một người bình thường chỉ nhìn vào hậu quả nhưng một người sáng suốt phải tìm hiểu tận nguyên nhân, và nguyên nhân chính cho tất cả thảm họa mà dân tộc Việt Nam đang gánh chịu hôm nay là do Hồ Chí Minh "sai từ Đại Hội Tua".

MÁC & MA

Hai phương pháp tuyên truyền căn bản dưới chế độ CS: (1) làm cho người dân nghe và (2) làm cho người dân ngu. Nói cho đúng theo thực tế ngày nay, nếu không làm cho người dân tin vào Mác thì để người dân tin vào Ma.

Trước hết là tin vào Mác.

Một câu nói của Lenin về thiếu nhi được trích dẫn quen thuộc: "*Cho tôi bốn năm để dạy dỗ trẻ thơ và hạt giống tôi gieo sẽ không bao giờ bị nhổ bật gốc.*" (Give me four years to teach the children and the seed I have sown will never be uprooted.) Vài nguồn cho rằng Lenin nói "*Cho tôi năm năm đầu của một trẻ thơ…*" chứ không phải bốn năm. Dù cách nói khác nhau cũng cùng một ý là với kỹ thuật tuyên truyền CS chỉ cần bốn hay năm năm một đứa trẻ sẽ được cải hóa thành một người CS mãi mãi.

Lenin chủ trương cải hóa con người bằng cách nào?

Nước Nga chúng ta nghe trước đây là quê hương của những nhà văn, nhà thơ lớn như Leo Tolstoy, Alexander Pushkin, Fyodor Dostoevsky... Nhưng trên thực tế là một nước có tỉ lệ mù chữ rất cao. Đầu thế kỷ 20, chỉ một phần ba dân số Nga biết chữ. Sau khi nắm lấy quyền lực tại Nga, mục tiêu hàng đầu của Lenin là làm cho người dân biết đọc và biết viết. Lenin biết nếu không xây dựng được một lực lượng sản xuất gồm những người biết viết biết đọc trung thành, quyền lực CS sẽ sớm tiêu vong. Mục đích thoạt nghe rất cao quý nhưng thâm ý lại rất ác độc.

Thành phần mù chữ đem lại cho đảng CS một lợi thế là những gì được đảng trồng cấy vào nhận thức họ sẽ là những kiến thức hoàn toàn mới. Nhận thức của họ và nhận thức của trẻ thơ là những tờ giấy trắng, đảng viết chữ gì sẽ in đậm chữ đó. Một trong những chữ đầu tiên là chữ Mác.

Chiến dịch chống mù chữ, được biết theo tiếng Nga là Likbez, được phát động khắp nước Nga và khắp Liên Bang Xô Viết từ 1922. Likbez là một trong những cơ quan tuyên truyền của đảng. Likbez ra chỉ tiêu cho người dân phải biết đọc, biết viết và biết đọc sách, đặc biệt là trong thế hệ trẻ.

Nhưng đọc sách gì?

Đương nhiên là sách có nội dung tuyên truyền do ban tuyên huấn trung ương đảng soạn thảo. Học trình của Likbez được nâng cấp theo thời gian. Đến khoảng năm 1926, một người được xem như thoát nạn mù chữ cũng là người đã sở hữu một nhận thức chính trị Mác-Lê căn bản đủ để trung thành với đảng CS. Sự thành công của chiến dịch xóa nạn mù chữ là tuyên truyền tư tưởng CS và động viên dân chúng để phục vụ cho mục đích của đảng (Peter Kenez, The Birth Of The Propaganda State, Cambridge University Press, 1985)

Dưới chế độ CS tại Việt Nam, chính sách tuyên truyền "trồng người" đó được rập khuôn một cách chi tiết. Các tác phẩm tuyên truyền của Liên Xô được dịch và phổ biến rộng rãi tại miền Bắc Việt Nam và những năm đầu sau khi chiếm được miền Nam Việt Nam.

Nhà Xuất Bản Chính Trị Quốc Gia Sự Thật không chỉ thừa nhận mà còn hãnh diện về điều này:"*Về phát hành, qua mạng lưới các hiệu sách nhân dân (phát triển tới huyện, thị) sách đã về tới tận cơ sở theo phương châm "bốn đúng" (đúng nhiệm vụ, đúng yêu cầu, đúng đối tượng, đúng thời gian) và thực hiện vừa phát hành vừa phổ biến sách đến bạn đọc. Nói tới phát hành không thể không nói tới việc xuất nhập khẩu sách báo. Công ty Xuất nhập khẩu sách báo Việt Nam XUNHASABA được thành lập từ năm 1957 đã góp phần không nhỏ vào việc tuyên truyền sách Việt Nam ra quốc tế và tiếp nhận vào Việt Nam những tác phẩm có giá trị của các nước, nhất là các nước xã hội chủ nghĩa.*" (*Quá trình ra đời và phát triển của nền xuất bản cách mạng Việt Nam* (P3: Thời kỳ 1954-1975), Nhà Nxb. Chính trị quốc gia - Sự thật, Hà Nội, 2011)

Thật vậy, đọc nhật ký *Mãi mãi tuổi hai mươi* của Nguyễn Văn Thạc, nếu để ý sẽ thấy suốt nhật ký anh không trích dẫn hay nhắc tới một tác phẩm nào khác ngoài *Thép Đã Tôi Thế Đấy* và các diễn văn của Lê Duẩn.

Lenin nói một cách chắc chắn và tự tin như vậy nhưng tại sao Liên Xô lại sụp đổ?

Liên Xô sụp đổ do con người.

Dù giải thích theo một quan điểm tôn giáo nào, con người luôn ẩn chứa một phẩm chất thiêng liêng nhằm chống lại các độc tố phi nhân từ bên ngoài xâm nhập. Phẩm chất thiêng liêng đó có thể nhất thời bị đè nén, trấn áp, che khuất nhưng không mất hẳn đi. Nếu có cơ hội dù một giây, một phút phẩm chất thiêng liêng cũng vươn lên chống lại xích xiềng áp bức.

Tại Bắc Hàn, dù bị cai trị bởi ba đời dòng họ Kim khắc nghiệt không có một kẽ hở, mỗi năm hàng ngàn người vẫn tìm mọi cách thoát ra. Năm 2019 có 1047 người Bắc Hàn đã vượt thoát được vào Nam Hàn. Con số nhiều lần hơn thế đã bị bắt lại và đày ải trong trại tù ác độc ngoài tưởng tượng như Trại 14, Trại 22, bị chết đuối trên sông, trên biển vì vượt thoát không thành. Dù chịu đựng bao nhiêu, niềm khao khát tự do vẫn là một đặc tính bẩm sinh có trong mỗi con người từ lúc mới ra đời. Người dân Bắc Hàn tiếp tục tìm mọi cách ra đi.

Một câu hỏi thường được đặt ra, trong hàng loạt các biến cố làm sụp đổ chế độ CS Liên Xô, biến cố nào có tác dụng trực tiếp nhất?

Chiến lược chạy đua vũ trang của Tổng thống Ronald Reagan? Có nhưng không trực tiếp. Mọi yếu tố từ bên ngoài không thể nhanh chóng làm tan vỡ các cơ cấu bên trong, nhất là một chế độ đã được củng cố bằng tuyên truyền và bạo lực suốt 70 năm. Không ai cho rằng chính sách của Tổng thống Reagan là sai nhưng chỉ là buộc giới lãnh đạo Liên Xô phải lùi vào thế thủ qua các chính sách kế hoạch hóa nền kinh tế quốc gia nhằm đương đầu với Mỹ chứ chưa sụp đổ.

Chính sách cởi mở kinh tế và văn hóa của Mikhail Gorbachev? Cũng không phải. Hai chính sách "đổi mới" của Gorbachev đem lại một không khí mới trong nhiều lãnh vực nhưng chỉ mới bắt đầu từ tháng 2, 1986 và đã chứng tỏ rất ít thành công. Hai năm trước khi sụp đổ, Gorbachev đưa ra chính sách "tư hữu hóa" các doanh nghiệp nhưng cũng mới bắt đầu từ giới tiểu thương như nhà hàng, cửa tiệm. Những thay đổi của Gorbachev còn quá nhỏ chưa phải là yếu tố thúc đẩy sự sụp đổ của LX một cách nhanh chóng.

Sự xuất hiện của nhân vật Boris Yeltsin, ủy viên Bộ Chính Trị đảng CSLX và sau đó từ bỏ đảng? Quan trọng nhưng không phải là yếu tố quyết định. Như người viết đã trình bày trong bài *Sáu Lý Do Giúp Chế Độ CS Tồn Tại*, việc dọa từ chức của Boris Yeltsin làm Mikhail Gorbachev sửng sốt. Theo lời Gorbachev, ông gọi về Moscow và ra lịnh cho các phụ tá đến khẩn thiết với Yeltsin đừng tiết lộ nội dung lá thư ra ngoài vì quần chúng và thế giới sẽ biết sự rạn nứt trong nội bộ đảng CSLX. Hơn một tháng sau đó, trong phiên họp của ban chấp hành trung ương đảng CSLX, Boris Yeltsin mới chính thức từ chức nhưng sự từ chức của ông ta không tạo ra một lỗ hổng hay xáo trộn quyền lực đáng kể.

Vậy biến cố nào và yếu tố nào có tác động trực tiếp dẫn tới ngày tàn của LX?

Câu trả lời đúng là sức mạnh của người dân trong 15 nước gọi là "Cộng hòa Xã Hội Chủ Nghĩa" thuộc Liên Bang Xô Viết. Năm 1991, con người tại các quốc gia này không còn mê muội như thế hệ cha mẹ, ông bà họ vào thời 1917. Một khi người dân từ chối chế độ, không sợ hãi đứng lên chống lại giới lãnh đạo bảo thủ, ngoan cố, cứng đầu, chế độ đó phải sụp đổ. Các yếu tố Reagan, Boris Yeltsin, dầu hỏa, suy thoái kinh tế v.v.. chỉ giúp cho tiến trình xảy ra nhanh hơn nhưng không phải quyết định. Sự chuyển hóa nhận thức trong con người mới là yếu tố quyết định.

Lấy một biến cố để chứng minh lý luận này: Biến cố tháng 8, 1991.

Hôm đó là ngày 19 tháng 8, 1991. Người dân thủ đô Moscow thức dậy nhìn ra đường thấy cả đoàn xe tăng đang chạy trước nhà. Mở radio và TV mới biết một chính phủ mới dưới danh nghĩa "Ủy Ban Khẩn Cấp Nhà Nước" vừa ra đời thay cho Mikhail Gorbachev "phải nghỉ việc vì lý do sức khỏe".

Danh sách tám lãnh đạo CS nổi loạn đọc lên nghe lạnh người vì họ đang nắm quyền sinh sát của 287 triệu người dân thuộc 15 nước trong khối LX. Trong số họ có cả giám đốc KGB, Thủ tướng, Bộ trưởng Quốc Phòng. Các tư lịnh quân đội báo cho các bệnh viện để chuẩn bị phương tiện cứu cấp vì sẽ có nhiều thương vong trong những ngày tới. Ba sư đoàn Hồng Quân đang được điều vào thủ đô để thực thi lệnh thiết quân luật.

Nhưng đó cũng là lúc nhiều ngàn người dân Moscow hưởng ứng lời kêu gọi của Boris Yeltsin xuống đường phản đối "Ủy Ban Khẩn Cấp Nhà Nước". Khác với các cuộc biểu tình bạo động đã từng diễn ra ở Prague 1968 hay trước đó ở Budapest 1956, biểu tình tháng 8 ở Moscow 1991 tương đối ít đổ máu. Nhiều đơn vị tăng đã đứng về phía Cộng Hòa Nga. Trong cùng ngày, các cuộc biểu tình lớn đã diễn ra tại các thành phố lớn và các nước Cộng Hòa thuộc Liên Bang Xô Viết. Khoảng 200,000 người đã biểu tình tại Leningrad và 400,000 biểu tình tại thủ đô Moldavia. Tại thủ đô Moscow, khoảng 200,000 người làm thành một hàng rào nhiều lớp chung quanh trụ sở quốc hội Nga để bảo vệ tổng thống vừa được bầu Boris Yeltsin.

Cuộc phiến loạn do "nhóm 8 người" chủ trương cuối cùng đã thất bại. Mikhail Gorbachev bay về Moscow ngày 22 tháng 8 nhưng chỉ để chứng kiến quyền lực của ông đang mờ dần khi ngôi sao Boris Yeltsin tỏa sáng hơn bao giờ hết. Chế độ CSLX sụp nhanh hơn sự tiên đoán của mọi người.

Người dân Liên Xô đã ý thức được rằng tính chính danh của một lãnh đạo được quyết định bằng lá phiếu chứ không phải bằng xe tăng.

Người dân Nga không sống chết vì cá nhân Boris Yeltsin mà sống chết vì quyền và trách nhiệm thiêng liêng của một công dân nước Cộng Hòa Liên Bang Nga vừa ra đời chỉ hơn hai tháng trước đó.

Khó tiên đoán và khó hình dung, nếu không có sức mạnh của những người dân bình thường tháng 8, 1991, cục diện thế giới ngày nay sẽ ra sao.

Tại Trung Cộng, sức mạnh của người dân Liên Xô qua biến cố tháng 8, 1991 và cuộc biểu tình Thiên An Môn là hai mối lo luôn ám ảnh Tập Cận Bình. Để tìm lối thoát, họ Tập chủ trương nhanh chóng "Hán hóa tôn giáo".

Dưới thời kỳ Tập Cận Bình, ĐCSTQ đã thúc đẩy việc Hán hóa tôn giáo, hoặc hướng dẫn tất cả các tôn giáo hoạt động phù hợp với học thuyết của đảng vô thần. Các quy định mới có hiệu lực vào đầu năm 2020 yêu cầu các tôn giáo phải chấp nhận và truyền bá tư tưởng Mác và giá trị của ĐCSTQ. Các tổ chức tín ngưỡng hiện phải được văn phòng phụ trách tôn giáo của chính phủ chấp thuận trước khi tiến hành bất kỳ hoạt động nào. (Religion in China, Council on Foreign Relations, September 25, 2020)

Tại Việt Nam, ngoài Mác còn có Ma.

Ngoài việc đưa lý luận Mác Lê vào giáo trình tôn giáo, CSVN còn đi xa hơn Trung Cộng một bước khi khuyến khích hay bao che những hành động ngu dân như cách làm tiền bẩn thỉu vừa qua của doanh nhân đội lốt tu sĩ Phật Giáo Trúc Thái Minh ở chùa Ba Vàng.

Các "doanh nhân" đội lốt tu sĩ Phật Giáo khai thác sự mê muội của quần chúng để thu hàng trăm tỷ đồng qua các chương trình "thỉnh vong giải nghiệp". Họ lý giải rằng "*Mọi bệnh tật và xui xẻo trong cuộc sống đều được lý giải là bởi oan hồn gây ra. Muốn thoát nạn thì buộc phải "trả nợ" cho vong từ vài triệu đến hàng chục triệu đồng thông qua hình thức công đức vào nhà chùa. Đáng nói, hoạt động này đã công khai diễn ra từ nhiều năm nay tại chùa Ba Vàng, một cơ sở thờ tự lớn và rất nổi tiếng ở phía Bắc.*" (Xác minh chùa Ba Vàng 'thỉnh vong báo oán, giải nghiệp' thu tiền tỷ, *Tuổi Trẻ*, 20/03/2019)

Các sự kiện lợi dụng tôn giáo như thế không chỉ mới diễn ra mà đã diễn ra từ nhiều năm và ngày thêm trầm trọng. Tuy nhiên, nhà nước CS im lặng. Đoàn thể tôn giáo trực thuộc đảng gọi là "Giáo Hội Phật Giáo Việt Nam" im lặng. Sự im lặng của đảng và "Giáo Hội Phật Giáo Việt Nam" cho thấy không chỉ các doanh nhân đội lốt tu sĩ Phật Giáo mà chính đảng CS cũng chủ trương mê muội hóa người dân.

Dân chúng càng mê muội, đảng còn sống lâu. Lịch sử các đảng CS trên thế giới chứng minh đảng CS chỉ thành công tại các quốc gia lạc hậu, mê muội và đảng khai thác sự lạc hậu và mê muội để duy trì quyền lực.

Không một nước CS nào, kể cả Nga, trở thành CS theo tiến trình năm hình thái kinh tế xã hội như chủ nghĩa Mác Lê ngụy biện. Bộ máy tuyên truyền CS đề cao Nga như là một nước tư bản tiên tiến chín muồi cho cách mạng xã hội chủ nghĩa. Thật ra, cho tới năm 1917 Nga vẫn là nước nghèo nhất Châu Âu và một quốc gia nặng về nông nghiệp có tỉ lệ 70 phần trăm dân số mù chữ. Giới quý tộc và học thức tập trung tại các thành phố lớn. Nga thua Nhật cả trên biển lẫn trên bộ mười hai năm trước đó. Lenin và phe Bolsheviks chỉ là những kẻ cơ hội, lợi dụng các bất ổn sau Cách Mạng Tháng Hai 1917 do Aleksandr

Kerensky lãnh đạo lật đổ chế độ Nga Hoàng, để cướp chính quyền. Không có hay chỉ có rất nhỏ các phong trào công nhân đứng lên làm cách mạng trong biến cố gọi là "Cách Mạng tháng Mười" (Tháng 11 theo Dương Lịch). Tháng 8, 1917 Lenin còn trốn ở Phần Lan.

Nếu đảng CSVN thật sự muốn cấm hay Giáo Hội Phật Giáo Việt Nam được phép cấm thì một trăm ông Trúc Thái Minh cũng không dám móc túi những người người buôn gánh bán bưng nghèo khó và các hiện tượng phản đạo đức và đi ngược với tinh thần Phật Giáo kia nếu chưa chấm dứt hẳn cũng giảm đi nhiều.

Nhìn cảnh những bà cụ già quỳ dâng ông Trúc Thái Minh những đồng tiền mà họ phải tần tảo suốt ngày mới kiếm được, một người còn chút lương tâm không khỏi đau lòng. Ăn cướp nào cũng đáng tội nhưng ăn cướp từ những người sống trong tuyệt vọng, trông chờ vào phép lạ không bao giờ đến là một đại tội giết người gián tiếp.

Trước 1975, lễ phóng sinh là một lễ mang tính biểu tượng. Những ngày Rằm tháng Bảy, Rằm tháng Giêng các chùa thường có lễ phóng sinh, thường là một con vài con bồ câu, một hay vài con cá. Các thầy, cái ni sư không đặt trọng tâm ở phóng sinh nhưng chỉ dùng cơ hội đó để giảng về tình thương, tha thứ, bao dung, quyền được sống của người và vật trong đạo Phật.

Ngày nay, "phóng sinh" trở thành một nghề kinh doanh kiếm tiền. Nhìn cảnh hàng trăm con chim bị cột thành những chùm chờ được thả ra và bắt lại ai cũng cảm thấy xót xa. Con người dưới chế độ độc tài cũng giống như chim, đang sống hôm nay nhưng có thể bị bắt nhốt ngày mai. Có người gọi hiện tượng chùa Ba Vàng là hình ảnh đạo Phật "thời mạt pháp". Không phải. Họ không đại diện cho "pháp" để gọi là "mạt" mà chỉ có những tên cướp cạn mặc áo vàng.

Sau khi thành đạo, Đức Bổn Sư đi bộ hàng trăm cây số từ Bồ Đề Đạo Tràng (Bodh Gaya) đến bờ sông Hằng, thành phố Varanasi, thuộc xứ Benares. Từ đó ngài đi bộ tiếp hơn mười cây số nữa đến một nơi được gọi là Vườn Nai tức Vườn Lộc Uyển (Sarnath) xứ Isipatana. Tại thánh địa này, Đức Phật giảng kinh đầu tiên Chuyển Pháp Luân. Từ đêm huyền diệu đó, dòng suối từ bi bắt đầu chảy và hơn 2600 năm đã chảy qua bao nhiêu chặng đường, bao nhiêu rừng núi, bao nhiêu đất nước, bao nhiêu lục địa để đến hôm nay, Tứ Diệu Đế và Bát Chánh Đạo là liều thuốc tinh thần giúp làm thay đổi nhân sinh quan và vũ trụ quan của nhiều trăm triệu con người. Một vài vết nhơ trần thế chẳng thể làm mờ ánh đạo vàng.

Thế giới đang đổi thay từng giờ. Biên cương văn hóa giữa các quốc gia dần dần bị xóa bỏ. Con người dù khác màu da, quốc tịch vẫn có cơ hội đến gần nhau. Ánh sáng văn minh soi rọi vào những nơi trước đây hoàn toàn chìm trong tăm tối. Một điều các chế độ độc tài rất sợ nhưng không tránh được là sớm hay muộn người dân cũng sẽ ý thức được quyền sống và đứng lên đòi quyền sống của mình, và tại Việt Nam ngày đó sẽ không xa.

CÁCH MẠNG DÂN TỘC DÂN CHỦ TRONG TÌNH HÌNH MỚI

Lịch sử Việt Nam từ khi có Đảng Cộng sản đến nay là lịch sử của những ngộ nhận, và ngộ nhận lớn nhất là ngộ nhận giữa yêu nước và bán nước.

Bắt đầu từ hoàn cảnh cá nhân, tôi hay suy nghĩ về chiến tranh và đất nước. Như một lẽ tự nhiên, tôi cũng kết bạn với những người có ít nhiều thao thức về đất nước. Những đứa không cùng sở thích lần lượt xa dần. Từ một nhóm nhỏ thời trung học, sau thêm bạn từ các tỉnh khác khi lên đại học. Chúng tôi thường quây quần nhau ở một quán cà phê bình dân gần chợ Hòa Hưng. Quán không có tên nên chúng tôi đặt tên là Cà phê Lương Sơn Bạc để dễ hẹn hò nhau (ngày đó chúng tôi chưa đủ nhận thức để đặt tên quán là Cà phê Lũng Nhai). Với tôi, bạn bè không những chỉ là những người cùng thao thức, cùng lứa tuổi, mà còn là bóng mát, là gia đình vui buồn riêng của tôi.

Giống như nhiều gia đình sau biến cố 30 tháng 4, 1975, "gia đình" chúng tôi cũng trải qua một giai đoạn đấu tranh nội bộ trầm trọng. Có đứa ủng hộ chính quyền mới một cách nhiệt tình, có đứa miễn cưỡng phải tham gia để tồn tại trong xã hội đang thay đổi, nhưng cũng có đứa chống chế độ một cách quyết liệt. Dù ủng hộ hay chống đối, chúng tôi, những thanh niên nặng về lý luận hơn là hành động, cũng chỉ đấu tranh tư tưởng ở quán cà phê.

Ngày nọ, một người bạn đến nhà chào tôi để ra đi. Sau thời gian học tập chính trị ở trường, anh đã dứt khoát về quan điểm nên có thể sẽ không có thời gian để ghé Lương Sơn Bạc nữa. Anh cho tôi biết, tuy chưa đồng ý với lý luận của Đảng về cách mạng xã hội chủ nghĩa, anh tin cuộc cách mạng dân tộc dân chủ nhân dân là đúng. Theo bạn tôi, đất nước không có con đường nào khác. Thái độ tích cực nhất của một người Việt Nam là xây dựng đất nước tốt đẹp hơn. Mọi chống đối chỉ làm cho dân tộc thêm điêu linh, thống khổ.

Bạn tôi là một người yêu nước chân thành. Chúng tôi đã từng ngồi yên lặng như âm thầm mặc niệm những người vừa chết khi nghe những bản tin chiến sự phát ra từ chiếc radio cũ kỹ của tôi. Chúng tôi đã từng san sẻ những ngậm ngùi chua xót mỗi khi nghe giọng hát Khánh Ly cất lên từ chiếc máy cassette nhỏ của bà chủ quán: *"Huế Sài Gòn Hà Nội, hai mươi năm sao vẫn còn xa"*. Chưa bao giờ hai chữ hòa bình quan trọng hơn thế. Chưa bao giờ hai tiếng thống nhất thiết tha hơn thế. Hai mươi năm, dải đất Việt Nam là những dòng sông máu, những khu rừng xương, những cánh đồng nhầy nhụa da thịt anh em. Phải chấm dứt chiến tranh. Phải có hòa bình. Không có chọn lựa nào khác.

Người bạn lớn hơn tôi vài tuổi nên dù chơi với nhau tôi vẫn gọi anh ta bằng anh chứ không mày tao như với vài người khác. Tôi nhớ là đã nói với anh: *"Điều mà Đảng cần nhất ở anh là đồng ý với lý luận của họ về cách mạng dân chủ nhân dân, bởi vì, từ cơ sở đó, sớm hay muộn rồi anh cũng sẽ đồng ý với lý luận về cách mạng xã hội chủ nghĩa"*. Anh không tranh luận. Anh chỉ ra đi. Anh ra đi như hàng triệu thanh niên miền Bắc đã băng rừng vượt suối ra đi, và cũng giống như hàng trăm trí thức tả khuynh miền Nam ngày đó ra đi. Họ bỏ tổ quốc mà đi nhưng cứ tưởng ra đi vì tổ quốc. Tất cả đã rơi vào chiếc bẫy của Đảng, và miếng mồi đặt trên chiếc bẫy không gì khác hơn là lòng yêu nước, khát vọng hòa bình và giấc mơ đoàn viên dân tộc.

Tôi thông cảm với anh cũng như sau này thông cảm với Đặng Thùy Trâm, Nguyễn Văn Thạc và nhiều người khác. Nhận thức và quan điểm của một người bao giờ cũng mang tính lịch sử, bị quy định bởi các yếu tố chủ quan cũng như khách quan của hoàn cảnh xã hội. Sài Gòn ngày đó như sắp tận thế. Đời sống con người bị khép kín trong một phòng tối khổng lồ, một căn hầm sâu không lối thoát. Tiếng nói duy nhất vọng lên là tiếng nói của Đảng. Cánh cửa duy nhất được phép mở ra là cánh cửa của Đảng.

Ngồi trong thư viện của một đại học Mỹ để ca ngợi dân chủ, phê phán độc tài là chuyện dễ dàng, ai viết cũng hay, ai nói cũng hợp tình hợp lý, nhưng sống tại Việt Nam sau 30 tháng 4, suốt 24 giờ một ngày bị xoáy tròn trong một bộ máy tuyên truyền tinh vi nhất thế giới với các phương tiện lừa dối, cám dỗ, đe dọa, việc giữ được niềm tin vào một ngày tia sáng dân chủ sẽ rọi vào địa ngục trần gian Việt Nam là cả một thách thức vô cùng to lớn.

Nội dung của cuộc cách mạng Đảng gọi là "dân tộc dân chủ nhân dân" gồm "*đánh bại cuộc chiến tranh xâm lược của đế quốc Mỹ, đạp đổ ngụy quyền miền Nam, thực hiện thống nhất đất nước dưới sự lãnh đạo của Đảng Cộng sản Việt Nam, mở đường cho cuộc cách mạng xã hội chủ nghĩa*". Còn cách mạng xã hội chủ nghĩa là gì người dân không cần phải quan tâm hay đồng ý. Đó là chuyện của nội bộ Đảng Cộng sản Việt Nam.

Những ngày sau 30-4-1975, từ chiếc loa treo ở đầu phố cho đến các giáo trình, giáo án, sách vở ở trường, tất cả đều tập trung vào việc đề cao vai trò của Đảng. Nào là không có Đảng, dân tộc Việt Nam sẽ mãi mãi chìm đắm trong bóng tối của nô lệ, lạc hậu, đói nghèo. Nào là các đảng phái quốc gia nếu không phải "thân Nhật" thì cũng "thân Pháp" hay "thân Mỹ". Tương tự, không một lãnh tụ cách mạng nào xứng đáng hơn Hồ Chí Minh. Một "Phan Chu Trinh yêu nước nhưng cải lương", một "Phan Bội Châu nhiệt tình nhưng vọng ngoại", một "Nguyễn Hải Thần bám Tàu lâu đến nỗi quên cả tiếng Việt", chỉ có Hồ Chí Minh là suốt đời "vì dân vì nước".

Đảng đã cụ thể hóa và cơ cấu hóa lý luận về "cách mạng dân tộc dân chủ nhân dân" thành các đoàn thể phụ thuộc như Trí thức Yêu nước, Phật giáo Yêu nước, Công giáo Yêu nước, Liên hiệp Thanh niên Sinh viên... Cơ cấu trung ương tập quyền trong chế độ Cộng sản vận hành như một thái dương hệ. Đảng là mặt trời và các tổ chức, đoàn thể là những thiên thể chung quanh, mỗi thiên thể có quỹ đạo riêng, có vệ tinh riêng, có vòng trong, vòng ngoài nhưng cùng bị chi phối bởi cùng một lực hấp dẫn của mặt trời.

Từ sau Hiệp định Geneve đến nay, không biết bao nhiêu giấy mực Đảng đổ ra để biện minh cho việc cưỡng chiếm miền Nam bằng súng đạn của Nga Tàu, với lý do chính vẫn là Việt Nam Cộng hòa từ chối tổng tuyển cử. Tuy nhiên, cốt tủy của vấn đề không phải bên nào ký bên nào không, bên nào chủ trương tổng tuyển cử, bên nào từ chối tổng tuyển cử, mà là sự chọn lựa giữa ý thức hệ Quốc gia và Cộng sản.

Miền Nam, với một quân đội mới được chuyển giao chỉ vài tiểu đoàn, một chính quyền còn đang chập chững bước thấp bước cao trên con đường dân chủ, một xã hội còn đang bị khoanh vùng bằng phe phái, giáo phái, và đại đa số người dân vẫn chưa phân biệt được sự khác nhau giữa Việt Minh và Cộng sản thì làm sao Việt Nam Cộng hòa có thể thắng Đảng Cộng sản, một tổ chức quy củ, dạn dày kinh nghiệm lọc lừa và có một bộ máy tuyên truyền biến trắng thành đen vô cùng lợi hại.

Và giả thiết có bầu cử và Việt Nam Cộng hòa thắng, Đảng Cộng sản Việt Nam sẽ giải thể hệ thống chính ủy, đảng bộ trong quân đội, giao nộp vũ khí, sáp nhập vào quân đội chính phủ, giải tán bộ máy công an, dẹp bỏ bộ máy tuyên truyền, tự nguyện đặt mình trong khuôn khổ luật pháp và hoạt động một cách công khai như các chính đảng khác? Một người có nhận thức chính trị căn bản cũng biết những chuyện đó còn khó xảy ra hơn chuyện mặt trời mọc ở phương tây và lặn ở phương Đông.

Với các lãnh đạo Cộng sản miền Bắc, cộng sản hóa Việt Nam là canh bạc của đời họ. Những năm tháng trui rèn ngoài Côn Đảo hay trốn tránh ở Liên Xô, Trung Cộng, họ cũng chỉ nghiền ngẫm một mục tiêu Cộng sản duy nhất đó. Nếu có tổng tuyển cử thì tốt. Họ sẽ chiếm miền Nam không cần súng đạn. Nếu không có tổng tuyển cử cũng không sao. Họ vẫn chiếm miền Nam nhưng bằng bạo lực. Dù qua phương cách gian lận bầu cử hay phải "đốt cháy cả dãy Trường Sơn", mục tiêu toàn trị vẫn không thay đổi. Sinh mạng của nhiều triệu người Việt, tương lai bao nhiêu thế hệ Việt Nam, viễn ảnh một Việt Nam nghèo nàn thua sút phần lớn nhân loại không nằm trên bàn tính của Bộ Chính trị Trung ương Đảng. Bài học chiến tranh

Triều Tiên chưa phai mùi thuốc súng với hơn 3 triệu người thiệt mạng chỉ trong vòng 37 tháng đánh nhau không làm Đảng phân vân. Khả năng Mỹ trực tiếp đưa quân tham chiến và nhiều triệu tấn Napalm sẽ được ném xuống hai miền không khiến Đảng do dự. Đảng chỉ cần chiến thắng, dù là chiến thắng trên máu xương của đồng bào ruột thịt, trên xác đám trẻ thơ vừa mới chào đời, trên cảnh tương tàn phân hóa tận cùng của đất nước.

Nếu ai cho rằng nhận xét như thế là một chiều và quá đáng, hãy đọc lại các chính sách của Đảng và việc thực hiện các chính sách đó từ 1954 tại miền Bắc, và từ 1975 trên phạm vi cả nước đối với các tầng lớp nhân dân, các thành phần dân tộc không Cộng sản.

Một số người có thể cho rằng nói như thế là đánh giá quá cao mục tiêu của Đảng Cộng sản mà bỏ qua nguyện vọng thống nhất đất nước là nguyện vọng thiêng liêng, phản ảnh truyền thống yêu nước mấy ngàn năm lịch sử của dân tộc Việt Nam. Không. Không ai bỏ qua. Nguyện vọng thống nhất đất nước, tình dân tộc thiêng liêng là tình cảm có thật và vô cùng sâu sắc. Nhưng tình cảm đó chỉ có trong con người Việt Nam bình thường, có trong bác nông phu tay lấm chân bùn, có trong anh công nhân đầu tắt mặt tối, có trong hàng triệu thanh niên nam nữ miền Bắc phải lên đường vào Nam chiến đấu, nhưng không có trong trong đầu óc của giới lãnh đạo Cộng sản, những người thợ vẽ đã vẽ lên tâm hồn nóng bỏng của tuổi hai mươi trong sáng những chân trời không có thực.

Nhà văn Nguyễn Khải, vào cuối đời đã viết về bản chất lừa dối của Đảng trong *Đi tìm cái tôi đã mất*:

"Và nói dối, nói dối hiển nhiên, không cần che đậy. Vẫn biết rằng nói dối như thế sẽ không thay đổi được gì vì không một ai tin nhưng vẫn cứ nói. Nói đủ thứ chuyện, nói về dân chủ và tự do, về tập trung và dân chủ, về nhân dân là người chủ của đất nước còn người cầm quyền chỉ là nô bộc của nhân dân. Rồi nói về cần kiệm liêm chính, về chí công vô tư, về lý tưởng và cả quyết tâm đưa đất nước tiến lên chủ nghĩa Cộng sản. Nói dối lem lém, nói dối lì lợm, nói không biết xấu hổ, không biết run sợ vì người nghe không có thói quen hỏi lại, không có thói quen lưu giữ các lời giải thích và lời hứa để kiểm tra."

Mặc dù nhiều người đã biết dối trá thuộc về bản chất của chế độ Cộng sản, bài viết như lời trối của nhà văn Nguyễn Khải gây chấn động bởi vì ông ta là một người suốt đời sống, viết và chiến đấu dưới ngọn cờ của Đảng.

Một câu hỏi thường được đặt ra, tại sao các nước Cộng sản Đông Âu và Liên Xô sụp đổ mà Cộng sản tại các nước Á châu như Trung Cộng, Việt Nam, Lào, Miên không sụp đổ. Mặc dầu mỗi nhà phân tích chính trị có thể giải thích nguyên nhân một cách khác nhau tùy theo góc độ họ đứng và mục đích nghiên cứu, đa số đã đồng ý rằng các nước Cộng sản tại Á Châu có một điểm mà các nước Cộng sản Đông Âu không có, đó là sự ràng buộc lịch sử giữa dòng sống của đảng Cộng sản và dòng sống của đất nước nơi đảng ra đời. Đảng Cộng sản Trung Quốc được thành lập 1921 trong cuộc kháng chiến chống Nhật, đảng Cộng sản Việt Nam ra đời 1930 trong cuộc kháng chiến Pháp. Đảng Cộng sản Việt Nam sao chép toàn bộ lý luận của Đảng Cộng sản Trung Quốc kể cả việc lợi dụng mối liên hệ lịch sử ngắn ngủi giữa Đảng và dân tộc để giải thích tính chính danh của Đảng trong tương lai lâu dài của dân tộc.

Đừng quên, trong thời điểm đó, không phải chỉ có Đảng Cộng sản Việt Nam mà rất nhiều đảng, nhiều phong trào cách mạng khác ra đời từ nam đến bắc để cùng đánh đuổi Thực dân. Tuy nhiên, không có một phong trào nào, một đảng phái nào trong cương lĩnh đã tự cho rằng vì họ đánh Pháp nên đảng của họ có đặc quyền lãnh đạo cách mạng, đặc quyền lãnh đạo đất nước, không chỉ hôm nay và mãi mãi về sau như Đảng Cộng sản Việt Nam.

Con đường cách mạng Việt Nam lót bằng xương máu của hàng vạn người yêu đất nước từ mọi giới, mọi thế hệ. Tác giả Louis Roubaud in trong cuốn sách *Việt Nam*, xuất bản 1931, được trích dẫn khá nhiều, viết về cuộc khởi nghĩa Yên Bái và những diễn biến tại pháp trường. Ngay ở trang đầu Roubaud đã viết: "*Việt Nam! Việt Nam! Việt Nam! 13 lần tôi nghe tiếng hô này trước máy chém ở Yên Bái. 13 người bị kết án tử hình đã lần lượt thét lên như vậy cách đoạn đầu đài hai thước*". Tác giả cũng viết về nhà cách mạng Nguyễn Thái Học: "*Anh mỉm miệng cười, cực kỳ bình thản, đưa mắt nhìn đám đông công chúng và cúi đầu chào đồng bào rồi cất giọng đĩnh đạc, trầm hùng mà hô lớn:* "Việt Nam vạn tuế". *Cô Giang, vợ chưa cưới của* Nguyễn Thái Học, *cũng có mặt trong đám đông.*"

Trong giây phút lịch sử đó, 13 đảng viên Việt Nam Quốc dân Đảng đã dành hơi thở cuối cùng của đời mình trên mặt đất này để gọi tên hai tiếng Việt Nam. Tuyệt nhiên không ai trong số họ kể cả Đảng trưởng Nguyễn Thái Học đã hô Việt Nam Quốc dân Đảng. Điều này khác hẳn với những lãnh đạo Cộng sản như Nguyễn Thị Minh Khai trước giờ bị xử tử chỉ hô lớn "Đảng Cộng sản Việt Nam muôn năm!" để thể hiện tinh thần bất khuất, kiên trung của bà ta đối với Đảng, cũng như Lê Hồng

Phong, trong lời trăn trối cuối cùng ngoài Côn Đảo chỉ nguyện trung thành với Đảng.

Với những người yêu nước chân chính, đảng cách mạng chỉ là chiếc ghe để đưa dân tộc Việt Nam qua sông, trong khi với Đảng Cộng sản, chiếc ghe lại chính là dân tộc.

Sau 35 năm, lý luận gọi là "cách mạng dân tộc dân chủ nhân dân" vẫn còn được Đảng lặp đi lặp lại để lừa gạt các thế hệ trẻ Việt Nam như đã từng lừa gạt các thế hệ cha chú họ. Không ít những người lớn tuổi thuộc thế hệ chiến tranh 1954 đến 1975 đã từng theo Đảng, dù biết lầm đường, vẫn tiếp tục bám vào lý luận đó và tự lừa dối chính mình rằng cuộc chiến gọi là "giải phóng miền Nam bằng võ lực" là đúng và kết quả, vai trò lãnh đạo của Đảng là tất yếu. Họ tự lừa dối chỉ vì quyền lợi bản thân, chén cơm manh áo, chức quyền, và trong vài trường hợp chỉ là kỷ niệm của một thời trai trẻ đã qua.

Sự sụp đổ của hệ thống Cộng sản quốc tế, xu hướng phát triển dân chủ văn minh của nhân loại và quyền lợi bức thiết của dân tộc Việt Nam đã làm cho mâu thuẫn giữa dân tộc và Đảng Cộng sản chưa rõ nét trong chiến tranh trở nên ngày càng sâu sắc sau cuộc chiến. Dù cho Đảng có ngụy biện và lừa dối bao nhiêu, đại đa số người dân hôm nay đã biết Đảng Cộng sản Việt Nam là vật cản lớn nhất của phát triển kinh tế, chính trị, văn hóa, xã hội tại Việt Nam, cũng như để chuẩn bị cho cuộc chiến tranh một mất một còn chống chủ nghĩa bành trướng Trung Cộng không thể nào tránh khỏi trong tương lai.

Chưa bao giờ trong lịch sử Việt Nam, việc tập trung sức mạnh dân tộc trên nền tảng một xã hội dân chủ trở thành một nhu cầu bức thiết hơn hôm nay. Khác với lý luận "cách mạng dân tộc dân chủ" có tính áp đặt, dựng trên những lọc lừa dối trá, cuộc cách mạng dân tộc dân chủ ngày nay là cuộc vận động toàn dân tộc, tận dụng mọi chất liệu, vốn liếng, tài năng của người Việt trong cũng như ngoài nước.

Nội dung của cách mạng dân tộc dân chủ là tập trung sức mạnh dân tộc, gạt bỏ mọi bất đồng, vận dụng các điều kiện quốc tế thuận lợi để đẩy mạnh cuộc vận động dân chủ tại Việt Nam đến thành công, thiết lập một chế độ dân chủ pháp trị, hiện đại hóa đất nước toàn diện làm nền tảng cho việc phục hồi chủ quyền đất nước, mở đường cho một Việt Nam thăng tiến lâu dài.

Bởi vì, chỉ có một dân tộc Việt Nam đoàn kết dưới ngọn cờ dân chủ mới thắng được bá quyền Trung Cộng.

Trung Cộng không sợ USS George Washington hay bom nguyên tử mà sợ dân chủ. Ngọn đuốc dân chủ sẽ đốt cháy lây đến cơ chế trung ương tập quyền Trung Cộng một cách vô cùng nhanh chóng. Các tan vỡ trong cơ chế chính trị sẽ gây một phản ứng dây chuyền dẫn tới sự tan vỡ toàn bộ cơ cấu xã hội vốn đặt trên một nền tảng chính trị rất mong manh. Bài học đế quốc La Mã, Áo Hung trước đây hay Liên Xô, Nam Tư còn sờ sờ trước mắt. Chẳng những các dân tộc lớn như Mãn, Mông, Hồi, Tạng sẽ trở nên các quốc gia độc lập, mà ngay các tỉnh lớn trong nội bộ dân tộc Hán cũng có khả năng tuyên bố chủ quyền. Chẳng những Phật giáo, Pháp Luân Công mà cả Hồi giáo Tân Cương tuy ít nhưng có khuynh hướng bạo động, cũng là những đe dọa đối với Bắc Kinh. Một Trung Hoa mênh mông còn có nguy cơ tan thành từng mảnh, chủ quyền quốc gia trong lục địa còn không giữ được nói chi là chủ quyền trên hai nhóm đảo Hoàng Sa, Trường Sa xa xôi.

Là một nước nhỏ, Việt Nam phải biết vận dụng mọi biến động chính trị của các nước lớn để phục hồi lãnh thổ và bảo vệ chủ quyền. Đó là những kinh nghiệm tổ tiên ta đã đúc kết bằng xương máu. Một Mai Thúc Loan không thành công, một Ngô Quyền thành công, một Bà Trưng thành công, một Bà Triệu không thành công, nhưng lòng yêu nước, yêu độc lập tự chủ dân tộc trong lòng các vị vẫn giống nhau. Khát vọng đó qua nhiều thời đại đã trở thành một truyền thống và luôn âm ỉ cháy trong lòng người Việt dù đang sống ở đâu trên mặt đất này. Nếu không có truyền thống độc lập tự chủ đó, Việt Nam ngày nay không phải là nước Việt Nam mà có thể đã được gọi là Khu tự trị An Nam.

Chính sách của Trung Cộng đối với cuộc tranh chấp Biển Đông thể hiện chỗ yếu của Trung Cộng nhiều hơn thế mạnh. Trung Cộng chỉ giỏi ăn hiếp những ngư dân Hòa Lộc không một tấc sắt trong tay trên những chiếc ghe đánh cá bằng gỗ mỏng vì họ biết không có một Hội đồng Bảo an Liên hiệp quốc nào rảnh rỗi để thảo luận hay ra nghị quyết lên án Trung Cộng về việc bắn một chiếc ghe hay đưa một đoàn du lịch đi thăm viếng Trường Sa. Nhưng Trung Cộng rất tránh đụng những vấn đề nhạy cảm và có ảnh hưởng quốc tế. Ngay cả đồng minh và khách hàng lớn nhất của Trung Cộng trong thế giới Hồi giáo là Iran mà còn gọi Trung Cộng là con cọp giấy khi không dám phủ quyết quyết nghị của Hội đồng Bảo an Liên hiệp quốc kết án chính sách nguyên tử của Iran. Nhiều người lo ngại một ngày Trung Cộng có thể sẽ "dạy Việt Nam một bài học" nữa. Tuy nhiên đừng quên, năm 1979 Trung Cộng không có gì để mất, nhưng năm 2010 trở về sau Trung Cộng có khả năng mất tất cả dù thắng hay bại trong chiến tranh với Việt Nam. Ngay trong chiến tranh biên giới 1979, khi tuyên bố cuộc chiến với Việt Nam là "chiến tranh giới hạn" trong bụng Đặng Tiểu Bình cũng đã dọn đường cho việc rút quân. Với bản chất tiểu nhân của giới lãnh đạo Trung Cộng, họ có thể sẽ thực hiện vài hành động khiêu khích trong vùng Biển Đông để đo lường phản ứng của Mỹ, nhưng cho ăn vàng cũng không dám xua 300 ngàn quân sang biên giới như họ đã làm trong 1979.

Dân tộc Việt Nam cần một kẻ thù và đang có một kẻ thù. Đó là chủ nghĩa bành trướng bá quyền Trung Cộng. Kẻ thù này chẳng những đã được nhân dân trong cũng như ngoài nước xác định mà một bộ phận lãnh đạo trung ương của Đảng, vì lý do gì đó, cũng đã xác định. Nhưng để thắng Trung Cộng, đoàn kết nội bộ dân tộc chưa đủ mà phải vận dụng được các lợi thế quốc tế trên cơ sở của một chế độ dân chủ.

Về lâu dài, vì lợi ích kinh tế cũng như về các giá trị nhân quyền, Mỹ muốn thấy Trung Cộng trở thành một quốc gia dân chủ trong một châu Á và Thái Bình Dương ổn định. Trung Cộng là nhà băng của nhiều quốc gia trên thế giới kể cả Mỹ, nhưng không giống như các công ty tài chánh Lehman Brothers hay Merrill Lynch, sự khủng hoảng chính trị Trung Cộng sẽ gây tác hại vô cùng trầm trọng đối với nền kinh tế thế giới không thể đo lường được.

Đài Tiếng nói Hoa Kỳ phát thanh 9 giờ một ngày bằng Hoa Ngữ hướng về lục địa Trung Quốc qua hai đài chuyển vận, một đặt ở Thái Lan và một đặt ở Philippines. Ngoài ra, mặc dù mối quan hệ kinh tế phức tạp giữa hai nước đã làm nhẹ các yếu tố khác, chính phủ Mỹ luôn đưa vấn đề nhân quyền trong mọi cuộc gặp gỡ cao cấp giữa hai nước. Trong biến cố Thiên An Môn, nhiều ngàn sinh viên từ Thượng Hải đến Bắc Kinh để tham gia biểu tình cũng nhờ nghe tin tức trên đài VOA. Trong những ngày đầu các cơ quan thông tin của Đảng im lặng coi như không có gì xảy ra, nhưng vì VOA cập nhật tin tức sốt dẻo hàng giờ và sinh viên từ các thành phố tiếp tục ồ ạt kéo về, hệ thống đài của Đảng buộc phải lên tiếng tố cáo "âm mưu nước ngoài", nhưng đó cũng là cách thú nhận biến động chính trị lớn đang diễn ra tại Bắc Kinh.

Tương tự, Mỹ cũng muốn thấy Việt Nam trở thành một nước tự do dân chủ trong một Đông Nam Á hòa bình và ổn định. Nhưng dân chủ không phải là món quà mà ông thần tài Uncle Sam đem đặt trước cửa nhà của mỗi gia đình người Việt, mà phải bằng nỗ lực của chính dân tộc Việt Nam. Mỹ bỏ 900 tỉ Dollar hay 3 ngàn tỉ tùy theo cách tính và 4500 nhân mạng để lật đổ Sadam Hussein, không phải chỉ nhằm đem lại hòa bình dân chủ cho nhân dân Iraq. Tuy nhiên, nếu là một dân tộc khôn ngoan, đây là cơ hội giúp Iraq vượt qua những khó khăn trước mắt để trong vài năm nữa trở thành một cường quốc trong thế giới Á Rập.

Trong cuộc chiến tranh giữa Mỹ và Iraq, ai cũng nghĩ kẻ có lợi nhiều nhất sẽ là dân tộc Kurds. Nhưng không, họ là những người chịu đựng thiệt thòi nhiều nhất. Saddam Hussein đã tàn sát không thương tiếc các cuộc nổi dậy của dân Kurds ly khai trước sự bàng quang của Mỹ. Đa số các nhà phân tích đều cho rằng Mỹ phản bội lý tưởng độc lập của nhân dân Kurds. Điều đó chỉ đúng một nửa. Nửa còn lại là sự phân liệt vô cùng trầm trọng trong tập thể 35 triệu người Kurds sống trong nhiều quốc gia vùng Tây Á. Một dân tộc chia rẽ, cấu xé nhau, không có một hướng đi chung, không thể vận dụng được sự ủng hộ từ quốc tế và cũng không xứng đáng để được quốc tế ủng hộ.

Bởi vì, chỉ có một dân tộc Việt Nam đoàn kết dưới ngọn cờ dân chủ mới có khả năng làm cho đất nước giàu mạnh.

Khi nói đến phát triển kinh tế, Đảng thường nêu lên những thành tựu giảm nghèo, nâng cao mức sống của người dân so với thời kỳ bao cấp. Ba mươi lăm năm rồi, những bài hát trên chiếc đĩa nhựa 45 vòng đó không còn nghe được nữa. Nhân loại đã bỏ Việt Nam quá xa. Hãy nhìn sang các nước Đông Âu. Họ chỉ thoát ra khỏi xích xiềng Cộng sản chưa được 20 năm nhưng nền kinh tế đã tăng gấp nhiều chục lần so với thời kỳ Cộng sản. Một Ba Lan, một Hungary ngày nay hoàn toàn khác với một Ba Lan, một Hungary khi còn là những nước Cộng sản chư hầu.

Hai mươi năm trước, có lẽ không bao nhiêu người biết trên trái đất này có một xứ gọi là Lithuania. Như một quốc gia nhỏ nằm sát biên giới Liên Xô, Lithuania là nạn nhân của hiệp ước mật giữa Hitler và Stalin ký kết 1939. Dân tộc Lithuania sau khi bị Stalin cưỡng chiếm, đã chịu đựng những hy sinh vô bờ bến dưới ách Cộng sản. Nhưng ngày nay, đôi cánh tự do dân chủ đã giúp cho dân tộc Lithuania có dân số chưa bằng một phần hai mươi của Việt Nam trở thành một trong những nước phát triển nhanh nhất Châu Âu, là hội viên đầy kính trọng của NATO và Cộng đồng châu Âu. Việt Nam có tất cả phương tiện tài nguyên, nhân lực và thậm chí nhiều hơn những gì Lithuania đã có trước đây, ngoại trừ đôi cánh. Việt Nam không thể bay ra biển lớn như khẩu hiệu Đảng thường rêu rao nếu chỉ biết nhìn quanh trong nhà, nhìn xuống ruộng, nhìn về quê, nhưng phải thật sự nhìn ra biển, phải biết chọn một hướng đi đúng với thời đại.

Bởi vì chỉ có đoàn kết dân tộc dưới ngọn cờ dân chủ mới thật sự tập trung được sức mạnh tổng hợp của dân tộc và là nền tảng cho một Việt Nam hòa hợp lâu dài.

Tội lỗi của Đảng Cộng sản Việt Nam đối với nhân dân Việt Nam cả hai miền Nam Bắc không thể kể hết. Dù Đảng có tung ra hàng trăm nghị quyết 36 cũng không tập hợp được mấy trăm ngàn chuyên gia Việt Nam đang làm việc trong các ngành nghề chuyên môn khắp thế giới và cũng không thuyết phục được khối người Việt hải ngoại đã từng sống, từng chịu đựng, từng bị đày ải dưới chế độ Cộng sản. Như tôi có dịp trình bày trước đây nhiều lần, hòa giải hòa hợp không chỉ là một tình cảm mà phải dựa trên các nền tảng chính trị, kinh tế, xã hội cần thiết, và các nền tảng đó chính là sự thật, tự do, dân chủ và bình đẳng giữa những con người cũng như giữa các thành phần trong xã hội. Và điều đó không thể xảy ra khi nào Đảng Cộng sản còn nắm quyền lãnh đạo đất nước.

Nhưng làm thế nào và ai sẽ là người thực hiện cuộc cách mạng dân chủ đích thực trong tình hình mới?

Cách đây hai hay ba năm, tôi không nhớ chính xác, chỉ còn nhớ hôm đó trời đang vào thu như hôm nay. Những hàng cây phong sau vườn của nhà sắp sửa ngả vàng. Hôm đó, tôi đến dự một bữa cơm chia tay. Nhân vật chính trong của buổi tiễn đưa là một bạn trẻ vừa học xong và sắp trở lại Việt Nam. Ăn trưa xong, chúng tôi ra vườn sau ngồi ôn lại khoảng thời gian người bạn trẻ đã học ở Mỹ với những đổi thay về tuổi tác, vóc dáng, đời sống, nhưng nhiều nhất vẫn là nhận thức. Một lúc sau, người bạn trẻ nhìn tôi và hỏi: "Theo anh, em nên làm gì khi trở lại Việt Nam?"

Tôi biết ý em không phải làm nghề gì để sống, làm cách nào kiếm được nhiều tiền, nhưng là cách nào hữu hiệu nhất để đóng góp vào xã hội Việt Nam đang thiếu thốn quá nhiều. Tôi trả lời, đại ý, xã hội Việt Nam phân hóa và suy thoái đến mức lãnh vực nào cũng cần thay đổi. Nhiều người phải có một tổ chức mới đóng góp được nhưng cũng có người làm việc hữu hiệu hơn khi hoạt động độc lập. Tuy nhiên, dù có tổ chức hay độc lập, một điều mà thế hệ Việt Nam hôm nay phải hiểu, dân chủ là đôi cánh của dân tộc, và nỗ lực của em dù trong chức vụ gì, trong ngành nghề gì cũng nên tác động và thúc đẩy mục tiêu thời đại đó.

Không ai nói con đường cách mạng dân tộc dân chủ là con đường tráng nhựa, sẽ đến chiều nay hay sáng mai, nhưng chắc chắn sẽ đến, miễn là mỗi người Việt còn đang nghĩ đến an nguy dân tộc, bỏ ra một chút công sức, đóng góp một ít tài năng. Dăm giọt nước không đầy sông nhưng dòng sông không phải tự nhiên có mà là tích lũy từ nhiều giọt nước.

MẶC CẢM CHIÊU HỒI VÀ KHÁT VỌNG TỰ DO

Mùa hè năm nay tôi đến thăm một đảo nhỏ vùng Trung Mỹ. Thật ngạc nhiên. Cuối tháng Bảy, những hàng phượng vĩ trổ bông màu đỏ rực giống hệt như trong các sân trường ở Việt Nam. Tuổi học trò mộng mơ ngủ yên trong ký ức chợt thức dậy ở một nơi rất xa xôi. Nhìn hàng phượng vĩ lòng lại bâng khuâng nhớ đến quê nhà. Cả gia đình ngồi bên hàng phượng đỏ và kể cho nhau nghe những kỷ niệm về hoa phượng. Hai mươi bảy năm. Thời gian tôi sống ở ngoài nước đã dài hơn thời gian tôi sinh ra và lớn lên trong nước, thế nhưng, Việt Nam vẫn là đề tài chính không chỉ trong sinh hoạt cộng đồng, những buổi họp mặt anh em văn nghệ, trong bữa cơm gia đình mà ngay cả trong những ngày ở lại trên một hòn đảo cách Việt Nam hàng chục ngàn dặm. Đơn giản, bởi vì đó là đất nước. Không có gì quan trọng hơn đất nước. Mỗi người rồi sẽ ra đi nhưng đất nước sẽ ở lại cho nhiều đời sau.

Có lần tôi được hỏi mai mốt có dịp trở về, ngoài gia đình, tôi sẽ đi đâu khác. Tôi trả lời rằng tôi sẽ đi thăm Hà Nội. Thật vậy, tôi không hề có ý nghĩ trở về chỉ để thăm những hàng phượng đỏ trên đường Bạch Đằng Đà Nẵng, những đồi sim tím ở Quế Sơn hay tìm lại những gì tôi đã mất. Không. Nền nhà cũ, con đường xưa, trường học, dòng sông tuổi thơ đã là kỷ niệm và dù vui hay buồn cũng đã thuộc về quá khứ. Mỗi thứ đã có một ngăn riêng trong tâm hồn. Tôi vẫn ôm ấp và sống với chúng trong mỗi ngày tôi còn có mặt ở đây. Nếu có dịp trở về, tôi sẽ đến thăm sông Hồng, Quốc Tử Giám, hồ Hoàn Kiếm, chùa Một Cột. Tôi sẽ đi Phong Châu, Phú Thọ để dâng nén hương lên anh linh các đấng vua Hùng. Tôi sẽ hành hương về Yên Tử, vùng đất tổ của Phật Giáo Việt Nam. Ở mỗi nơi tôi sẽ không quên dành một phút để trịnh trọng thưa rằng tôi là người có lỗi.

Tôi có lỗi bởi vì trước đây tôi đã nghĩ sai về Hà Nội, nghĩ xấu về Hà Nội, nghĩ sai về miền Bắc, nghĩ xấu về miền Bắc. Hà Nội trong tôi 33 năm trước là trung tâm quyền lực của một chế độ độc tài, tàn bạo đã mang súng đạn của Nga, Tàu về tàn sát hàng triệu người dân miền Nam, giày xéo lên quê hương Việt Nam. Tôi có mặc cảm rằng ra Hà Nội là đầu hàng, ra Hà Nội là chấp nhận chế độ, là một hình thức chiêu hồi. Tôi ở lại Việt Nam thêm 6 năm nhưng nhất định không đi thăm miền Bắc, dù có nhiều cơ hội.

Thực tế chính trị Việt Nam sau 1975 với hàng loạt các chính sách vô cùng thất nhân tâm là những đám mây đen che khuất đi những đền tháp vàng son của một Hà Nội uy nghi trong tâm hồn tôi. Đứng trên đường phố Sài Gòn buổi trưa 30 tháng 4 năm 1975, tôi nhớ lại những ngày ở Đà Nẵng đầu năm 1968 với tiếng gầm thét của những máy bay chiến đấu, những khẩu đại pháo nòng dài, những quân trang quân dụng, tất cả đều được chế tạo và mang đến từ nước Mỹ. Và 30 tháng 4 năm 1975 cũng chẳng khác gì. Từ khẩu súng trường cho đến túi lương khô, nếu không mang nhãn hiệu Trung Cộng thì cũng Liên Xô. Cả con người cùng dòng giống với tôi nhưng xa lạ không khác gì những anh chàng Mỹ đen Mỹ trắng trước đây.

Đặc tính lai căng thể hiện không chỉ trong sách vở, trong giáo trình mà cả trong cách ăn nói, giọng hát, diễn kịch, điệu múa, dáng đi cũng rập theo cung cách của Nga. Hà Nội trong tôi sau 1975 không còn là Hà Nội nơi Trần Quang Khải từng khẳng khái ngâm vang "*Thái bình nên gắng sức, non nước ấy ngàn thu*" trong đêm liên hoan mừng chiến thắng quân Nguyên cuối thế kỷ 13. Giấc mơ được ra thăm miền Bắc của tôi không ai đụng nhẹ nhưng đã tan như chiếc bong bóng nước trong cơn mưa Sài Gòn buổi sáng cuối tháng 4 năm 1975.

Tôi cắt đứt không thương tiếc tình yêu dành cho chiếc nôi văn hóa của dân tộc Việt Nam mà từ tuổi thiếu thời tôi bao đêm mơ ước một lần được đến, được trở về thăm, được hôn lên mảnh đất nơi tôi đã từng viết "*mỗi chiếc lá như còn nghe hơi thở, mỗi cành cây như có một linh hồn*". Thật vậy. Những năm đầu thập niên 1970, khi còn học trung học Trần Quý Cáp ở Hội An, nếu ai hỏi tôi sẽ làm gì sau khi đất nước thanh bình, tôi trả lời ngay rằng tôi sẽ đi thăm miền Bắc. Không phải vì tôi bị ảnh hưởng bởi nhạc Trịnh Công Sơn "*khi đất nước tôi thanh bình, tôi sẽ đi ba miền*", mà vì trong các môn học tôi vẫn thích nhất môn sử. Quê cha của tôi là Quảng Nam nhưng đất tổ của tôi là miền Bắc. Khi còn nhỏ, mỗi năm trong ngày giỗ chạp, bác tôi thường nhắc nhở con cháu, dòng họ chúng tôi lần đầu từ ngoài Bắc đi vào Nam chỉ có hai anh em, người anh dừng lại ở Quảng Nam nhưng người em thì đi tiếp vào Quảng Ngãi. Nhưng cũng sau lần chia tay đó họ đã lạc nhau cho đến bây giờ. Tôi lớn lên với cảm tình sâu đậm dành cho cả hai xứ Quảng thân yêu và niềm khao khát tìm về những bà con cùng tộc ở miền Bắc vẫn âm thầm chảy trong tâm hồn tôi. Thầy dạy môn sử cũng đam mê lịch sử như tôi và đã dạy chúng tôi những giờ sử tuyệt vời.

Thầy diễn tả các trận Tụy Động, Chúc Động còn hay hơn Kim Dung tả trận Tụ Hiền Trang trong Thiên Long bát bộ. Từ ô cửa của trung học Trần Quý Cáp, những buổi chiều tôi đã thả hồn mình trôi theo sóng nước sông Hồng, và đâu đó dưới lòng sông như vẫn còn những chiếc cọc gỗ lim mà hơn một ngàn năm trước đã đâm thủng chiến thuyền quân Nam Hán hay hơn bảy thế kỷ trước Trần Hưng Đạo đã đánh bại quân Nguyên. Tôi thuộc nằm lòng tên tuổi của các vị danh tướng thời Lê Lợi như Lê Thạch, Lê Sát, Lê Lai, Nguyễn Xí, Đinh Lễ, Đinh Liệt… và các vương tước nhà Trần như Trần Quang Khải, Trần Nhật Duật, Trần Khánh Dư, Trần Quốc Toản... Những địa danh Đông Đô, Tây Đô, Chi Lăng, Vạn Kiếp, Thiên Trường đi vào ý thức tuổi học trò của tôi như những niềm kiêu hãnh không bao giờ phai nhạt.

Là một trong những sinh viên thuộc diện "sinh viên chế độ cũ", sau mấy tháng đi làm thủy lợi, chúng tôi trở về trường Luật học tiếp. Để tìm giải đáp cho những câu hỏi về Đảng Cộng sản, về chiến tranh và cách mạng Việt Nam, tôi học rất nghiêm túc, chăm chú lắng nghe các cán bộ giảng dạy kinh tế chính trị, triết học Mác - Lê, đến nhà tập thể để tìm hiểu thêm từ các giáo sư đại học miền Bắc về những điều các ông các bà có thể không nói hết ở trường và đọc tất cả những gì có thể đọc. Sau thời gian khá dài học hỏi và tiếp xúc với nhiều người, tôi hiểu ra rằng những gì tôi nghĩ về miền Bắc trước đó là không đúng. Tôi đã vơ đũa cả nắm. Đồng bào miền Bắc, giống như chúng tôi ở miền Nam, đều là nạn nhân của ý thức hệ cộng sản, thậm chí họ còn chịu đựng dài hơn, lâu hơn và đau đớn hơn nhiều. Thế hệ trẻ chúng tôi ở miền Nam cũng may mắn hơn những người cùng tuổi ở miền Bắc. Chúng tôi sinh ra và lớn lên trong một xã hội tuy không hẳn hoàn toàn tự do nhưng vẫn có ít nhiều chọn lựa. Chúng tôi chẳng những có quyền phàn nàn, chỉ trích mà còn xuống đường, hoan hô và đả đảo. Tuổi trẻ miền Bắc thì không. Họ sinh ra khi Đảng đã có rồi. Sự có mặt của Đảng Cộng sản như họ được dạy từ lớp mẫu giáo là một quy luật tất yếu của xã hội loài người. Đảng cần thiết như hơi thở và sự sống, tự nhiên như nắng và mưa, khoa học như mặt trời mọc buổi sáng và lặn vào buổi tối. Đảng là tối thượng, là tuyệt đối, trên cả cha mẹ, gia đình và tổ quốc. Chính sách tẩy não, thuần hóa con người không phải là sản phẩm độc quyền của chế độ cộng sản, nhưng chỉ trong xã hội cộng sản việc "trồng người" mới được xem như là mục tiêu của nền giáo dục. Tôi ý thức điều đó cũng là thời gian tôi phải lo tìm đường vượt biển, nên không có dịp ra thăm miền Bắc.

Đối với miền Nam, tôi cũng hiểu ra rằng miền Nam mất không phải vì thiếu 300 triệu đôla viện trợ đặc biệt đầu 1975 hay vì bị Mỹ bỏ rơi như cố Tổng thống Nguyễn Văn Thiệu thở than oán trách trong diễn văn cuối cùng của ông vài ngày trước khi lên máy bay. Miền Nam mất không phải vì quân đội Việt Nam Cộng Hòa yếu kém hơn quân đội cộng sản hay các tướng lãnh Việt Nam Cộng Hòa không tài ba thao lược bằng các tướng Cộng Sản. Cộng sản thắng cuộc chiến Việt Nam, như tôi đã viết trong vài bài trước trên talawas, chỉ vì từ ngày thành lập 1930 họ luôn nhất quán với mục đích toàn trị và bất chấp mọi phương tiện để đạt đến mục đích; họ tổ chức tinh vi và phát huy triệt để tính Đảng từ trong mỗi tổ ba người cho đến cấp trung ương, và quan trọng nhất, họ tận dụng lòng yêu nước truyền thống, nhất là đặc tính bảo thủ, của người dân Việt Nam. Việt Nam Cộng Hòa thì hoàn toàn khác. Tại miền Nam không có một đảng chính trị nào được tổ chức tinh vi đến mức có thể gọi là lực đối kháng tương xứng với Đảng Cộng sản, không có một hệ thống thông tin ngang tầm với bộ máy tuyên truyền cộng sản và các nhà lãnh đạo miền Nam, vì những vướng mắc bản thân và mải lo tranh quyền đoạt lợi, đã không làm sáng lên được chính nghĩa, không tổng hợp được lòng yêu nước, yêu tự do dân chủ trong người dân miền Nam thành sức mạnh. Vì thế, nếu không có ngày 30 tháng 4 năm 1975 thì rồi cũng sẽ có 30 tháng 4 năm 1976, 30 tháng 4 năm 1977, nói khác đi, việc miền Nam rơi vào tay cộng sản chỉ là vấn đề sớm hay muộn, trước hay sau chứ không phải là khả năng có hay không có thể xảy ra.

Với nhận thức đó, tôi không còn mang mặc cảm chiêu hồi khi nghĩ về Hà Nội và tìm lại được trong tôi tình yêu dành cho chiếc nôi của lịch sử Việt Nam. Vâng, nhưng đó không phải là quan trọng nhất. Quan trọng hơn thế nữa vì tôi hiểu đã rằng ngay từ trên những điêu tàn đổ nát, một cuộc chiến mới đã được phát động trong âm thầm trên phạm vi cả nước, đó là cuộc chiến giữa khát vọng tự do nhân bản và cộng sản độc tài toàn trị, giữa tự do và nô lệ, giữa thịnh vượng văn minh và nghèo nàn lạc hậu. Tôi bắt gặp trong ánh mắt của những người dân đang chui rúc dưới những tấm ny-long trên đường Trần Hưng Đạo, trong những căn nhà không vách ở các vùng kinh tế mới, đang sắp hàng bán máu ở bịnh viện Chợ Rẫy một niềm đau câm nín và tôi tin một ngày những nỗi đau câm nín đó sẽ biến thành vũ khí. Không ai nói đây là cuộc tranh đấu dễ dàng. Bằng chứng là, dù nói gì thì nói, sau 33 năm chế độ cộng sản vẫn còn tồn tại và Việt Nam vẫn còn là một nước lạc hậu về văn minh, nghèo nàn về kinh tế và tất cả các quyền căn bản của một con người vẫn còn là một mơ ước xa xôi.

Cộng sản còn sống bởi vì nhiều người nghĩ rằng cộng sản đã chết.

Nếu cho rằng cộng sản đã chết thì trước khi chết cộng sản sống ở đâu? Liên Xô sau Cách mạng 1917 có phải là cộng sản không?

Liên Xô dưới thời Stalin có phải là cộng sản không? Trung Cộng dưới thời Mao với những "nhà máy luyện kim sau hè" và công xã nhân dân có phải là cộng sản không?

Bắc Hàn dưới thời Kim Nhật Thành có phải là cộng sản không? Campuchia dưới thời Pol Pot có phải là cộng sản không?

Việt Nam dưới thời Hồ Chí Minh với Cải cách Ruộng đất và Nhân văn Giai phẩm có phải là cộng sản không?

Tất cả đều không và đều có, đều khác nhau và đều giống nhau. Không, bởi vì chưa có nước cộng sản nào kể cả Liên Xô với những kế hoạch 5 năm đầy tham vọng, đạt được những bước phát triển kinh tế có thể giải thích đúng với lý thuyết của Mác; và đều giống nhau, vì tất cả đều dùng những phương tiện mà lý thuyết Mác - Lê đã đề cao, đó là áp dụng bạo lực không thương tiếc đối với các thành phần xã hội cản trở bước tiến hay chống đối lại các mục tiêu của Đảng Cộng sản.

Đặng Tiểu Bình, một thời đã được thế giới ca ngợi là nhà cải cách xã hội lớn và thậm chí có người còn hy vọng ông ta sẽ từng bước mở đường cho một Trung Quốc dân chủ, hội nhập vào dòng phát triển của văn minh thế giới khi họ Đặng chuyển hướng nền kinh tế tập trung sang kinh tế thị trường, xóa bỏ toàn bộ hệ thống công xã thời Mao, tố cáo tội ác của Cách mạng Văn hóa, thiết lập các khu kinh tế đặc biệt làm cửa ngõ giao thương quốc tế, cho phép người dân phát biểu ý kiến qua phương tiện của "Bức tường dân chủ" gần khu Tử Cấm thành ở Bắc Kinh. Đặng Tiểu Bình viếng thăm Mỹ vào tháng Giêng 1979 và được Tổng thống Jimmy Carter tiếp đãi như quốc khách, mặc dù chức vụ của ông ta chỉ là Phó Thủ tướng. Nhưng cũng chính Đặng Tiểu Bình chứ không ai khác, là người có quyền tối hậu trong quyết định tàn sát nhiều ngàn sinh viên Trung Quốc yêu dân chủ đầu tháng 6 năm 1989. Những chiếc tăng của các binh đoàn 27 và 28 trên đường phố Bắc Kinh gợi lại cho người xem hình ảnh của những chiếc tăng Liên Xô tại thủ đô Praha, Tiệp Khắc mùa xuân 1965 hay thủ đô Budapest, Hungary tháng 11 năm 1956. Thời điểm khác nhau, nạn nhân cũng khác màu da, nhưng phương pháp mà các lãnh tụ cộng sản áp dụng để tiêu diệt kẻ thù của đảng dù ở nước nào cũng giống nhau và độc ác như nhau. Cộng sản không phải chỉ là mớ lý luận mơ hồ mà chính là thực tế vô cùng cụ thể và tàn bạo. Đặc điểm áp dụng bạo lực không thương tiếc đó vẫn còn sống hùng và sống mạnh tại Việt Nam. Các cơ quan truyền thông quốc tế khi nhắc đến Việt Nam thường kèm theo chữ cộng sản đi đầu như để nhắc nhở người đọc về một xã hội còn nhiều lạc hậu, là một cơ chế chính trị độc tài, là một đảng chính trị sống nhờ bạo lực chứ không phải là nơi có những con người đang theo đuổi mục tiêu "làm theo năng lực hưởng theo nhu cầu" như Mác viết.

Cộng sản còn sống vì căn bệnh sùng bái cá nhân vẫn còn hoành hành và tác hại.

Khi nói đến bịnh sùng bái cá nhân, người ta sẽ nghĩ ngay đến Bắc Hàn trước. Nhà báo Robert Marquand, một chuyên viên về Bắc Hàn của tờ Christian Science Monitor, trong các phóng sự về phần đất cô lập từ thế giới nầy đã thu thập hàng trăm tin tức, mẩu chuyện về cuộc sống đồi trụy cha con Kim Nhật Thành mà đối với phần lớn nhân loại gần như là những chuyện khó tin đến độ hoang đường. Theo Robert Marquand, Kim Chính Nhật có khoảng từ 2 đến 4 tỉ đôla ký thác trong các ngân hàng châu Âu. Sau khi kế thừa sự nghiệp của "lãnh tụ vĩ đại" năm 1994, Kim Chính Nhật sống xa hoa trong cung điện Trường Thọ ở Bình Nhưỡng và ngày đêm tận hưởng thú vui xác thịt với các đoàn vũ cho chính họ Kim đặt tên như "đội ca vũ", "đội hạnh phúc", "đội thỏa mãn". Đối với việc ăn uống, y rất kiêng cữ và chọn lọc. "Lãnh tụ kính yêu" thích món ăn Ý hơn là món do các đầu bếp Bắc Hàn chuẩn bị. Để món ăn được nấu cho đúng kiểu, lãnh tụ mướn không những chỉ đầu bếp Ý mà còn yêu cầu chở nguyên cả cái bếp từ Ý sang để nấu nướng cho y ăn. Những điều đó xảy ra trong thời điểm khi khối Xô-viết vừa tan rã, các nguồn viện trợ lớn từ các quốc gia cộng sản bị cắt đứt, hạn hán, mùa màng thất thu, và trên đường phố tỉnh Bắc Hàm Kính (North Hamgyong) người chết đói nằm la liệt. Không một thống kê nào cho biết chính xác bao nhiêu người dân vô tội, bao nhiêu trẻ em Bắc Hàn đã chết, nhưng theo ước lượng từ nhiều cơ quan từ thiện quốc tế cũng như lời kể những viên chức Bắc Hàn cao cấp đào thoát được, khoảng 600 ngàn cho đến 3 triệu (hơn 10 phần trăm dân số) dân Bắc Hàn chết đói trong giai đoạn từ 1990 đến 1997.

Tại sao một đất nước 23 triệu người lại có thể chấp nhận để những người lãnh đạo đất nước đối xử một cách tàn tệ như thế? Phải chăng họ sợ chết, bị bỏ tù, tra tấn, lao động khổ sai?

Tất cả lý do đó đều đúng nhưng chưa phải là hoàn toàn chính đáng. Theo giáo sư và ký giả Bradley K. Martin, tác giả của tác phẩm Dưới sự bảo bọc đầy tình thương của cha già dân tộc (Under the Loving Care of the Fatherly Leader), được nhà điểm sách Nicholas D. Kristof của The New York Review of Books đánh giá là tác phẩm xuất sắc nhất về xã hội Bắc Hàn từ trước đến nay, ở Bắc Hàn "*mọi người bị tiêm nhiễm ngay từ khi mới sinh ra để tin vào các lý thuyết tôn thờ cá nhân. Họ tin rằng cha con Kim Nhật Thành là bậc thánh nhân, vượt qua khỏi các luật căn bản của loài người, là một giống người đặc biệt, loại người xứng đáng để tôn thờ*". Phần lớn dân Bắc Hàn vẫn tin rằng nạn đói là do thời tiết, hạn hán, thất thu chứ không phải là hậu quả của một chính sách cai trị dã man, ngu xuẩn và tàn bạo nhất trong lịch sử loài người.

Các đảng viên cộng sản hay đoàn viên trung kiên của Đoàn Thanh niên Cộng sản Hồ Chí Minh khi đọc những mẩu chuyện đau lòng đang xảy ra tại Bắc Hàn, hẳn nhiên cảm thấy an ủi bởi vì Việt Nam không phải là Bắc Hàn. "Bác Hồ tình yêu bao la" của họ không giống như Kim Nhật Thành. "Bác Hồ" xứng đáng được gọi là "cha già dân tộc", là "nhà thơ lỗi lạc" của văn học Việt Nam, là "nhà quân sự thiên tài" không thua kém gì Hưng Đạo Đại vương, là "nhà giáo dục vĩ đại" của đất nước, không, không thể so sánh "Bác Hồ" với cha con Kim Nhật Thành bịnh hoạn kia được. Xin đừng mừng vội. Nếu đi hỏi những người dân Bắc Hàn, họ cũng trả lời tương tự như thế. Với người dân Bắc Hàn, Kim Nhật Thành cũng là "nhà thơ, nhà khoa học, nhà giáo dục vĩ đại", đừng nói chi là "Bác Hồ" của Việt Nam mà cả gần bảy tỉ người trên trái đất nầy không ai có một đời sống thanh bần, trong sạch, một trái tim to lớn, một tình yêu bao la dành cho đất nước hơn là "lãnh tụ vĩ đại" và "lãnh tụ kính yêu" của họ.

Điều đó cho thấy mức độ trầm trọng tuy có thể khác nhau, nhưng nhiều người Việt Nam cũng đang mang một căn bịnh như người dân Bắc Hàn. Một em bé khăn quàng đỏ của Việt Nam cũng ca ngợi "Bác Hồ tình yêu bao la" một cách chân thành như một em bé khăng quàng đỏ Bắc Hàn ca ngợi "lãnh tụ vĩ đại Kim Nhật Thành" của em. Sùng bái cá nhân là căn bịnh của chủ nghĩa cộng sản, nơi nào chủ nghĩa cộng sản đặt chân đến là nơi đó bịnh sùng bái cá nhân phát sinh và tồn tại theo suốt chiều dài của Đảng. Việt Nam cũng thế, đừng nói chi các làng bản xa xôi, nông thôn hẻo lánh, nơi ông Hồ được đưa vào miếu Thần hoàng để cúng tế hàng năm, mà ngay cả ở thành phố, trong chùa chiền, trong sách vở văn học, ông Hồ Chí Minh, giống như cha con họ Kim ở Bắc Hàn, vẫn được xem như là "là bậc thánh nhân vượt qua khỏi các luật căn bản của loài người, là một giống người đặc biệt, loại người xứng đáng để tôn thờ". Chúa và Phật có thể sai nhưng ông Hồ thì không. Tất cả những tìm hiểu, nghiên cứu khoa học, khách quan, độc lập về cuộc đời ông Hồ đều bị nghiêm cấm và có thể bị bỏ tù nếu vi phạm. Bịnh sùng bái cá nhân như một loại tà đạo mấy chục năm qua đã giết chết các mầm mống sáng tạo, vươn lên, suy nghĩ độc lập trong nhiều thế hệ Việt Nam.

Đảng Cộng sản còn tồn tại nhờ vào một tầng lớp có học phục vụ cho Đảng.

Vì các lý do địa-chính trị, Đảng Cộng sản Việt Nam khống chế tư tưởng và đời sống con người khôn khéo hơn cha con Kim Nhật Thành nhiều. Thay vì đóng đinh toàn bộ đất nước vào một hệ thống giáo điều không tưởng như lý thuyết Juche ở Bắc Hàn, Đảng Cộng sản Việt Nam đã tạo ra những không gian sinh tồn tương đối rộng và tồn tại một cách độc lập dành cho các thành phần xã hội khác nhau. Mỗi thành phần có một môi trường sinh hoạt riêng và chịu các điều kiện chi phối riêng.

Như Mác đã nói "Giai cấp tiểu tư sản là đòn xóc nhọn hai đầu", thành phần có học phục vụ đắc lực nhưng nguy hiểm, cho nên vừa được nhiều biệt đãi mà cũng vừa bị kiểm soát chặt chẽ hơn so với các thành phần khác. Ngày nay, trong khu vườn văn học vẫn có tiếng chim kêu, có tiếng nước chảy, tiếng suối reo và các nhà thơ, nhà văn vẫn có quyền sáng tác, miễn là đừng bước ra khỏi giới hạn mà Đảng đã khoanh vùng. Ngoại trừ một số nhỏ đã vượt qua hay đang tìm cách vượt qua khỏi hàng rào cản để cùng chịu đựng với những bất hạnh của dân tộc, dùng ngòi bút để nói lên thảm trạng của đất nước hay đấu tranh cho quyền lợi đất nước, phần lớn đã ở lại trong vườn. Như Erich Maria Remarque viết trong Chiến hữu, "hạnh phúc bắt đầu từ thói quen", họ dần dần cũng cảm thấy hạnh phúc và tự an ủi rằng ít ra môi trường sáng tác ngày nay tốt hơn nhiều so với ba mươi ba năm trước. Ngày nay họ không phải thức đêm nén bút để ca ngợi một "anh hùng diệt Mỹ" mà họ chưa bao giờ biết mặt hay tả một "chiến thắng thần thánh" mà họ chưa hề tham dự. Ngày nay họ có quyền viết về tình dục, tình yêu và cả về cuộc sống, miễn là đừng viết về cuộc sống của những người đang ở trong các nhà tù của chế độ, cuộc sống của hàng trăm ngàn phụ nữ Việt Nam đang bán mồ hôi nước mắt khắp thế giới, cuộc sống của hàng ngàn người dân oan khiếu kiện bị mất nhà mất đất đang ngồi chờ các quan lớn trả lời trong các công viên.

Hơn ai hết, thành phần có học biết rằng dù trong khoa học tự nhiên hay khoa học nhân văn, không có phản biện sẽ không bao giờ có sự thăng tiến và phản biện chỉ hình thành trên môi trường tự do sáng tạo chứ không thể ở một môi trường nào khác, thế nhưng, họ chấp nhận làm một người câm điếc để được tồn tại hơn là phản biện để rồi bị tước đi bổng lộc. Mới đây, ông Chu Hảo, nguyên thứ trưởng Khoa học Công nghệ và Môi trường, trong buổi phỏng vấn dành cho web Dân Trí mà talawas có nối lại trong mục spectrum, cũng thừa nhận rằng "để có độc lập tư duy, tự do sáng tạo và khách quan phê phán thì phải có một cơ chế dân chủ để đảm bảo cho các quyền đó". Quá đúng. Tuy nhiên, khi được hỏi tại sao thời còn là Thứ trưởng ông đã không nói câu đó mà đợi cho đến khi không còn tại chức mới "lớn tiếng", ông Hảo đáp "Đơn giản là khi còn tham gia quản lý, họ là con người của guồng máy đó nên phải tôn trọng kỉ luật guồng máy, chưa kể người trong cuộc khó có cái nhìn khách quan như người ở ngoài cuộc". Ông không giải thích nhưng người đọc cũng hiểu việc "tôn trọng kỉ luật guồng máy" chính là việc phục vụ cho quyền lợi của Đảng Cộng sản theo kiểu ăn cây nào thì rào cây nấy. Nếu hiểu theo cách nói của ông Chu Hảo, trong guồng máy nhà nước hiện nay không ai đáng gọi là trí thức vì không ai dám phản biện, dám nói lên những cái đúng, tố cáo những cái sai, biết đau cái đau của dân tộc và biết buồn trong nỗi buồn của dân tộc. Như phần lớn những người thuộc tầng lớp có học, ông cũng không đủ can đảm bước ra khỏi chiếc chiếu mà Đảng đã trải cho các ông ngồi. Tâm trạng của ông Chu Hảo cũng là tâm trạng chung của những người thuộc tầng lớp gọi là trí thức xã hội chủ nghĩa hiện nay, khi về hưu, thất sủng, bị bỏ rơi, họ phê bình, phán xét như những quan tòa, nhưng thời gian trẻ trung, năng nổ, đóng góp được nhiều nhất cho đất nước thì họ lại là những kẻ tòng phạm.

Nhà báo Mike Benge của tờ *Washington Times*, trong bài bình luận trên ấn bản ngày 1 tháng 7 năm 2007, 'Láo to' sống tại Việt Nam ('Big Lie' lives in Vietnam), cho rằng Thomas Jefferson sẽ lăn lộn trong mồ nếu biết ông Hồ Chí Minh đã dùng câu nói bất hủ: "*Tất cả mọi người đều sinh ra có quyền bình đẳng. Tạo hoá cho họ những quyền không ai có thể xâm phạm được; trong những quyền ấy, có quyền được sống, quyền tự do và quyền mưu cầu hạnh phúc*" để lừa gạt dân tộc Việt Nam suốt hơn một nửa thế kỷ qua. Trong cuộc chạy đua vào chức vụ Tổng thống Hoa Kỳ, về quan điểm và cách giải quyết các vấn đề của Mỹ, John McCain và Barrack Obama gần như khác nhau hoàn toàn nhưng cả hai đều rất giống nhau trong định nghĩa về đất nước. Tối ngày 11 tháng 9 vừa qua, trong buổi phỏng vấn nhân dịp lễ tưởng niệm nạn nhân khủng bố, khi được hỏi tại sao ông yêu nước Mỹ, John McCain trả lời "*Tôi yêu nước Mỹ, không chỉ là nơi tôi sinh ra và lớn lên mà còn là lý tưởng, là khát vọng*". Tương tự, trong diễn văn chấp nhận làm ứng cử viên Đảng Dân chủ, Barrack Obama đã nói: "*Có một lời hứa đã làm cho nước Mỹ khác với các quốc gia khác, rằng qua sự làm việc cần mẫn và hy sinh, mỗi chúng ta có thể theo đuổi những giấc mơ riêng nhưng vẫn đến cùng nhau như một gia đình nước Mỹ, để bảo đảm rằng các thế hệ sau cũng có thể theo đuổi các giấc mơ của họ*". John McCain và Barrack Obama không nói để tuyên truyền hay kiếm phiếu mà là sự thật. Từ khi Thomas Jefferson nắn nót những dòng chữ đầu tiên cho bản Tuyên ngôn Độc lập của nước Mỹ 1776 cho đến hôm nay, nước Mỹ trải qua nhiều cuộc chiến, trong đó có cuộc chiến giành độc lập đầy vinh quang và một cuộc nội chiến tương tàn đẫm máu, nhưng họ vẫn là một cường quốc. Nước Mỹ trưởng thành không phải nhờ bom nguyên tử mà nhờ ở giấc mơ, lời hứa, khát vọng, như Tổng thống Kennedy một lần đã viết: "*Con người có thể chết, đất nước có thể thăng hay trầm, nhưng lý tưởng luôn sống mãi*".

Nhà báo Mike Benge dùng câu nói của Thomas Jefferson để mỉa mai giới lãnh đạo cộng sản Việt Nam như là những người ăn cắp ý tưởng của Mỹ để lừa gạt dân tộc Việt Nam nhưng ông có thể không biết rằng khát vọng độc lập tự do của dân tộc Việt Nam là một khát vọng có thật và bắt đầu từ nhiều ngàn năm thăng trầm của lịch sử. Câu nói của Thomas Jefferson rất hay, những câu trả lời của John McCain, Barrack Obama rất ý nghĩa, nhưng không phải là quá mới lạ. Tổ tiên Việt Nam đã mơ, đã sống và đã chết cho giấc mơ khai phóng của mình. Khát vọng tự do dân chủ chưa bao giờ bức thiết hơn lúc này, khi một phần lãnh thổ của tổ tiên đang nằm trong tay ngoại bang, khi Việt Nam mỗi ngày một lùi thêm so với đà tiến của nhân loại. Đây không phải lúc đứng trước ngã ba để chọn lựa đường nào là đúng nhất. Không giống như ngày xưa, thế hệ hôm nay chỉ có hai con đường để chọn, hoặc làm công cụ cho chế độ độc tài hoặc đi về phía dân tộc để cùng tranh đấu cho một ngày mai tươi đẹp. Nếu trước 1954, chính nghĩa của dân tộc Việt Nam là giải phóng đất nước ra khỏi chế độ thực dân bóc lột thì chính nghĩa của ngày nay là giải phóng đất nước khỏi chế độ cộng sản độc tài, chuyên chính, đưa dân tộc đi lên cùng nhịp với đà tiến tự do, dân chủ và văn minh. Vũ khí được trang bị hôm nay không phải là bom napalm, tăng T54, súng M16 hay AK47 mà là lòng yêu nước chân chính, là trí tuệ của thời đại. Người lính tự do trong trận chiến hôm nay là những người Việt Nam yêu nước, kiên nhẫn, biết hy sinh những quyền lợi và cả những đau nhức bản thân mình cho nhu cầu chung của đất nước, biết vượt qua được những cách ngăn tôn giáo, Bắc - Nam để sống vì tương lai của các thế hệ mai sau. Cuộc tranh đấu sẽ không diễn ra ở miền Nam hay miền Bắc, trên không hay ngoài biển, mà trải rộng khắp nơi, trong và cả ở ngoài nước. Chỗ dựa của người lính tự do không phải là đôla Mỹ hay súng đạn Nga mà là lịch sử, là Đống Đa, Vạn Kiếp trước đây và Hoàng Sa, Trường Sa hôm nay. Những tranh luận, biện minh, đối thoại, hay mặc cảm chiêu hồi, vì thế, đều không còn cần thiết nữa.

Chẳng lẽ 33 năm với tất cả chịu đựng và hy sinh, với tất cả máu và nước mắt nhỏ xuống khắp ba miền, chưa đủ là lý do để thay đổi chế độ độc tài này bằng một thể chế tự do dân chủ, mà phải đào xới thêm trong các văn khố ở Washington DC, Bắc Kinh, Moskva..., để chứng minh ai bán nước hơn ai?

VIỆT NAM,
CON THUYỀN KHÔNG BẾN

Chuyến viếng thăm Việt Nam bốn ngày của hàng không mẫu hạm USS Carl Vinson và đoàn hộ tống hùng hậu đã gây nên nhiều tranh luận. Bỏ qua bên các tâm trạng xin quẻ, dâng sớ thượng nguyên, không ít ý kiến rất tích cực, thật sự thiết tha với tương lai đất nước.

Nhiều người mong USS Carl Vinson sẽ tạo nên lớp sóng phản hồi trong cuộc tranh chấp gần như thụ động, một chiều cha nói con nghe giữa Trung Cộng và CS Việt Nam. Sự hiện diện của USS Carl Vinson thể hiện chính sách cứng rắn của chính phủ Mỹ trên Biển Đông bất chấp đường lưỡi bò, lưỡi trâu do Trung Cộng vẽ. Tranh chấp chủ quyền Biển Đông có khả năng cao hơn dẫn đến quốc tế hóa, và chỉ quốc tế hóa mới đem lại công bằng cho các nước nhỏ.

Do đó, yếu tố quốc tế rất cần thiết. Trong giai đoạn toàn cầu hóa hiện nay khi sự phát triển của một quốc gia tùy thuộc rất nhiều vào sự phát triển của các quốc gia khác, yếu tố quốc tế chưa bao giờ quan trọng và hữu hiệu hơn.

Lịch sử nhân loại thời hiện đại cho thấy, yếu tố quốc tế thậm chí còn đóng vai trò quyết định trong hướng đi của dân tộc như trường hợp Ai Cập sau chiến tranh 1967, Thổ Nhĩ Kỳ sau thế chiến thứ hai và Nam Hàn sau thời Lý Thừa Vãn.

Anwar Sadat của Ai Cập là một lãnh tụ can đảm. Không ai từng chống Mỹ quyết liệt hơn cố tổng thống Anwar Sadat và là một anh hùng của toàn thế giới Á Rập. Tuy nhiên để mưu cầu một nền hòa bình và hạnh phúc cho nhân dân Ai Cập, năm 1976, ông đã bỏ đồng minh Liên Sô để bước sang phía thế giới tự do cho dù ông biết trước sự chọn lựa đó có thể trả giá bằng nhiều rủi ro như ông tiên đoán trong diễn văn đọc trước Quốc hội Israel ngày 20 tháng 11 năm 1967.

Mustafa Kemal là cha đẻ của nền cộng hòa Thổ Nhĩ Kỳ hiện đại sau khi đế quốc Ottoman tan rã. Những cải tổ tận gốc về văn hóa, giáo dục của vị tướng tài ba này đã đưa Thổ từ một nước Hồi Giáo với 99 phần trăm dân theo đạo Hồi sống khép kín tôn giáo thành một quốc gia hiện đại. Nhưng quan trọng nhất là tầm nhìn xa. Ông rất quan tâm đến việc tạo một thế đối lực với Liên Sô luôn nuôi tham vọng độc chiếm Eo Biển ĐịaTrung Hải, mạch máu của Thổ Nhĩ Kỳ. Ông qua đời năm 1938, và người chiến hữu tin cẩn của ông là Mustafa İsmet İnönü tiếp tục hành trình để đưa Thổ Nhĩ Kỳ vào quỹ đạo của dân chủ Tây Phương. Cuối cùng Thổ đã trở thành một thành viên của Minh Ước Bắc Đại Tây Dương dù quốc gia này cách bờ phía Đông của Đại Tây Dương tới hai ngàn dặm. Stalin đành ngậm đắng nuốt cay.

Gần Việt Nam có Nam Hàn. Nhiều người biết vào năm 1950 nền cộng hòa non trẻ này sống sót là nhờ quân đội Mỹ lúc đó còn mạnh ở Thái Bình Dương đổ bộ để tái chiếm Nam Hàn và xác định lần nữa việc chia đôi đất nước tại vĩ tuyến 38. Tuy nhiên, ít người để ý, quốc gia dân chủ này suýt trở thành CS lần nữa không phải do Bắc Hàn tấn công mà do chủ trương khuynh tả trong thời gian đảng Dân Chủ Nam Hàn do Chang Myon làm thủ tướng. Xung đột ý thức hệ tại Nam Hàn đã diễn ra kịch liệt do các thành phần tả khuynh chủ động. Phản ứng lại, dân chúng yêu tự do tổ chức các cuộc biểu tình chống tả khuynh tại nhiều nơi. Ngày 16 tháng 5, 1961, tướng Park Chung Hee (Phác Chính Hy) và quân đội đảo chánh, thiết lập một chính phủ cứng rắn và xác định một hướng đi mới: Phát triển kinh tế trước, thống nhất đất nước sau. Chính sách đó đã tạo không gian cho Nam Hàn cất cánh, từ lợi tức đầu người năm 1960 chỉ vỏn vẹn 76 dollars lên đến 35 ngàn đô la năm 2016.

Tuy nhiên, ba ví dụ trên cho thấy, yếu tố quốc tế có một điều kiện tiền đề: hoặc lãnh đạo sáng suốt, can đảm, thấy rõ nhu cầu của đất nước trong hướng đi dân chủ và cường thịnh thời đại, hoặc tinh thần người dân của quốc gia đó đủ mạnh để gây áp lực dẫn đến sự thay đổi quốc gia.

Việt Nam, cả đảng lẫn chống đảng đều không thỏa mãn được điều kiện tiền đề đó.

Về phía đảng CS.

Đảng CSVN là một đảng (1) bán nước, (2) không có tính chính danh, (3) bám lấy quyền lực và (4) ngu dốt trong điều hành đất nước.

Bốn đặc điểm này của chế độ CS không cần phải phân tích dài dòng, ngoại trừ những người phải chịu khuyết tật về thể xác hay tâm hồn mới không thấy và không biết.

Sự kiện một nước Việt Nam có trên ba ngàn cây số bờ biển và từ bao đời sống nhờ vào biển nay chỉ còn đủ rộng để đi câu là kết quả của sự thần phục Trung Cộng của bao thế hệ cầm quyền CS.

Trước đây, ý thức hệ CS làm mù lương tri Việt Nam của giới cầm quyền CS, ngày nay ý thức hệ CS đã chết nhưng họ vẫn tiếp tục dùng các phương pháp CS dã man do Lenin, Stalin, Mao nghĩ ra để tuyên truyền tẩy não và trấn áp người dân nhằm củng cố chiếc ghế quyền lực.

Tạm gác qua một bên chuyện đúng sai trong chiến tranh trước 1975, thử hỏi sau 43 năm đưa đất nước vào ngõ cụt của lạc hậu về kinh tế, chậm tiến về giáo dục, băng hoại về đạo đức, ung thối trong tận cùng của xã hội, họ có xứng đáng để tiếp tục cha truyền con nối cai trị trên đầu trên cổ của hơn 90 triệu người Việt hay không? Ai bầu họ ra? Ai cho phép họ sống trên xa hoa, phung phí giữa sự lầm than của đại đa số người dân Việt?

Chuyện các lãnh chúa CS ngu dốt cũng cũng không phải là chụp mũ hay bôi nhọ. Nhìn cảnh một Phan Văn Khải rút trong túi ra một tờ giấy viết sẵn để đọc cho TT G.W. Bush nghe một người Việt dù chống Cộng cũng không khỏi mắc cỡ giùm. Nội dung tờ giấy đó không phải là văn bản cần ký kết, cũng chẳng chứa đựng một thuật ngữ kinh tê' chính trị gì dễ bị hiểu sai mà chỉ đôi lời thăm hỏi xã giao. Rồi mấy lớp cai trị khác theo sau cũng ngu ngơ không kém. Nếu không có thành phân phên giậu, thành phần xăng nhớt thì bộ máy CS đã ngừng chạy từ lâu rồi.

Về phía chống đảng CS.

Phía những người chống đảng cũng chưa có một hướng đi chung.

Những người chống CS cả trong và ngoài nước đều muốn lật đổ chế độ CS và xây dựng một Việt Nam dân chủ và cường thịnh. Nhưng nếu câu hỏi tiếp là làm thế nào để "lật đổ chế độ CS và xây dựng một Việt Nam dân chủ và cường thịnh" thì người viết nghĩ rằng không phải mọi người đều trả lời giống nhau.

Phải chăng câu hỏi quá khó để trả lời? Không.

Các quốc gia cựu CS, rộng như Ba Lan, hẹp như Estonia, xa xôi như Ethiopia, chậm tiến như Mông Cổ đã trở thành những nước dân chủ dù mức độ còn khác nhau bởi vì họ trả lời giống nhau câu hỏi thứ hai.

Những lãnh đạo phong trào dân chủ tại các nước này thấy rõ mục đích cần phải đạt trong từng giai đoạn của tiến trình dân chủ hóa và chỉ tập trung vào từng mục đích mà thôi.

Họ không phải là những chính trị gia chuyên nghiệp, nhà cách mạng nổi tiếng mà là những giáo sư, văn nghệ sĩ, công nhân, nông dân, sinh viên rất bình thường. Chỉ khác, họ không tham lam, không lãng phí thời gian và công sức vào những chuyện chỉ có thể giải quyết sau khi giải thể chế độ CS.

Việt Nam có hầu hết các yếu tố để dẫn đến một cuộc cách mạng, tuy nhiên vẫn còn thiếu lực lượng của những người nhận thức đúng hướng đi để chèo chống con thuyền qua cơn bão tố CS.

Xây dựng và phát triển tập hợp những người Việt vượt qua được mọi tiêu cực để tập trung vào việc tháo gỡ bộ máy cai trị của đảng CS trở thành nhu cầu bức thiết trong giai đoạn hiện nay. Và mãi cho tới khi lực lượng dân chủ đó ra đời, Việt Nam vẫn còn là một con thuyền không bến.

Tiểu Sử

Nhà văn Trần Trung Đạo
qua nét vẽ của con trai,
Trần Trung Hiếu (Steven A. Tran),
đầu năm 2025

Trần Trung Đạo, tên thật Trần Văn Nhơn, sinh ngày 2 tháng 4 năm 1955 (giấy khai sinh ghi 1954), tại làng Mã Châu, ấp Châu Hiệp, xã Xuyên Châu, quận Duy Xuyên, tỉnh Quảng Nam.

Mồ côi mẹ một thời gian rất ngắn sau khi ra đời. Tháng 2, 1968, cha bị thương nặng và qua đời trong chiến tranh khi tác giả chưa đầy 13 tuổi. Sau gần một năm sống trong khó khăn ở Đà Nẵng, Sơn Chà (Sơn Trà) và Vĩnh Điện, cuối năm 1968 xin tá túc tại chùa Viên Giác, Hội An để theo học Trung Học Duy Xuyên và Trung Học Trần Quý Cáp. Được cố Đại Lão Hòa Thượng Thích Long Trí nuôi dưỡng và dạy dỗ tại chùa Viên Giác từ cuối năm 1968 đến tháng 8, 1972.

Trong hai năm 1971 và 1972 được học bổng Hà Thúc Nhơn do Phong Trào Hà Thúc Nhơn và báo *Sóng Thần* cấp.

Tốt nghiệp Tú Tài phần 1, 1971, và phần 2 tại Trung Học Trần Quý Cáp Hội An vào mùa hè 1972. Ghi danh theo học tại Luật Khoa, Đại học Sài Gòn và sau đó phân khoa Khoa Học Xã Hội, Đại học Vạn Hạnh, Sài Gòn, 1972. Từ 1973 đến 1975, giúp Tổng Vụ Thanh Niên thuộc GHPGVNTN trong các đề án của tổng vụ.

Bắt đầu làm thơ từ khi học lớp đệ ngũ (lớp 8) ở Vĩnh Điện và in chung với Huỳnh Kim Sơn, Mặc Vũ (Nguyễn Xuân Tường), Dương Đỗ (Nguyễn Dưỡng) trong tuyển tập *Theo Bước Lưu Dân* xuất bản tại Sài Gòn, 1973.

Sau 30-4-1975, như phần lớn sinh viên trước 1975, chuyển sang đại học Kinh Tế (Đại học Luật Khoa cũ). Mùa hè 1978, "ra trường" với bằng "Cao Đẳng Kinh Tế" tại đại học Kinh Tế Tài Chánh.

Vượt biên bằng đường biển ngày 11 tháng Sáu năm 1981, được chiến hạm Mỹ USS White Plains vớt và đưa về cảng Subic Bay, Philippines trước khi nhập trại tỵ nạn Palawan cuối tháng 6, 1981. Định cư tại Boston, Massachusetts, Hoa Kỳ vào cuối tháng 11, 1981 dưới sự bảo trợ của International Institute of Boston.

Học Electrical Engineer tại University of Massachusetts at Boston (UMASS), 1982, sau đó chuyển sang School of Computing and Data Science, Wentworth Institute of Technology và tốt nghiệp hạng danh dự. Học thêm các lớp bậc cao học về Information Management Systems tại Boston University. Từ tháng 8, 1994 làm việc cho hãng đầu tư tài chánh Fidelity Investments tại Boston suốt 22 năm qua nhiều chức vụ.

Đóng góp vào việc xây dựng các phong trào trẻ tại hải ngoại từ 1992. Tham dự và thuyết trình tại phần lớn các trại hè của

Thanh Niên, Sinh Viên Việt Nam tại Hoa Kỳ suốt thập niên 1990.

Ủng hộ nỗ lực phục hoạt GHPGVNTN tại Việt Nam và yểm trợ GHPGVNTN Hải Ngoại Hoa Kỳ khi vừa thành lập, 1992.

Cuối năm 1992, xuất bản thi phẩm đầu tay *Đổi Cả Thiên Thu Tiếng Mẹ Cười* tại San Jose, California.

Từ 1997, ngưng làm thơ và viết nhiều bài trong dạng "tâm bút" để phổ biến đến báo chí hải ngoại. Từ 2004 đến 2010, viết 34 tiểu luận trên diễn đàn talawas.

Từ 2011, tham gia dạy lớp "Phong trào xã hội qua kinh nghiệm Đông Âu" trong chương trình học 'online' do Giáo sư Đoàn Viết Hoạt, Giáo sư Nguyễn Ngọc Bích và Luật sư Nguyễn Xuân Phước khởi xướng.

Đã xuất bản 17 tác phẩm thơ, văn, tiểu luận, dịch, chính luận. Nhiều bài trong các tác phẩm được chọn để in chung thành bộ 4 cuốn Chính Luận Trần Trung Đạo.

Gia đình gồm vợ, Trần Thiếu Phụng và ba con, hai gái một trai, đang sống tại Boston, Massachusetts.

MỤC LỤC

•• BẢN CHẤT CỦA CUỘC CHIẾN VIỆT NAM

INDEX

C

D

E

F

G

H

J

K

L

M

N

O

P

R

S

T

U

V

W

Y

Z

www.ingramcontent.com/pod-product-compliance
Lightning Source LLC
LaVergne TN
LVHW100138051026
849525LV00004B/1441
* 9 7 9 8 3 4 9 2 5 5 6 8 7 *